तालिबानसारख्या चळवळीमधल्या माणसांच्या दृष्टिकोनातून इतिहासाकडे बघणं किती महत्त्वाचं असतं, याची मला पुन्हा एकदा हे मुल्ला झैफचं आत्मकथन वाचताना जाणीव झाली... या पुस्तकातले तपशीलच नाहीतर मुल्ला झैफचा अनोखा दृष्टिकोन ही त्याची खरी ताकद आहे.

– ख्रिस्तीन लॅम्ब, संडे टाइम्स

तालिबान चळवळ कशी आणि का तयार झाली आणि या चळवळीला काय साध्य करायचं आहे, हे त्यांच्यामधल्या एका नेत्याकडून ऐकणं थरारक आहे. काबूल, वॉशिंग्टन आणि लंडन अशा शहरात बसून आंतरराष्ट्रीय राजकारण करणाऱ्यांनी अफगाणिस्तानातला चालू संघर्ष थांबवण्यासाठी म्हणून जरूर वाचावं असं पुस्तक.

– संडे टेलीग्राफ

जगात प्रचंड उलथापालथ करणाऱ्या तालिबान चळवळीबाबत एकूणच धूसरपणा आहे. मुल्ला झैफचे हे आत्मकथनपर पुस्तक हा धूसरपणा घालवण्यासाठी अतिशय स्वागतार्ह आहे. तालिबान कसे विचार करतात हे कळून घ्यायचं असेल, तर या पुस्तकाला पर्याय नाही.

– पीटर बर्गेन, अफगाणिस्तानविषयक पुस्तकांचे लेखक

अफगाणिस्तानातल्या आंतरराष्ट्रीय समुदायाला बंडखोरी का सतावते आहे, याबद्दलच्या सर्वसामान्य प्रचलित मतांना मुल्ला झैफचं हे सत्यकथनपर पुस्तक धक्का देणारं आहे. हे पुस्तक वाचून संपल्यानंतर वाचकाला तालिबानबद्दल सहानुभूती वाटणार नाही, पण निदान तालिबान हे राक्षस नसून माणसेच आहेत, एवढं मात्र खातरीनं वाटेल.

– ग्रॅमी स्मिथ, द ग्लोब व मेल यांचे वार्ताहर

आपल्या स्नेहीजनांना पुस्तके भेट द्या

'माय लाइफ विथ द तालिबान' या इंग्रजी पुस्तकाचा अनुवाद

माझे तालिबानी दिवस!

तालिबानी चळवळीचं वास्तव मांडणारं आत्मकथन

लेखक

अब्दुल सलाम झैफ

संपादक

अलेक्स स्ट्रिक व्हान लिन्शोटेन
फेलिक्स क्यून

अनुवाद

डॉ. प्रमोद जोगळेकर

मेहता पब्लिशिंग हाऊस

✆ +91 020-24476924 / 24460313 / Mob. No. 9545000513
Email : production@mehtapublishinghouse.com
Website : www.mehtapublishinghouse.com

- *या पुस्तकातील लेखकाची मते, घटना, वर्णने ही त्या लेखकाची असून, त्याच्याशी प्रकाशक सहमत असतीलच असे नाही.*

MY LIFE WITH THE TALIBAN by ABDUL SALAM ZAEEF
First Published in the United Kingdom by C.Hurst&Co.Publishers Ltd.,2010
Published in India by Hachette India,2010

Translated into Marathi Language by Dr. Pramod Joglekar

माझे तालिबानी दिवस! / अनुवादित आत्मकथन

अनुवाद : डॉ. प्रमोद जोगळेकर
Email : author@mehtapublishinghouse.com

मराठी अनुवादाचे व पुस्तक प्रकाशनाचे हक्क : मेहता पब्लिशिंग हाऊस, पुणे.

प्रकाशक : सुनील अनिल मेहता, मेहता पब्लिशिंग हाऊस,
१९४१, सदाशिव पेठ, माडीवाले कॉलनी, पुणे ४११०३०.

मुद्रक : ट्रिनिटी ॲकॅडमी फॉर कॉर्पोरेट ट्रेनिंग लिमिटेड

मुखपृष्ठ : चंद्रमोहन कुलकर्णी

प्रथमावृत्ती : ऑगस्ट, २०१७

किंमत : ₹ ३६०

P Book ISBN 9789386745095

अनुक्रमणिका

हे ‘स्वातंत्र्य’ स्वाभिमानी माणसांना साखळ्यात जखडण्याचं
आणि स्वतंत्र माणसांना गुलाम बनवण्याचं....
‘स्वातंत्र्यानं’ आम्हाला केलं दुबळं
नि प्रेमाच्या नावाखाली केली आमची कत्तल
ही लोकशाही अशी चाबकानं चालवली जाते
आणि साखळ्यांच्या धाकानं पाळली जाते
पण याच लोकशाहीच्या पोटात एक प्रचंड वादळ घोंगावतंय

– मुल्ला अब्दुल सलाम झैफ
(ग्वान्टानामो तुरुंगात लिहिलेली कविता)

कंदाहार
एका शहराचे चित्र

आम्ही नदीच्या दिशेनं जात असताना आम्हाला विरुद्ध दिशेनं येणारे प्रेतांनी गच्च भरलेले अनेक पिकअप ट्रक दिसत होते. ते पाहून बॉम्ब मोठा असणार हे लक्षात येत होतं. प्रेतांची संख्या इतकी अधिक होती की, अतिशय बेफिकीरपणे ती ट्रकमध्ये फेकली जात होती.[१]

आम्ही घटनास्थळी पोहोचलो तेव्हा आम्हाला तिथं बघ्यांची गर्दी जमलेली दिसली. तिथं पोलिसांच्या बऱ्याच गाड्या उभ्या होत्या. तिथं आता जे काही उरलं होतं, ते म्हणजे चहाचा एक उलटा पडलेला थर्मास, विक्रेत्यांच्या प्लॅस्टिकच्या बादल्या, विखुरलेली बिस्किटं आणि काड्यापेट्या व भडक रंगीत हिरव्या-नारिंगी चटया. या सगळ्या वस्तू लालभडक रक्तानं माखलेल्या होत्या.

तरुण पोलीस अधिकारी जमावावर नियंत्रण ठेवण्याचा प्रयत्न करत होते. तिथं मध्यभागी तीन गाड्या वेड्यावाकड्या अवस्थेत पडल्या होत्या. जणू एखाद्या राक्षसानं त्यांना चावून टाकलं की काय असं वाटत होतं. चटयांवर बसण्याच्या अगोदर लोकांनी काढून ठेवलेले चपला-बूट सर्वत्र विखरून पडलेले होते.

गाड्यांच्या समोर असणारी चटई मध्यभागी फाटलेली होती. तिथं कवट्यांचे तुकडे, लोकरीची पांघरुणं आणि कपड्यांचे तुकडे हे सगळे पडले होते. त्यातच कोणाचा तरी मेंदू, आतड्याचा काही भाग आणि अवयव विखरून पडलेले दिसले.

हा बॉम्बस्फोट व्हायच्या अगोदर त्या ठिकाणी हसत-खिदळत गप्पा मारणाऱ्या लोकांचं हे एवढंच आता उरलं होतं.

१७ फेब्रुवारी, २००८च्या दिवशी आकाश स्वच्छ निळं होतं. ढगांचे तुरळक पुंजके आकाशात दिसत होते. अशा या छान दिवशी स्थानिक पुढारी व अतिशय

---

१. या हल्ल्यात किती जण मरण पावले ते नेमकं कधीच कळणार नाही. पोलीस, साक्षीदार व मिरवाईस हॉस्पिटलमधल्या कर्मचाऱ्यांच्या माहितीनुसार किमान ११० जण ठार झाले, असा अंदाज आहे.

ताकदवान असा अब्दुल हकीमजान हा लष्करी कमांडर ठार झाला होता. त्याच्यावर आत्मघाती हल्ला करणाऱ्यानं किमान १०० जणांचाही बळी घेतला होता. हा अफगाणिस्तानच्या इतिहासातला एक अत्यंत भीषण हल्ला होता.

त्या दिवशी जवळपास कोरड्या पडलेल्या नदीपात्रात चाललेला कुत्र्यांच्या झुंजीचा खेळ बघण्यासाठी अब्दुल हकीमजान तिथं गेला होता. हा कमांडर त्याच्या एकूण पेहरावासाठी प्रसिद्ध होता. तो फक्त निळ्या रंगाचे कपडे घालायचा. एकावर एक असे तीन पारंपरिक अफगाण पोशाख अंगावर चढवणं ही त्याची खासियत होती. त्याचा मृत्यू ही अलिकोझाई जमातीच्या दृष्टीनं फार गंभीर घटना होती. या जमातीनं नुकताच अतिशय महत्त्वाचा मोहरा असणारा प्रसिद्ध मुजाहिद्दीन कमांडर मुल्ला नकीब गमावला होता. त्या दिवशीच्या हल्ल्यानं या जमातीचं फार मोठं नुकसान झालं होतं.

इतिहासात अनेक मैलाचे दगड असतात. पण ही घटना हा फार मोठा टप्पा मानला जातो. मुजाहिद्दीनांच्या पिढीमधला अब्दुल हकीमजान हा शेवटचा ताकदवान कमांडर होता. त्याच्या मूळ भागात म्हणजे अर्घंदाब जिल्ह्यात सुरक्षितता राखण्याची हमी त्याच्याखेरीज कोणीच देऊ शकत नव्हतं. त्याच्या हत्येनं दक्षिण अफगाणिस्तानात परिस्थिती किती गंभीर स्वरूपाची आहे हे पुन्हा एकदा स्पष्ट झालं.

***

अब्दुल हकीमजानच्या हत्येला दोन वर्षं उलटल्यानंतर कंदाहार प्रांत आणखीनच धोकादायक झाला आहे. या भागातल्या सामान्य लोकांना दररोजच नाटो फौजांच्या बॉम्बफेकीचा सामना करावा लागतो. शहरात अधूनमधून आत्मघाती हल्ले होतच असतात. निर्लज्जपणानं चालणारा भ्रष्टाचार, अन्न व इंधनाच्या वाढत्या किमती आणि सतत क्रूरपणानं केल्या जाणाऱ्या हत्या हे सगळं सामान्य कंदाहारी माणसाला सहन करावं लागतं.

कंदाहार शहर रात्रीच्या मौजमजेसाठी कधीच प्रसिद्ध नव्हतं. पण आता तर अंधार पडला की, रस्त्यांवर संपूर्ण शुकशुकाट असतो. साधारण दीड वर्षांपूर्वी संध्याकाळी उशिरा रस्त्यांवर बऱ्याच प्रमाणात माणसांची वर्दळ असायची. आता ती दिसत नाही. आता जवळ-जवळ दर आठवड्याला एकदा तरी शहराच्या मध्यभागातले नागरिक, मशिनगनच्या धडधडाटानं किंवा बूंगऽबूंगऽ आवाज करत पडून स्फोट घडवणाऱ्या क्षेपणास्त्राच्या आवाजानं दचकून जागे होतात. एखाद्या सरकारी ठिकाणावर हल्ला झाला आहे, हे त्यांना कोणी न सांगताही समजून येतं.

भ्रष्टाचार हे अफगाण सरकारचं दैनंदिन वैशिष्ट्य झालं आहे. तिथं कोणत्याही स्तरावरचं सरकारी काम असेल, तर भ्रष्टाचार हा त्या कामाचा अविभाज्य भाग

असतो. अगदी साध्यासुध्या एखादं बिल भरण्याच्या कामातही लाच द्यावी लागते.

मादक द्रव्यांच्या व्यापाराशी निगडित भ्रष्टाचार हा तर पहिल्यापासून कायमस्वरूपीच असतो. अफूचं पीक कापणीला तयार होतं, तेव्हा किंवा कधी अधिकारी अफू निर्मूलनाचं नाटक करतात तेव्हा, हा भ्रष्टाचार वाढतो. या भ्रष्टाचाराचे धागेदोरे सुरक्षा यंत्रणेपर्यंत पोहोचलेले आहेत. सुरक्षा यंत्रणा आणि मादक द्रव्यांचा व्यापार करणारे तस्कर यांच्यात संबंध असल्यानं अफगाण सरकारची ताकद पूर्णपणे खच्ची झालेली दिसते. विशेषतः दक्षिण अफगाणिस्तानमध्ये ही गोष्ट सगळ्यांना माहिती असून त्यामुळे स्थानिक नागरिकांच्या मनात निराशा आणि संभ्रमाचं वातावरण आहे.

कंदाहार प्रांतात फारच थोडा भाग सुरक्षित मानला जातो. अर्थात एखाद्या ठिकाणी आपल्याला 'सुरक्षित वाटणं' आणि प्रत्यक्षात 'सुरक्षित असणं' यात फार फरक आहे. कंदाहारचे नागरिक शक्यतो शहरातच राहतात. तिथून कंदाहारच्या इतर भागात जाणं, हे महाभयंकर कठीण काम आहे. कंदाहारहून हेरातकडे जाणाऱ्या मुख्य महामार्गावर जागोजागी तालिबानची तपासणी नाकी आहेत आणि त्यांची गस्ती पथकं तिथं फिरत असतात. याखेरीज महामार्गावर लुटालूट होणं आणि भ्रष्ट पोलीस भेटणं हे आहेच. या महामार्गावर कंदाहार, हेलमंद आणि फराह या प्रांतात काही ठिकाणं अतिशय खतरनाक मानली जातात. या महामार्गावर धोका एवढा प्रचंड आहे की, १३६ किलोमीटर अंतरावर असणाऱ्या लष्करगाह या शहराकडे मालाची वाहतूक करायला ड्रायव्हर मिळत नाहीत. बांधकाम व्यवसाय करणाऱ्या एका कंपनी मालकानं सांगितलं की, बांधकामाचं साहित्य लाहोरहून कंदाहारला आणायला जेवढा खर्च येतो त्याच्या कितीतरी पट जास्त खर्च कंदाहारहून लष्करगाहला वाहतूक करण्यासाठी येतो.

कंदाहार शहरातून पूर्वेकडे काबूलला जाताना महामार्ग झाबूल या प्रांतामधून जातो. त्याचप्रमाणे हा महामार्ग गझनी आणि वार्दाक या तितक्याच धोक्याच्या भागातून जातो. या मार्गावरून जाणाऱ्या वाहनांवर तालिबानचे नेहमी हल्ले होतात. या मार्गावर अनेक ठिकाणी बंदूकधारी लपून बसलेले असतात आणि ते येणाऱ्या-जाणाऱ्या वाहनांना लक्ष्य करतात. हा रस्ता अतिशय खराब अवस्थेत आहे. बॉम्बस्फोट आणि इतर अनेक प्रकारच्या हल्ल्यांमुळे या रस्त्यावर जागोजागी मोठमोठे खड्डे पडलेले आहेत. बहुतेक सर्व पूल मोडलेल्या अवस्थेत आहेत. या महामार्गावर थोडा वेळ सुरक्षित थांबता येण्याजोगी जागाच नाही. परदेशी लोकांना कंदाहारच्या बाहेर जायचं असेल तर धोका पत्करून जाण्याखेरीज मार्गच नाही. रस्ता हा असा जोखमीचा असल्यानं नियोजन करून विकास कामांची आखणी किंवा काही कामं करणं ही जवळ-जवळ अशक्यप्राय गोष्ट आहे. परिस्थिती एवढी गंभीर आहे की, परदेशी लोक जवळपास कधीच कंदाहार शहर सोडून इतर जिल्ह्यांमध्ये जायला

धजावत नाहीत.

सगळ्यात गंभीर समस्या ही आहे की, सामान्य कंदाहारींना त्यांना धोका निर्माण करणारे लोक कोण आहेत तेच कळत नाही. १९९४ आणि २००९मधल्या परिस्थितीत हाच महत्त्वाचा फरक आहे. त्या वेळी म्हणजे १९९४मध्ये धोका कोणापासून आणि कसा आहे याचा निदान अंदाज तरी बांधता येत होता. पण आता २००९मध्ये संकट कुठून आणि कसं येईल ते सांगता येत नव्हतं. राजकीय हत्या, शिरच्छेद, आत्मघाती हल्ले, बॉम्बहल्ले, हवाई हल्ले, पायदळांची मोठी कारवाई किंवा निव्वळ बंदुकीच्या धाकानं केले जाणारे गुन्हे या सगळ्यांचा सामान्य माणसाला सतत सामना करावा लागतो. जमातींमधल्या एका वजनदार वृद्ध माणसानं सांगितलं, "मला तालिबाननी ठार करायची भीती वाटत नाही. जर तालिबाननी कोणाला मारायचं ठरवलं तर ते तसं करतातच. आपण त्याबद्दल काहीच करू शकत नाही. पण कधीही अचानक होणारे आत्मघाती हल्ले, गोळीबार, डाकूंनी केलेले हल्ले आणि कुठंही, कधीही सुरू होणाऱ्या चकमकी यांची धास्ती वाटते."

परदेशी लोक आणि नाटो फौजा यांच्याबद्दल पसरणाऱ्या अफवा आणि संशयांची यादी चकित करणारी आहे. आणि सामान्य कंदाहारी माणसाचाही त्यांच्यावर विश्वास बसतो. पण त्यांच्यामधल्या काही अफवा तर अगदीच बालिश वाटण्याजोग्या आहेत. उदाहरणार्थ फेब्रुवारी, २००९मध्ये लोकांनी अतिशय घाबरून जाऊन एकमेकांना प्रचंड एसएमएस पाठवले. लोकांनी फोन आला तर त्याला उत्तर देऊ नये असं लिहिलं होतं. कारण काय तर म्हणे नाटो फौजा एका नवीन प्रकारच्या लेसर अस्त्रांची चाचणी घेत होत्या. जर फोन घेतला तर माणूस तत्काळ ठार होईल, अशी ही अफवा पसरली होती. त्या दिवशी दक्षिण अफगाणिस्तानात जवळपास कोणीच त्यांना आलेले फोन घेतले नाहीत.

यापेक्षाही जास्त हास्यास्पद वावड्या इथं उठतात. दक्षिण अफगाणिस्तानात अमेरिकन लोकच (इथं सर्व परदेशी माणसांना अमेरिकन मानतात.) तालिबानला रसद पुरवत असून तेच अल्-कायदालाही शस्त्रास्त्रांनी सज्ज करतात अशी एक अफवा पसरली होती. त्याचप्रमाणे अलिकडच्या काळात ज्या दोन हत्या झाल्या त्यांच्याही मागे तालिबान नसून 'अमेरिकनच' आहेत, असं बोललं जात होतं. अमेरिकनांनीच म्हणे या दोन वजनदार कंदाहारी नेत्यांचा काटा काढला होता. काही जण खातरीनं सांगतात की, विख्यात कमांडर हबीबुल्ला जान याच्या हत्येच्या काही मिनिटं अगोदर तिथं लोकांनी हेलिकॉप्टर्स घरघरताना पाहिली होती. अर्थात लोकांना हे पुरेसं असतं. त्यांच्या दृष्टीनं खरी माहिती अजिबात महत्त्वाची नसते.

***

संपूर्ण जगातच १९६८ हे वर्ष बदलांचं किंवा क्रांतीचं वर्ष होतं. या वर्षी मे महिन्यात फ्रेंच नागरिकांनी रस्त्यावर उतरून हिंसक निदर्शनं केली. या वर्षी कृष्णवर्णीयांना समान हक्क मिळण्यासाठी प्रयत्न करणाऱ्या मार्टिन ल्यूथर किंग या नेत्याची वंशद्वेषातून हत्या करण्यात आली. या एकाच वर्षात इटलीत 'रेड ब्रिगेड',[२] पश्चिम जर्मनीत 'बादेर माईनहोफ'[३] आणि आयर्लन्डमध्ये 'आयरिश रिपब्लिकन आर्मी' (आयआरए) या जहाल दहशतवादी संघटना उदयास आल्या. राज्यक्रांती होऊन याच वर्षी इराकमध्ये बाथ पक्षाच्या उपनेत्याच्या रूपात सद्दाम हुसेन सत्तेच्या जवळ जाण्याची घटना घडली. या वर्षी अमेरिकन पाठिंब्यावर दक्षिण व्हिएतनामच्या फौजांनी कुप्रसिद्ध 'फिनिक्स कार्यक्रमाची'[४] अंमलबजावणी केली आणि याच वर्षी कुप्रसिद्ध 'माई लाई हत्याकांड'[५] घडलं. १९६८ या वर्षीच अपोलो-८ या यानानं अवकाशात जाऊन पहिल्यांदाच संपूर्ण पृथ्वीचे फोटो घेतले. अशा या अत्यंत खळबळजनक घटना घडलेल्या वर्षी मुल्ला अब्दुल सलाम झैफचा जन्म झाला.

पण १९६८मधला अफगाणिस्तान खूप वेगळा होता. १९७०-१९८० या दशकातला सोव्हिएत महासंघाविरुद्धचा जिहाद किंवा त्यानंतर झालेलं विनाशकारी यादवीयुद्ध हे अद्याप दूर होतं. त्या काळात याच अफगाणिस्तानात विद्यापीठात मिनिस्कर्ट घालून जाणारी मुलगी रस्त्यावर दिसणं, ही काही फार नवलाची गोष्ट नव्हती. साधारण ४० वर्षांपूर्वी असणाऱ्या अफगाणिस्तानचा विचार करताना आपण वेगळ्याच विश्वात जातो. त्या काळातली शांतता आता हवी-हवीशी वाटते.

---

२. रेड ब्रिगेड (ब्रिगाते रोस्से) या मार्क्सवादी-लेनिनवादी संघटनेने इटलीत १९७० ते १९८० या दरम्यान अनेक दहशतवादी कृत्ये करून त्या देशाला अस्थिर करण्याचे प्रयत्न केले होते.

३. पश्चिम जर्मनीत डाव्या विचारसरणीवर आधारित 'रेड आर्मी ॲक्शन' या नावाची दहशतवादी संघटना उदयास आली. १९७० ते १९९८ या काळात या संघटनेने अनेक दहशतवादी हल्ले केले. या संघटनेला पूर्वी संस्थापक आंद्रिआ बादेर व उलराईक माईनहोफ यांच्यामुळे 'बादेर-माईनहोफ' ग्रुप असे म्हटले जात असे.

४. शीतयुद्धाच्या काळात अमेरिकेने दक्षिण व्हिएतनामची बाजू घेतल्यानंतर झालेल्या युद्धाच्या वेळी उत्तर व्हिएतनामला सहानुभूती असणाऱ्या चळवळीचा बीमोड करण्यासाठी अमेरिकेचा सीआयए या गुप्तचर संघटनेने राबवलेला हजारो लोकांचा गट मारण्याचा कार्यक्रम 'फिनिक्स' या टोपण नावानं प्रसिद्ध आहे.

५. १६ मार्च, १९६८ रोजी अमेरिकेत सैनिकांनी व्हिएतनामधल्या माईलाई या गावात शिरून अत्याचार करून बायका-मुलांसकट जवळपास ५०० सामान्य नागरिकांना ठार केलं. केवळ एकाला झालेली मामुली शिक्षा वगळता दोषी सैनिकांना काहीच शिक्षा झाली नाही.

अफगाणिस्तानात सगळीकडे भरपूर प्रमाणात सगळ्या जगामधून पर्यटक येत असतात. 'स्वत:चा शोध' घेण्यासाठी युरोपातून अनेक जण इथं येत असतात. युरोपमधून त्या वेळी अशी एक खास सहल आयोजित केली जात असे. तिला 'मॅजिक बस' असं नाव होतं. अनेक तरुण-तरुणींचे गट इराणमधून सरहद्द ओलांडून कंदाहारमधून हेरातला जात असत. काही गट क्वेट्टा किंवा पेशावरमधून अफगाणिस्तानात येत असत. या काळात कंदाहार तिथल्या सौम्य वातावरणासाठी प्रसिद्ध होतं. त्या वेळच्या पर्यटकांसाठी लिहिलेल्या मार्गदर्शक पुस्तकात या शहराचं वर्णन 'उद्योग व व्यापाराची भरभराट असणारं केंद्र' असं केलेलं आढळतं.

अमेरिका व युरोपमधले हिप्पी कंदाहार आणि लष्करगाह भागात गर्दी करायचे. एक पर्यटक त्या दिवसांबद्दल सांगताना म्हणाला, "त्या वेळी सर्व प्रकारचे भटके, धाडसी प्रवासी, निरुद्देश भटकणारे लोक, मादक द्रव्यांचं सेवन करणारे व्यसनाधीन लोक असे सगळेच गोरे असल्यानं त्यांना पूर्वेकडील कुठल्याही देशात मिळते तशी खास वागणूक मिळायची. निर्वाण प्राप्त करण्यासाठी निघालेल्या इतरांना कळावं म्हणून जणूकाही आपणच या भागात येणारे पहिले प्रवासी आहोत अशा थाटात ते सर्व जण आपल्या प्रवासाची वर्णनं लिहायचे."

स्थानिक लोकांमधल्या काही जणांना आजही गावाबाहेर चालणाऱ्या संगीताच्या मैफली आणि मौजमजा करण्यासाठीच्या पार्टीचे प्रसंग आठवतात. अफगाण आणि परदेशी, असे सगळेच जण एकत्र जमून कवितांचा आस्वाद घेत, संगीतात बुडून जात, छान चवदार मांसाची लज्जत चाखत मौजमजा करत असत. आज ४० वर्षांनंतर हे खरं वाटणार नाही अशी परिस्थिती आहे.

***

मुल्ला झैफचा जन्म झाला ते झांगियाबाद हे गाव दक्षिण अफगाणिस्तानातलं एक सर्वसाधारण खेडेगाव आहे. पंजवायी या प्रामुख्यानं द्राक्ष पिकवणाऱ्या भागातलं हे दुसऱ्या क्रमांकाचं मोठं गाव आहे. ते कंदाहार प्रांतात असून पंजवायी नदीच्या दोन शाखांच्या मधल्या भागात आहे. हा भाग सुपीक असल्यानं या भागात कृषिउद्योग हा मुख्य व्यवसाय आहे. या भागात नेमके किती जण राहतात हे सांगणं कठीण आहे. कारण २००१नंतर जिल्ह्यांच्या सीमारेषांमध्ये फेरबदल करण्यात आले आहेत. पण तेव्हाच्या पंजवायी जिल्ह्यात १९६० ते १९८० या दरम्यानच्या काळात एक लाख ते दोन लाख लोक राहत असावेत, असा अंदाज करता येईल.

गावामधलं दैनंदिन जीवन हे कुटुंबाच्या गरजा आणि कुटुंबाजवळ असणारी शेती यावर अवलंबून असतं. बहुतेक जण पहाट झाली की उठतात. या भागात अद्याप वीज पोहोचलेली नाही. ती फक्त प्रांत किंवा जिल्ह्यांच्या मुख्य ठिकाणी

इतकीच मर्यादित आहे. घरातली लहान मुलं आणि बायका उठल्याबरोबर जनावरांची निगा राखण्याच्या कामाला लागतात. नाष्टा म्हणजे सर्वसाधारणपणे कोरा चहा आणि अफगाणी रोटी असा असतो. अर्थातच मुल्ला झैफसारख्या गरीब कुटुंबांना दररोज नाष्टा करण्याची चैन परवडतेच असं मात्र नाही.

खेडेगावात लोकांचा बराचसा वेळ हा कपडे धुणं आणि जेवण बनवणं, अशी घरातली कामं करण्यात जातो. शहरांच्या बाहेर खेडेगावात राहाणाऱ्या मुलांना शिक्षण सहजासहजी मिळत नाही. पण मुल्ला झैफच्या सुदैवानं त्याच्या घरच्यांनी त्याला धार्मिक शिक्षण घेण्यासाठी पारंपरिक शाळेत आणि सरकारी शाळेत (निधर्मी शिक्षण देणाऱ्या) घातलं होतं. अभ्यास किंवा घरातली कामं करण्याखेरीज फावल्या वेळात मुलांना करण्याजोगं गावात काहीच नव्हतं. मुल्ला झैफच्या निवेदनातून आपल्या लक्षात येईल की, लहान असताना तो त्याच्या भावंडांबरोबर गावातल्या गल्ली-बोळांमध्ये किंवा द्राक्षाच्या बागांमध्ये 'शिपाई-शिपाई' खेळ खेळून मन रमवत असे.

लहानपणी इतर मुलांप्रमाणेच त्याला पश्तुन सामाजिक जीवनाची हळूहळू ओळख होत गेली. लग्नसमारंभ तीन दिवस चालत असत. रोजच्या कंटाळवाण्या जीवनातून हा वेगळा मनोरंजनाचा कार्यक्रम ठरत असे. गावामधल्या इतर कुटुंबांमधून किंवा जमातीच्या नातेवाइकांकडून समारंभासाठी लागणारं अन्नधान्यही येत असे. लग्नासाठी बायका हातावर मेहंदी काढत असत. एखादं कुटुंब किती कडकपणानं धार्मिक वृत्तीचं पालन करतं यावर त्या कुटुंबात नाचगाणं असेल की नाही, हे अवलंबून असायचं.

मुल्ला झैफचे वडील दफनविधीमध्ये महत्त्वाची भूमिका पार पाडत. त्यामुळे मुल्ला झैफची आणि त्याच्या वडिलांची भेट फार कमी वेळा व्हायची. एकदा माणूस मृत झाला की, शक्यतो त्याच दिवशी त्याचा दफनविधी पार पडत असे. त्यानंतर गावातल्या मशिदीत कुराणातल्या आयतांचं वाचन करून प्रार्थना केली जात होती. सर्वसाधारण माणसांच्या बाबतीत मृत्यूनंतरचे धार्मिक विधी चौथ्या दिवशी संपत असत.

जिर्गा किंवा *शूरा* ही अफगाण जमातींमधील समाजरचना. याची मुल्ला झैफला माहिती असण्याची शक्यता जरा कमी आहे. कारण जमातींच्या सल्ला-मसलत करणाऱ्या सभेमध्ये त्या काळी धार्मिक कुटुंबांची भूमिका फारच मर्यादित स्वरूपाची असायची. या सभेच्या प्रारंभी गावामधला मुल्ला कुराणाच्या काही आयता म्हणत असे. पण त्यानंतर होणाऱ्या चर्चेमध्ये मात्र त्याला फारसं स्थान नसायचं. पण एखाद्या मोठ्या धार्मिक अधिकाऱ्याला, त्या जमातीत मुळात मोठं स्थान असेल तरच चर्चेत महत्त्वाचं स्थान दिलं जात असे.

जिर्गा हा पश्तुन संस्कृतीचा व अस्मितेचा मुख्य गाभा आहे. तसेच गावातील मशीद ही गावातल्या सर्व घडामोडींचा केंद्रबिंदू असते. त्या ठिकाणी दररोज

प्रार्थनेसाठी जमा होणाऱ्या लोकांमध्ये मुल्ला झैफच्या वडिलांना मानाचं स्थान होतं. अनेकदा झगडणाऱ्या लोकांमध्ये मध्यस्थ म्हणून त्यांचा सल्ला घेण्यात येई. मध्यस्थ म्हणून काम पाहाणं, ही त्यांची जबाबदारीच होती. या कामामुळेच मुल्ला झैफच्या वडिलांचं गावात चांगलंच वजन होतं. मशिदीत होणाऱ्या बैठकांमध्ये बसून तिथं काय चाललं आहे, हे ऐकूनच पश्तुनांच्या पुढच्या पिढ्या समाजात वावरण्याचे नियम शिकतात.

झांगियाबाद हे गाव शहरापासून बऱ्याच अंतरावर आहे. तिथं जायला मोटारीनं कित्येक तास लागतात. शिवाय हे गाव सांस्कृतिकदृष्ट्या शहरापासून फार दूर आहे. या गावाचा शहरामधल्या राजकीय घडामोडींशी काडीचाही संबंध नसतो. झांगियाबादपासून राजधानी काबूल तर फारच लांब आहे. मार्च, १९६४मध्ये प्रांतांची पुनर्रचना करून एकाच दर्जाचे २८ प्रांत बनवण्यात आले. त्याअगोदर सात मोठे आणि सात कमी दर्जाचे छोटे असे १४ प्रांत होते. या पुनर्रचनेचा उद्देश केंद्र सरकारची संपूर्ण अफगाणिस्तानवरची सत्ता जास्त बळकट करणे हा होता. पण अफगाणिस्तानची ही फार पूर्वीपासूनची समस्या आहे की, या देशात नागरी आणि ग्रामीण अशा दोन सर्वस्वी भिन्न संस्कृती आहेत. मुल्ला झैफच्या जन्मानंतरच्या २० वर्षांत या दोन्हींमधलं अंतर आणखीनच वाढत गेलं.

***

सोव्हिएत फौजा अफगाणिस्तानात शिरल्या तेव्हा मुल्ला झैफ ११ वर्षांचा होता. त्या वेळी त्याचं कुटुंब कंदाहार शहराच्या पश्चिमेला असणाऱ्या मध्यम आकाराच्या संझरी नावाच्या गावात राहत असे. १९७९ या वर्षाच्या प्रारंभी अफगाणिस्तानातल्या साम्यवादी राजवटीच्या विरोधात गनिमी काव्यानं लढणारे अनेक गट तयार होऊ लागले होते. पण डिसेंबर महिन्यात ८५,००० सैनिकांची सोव्हिएत फौज अफगाणिस्तानात घुसली तेव्हा प्रतिकार आणखीनच प्रखर झाला. त्याचबरोबर मोठ्या प्रमाणात लोकांनी पळून जाऊन पाकिस्तानात आश्रय घेतला. अफगाणिस्तानचा तत्कालिन राजा झहीरशाह याने १९६४मध्ये राजकीय सुधारणा केल्यानंतर साम्यवादी विचारसरणीचा प्रभाव फार वेगानं वाढू लागला होता. १९८०नंतर ज्या विविध साम्यवादी गटांनी अफगाण राजकारणात सहभाग घेतला त्यांची सुरुवात याच काळात झाली होती. अर्थातच अफगाणिस्तानच्या राजकारणात साम्यवादाचा प्रसार व्हायला आंतरराष्ट्रीय पातळीवरच्या घटनांचा संदर्भ होताच.

कृषिक्षेत्राच्या विकासासाठी अमेरिकेनं १९४५मध्येच हेलमंद प्रांतात प्रकल्प सुरू केला होता. हा एक महत्त्वाकांक्षी प्रकल्प होता. पण लवकरच अमेरिकेनं या भागात मदतीचा खेळ सुरू केला. या खेळात अमेरिकनांचा सोव्हिएत महासंघावर

सतत कुरघोडी करण्याचा प्रयत्न असायचा. पण १९७९मध्ये परिस्थिती अशी झाली की, राष्ट्राध्यक्ष दाऊद यांनी उघडपणानं सोव्हिएत महासंघाला झुकतं माप दिलं. अफगाणिस्तानला देणारी लष्करी मदत सोव्हिएत महासंघानं १.२५ अब्ज डॉलर एवढी वाढवली होती. त्या वर्षी ३,७२५ अफगाण अधिकाऱ्यांना सोव्हिएत महासंघात लष्करी प्रशिक्षण देण्यात आलं होतं. अफगाण लष्करात तांत्रिक कामाची भाषा म्हणून रशियन भाषेचा वापर केला जाऊ लागला. अफगाणिस्तान लष्करी साहित्याच्या सुट्या भागांसाठी संपूर्णपणानं सोव्हिएत महासंघावर अवलंबून होता.

एक राजकीय विचारशक्ती म्हणून साम्यवाद कधीच फारसा लोकप्रिय नव्हता. विशेषत: दक्षिण अफगाणिस्तानमध्ये हे जास्तच ठळकपणे जाणवतं. कारण या ठिकाणी सरकारनं जमीनविषयक व एकूण सामाजिक सुधारणांना सुरुवात करताच १९६९मध्येच थोड्या प्रमाणात का होईना, प्रतिकाराला प्रारंभ झाला होता. सरकारनं केलेल्या नवीन कायद्यांमुळे अफगाण लोकांच्या जीवनात सर्वच पातळ्यांवर फार मोठे बदल घडून येणार होते. लग्नपद्धती, जमीन मालकीची तत्त्वं, शिक्षण, विशेषत: ज्यापासून ग्रामीण समाज अद्याप फार दूर होता; तो मुलींच्या शिक्षणाचा विषय, या सगळ्यांवर परिणाम होणार होता.

तराकी सरकारने १९७८ या वर्षी अखेरीस जे नवीन कायदे जारी केले होते त्याबद्दल ग्रामीण भागात कमालीची नाराजी होती. पण त्यापेक्षाही सरकार ज्या पद्धतीनं स्थानिक वजनदार मंडळींची सत्ता खतम करून त्यांच्यावर नवीन प्रशासन लादत होतं, त्याचा लोकांना राग येत होता. आजही त्या दिवसांबद्दल काही जुने कंदाहारी नागरिक सांगतात की, बघता-बघता खान, सैय्यद, मलिक व मुल्ला असे ग्रामीण भागातले पारंपरिक सत्ताधारी नाहीसे होत गेले. यांपैकी बहुतेकांना एकतर तुरुंगात डांबलं होतं किंवा त्यांना ठार मारण्यात आलं होतं. तराकी सरकारनंतर अल्पकाळासाठी सत्तेवर आलेल्या हफीजुल्ला अमीन या राष्ट्राध्यक्षाच्या काळात तर या गोष्टीनं कळस गाठला होता.

कंदाहारमध्ये फार पूर्वीपासून जमातींची म्हणून विशिष्ट सत्तारचना होती. स्थानिक नेत्यांना खलास करून टाकणं, ही ती जुनी रचना मोडण्याच्या मार्गावरची पहिली पायरी होती. अर्थातच १९७८ व १९७९ या वर्षी सरकारच्या या आक्रमक धोरणाला विरोध होण्याच्या घटना घडल्या होत्या.

पंजवायी जिल्ह्यात मुशान नावाच्या एका छोट्या गावातल्या अब्दुल मोहम्मद नावाच्या एका ताजिक वंशाच्या शिक्षकाची हत्या झाली होती. हत्या हाजी अख्तर मोहम्मद नावाच्या एका माणसानं केली होती. सुमारे ५०० गावकरी या हत्येच्या विरोधात निषेध करण्यासाठी व तक्रार करण्यासाठी जिल्हा प्रशासनाकडे गेले. त्या दिवशी तिथं हजर असणाऱ्या एका माणसानं सांगितलं की, एक पांढरं मिग विमान

तिथं आलं आणि त्यानं लोकांवर गोळीबार केला. त्याचप्रमाणे आतून काही रणगाडे बाहेर पडले आणि त्यातून जमावावर गोळीबार करण्यात आला. त्या दिवशी तिथं किमान ३० जण ठार झाल्याचं सांगितलं जातं.

दुसऱ्या दिवशी सरकारनं त्या भागात आणखी कुमक पाठवली आणि अनेकांना पकडलं. त्या वेळी सुमारे १०० जण पाकिस्तानात पळून जाण्यात यशस्वी झाले. त्यानंतर पाकिस्तानला लागून असणाऱ्या 'रेगिस्तान' या वाळवंटी भागात सरकारला विरोध करण्यासाठी भूमिगत सशस्त्र चळवळ उभी राहिली.

पंजवायीमधल्या या प्रसंगानंतर साधारण सहा महिन्यांनी रशियन चिलखती दलांचा पहिला ताफा कंदाहार शहरात शिरला तेव्हा नागरिक भयभीत होऊन रस्त्यावर आले होते. मोठी माणसं विलक्षण घाबरून गेलेली असली, तरी सोव्हिएत रणगाड्यांवर बसलेल्या सैनिकांना पाहून लहान मुलं हात हलवत होती. कंदाहार शहरात लगेचच संचारबंदी लागू करण्यात आली. रात्री दहानंतर रस्त्यात दिसणाऱ्या कोणालाही तत्काळ गोळी घालण्याचे आदेश जारी करण्यात आले होते.

१९७९ आणि १९८० या वर्षी फार मोठ्या प्रमाणात अफगाण लोकांनी पाकिस्तानात पलायन केलं. दक्षिण अफगाणिस्तानातल्या अत्यंत अस्थिर वातावरणातून निघून पाकिस्तानातल्या बलुचिस्तान भागात हजारो अफगाण कुटुंबांनी आश्रय घेतला होता. मुल्ला झैफचं कुटुंबही त्यात होतं.

आता एक दशकभर चालणाऱ्या संग्रामाला सुरुवात झाली होती. प्रारंभीच्या काळात हा लढा स्थानिक पातळीवर आणि स्वयंस्फूर्तीचा होता, पण नंतरच्या काळात बाह्यशक्ती यात उतरल्या आणि त्यांनी मोठ्या प्रमाणात याला निधी पुरवला.

***

१९८०-९०च्या दशकातल्या सोव्हिएत महासंघाविरुद्धच्या युद्धाचं महत्त्व वादातीत आहे. देशांतर्गत राजकारण, जमातींमधले परस्परसंबंध, सत्ताकेंद्र आणि सत्ता ताब्यात असणारे बडे नेते वगैरे सगळ्यांचे धागे एवढे एकमेकांमध्ये गुंतलेले आहेत की, त्यांचा अर्थ सहजासहजी लावता येणं अवघड आहे. आज जी गुंतागुंत झाली आहे, त्याचा उगम हा या काळातलाच आहे. आंतरराष्ट्रीय पातळीवर बघितलं तर जिहाद ही गोष्ट अमेरिकेच्या दृष्टीनं आणि अर्थातच सोव्हिएत महासंघाच्या दृष्टीनं महत्त्वाची तर होतीच, पण शिवाय त्याला जागतिक पातळीवरच्या जिहाद या कल्पनेचाही संदर्भ होता.

स्थानिक पातळीवर सोव्हिएत महासंघाविरुद्धच्या जिहादमध्ये अतिशय बळकट आघाड्या, जबदरस्त मैत्रीसंबंध आणि कडवी दुश्मनी हे सगळं दिसून आलं. हे

सगळं आजदेखील टिकून आहे. अफगाणिस्तानच्या खेडोपाडी आणि ठिकठिकाणी रस्त्यांवर ज्या मुजाहिद्दीनांनी लढा दिला त्यामधले अनेक जण आजही जिवंत आहेत. त्या वेळी तरुण असणारे आता चाळीशीत तर तेव्हा प्रौढ असणारे लढवय्ये आता साठी-सत्तरीचे झाले आहेत. त्या लढ्याच्या कठीण काळात परस्परसंबंधांच्या ज्या जाळ्यांमुळे हे लोक टिकून राहिले, ती जाळी आजही सुस्थितीत असून व्यवस्थित काम करताना दिसतात. या गोष्टीकडे बऱ्याचदा परदेशी अभ्यासकांचं दुर्लक्ष होतं. मुल्ला झैफच्या बाबतीतही जिहादच्या काळात असणारं वातावरण आणि लढ्याचे संदर्भ यांचा परिणाम त्याच्या १९९०नंतरच्या आयुष्यावर झाला असल्याचं दिसलं. तो १९८३मध्ये जिहादमध्ये सहभागी होऊन लढायला परत आला नसता, आणि त्याऐवजी त्यानं जर शिक्षण सुरू ठेवायचं असं ठरवलं असतं, तर कदाचित त्याचं आयुष्य वेगळंच झालं असतं. कदाचित आजच्याप्रमाणे तो तालिबान चळवळीत सहभागी झाला नसता आणि अर्थातच त्याला पुढच्या काळात ग्वान्टानामो तुरुंगात बरीच वर्षं खितपत पडावं लागलं नसतं.

दुर्दैवाची गोष्ट म्हणजे १९७०नंतरच्या तीन दशकांच्या कालखंडाबद्दल माहिती देणाऱ्या स्रोतांची वानवा आहे. या काळामधले महत्त्वाचे मुजाहिद्दीन कमांडर, त्यांचे परस्परसंबंध आणि त्यांच्यामधल्या आघाड्या यांच्याबद्दल एखाद्याला नेमकं जाणून घ्यायचं असेल तर इंग्लिश भाषेत फार थोडी माहिती मिळते. खरं तर या कालखंडाबद्दल व त्याच्या परिणामांच्या विश्लेषणाबद्दल ऐतिहासिक माहिती देणारे खंड असायला हवेत. पण तसं काही नाही. उलट जी माहिती आहे, त्यात ढोबळ स्वरूपाची विधानं केलेली दिसतात. त्यातल्या त्यात पश्तु भाषेत काही प्रमाणात माहिती उपलब्ध आहे. मोहम्मद ताहेर अझीझ कमनाम यांची *'दे कंदाहार अतालान'* आणि *'दे कंदाहार चेरीकान'* ही दोन पुस्तकं महत्त्वाची आहेत. याखेरीज थोड्याफार प्रमाणात मौखिक स्वरूपाची माहिती आहे. पण या विषयावर अजून बरंच काही करण्याची गरज आहे. दक्षिण अफगाणिस्तानबद्दलची जाण अतिशय कमी दर्जाची असल्याने परदेशी लोकांनी या भागात केलेल्या कामांवर सर्वथा नकारात्मक परिणाम झालेला दिसतो.

या पुस्तकाचं वैशिष्ट्य म्हणजे १९८०-९० या दशकात दक्षिण अफगाणिस्तानात मुजाहिद्दीन लढवय्यांच्यामध्येच तालिबानचं अस्तित्व होतं ही माहिती जगासमोर आणणं. त्या काळातच या गटांची तालिबान ओळख निर्माण झाली होती. कदाचित वाचकांनी या चळवळीचा पूर्वेतिहास वाचताना तालिबानला पाकिस्ताननं निर्माण केलं असं वाचलं असेल. तालिबानचा उगम १९९४मध्ये झाला असं वाचलेलं असल्यानं वाचकांच्या मनात गोंधळ उडण्याची शक्यता आहे. पण तालिबानच्या इतिहासाकडे निरखून बघितलं तर खरं काय ते सहज कळून येईल.

हे पुस्तक वाचताना मुल्ला झैफच्या आत्मकथनातून हे स्पष्ट होईल की, अगदी

सुरुवातीपासूनच इतर मुजाहिद्दीन गटांपासून हे तालिबानी गट वेगळे होते. याचं कारण म्हणजे या गटांची वागण्याची व निरनिराळे नियम पाळण्याची पद्धत वेगळी होती. त्या काळातलं संपूर्ण मुक्त वातावरण लक्षात घेतलं, तर इतर मुजाहिद्दीन लढवय्यांना हे नियम पाळणं ज़िकीरीचं वाटत होतं. मुजाहिद्दीन लढवय्यांचा कल प्रामुख्यानं तुलनेनं उदारमतवादी असणाऱ्या पीर गिलानीच्या महज-ए-मिल्ली किंवा रब्बानीच्या जमात-ए-इस्लामी या पक्षांकडे होता. त्यांना तालिबान गट फार कट्टर धार्मिक व अतिशय कडक वाटत असत.

तालिबान गट हे शरियाचा अर्थ लावणारी एकमेव सत्ता असल्याने त्यांनी त्यांची अशी अधिकृत न्यायप्रणाली स्थापन केली होती. दक्षिण अफगाणिस्तानमध्ये ते सर्व प्रकारच्या गटांसाठी मध्यस्थाची भूमिका पार पाडत असत. तालिबानचा पहिला न्यायाधीश मौलवी अब्दुल बारी याचा १९८०नंतर लवकरच खून झाला. त्यानंतर त्या जागी मौलवी पसनाईसाहेब या इस्लामी अभ्यासकाची नेमणूक झाली. आजही या नावाकडे आदरानं आणि दरारायुक्त भीतीनं पाहिलं जातं. तालिबाननं नेमलेली न्यायालये फुटकळ चोऱ्यामाऱ्यांपासून ते खून इथपर्यंतच्या सर्व गुन्ह्यांच्या संदर्भात सुनावणी करत. त्यांची धार्मिक अभ्यासक म्हणून न्यायदानाच्या कामात असणारी सत्ता तालिबान प्रत्यक्ष सत्तेवर येण्याच्या कितीतरी अगोदर म्हणजे १९८०-९० या दशकातच पुढे आली होती. न्यायदानाचा या न्यायालयांचा अधिकार अंतिम मानला जात होता.

जिहादी गटांची संख्या आणि त्यांनी लढवलेल्या आघाड्यांची नेमकी संख्या याबद्दल अद्याप चर्चा सुरू आहे. माहितीचे नेमके स्रोत उपलब्ध नसल्याने प्रत्येक गटाची ताकद किती होती याबद्दल केवळ अंदाज बांधणं शक्य आहे. तरीदेखील, एका गोष्टीबद्दल जवळ-जवळ सर्वांचं एकमत झालेलं आहे. अर्घंदाब नदीच्या पंजवायी जिल्ह्यातल्या दोन फाट्यांच्या दरम्यान असणाऱ्या सुपीक प्रदेशात उदयाला आलेल्या तालिबान गटांनी कंदाहार भागातल्या जिहादमध्ये महत्त्वाची भूमिका बजावली होती, हे नक्की!

दक्षिण अफगाणिस्तानात प्रामुख्याने जिहादमध्ये सहभागी झालेल्या गटांमध्ये इतर भागांपेक्षा जास्त प्रमाणात सहकार्याची भावना होती. पाकिस्तानात पैसा आणि इतर साहित्य मिळत होतं. त्यामुळे तिथं गेल्यावर मुजाहिद्दीन गटांमधले मतभेद उफाळून येत असत व त्यांच्यामधला परस्परसंघर्ष तीव्र होत असे. पण दक्षिण भागात मात्र त्यांच्यात परस्पर सहकार्याचं वातावरण होतं आणि बऱ्याच प्रमाणात ते आजदेखील टिकून आहे. याचं नेमकं कारण काय असावं, हे मात्र उलगडलेलं नाही.

दक्षिण अफगाणिस्तानात जिहादचा जोर फार होता आणि इथं युद्धाची तीव्रता प्रखर होती, हे सर्व अभ्यासकांना मान्य आहे. या भागात मानवी, सामाजिक आणि

आर्थिक पातळीवर जी किंमत या युद्धामध्ये मोजावी लागली ती योग्य त्या ऐतिहासिक साधनांच्या अभावी नेमकी कळणं मुश्कील आहे, साहजिकच या मुद्द्यावर फारशी चर्चा झालेली नाही. अफगाणिस्तानच्या बाहेरच्या अभ्यासकांना अगदी तुटपुंज्या पुस्तकांवर व माहितीपटांवर अवलंबून राहावं लागतं. जेरे व्हान डाईकचं 'इन अफगाणिस्तान', रॉबर्ट काप्लानचं 'सोल्जर्स ऑफ गॉड' आणि अलेक्झांडर लिंडसेचा 'जिहाद : अफगाणिस्तान्स होली वॉर' हा उत्कृष्ट माहितीपट ही काही हाताच्या बोटावर मोजण्याएवढी साधनं उपलब्ध आहेत.

काप्लाननं त्याच्या पुस्तकात १९८७मधल्या परिस्थितीचं वर्णन दिलं आहे. एका सरकारी वृत्तांतात कंदाहारची परिस्थिती केवढी भयंकर होती, हे नमूद केलेलं आहे. सोव्हिएत सरकारनं आता आपल्या लोकांना अफगाणिस्तानात काय चाललं आहे, याची माहिती देण्याचं ठरवलं होतं. त्यांनी इझ्वेस्तिआ या वृत्तसंस्थेच्या वार्ताहराला १९८७च्या सप्टेंबर महिन्यात कंदाहारला बोलावलं होतं. त्यानं लिहिलं आहे : 'शहर (कंदाहार) पूर्णपणे भग्नावस्थेत आहे. सतत गोळीबार चालू असतो. कोणी जर शस्त्र जवळ न घेता रस्त्यावर जाण्याचा मूर्खपणा करायचं ठरवलं, तर त्याच्या जीवावर तांब्याचं एक नाणंदेखील पैजेखातर म्हणून कोणी लावायला तयार होणार नाही.'

या १० वर्षांमधल्या भीषण लढाईचा अनुभव इथल्या लोकांनी घेतला होता. सततचा झगडा, जगण्यासाठी तुटपुंजी साधनं, पाकिस्तानात निराश्रित म्हणून राहाताना होणारे अपमान, जगण्याच्या लढाईत टिकून राहाण्यासाठी सतत करावा लागणारा संघर्ष हे सगळं असूनही या काळात लोकांमध्ये मैत्रीचे बंध तयार होत गेले. आजदेखील कंदाहारमध्ये ते टिकून राहिलेले दिसतात. एका प्रसिद्ध मुजाहिद्दीन कमांडरनं आपण एक 'सुखी मुजाहिद्दीन' होतो असं म्हटलं आहे. त्या दिवसांकडे भीती आणि काहीतरी हरवल्याची हुरहुर अशा संमिश्र भावनेनं पाहिलं जातं. मुल्ला झैफ तर म्हणतो, "काय सुखी आयुष्य जगत होतो!"

सोव्हिएत महासंघानं आपल्या फौजा अफगाणिस्तानमधून काढून घेतल्यानंतर संघर्षाची धार कमी होऊ लागली. मुजाहिद्दीन कमांडर नवीन अफगाण सरकारकडून किंमत वसूल करू लागले. सोव्हिएत फौजांविरुद्धचा लढा संपला असला, तरी अफगाण लोकांच्या दृष्टीनं कहाणी संपली नव्हती. अफगाणिस्तानच्या इतिहासात एक नवीन टप्पा सुरू होत होता.

***

शेवटचा सोव्हिएत सैनिक अफगाणिस्तानातून निघून गेल्यानंतर सर्वत्र समाधानाची आणि अभिमानाची भावना पसरली होती. काही काळापुरता प्रत्यक्ष लढाईत खंड

पडला होता. आता एकेकाळी सोव्हिएत फौजांशी लढणारे गट एकत्र येऊन डॉ. नजीबुल्लांच्या साम्यवादी सरकारला पराभूत करण्याच्या योजना बनवत होते. कंदाहारमध्ये हा लढाई थांबल्यानंतरचा काळ जिहादी गटांनी विश्रांती घेणं, थोडीफार कमाई करणं, आपण ताब्यात घेतलेल्या भागांना अधिकाधिक भक्कम करणं, या कामांसाठी वापरला.

निघून जाण्याअगोदरच्या काही महिन्यांमध्ये सोव्हिएत फौजांनी उत्तर भागात आपला प्रभाव कायम ठेवलेल्या सशस्त्र दलांना आणि सरकारी फौजांना दक्षिण अफगाणिस्तानात घुसता यावं, अशी चाल खेळली होती. जब्बार 'कर्हमन' आणि अब्दुर रशीद दोस्तम यांच्या सशस्त्र दलांनी मुजाहिद्दीन गटांविरुद्ध प्रचंड यश मिळवलं होतं. सोव्हिएत फौजांनी त्यांना भरपूर वाव दिला. त्याचप्रमाणे कंदाहारचा तेव्हाचा राज्यपाल नुरुल हक उलूमी हा मुजाहिद्दीन गटांनी सरकारी फौजांना विरोध करू नये म्हणून प्रयत्न करत होता. किमान त्यांनी आपण लढतो आहोत, असा देखावा करावा यासाठी त्याचे प्रयत्न चालू होते.

अफगाणिस्तानच्या इतिहासात कायमच कोणत्याही शांतता प्रक्रियेच्या मुळाशी पैसा होता. या वेळीही तसंच घडत होतं. त्या काळात दक्षिणेकडे घुसू पाहाणाऱ्या सशस्त्र दलांना पैसा पुरवणाऱ्या आणि त्याबरोबर विरोधकांनी त्यांचं काम कमी करावं म्हणून त्यांना पैसा देणाऱ्या एका अफगाण सरकारी अधिकाऱ्यानं सांगितलं, "दीड लाख सोव्हिएत सैनिक मायदेशी परतल्यानंतर जी पोकळी निर्माण झाली होती, ती आम्हाला भरून काढायची होती." दोन्ही पक्षांना पैसा पुरवण्याची ही सरकारी युक्ती सफल झाली. अपेक्षेपेक्षा कितीतरी जास्त काळ नजीबुल्ला सरकार सत्तेवर टिकून राहिलं.

हेलमंद व हेरातमधून कंदाहारला रसद पुरवठा व्हावा म्हणून सरकारनं एक अर्धलष्करी तळ उभारला. या तळाची जबाबदारी जब्बार कर्हमनच्या सशस्त्र दलांना देण्यात आली. असा तळ स्थापन झाला असल्याची खबर विरोधी मुजाहिद्दीन गटांना मिळताच त्यांनी या तळावर हल्ला चढवायचं ठरवलं. या हल्ल्यामध्ये अरीफखान, हाजी बशर, मुल्ला नकीब, अट्टा मोहम्मद सरकतेब आणि हबीबुल्ला जान या विख्यात कमांडरांचा समावेश होता. ही यादी पाहिली तर त्या काळातले जवळ-जवळ सगळे ताकदवान कमांडर यात सामील होते, हे लक्षात येतं. मैवंद जिल्ह्यातल्या छोट्या सशस्त्र दलाविरुद्ध लढायला त्यांना काहीच अडचण आली नसणार हे कोणालाही वाटेल. पण प्रत्यक्षात या सर्वांना आपल्या यशाबद्दल एवढा प्रचंड आत्मविश्वास होता की, त्यांनी या हल्ल्याची नीट योजनाच बनवली नव्हती. त्यांनी या हल्ल्यासाठी अवघा एक रणगाडा पाठवण्याचं ठरवलं होतं. तो रणगाडाही तिथं पोहोचायला नऊ दिवस लागले. दरम्यानच्या काळात तळापाशी लढाई संपूनही गेली होती. जब्बार कर्हमनच्या सशस्त्र दलानं या मुजाहिद्दीन फौजेचा धुव्वा उडवला होता.

एकमेकांविरुद्ध लढणाऱ्या मुजाहिद्दीन कमांडरांना इतक्या प्रचंड प्रमाणात पैसा मिळत होता की, त्यातून चैनीत जगण्याची वृत्ती वाढली. पाकिस्तानमधून नवीन कपडे आणणं किंवा फ्रान्समधून बूट मागवणं, हे प्रतिष्ठा टिकवण्यासाठी गरजेचं मानलं जाऊ लागलं. अखेर या कमांडरांकडे एवढा पैसा जमा झाला की, त्यांनी मोठमोठ्या जमिनी आणि *करीझ*[६] विकत घेतल्या.

अफगाण सरकारचं आपल्या भागांवरचं नियंत्रण हळूहळू कमी होऊ लागलं. एप्रिल, १९९२नंतर सरकारची ताकद एवढी कमी झाली होती की, शहराचा काही भाग मुजाहिद्दीन गटांच्या ताब्यात देण्याच्या योजनेवर चर्चा सुरू झाली. या काळात या सर्व योजनांमधून तालिबानला दूर ठेवण्यात आलं. मुल्ला झैफच्या निवेदनामधूनही तालिबानचा कंदाहार शहर विविध मुजाहिद्दीन गटांच्या ताब्यात जाण्याशी कसलाही संबंध नव्हता हे स्पष्ट दिसतं. निरनिराळ्या गटांनी शहराच्या वेगवेगळ्या भागांचा कब्जा घेतल्यानंतर कंदाहार शहराबाहेरचा फारच मोठा भाग तालिबान गटांच्या हातात उरला होता.

कंदाहार शहरामधलं हे सत्तेचं हस्तांतरण शांततेनं पार पडणं अपेक्षित होतं. पण शहराचे काही भाग विशिष्ट कमांडरना वाटून दिले जात आहेत, ही खबर बाहेर पसरताच, हाती काय लागेल ते मिळवण्यासाठी उरलेले सगळे धावले. सुप्रसिद्ध मुजाहिद्दीन कमांडर हाजी लतीफ याचा मुलगा गुल आगा शेरझाईनं राज्यपालपद पटकावलं. मुल्ला नकीबनं आर्मी कॉर्प्सच्या तळाचा कब्जा केला. अमीर लालाई यानं सूतगिरण्या व वर्कशॉपसहित काही भाग आपल्या ताब्यात आणला. उस्ताद अब्दुल हलीम यानं पोलीस मुख्यालय व तुरुंग आपल्या ताब्यात घेतला. हाजी अहमद यानं विमानतळावर बस्तान बसवलं, तर हाजी सरकतेबनं बाग-ए-पुल भाग आपल्या नियंत्रणात आणला. हे असं घडतच गेलं.

यानंतर शहराच्या विविध भागात निरनिराळ्या कमांडरांनी त्यांची ठाणी बळकट केली. हे होताना कसलेही नियम अर्थातच नव्हते. दरोडेखोरीपासून खुनापर्यंत काहीही घडत होतं. शहराचा कब्जा करून बसलेल्या कमांडरांनी त्यांच्या ताब्यात असलेल्या मालमत्तेची विल्हेवाट लावायला सुरुवात केली. आर्मी कॉर्प्सच्या तळावरचे रणगाडे उत्तरेत अहमदशाह मसूदला विकून टाकल्यानं ते तिकडं रवाना करण्यात आले. कारखान्यांमधली यंत्रसामग्री, तांब्याच्या तारा आणि विमानतळावरची एकूण मालमत्ता या सगळ्या गोष्टी विकत घेण्यासाठी गिऱ्हाइकांची कमी नव्हती. अशा

---

६. कमी पाण्याच्या प्रदेशात किंवा अर्धवाळवंटी शुष्क प्रदेशात मानवी वसाहतींना अथवा शेतीला पाण्याचा पुरवठा करण्यासाठी बनवलेली पाणी नियोजनाची प्रणाली *'करीझ'* अथवा *'कदात'* या नावानं ओळखली जाते.

प्रकारे सगळं काही विकण्याचा हा धमाका चालू आहे हे सर्वांनाच माहीत होतं.

आपापल्या भागात आपलं स्थान बळकट करणं आणि मालमत्ता विकून पैसा कमावण्याचा उद्योग साधारण एक महिना चालल्यावर सुरुवातीचा उत्साह मावळला. त्यानंतर एकमेकांशी झगडण्याचा पहिला प्रसंग घडला. कोणाही कमांडरला इतर कमांडरांनी मिळवलेलं घबाड बघवत नव्हतं. त्यातून जो रक्तरंजित संघर्ष सुरू झाला त्याच्या पहिल्या तडाख्यात उस्ताद अब्दुल हलीम याला पोलीस मुख्यालयातल्या त्याच्या तळावरून हुसकून बाहेर काढून पश्चिमेकडच्या सरपूझा तुरुंगाच्या भागात पिटाळून लावण्यात आलं. एप्रिल, १९९३पर्यंत हे संघर्ष एवढे तीव्र झाले होते की, त्यात शेकडो नागरिकांचा बळी जात होता.

त्या वेळी शहरात राहाणाऱ्या नागरिकांना आता हे कळून चुकलं की, हे सगळे कमांडर फक्त आपापली ताकद वाढवण्याच्या प्रयत्नांमध्ये गुंग आहेत. या टप्प्यावर आता ना कायदा होता ना सुव्यवस्था. एका स्थानिक म्हणीनुसार एकतर प्रत्येक जण राजा तरी होता, नाहीतर भरडली जाणारी प्रजा. हे सगळं चालू असताना बरेच तालिबान कमांडर आणि मुल्ला झैफ घरी परतले होते आणि त्यांनी एकत्र येऊन शिकवायला व शिकायला सुरुवात केली होती.

कंदाहार शहरात मुजाहिद्दीन कमांडरांनी जो काही हैदोस घातला होता आणि अत्याचार सुरू केले होते, त्याबद्दलच्या बातम्या शहराबाहेर ग्रामीण भागात पसरायला फारसा वेळ लागला नाही. १९९३च्या अखेरीस व १९९४ वर्षीच्या प्रारंभी या माहितीचा परिणाम दिसू लागला. ग्रामीण भागातल्या लोकांनी रस्त्यावर होणाऱ्या त्रासाचा अनुभव घेतलेला होताच. शहराकडे जाणाऱ्या रस्त्यांवर ठिकठिकाणी असणाऱ्या तपासणी नाक्यांवरचे बंदूकधारी, 'टोपाकियान'[७] लोकांना छळत होते.

***

आपल्याला आज 'तालिबान' म्हणून जी चळवळ माहीत आहे, ती काही एकाएकी कुठून अवतरलेली नाही. या पुस्तकात मुल्ला झैफनं १९९४मध्ये या गटाच्या सुरुवातीच्या काळात काय-काय घटना घडल्या याचं तपशीलवार वर्णन केलेलं आहे. प्रत्यक्ष काहीतरी करायला सुरुवात होण्याआधी कितीतरी महिने चर्चा, विचारविनिमय आणि एकमेकांमध्ये सल्लामसलत करण्यासाठी अनेक बैठका झाल्या हे तो सांगतो.

---

७. पोलिसांना उद्देशून संपूर्ण दक्षिण अफगाणिस्तानात हा शब्द वापरला जातो. 'टोपाकियान' याचा अर्थ बंदूकधारी माणसं असा आहे. आजही हाच शब्द वापरला जातो.

मात्र सर्वसाधारणपणे तालिबानबद्दल जे गृहीत धरलं जातं किंवा तालिबानच्या उगमाबद्दल जे प्रकाशित झालेलं आहे त्यापेक्षा मुल्ला झैफचं कथन वेगळं आहे. १९९०नंतर तालिबानचा जो उदय झाला त्याबद्दल लिहिणारे प्रचंड प्रमाणात असले तरी लेखनाचा दर्जा फार विविध पातळ्यांवरचा आहे. प्रत्यक्षात तालिबानच्या प्रारंभीच्या दिवसांबद्दल योग्य माहिती देणारे स्रोत फारच कमी आहेत. १९९८मध्ये प्रकाशित झालेल्या व प्रा. विल्यम माले यांनी संपादन केलेला 'फंडामेंटालिझम रिबॉर्न' हा ग्रंथ अशा हातावरच्या बोटावर मोजण्याइतक्या उत्तम स्रोतांमधला एक आहे.

***

मुल्ला झैफनं सांगितलेली त्याच्या जीवनाची कहाणी हे केवळ त्याच्या व्यक्तिगत जीवनासंबंधी मर्यादित नसून त्यात कंदाहारचा इतिहासच शब्दबद्ध झाला आहे. चाळीस वर्षांच्या मुल्ला झैफचा जीवनकाल पाहिला तर ऐतिहासिक दृष्टिकोनातून फार मोठे बदल झालेले दिसतात. या काळाचा नेमका ऐतिहासिक संदर्भ जाणून घेतल्याखेरीज मुल्ला झैफ आज काय आहे, हे कळणं अवघड होईल.

कंदाहार भागात बालपण गेलेला मुल्ला झैफ पुढील काळात घडलेल्या अनेक महत्त्वाच्या घटनांमध्ये भागीदार होता. कंदाहार प्रांत ज्या अनेक खळबळजनक घडामोडींसाठी प्रसिद्ध आहे, त्यातल्या अनेकांमध्ये त्याची महत्त्वाची भूमिका होती. कंदाहारच्या इतिहासावर भाष्य करणारं हे इंग्लिश भाषेतलं पहिलंच पुस्तक आहे. या भागातल्या सामान्य माणसांच्या इतिहासाचं प्रतिनिधित्व मुल्ला झैफ करतो, असं म्हणता येईल.

कंदाहार भागात वाढताना इतरांप्रमाणेच मुल्ला झैफच्या वाट्याला अनेक प्रसंग आले. मुल्ला झैफ खेड्यामधल्या इतर मुलांप्रमाणेच वाढत होता. सोव्हिएत फौजांच्या आक्रमणानंतर त्याच्या कुटुंबानं पाकिस्तानात आश्रय घेतला. १९८०-९० या दशकात लहान वयातच त्यानं मुजाहिद म्हणून सोव्हिएत फौजांशी लढा दिला. सोव्हिएत फौजा पराभूत होऊन परतल्यानंतर त्यानं धार्मिक शिक्षण घेतलं. १९९०नंतर जी चळवळ 'तालिबान' म्हणून ओळखली जाऊ लागली, त्यात त्यानं महत्त्वाचं पद निर्माण केलं. नंतर अमेरिकन सैन्यानं पकडून विविध तुरुंगात ठेवून मग त्याची ग्वान्टानामो बे इथल्या तुरुंगात रवानगी केली. या तुरुंगात मुल्ला झैफ अनेक वर्ष खितपत पडला होता. तिथून सुटका झाल्यानंतर आता मुल्ला झैफ काबूलमध्ये राहतो. अधूनमधून तो प्रसिद्धी माध्यमांवर अफगाणिस्तानमधल्या परिस्थितीवर भाष्य करताना दिसतो.

अफगाणिस्तानात या सगळ्या विलक्षण घडामोडींमध्ये स्वत: सहभागी असूनही तो एक 'निरीक्षक' या भूमिकेतही होता. त्यानं कधीच प्रत्यक्ष सत्ता मिळवण्यासाठी

प्रयत्न केले नाहीत. उलट त्यानं प्रत्येक वेळी सत्ता टाळून आपल्या गावी परत जायचा निर्णय घेतला होता. या पुस्तकात मुल्ला झैफनं सत्तेपासून अंतर राखायचा प्रयत्न केला हे स्पष्टपणानं दिसतं. सध्याच्या जगात आपल्या ज्ञानाचा आणि अनुभवाचा उपयोग करून कमाई करण्यासाठी लोक जिवाचा आटापिटा करताना दिसतात. अशा जगात सत्तेपासून चार हात दूर राहण्याची वृत्ती फार कमी प्रमाणात आढळते. या पुस्तकात अखेरीस मुल्ला झैफ सांगतो की, आपण स्पष्टपणानं 'मला आहे तसा राहू द्या,' असं सांगूनही त्याला कैदेत टाकणारे (अमेरिकन) सत्ताधारी त्याच्याकडे सतत मदतीसाठी जातात.

मुल्ला झैफ सध्या काबूलमध्ये राहतो. शहराच्या बाहेरच्या ग्रामीण भागांमध्ये परिस्थिती सतत जास्तच गंभीर होत जाताना तो बघतो आहे. लवकरच कंदाहार भागात मोठ्या प्रमाणात आणखी अमेरिकन फौजा दाखल होणार आहेत. आता काय होणार म्हणत लोक श्वास रोखून बघत आहेत. आजकाल लोक एकमेकांचा निरोप घेताना 'लवकरच भेटू, अर्थात जगलो वाचलो तर!' असे म्हणतात. २००९मधल्या निवडणुकांचे निकाल काय असतील हे लोकांना अगोदरच ठाऊक होतं. निवडणुकींचा देखावा करून, हजारो, लाखो मतांचा गडबड-घोटाळा करून हमीद करझाई पुन्हा सत्तेवर येणार हे त्यांना माहीत होतं, आणि नेमकं तसंच घडलं.

राष्ट्राध्यक्ष बराक ओबामा सत्तेवर आल्यापासून अमेरिकन प्रशासनाची दक्षिण अफगाणिस्तानमधली भूमिका वेगळी वाटू लागली आहे. इथल्या स्थानिक समस्या सोडवण्यासाठी जमातींच्या परंपरांचा उपयोग करून घेण्याची कल्पना आहे. काही जण जमातींच्या सल्लागार सभांमध्ये मोठ्या संस्था तयार कराव्यात, असं सुचवतात. इराकमध्ये जशी 'सन्स ऑफ इराक' नावाची चळवळ उदयाला आली आहे त्याप्रमाणे इथेदेखील जमातींच्या पातळीवर सशस्त्र दलाची स्थापना करावी, असं काही जणांना वाटतं. या सर्व प्रकारच्या योजना व कल्पनांच्या गुणदोषांची चर्चा करण्याची ही जागा नाही. पण अशा प्रकारच्या कल्पनांचे संभाव्य परिणाम काय असतील याचं मूल्यमापन करण्यासाठी या पुस्तकाचा उपयोग होऊ शकेल. जे कोणी दक्षिण अफगाणिस्तानमधल्या परिस्थितीला ती सोपी आहे असं म्हणत असतील, त्यांच्यासाठी स्वत: ३० वर्षं लढ्यात सहभागी झालेल्या मुल्ला झैफचं आत्मकथन डोळ्यांत अंजन घालणारं ठरेल.

– अलेक्स स्ट्रिक व्हान लिन्शोटेन व फेलिस्क क्यून कंदाहार
(२००९)

पुस्तकातील पात्रांची यादी

काबूल

अब्दुल रब-अल् रसूल सैय्यफ

पश्तुन इस्लामी विद्वान. इतेहाद-ए-इस्लामी या राजकीय पक्षाचा संस्थापक. अद्याप अफगाण राजकारणात सक्रिय प्रभावशाली नेता.

बाब्रक करमाल

ताजिक वंशाचा, सोव्हिएत महासंघानं आक्रमणानंतर राष्ट्राध्यक्षपदी (१९७९-१९८६) बसवलेला नेता.

दाऊद खान

राजा झहीरशाह याचा चुलतभाऊ, १९५३-१९६३ दरम्यान पंतप्रधान, 'सौर' राज्यक्रांतीनंतर सत्ता हस्तगत करून राष्ट्राध्यक्ष (१९७३-१९७८).

हफीजुल्ला अमीन

पश्तुन नेता. १९७९मध्ये अल्प काळासाठी राष्ट्राध्यक्ष. त्याच वर्षी बाब्रक करमाल यानं खून करून सत्ता बळकावली.

मौलवी अहमद जान साहेब

हा मूळचा पक्तिया प्रांतातल्या जुर्मत इथला होता. हरकत या राजकीय पक्षाच्या एका गटाचा नेता असलेल्या नसरुल्ला मन्सूर याच्या जवळचा होता. तालिबान राजवटीच्या अखेरच्या काळात खाण आणि उद्योगमंत्री. मुल्ला झैफ यानं त्याच्या हाताखाली काम केलं.

मौलवी वकील अहमद मुतवकील

हा काकड जमातीचा असून मैवंद जिल्ह्यातल्या केश्निनाखुद इथला होता. तो जिहादच्या काळात मुजाहिद्दीन नव्हता. त्याचे वडील अब्दुल गफार बरीयालाई हे सुप्रसिद्ध कवी होते. तराकी राजवटीत त्यांची हत्या झाली. मौलवी मुतवकील तालिबान राजवटीच्या अखेरच्या काळात परराष्ट्रमंत्री होता.

डॉ. नजीबुल्ला

सोव्हिएत महासंघाच्या पाठिंब्यावर १९८६ ते १९९२ दरम्यान राष्ट्राध्यक्ष. सोव्हिएत फौजा माघारी गेल्यानंतर सत्ताभ्रष्ट काबूलच्या संयुक्त राष्ट्रांच्या आवारात राजकीय आश्रय. तालिबानच्या उदयानंतर त्यांनी काबूलमध्ये जाहीररीत्या १९९६मध्ये नजीबुल्लांना फासावर लटकवून ठार केलं.

नूर मोहम्मद तराकी

पश्तुन वंशाचा. साम्यवादी पक्षाच्या 'खल्की' गटाचा प्रमुख नेता. १९७८-१९७९ दरम्यान राष्ट्राध्यक्ष. इफीजुल्ला अमीनकडून हत्या.

सिघबतुल्ला मुजाद्दिदी

पश्तुन वंशाचा इस्लामी विद्वान व वरिष्ठ नेता, कैरोमधला अल्-अझर येथे शिक्षण. १९९२मध्ये हंगामी राष्ट्राध्यक्ष, जमात-ए-उलेमा-ए-मोहम्मदी या राजकीय पक्षाची स्थापना केली. अफगाण राजकारणात अद्यापही सक्रिय.

झहीरशाह (१९३३-१९७३)

अफगाणिस्तानचा पश्तुन वंशाचा राजा, चुलतभाऊ दाऊदखान याने १९७३मध्ये सत्ता हस्तगत केल्यानंतर अफगाणिस्तानच्या बाहेर वास्तव्य. २००७मध्ये मृत्यू.

दक्षिण अफगाणिस्तान

अब्दुल गफार अखुंडजादा

१९८०-९० या दशकातल्या जिहादमधला एक प्रमुख कमांडर. हेलमंद प्रांताचा ताबा घेण्याच्या तालिबानच्या प्रयत्नांना १९९४मध्ये प्रतिकार.

अब्दुल हकमी जान

अलिकोझाई जमातीचा हा अतिशय प्रभावशाली कमांडर कंदाहारमधल्या अर्घंदाबचा होता. तालिबान राजवटीला कंदाहारमध्येच अटकाव करणारा तो एकमेव कमांडर होता. तो त्याच्या वैशिष्ट्यपूर्ण व अत्यंत रंगेल जीवनशैलीमुळे प्रसिद्ध होता. तो नेहमी फक्त निळ्या रंगाचे कपडे वापरत असे. फेब्रुवारी, २००८मध्ये त्याची एका आत्मघाती हल्ल्यात हत्या झाली. हा हल्ला एवढा भयंकर होता की, त्यात त्याच्यासह ८० जण बळी पडले.

अट्टा मोहम्मद सरकतेब

जिहादच्या काळातला कंदाहार भागातला अतिशय वजनदार कमांडर, १९९४मध्ये तालिबान विरोधात लढला. पण त्याचा पराभव झाला. नंतर १९९८मध्ये त्याच्यावर प्राणघातक हल्ला झाला. हा तालिबाननं केला असल्याचं मानलं जातं. पण तालिबाननं त्याचा इन्कार केला आहे.

अजीझुल्ला वसेफी

अलिकोझाई जमातीचा नेता. पदच्युत राजा झहीरशाह याला राजकीय विजनवासातून परत अफगाणिस्तानात आणण्यासाठी प्रयत्न. अद्यापही अफगाणिस्तानात वास्तव्य.

बारु

पोपलझाई जमातीचा बारु हा कंदाहार भागातला महत्त्वाचा मुजाहिद्दीन कमांडर होता. स्थानिक लोकांवर दहशत बसवून तो खंडणी उकळत असे. तो लग्न करताना भरपूर हुंडा घेऊन मग महिन्याभरात बायकोला सोडून देत असे. त्याच्याबद्दल कंदाहारमध्ये आजही चांगलं बोललं जात नाही. कंदाहार शहराचा ताबा घेतल्यावर पहिल्याच दिवशी तालिबाननं त्याला फासावर लटकवलं.

अब्दुल रझीक

जिहादच्या काळातला १९८०-९० दशकात कार्यरत असणारा महत्त्वाचा कमांडर. तो मूळचा अर्घेस्तानचा असला तरी निलगाम भागात लढत असे.

हफीजुल्ला अखुंडजादा

जिहादच्या काळातला दक्षिण अफगाणिस्तानातला प्रसिद्ध कमांडर.

हाजी अहमद

जिहादच्या काळात व १९९० नंतरच्या काळातही प्रभावशाली कमांडर. कंदाहार शहराचा मोठा भाग त्याच्या ताब्यात होता.

हाजी बशर

हा नूरझाई जमातीचा असून तो जिहादच्या काळात इत्तेहाद-ए-इस्लामी पक्षाकडून लढत असे. तो लवकरच एक मोठा ड्रग माफिया बनला. १९९०नंतर सुरुवातीच्या काळात त्यानं तालिबानला मदत केली. मुल्ला उमरशी त्याचे चांगले संबंध होते. त्यानं अफूच्या व्यापाराचं मोठं साम्राज्य उभारलं होतं. तालिबानच्या पाडावानंतर त्यानं अमेरिकेशी संधान बांधायचा प्रयत्न केला. त्यानं अमेरिकेत गुप्तचरांना माहिती पुरवली. पण त्याला अटक करण्यात आली. मादक द्रव्यांच्या व्यापारात सहभागी असल्याच्या आरोपाखाली २००९मध्ये अमेरिकेत जन्मठेपेची शिक्षा झाली.

हाजी लतीफ

अतिशय ताकदवान जिहादी कमांडर. 'कंदाहारचा सिंह' म्हणून प्रसिद्ध. सध्या ननघरहारचा राज्यपाल असणाऱ्या गुल आगा शेरझाईचा बाप. १९८९मध्ये विषप्रयोगात मृत्यू.

हमीद करझाई

तालिबानचा पाडाव झाल्यापासून अफगाणिस्तानचे राष्ट्राध्यक्ष.

हाजी करमखान

जिहादच्या काळातला मुजाहिद्दीन नेता व अचेकझाई जमातीमधला वजनदार पुढारी.

मौलवी नियाझ मोहम्मद

संगीसरमधला इस्लामी अभ्यासक. साम्यवादी राजवटीला पाठिंबा. नंतरच्या काळात त्याच्या मतांमुळे हत्या.

मौलवी पसनाई साहेब

तालिबान राजवटीमधला प्रसिद्ध न्यायाधीश, १९८०-९० दशकात तालिबान राजवटीच्या काळात अनेक खटले चालवले. १९९४नंतर पुन्हा तालिबान प्रभावी झाल्यानंतर अतिशय महत्त्वाचा नेता म्हणून प्रसिद्ध.

मुल्ला अब्दुल रौफ अखुंड

मूळचा हेलमंदमधला नेता. दक्षिण अफगाणिस्तान सुरक्षित करण्यासाठी तालिबाननं बोलावलेल्या १९९४मधल्या पहिल्या मोठ्या बैठकीचे अध्यक्षपद, २००१मध्ये पकडल्यापासून ग्वान्टानेमो तुरुंगात.

मुल्ला बुर्जान

एक महत्त्वाचा कंदाहारी जिहादी कमांडर. तालिबानने काबूल जिंकल्यानंतर १९९६मध्ये ठार झाला.

मुल्ला दादुल्ला अखुंड

एक पाय गमावलेला तालिबान कमांडर. त्याचं शौर्य आणि क्रौर्य याबद्दल कुप्रसिद्ध, अमेरिकन फौजांनी मे २००७मध्ये ठार मारले.

मुल्ला फिदा मोहम्मद

कंदाहार भागातला जिहादमधला एक महत्त्वाचा कमांडर. १९८०-९० या दशकाच्या अखेरीस ठार झाला.

मुल्ला मर्जान

जिहादच्या काळातला महत्त्वाचा कमांडर, तालिबानच्या आघाडीवर लढण्यासाठी प्रसिद्ध. १९८०-९० या दशकाच्या अखेरीस ठार झाला.

मुल्ला मझुल्ला अखुंडजादा

जिहादच्या काळातला एक वरिष्ठ कमांडर, तालिबानच्या अनेक आघाड्यांवरचा सेनापती. १९९०-९५ दरम्यान मृत्यू होईपर्यंत अतिशय प्रभावशाली नेता.

मुल्ला मोहम्मद हसन

कंदाहार भागात याच नावाच्या दोन व्यक्ती आहेत. तालिबानच्या काळात हे दोघेही कंदाहारचे राज्यपाल होते. दोघांमध्ये एकच फरक करण्याजोगा आहे. त्यांच्यामधल्या एकानं जिहादच्या काळात एक पाय गमावलेला आहे.

मुल्ला मोहम्मद उमर अखुंड

जिहादच्या काळामधला एक ताकदवान कमांडर व १९९४मध्ये तालिबान सक्रिय झाल्यानंतरचा एक प्रमुख नेता, तो अद्यापही जिवंत असून पाकिस्तानात लपून बसला असल्याचे मानले जाते.

मुल्ला मोहम्मद सादिक अखुंड

जिहादच्या काळामधला एक अतिशय ताकदवान कमांडर. २००१मध्ये अटक केल्यापासून ग्वान्टानामो तुरुंगात आहे.

मुल्ला नकीब

दक्षिण अफगाणिस्तानातला एक फार मोठा मुजाहिद्दीन कमांडर. त्याचा मृत्यू ऑक्टोबर, २००७मध्ये झाला. तोपर्यंत स्थानिक राजकारणात जबरदस्त प्रभाव.

मुल्ला नेक मोहम्मद अखुंड

मुल्ला उमरचा जवळचा मित्र व कंदाहारमधला महत्त्वाचा मुजाहिद्दीन कमांडर. पश्मोलजवळचा एक रस्ता ताब्यात ठेवण्यासाठी केलेल्या घनघोर लढाईसाठी प्रसिद्ध. १९८०-९० या दशकाच्या अखेरीस मृत्यू.

मुल्ला निझाम

मुल्ला झैफचा काका. झेराय वाळवंटात सरकारी फौजांनी ठार केले.

मुल्ला नरुद्दीन तुरबी

उरुझगान भागामधला मुजाहिद्दीन कमांडर, १९९०-९९ या दरम्यानच्या काळात न्यायखात्याचा मंत्री. अद्यापही जिवंत आहे.

मुल्ला ओबेदुल्ला अखुंड

जिहादच्या काळामधला प्रसिद्ध कमांडर. तालिबानच्या काळात संरक्षणमंत्री, अद्यापही जिवंत असून पाकिस्तानी तुरुंगात असल्याचे मानले जाते.

मुल्ला मोहम्मद रब्बानी

जिहादच्या काळामधला कंदाहार प्रांतातला कमांडर. त्याचा एप्रिल, २००१मध्ये मृत्यू होईपर्यंत तालिबानचा दुसऱ्या क्रमांकाचा नेता.

मुल्ला सत्तार

जिहादच्या काळात मुजाहिद्दीन कमांडर. कंदाहार विमानतळावर हल्ला करण्याच्या प्रयत्नात २००४-०५मध्ये मृत्यू.

मुसाजान

मुल्ला झैफचा मामा.

नुरुल हक उलूमी

अफगाण सरकारचा महत्त्वाचा नेता. साम्यवादी राजवटीत कंदाहारचा राज्यपाल. अद्यापही अफगाण राजकारणात सक्रिय.

सालेह

एक कुख्यात गुन्हेगार. १९९०-१९९५ दरम्यान एका ठिकाणी लोकांना अडवणारे नाके उभारण्याबाबत कुप्रसिद्ध.

शाह बरान

एके काळचा मुजाहिद्दीन पण नंतर सरकारी बाजूला सामील, १९९०-१९९५ दरम्यान कंदाहार भागात खंडणी वसुलीसाठी नाका उभारला. या नाक्यावर अनेक बदमाश व लुटारूंची नेमणूक.

उस्ताद अब्दुल हलीम

जिहादच्या काळात दक्षिण अफगाणिस्तानमधला ताकदवान मुजाहिद्दीन कमांडर, अद्यापही स्थानिक राजकारणात सक्रिय. तो तालिबानचा विरोधक होता. सरपूझा भागातून तालिबाननं त्याला हूसकावून लावलं होतं. नंतर स्थानिक पातळीवर त्याचा काही प्रमाणात प्रभाव टिकून होता. काही काळ त्यानं कंदाहारचा राज्यपाल असणाऱ्या असदुल्ला खलीद याचा सल्लागार म्हणून काम पाहिलं होतं.

उत्तर अफगाणिस्तान

अब्दुल बशीर सलंगी

ताजिक वंशाचा उत्तर अफगाणिस्तानातला ताकदवान लष्करी कमांडर, १९९८मध्ये तालिबानातल्या सलांग भागात घेरण्यात मुख्य सहभाग. जमीन हडपण्याच्या प्रकरणावर संसदेत गदारोळ झाल्यानंतर त्याची काबूलचा पोलिस प्रमुख या पदावरून उचलबांगडी करण्यात आली.

अहमदशाह मसूद

'पंजशीरचा सिंह' म्हणून प्रसिद्ध, जिहादच्या काळातला एक प्रमुख मुजाहिद्दीन कमांडर. १९९०नंतर तालिबानला प्रखर विरोध. सप्टेंबर, २००१मध्ये हत्या.

वशीर बाघलाणी

जिहादच्या काळातला बाघलाण प्रांतातला हिज्ब-ए-इस्लामीचा कमांडर. पुढील काळात याच भागात तालिबानचा कमांडर, नंतरच्या काळात बाजू बदलून हमीद करझाईशी सहकार्य. २००७मध्ये हृदयविकाराने मृत्यू.

अब्दुर रशीद दोस्तम

१९८०-९० व १९९०नंतरच्या दशकात अनेकदा बाजू बदलण्यासाठी कुख्यात उझबेक कमांडर, मुजाहिद्दीन राजवटीत महत्त्वाचे स्थान. अद्यापही अफगाण राजकारणात सक्रिय.

जनरल मलिक

इतर अफगाणिस्तानातला दोस्तमनंतरचा दुसऱ्या क्रमांकाचा कमांडर, त्याने तालिबानला सुरक्षित जाऊ देण्याचे वचन मोडले आणि सलांग खिंडीपाशी त्यांच्यावर हल्ला चढवला.

गुलबुदीन हिकमतदार

हिज्ब-ए-इस्लामी या राजकीय पक्षाचा नेता, १९८०-९० या दशकात जिहादमध्ये सामील, अमेरिका व सौदी अरेबियानं पाकिस्तानच्या माध्यमातून जो अफाट पैसा पुरावला त्यातला मोठा वाटा मिळवणारा अफगाण कमांडर. तो मूळचा कुंदुझचा होता आणि सोव्हिएत फौजांनी आक्रमण करण्याच्या अगोदरपासून तो अफगाण राजकारणातला एक वजनदार नेता होता. १९९२मध्ये तो काही काळ अफगाणिस्तानचा पंतप्रधान होता. २००२मध्ये तो गायब झाला. तो अफगाणिस्तान-पाकिस्तानच्या सीमेजवळ डोंगराळ भागात लपून बसला आहे. तेथून तो अफगाण व परदेशी फौजांविरुद्ध कारवाया करत आहे.

पश्चिम अफगाणिस्तान

इस्माईलखान

पश्चिम अफगाणिस्तानातला महत्त्वाचा मुजाहिद्दीन कमांडर, जमात-ए-इस्लामी पक्षाशी संलग्न, ऊर्जामंत्री म्हणून राजकारणात आजही सक्रिय.

पाकिस्तान

अब्दुल सत्तार

पाकिस्तानातील वरिष्ठ मुत्सद्दी. ऑस्ट्रिया, भारत व सोव्हिएत महासंघात पाकिस्तानी राजदूत, १९९९-२००० दरम्यान परराष्ट्रमंत्री.

अजीझखान

पाकिस्तानच्या परराष्ट्र मंत्रालयात आशिया विभागात संचालक.

जनरल जैलानी

आयएसआय या पाकिस्तानी गुप्तचर संस्थेत उपसंचालक.

जनरल महमूद अहमद

आयएसआय संचालक (१९९९-२००१), अमेरिकेवरच्या ११ सप्टेंबरच्या हल्ल्याच्या दिवशी वॉशिंग्टनमध्ये उपस्थित. या हल्ल्यानंतर अमेरिकन अधिकाऱ्यांशी बोलणी केली.

मौलवी अब्दुल कादीर

मुल्ला झैफचे क्वेट्टामधील धार्मिक शिक्षक.

मौलवी नबी मोहम्मदी

इस्लामी विद्वान, हरकत-ए-इन्किलाब-ए-इस्लामी या कट्टरवादी संस्थेची स्थापना.

१९९४मध्ये तालिबान राजवट येण्यात या संस्थेचा मोठा वाटा होता.

मौलवी सय्यद मोहम्मद हक्कानी

अचेकझाई जमातीचा हा कमांडर एकेकाळी फार जबरदस्त होता. तो पूर्वी क्वेट्टामध्ये राहात असे. मुल्ला झैफच्या अगोदर तो २०००मध्ये पाकिस्तानात तालिबानचा वकील होता. सध्या तो अफगाण, पाकिस्तानी व पाश्चात्य सरकारांच्या 'मोस्ट वॉन्टेड' यादीत आहे. आजही तो तालिबानचा एक प्रमुख नेता आहे.

मोईनुद्दीन हैदर

पाकिस्तानी लष्करातून लेफ्टनंट जनरल पदावरून निवृत्त. १९९९ ते २००२ दरम्यान पाकिस्तानी अंतर्गत सुरक्षामंत्री.

मोहम्मद रफीक तरार

१९९९ ते २००१ दरम्यान पाकिस्तानी राष्ट्राध्यक्ष, पण या काळात 'मुख्य कार्यकारी अधिकारी' जनरल मुशर्रफ यांच्याकडे खरी सत्ता.

पॉला थेडी

अमेरिकेच्या पाकिस्तानातील राजदूतांचा राजकीय कामकाजविषयक अधिकारी.

परवेझ मुशर्रफ

पाकिस्तानात मुस्लीम लीगचं लोकशाही मार्गानं निवडून आलेलं सरकार उलथवून लष्कराची राजवट, २००१ ते २००८ दरम्यान राष्ट्राध्यक्ष.

विल्यम मिलम

अमेरिकेचे पाकिस्तानातील राजदूत (१९९८-२००१).

युरोप व अमेरिका

फ्रान्सेस व्हेन्ड्रेल

स्पॅनिश राजनैतिक मुत्सद्दी. संयुक्त राष्ट्र संघटनेच्या महासचिवांचे वैयक्तिक प्रतिनिधी, संयुक्त राष्ट्र संघटनेच्या स्पेशल मिशनचे (यूएनएसएमए) प्रमुख (२०००-२००१), युरोपीय संघाचे अफगाणिस्तानातील विशेष प्रतिनिधी (२००२-२००८).

जॉर्ज बुश

२००१ ते २००९ काळात अमेरिकेचे राष्ट्राध्यक्ष.

कोफी अन्नान

संयुक्त राष्ट्र संघटनेचे महासचिव (१९९७-२००७).

मध्य आशिया

नूर सुलतान नझरबायेव

जन्म १९४०. १९६७पासून साम्यवादी पक्षात वर चढत जाऊन अखेर कझाकस्तान स्वतंत्र झाल्यापासून (१९९०) राष्ट्राध्यक्ष. हुकूमशाही राजवटीचा विरोधकांचा आरोप.

अरब राष्ट्रे

ओसामा बिन लादेन

सौदी अरेबियाचा नागरिक, जिहादच्या काळात अफगाणिस्तानात वास्तव्य व सहभाग. नंतरच्या काळात सुदानमध्ये संघटना बांधली, १९९६मध्ये अफगाणिस्तानात परतल्यावर अनेक दहशतवादी हल्ल्यांची योजना आखणारा सूत्रधार, ११ सप्टेंबरचा अमेरिकेवरील हल्ल्याचा मुख्य आरोपी. तालिबानच्या पाडावानंतर फरारी, अफगाण-पाकिस्तानी सीमेजवळील डोंगराळ भागात राहात असल्याचा संशय मे, २०११मध्ये पाकिस्तानातील अबोटाबादमध्ये अमेरिकन कमांडोंच्या कारवाईत ठार.

ग्वान्टानामो

बदुझमान ब्रद

२००१-२००४ दरम्यान कैदी, 'द ब्रोकन शॅकल्स ऑफ ग्वान्टानामो' या नावाचं तुरुंगातील आठवणींवरील पुस्तक प्रसिद्ध, हा सध्या पाकिस्तानात तुरुंगात असून त्याच्या भावाला पुन्हा पकडून परत ग्वान्टानामोला पाठवलं असल्याचं बोललं जातं.

कर्नल मायकेल बमगार्नर

ग्वान्टानामोतील वरिष्ठ लष्करी अधिकारी (२००५-२००६).

जनरल जिओफ्रे डी. मिलर

ग्वान्टानामोतील वरिष्ठ लष्करी अधिकारी (२००२पासून). इराकमधल्या कुप्रसिद्ध अबू घरीब तुरुंगात कैद्यांना सरळ करण्याच्या प्रकरणाशी (२००४) संबंध.

मुल्ला मोहम्मद फझल

मूळचा उरुझगान प्रांताचा रहिवासी, तालिबान राजवटीच्या अखेरीस परराष्ट्र खात्याचा उपमंत्री, २००१मध्ये अटक केल्यापासून तुरुंगवास!

शेख शकीर

सौदी अरेबियाचा नागरिक, २००१पासून अद्यापही तुरुंगात.

प्रस्तावना

अमेरिका व अमेरिकेची मित्रराष्ट्रे गेल्या आठ वर्षांपेक्षा जास्त काळ तालिबानशी लढत आहेत. तरीदेखील आपल्याला तालिबानबद्दल फार कमी माहिती आहे. जून, २००९मध्ये अमेरिकन जनरल स्टॅन्ली मॅकक्रिस्टल यांनी राष्ट्राध्यक्ष ओबामा यांना एक मूल्यमापन अहवाल सादर केला होता. त्यांनी अफगाणिस्तानात चालू असणाऱ्या संघर्षाचं वर्णन 'कल्पनांची लढाई' असं केलं होतं. कारण अफगाणिस्तानात माहिती मिळवण्याची पद्धत 'कामावर आधारित' असते. तिथल्या प्रत्यक्ष कारवाईवरूनच परिस्थितीचे आकलन होते, असं त्यांनी नेमकेपणानं नमूद केलं होतं.[१] परिस्थिती अशीच आहे की, 'इस्लामी दहशतवाद' किंवा तत्सम लेबलं लावण्यापलीकडे त्यांची फारशी माहिती नाही. तालिबानची स्त्रियांना काम न करू देणं, मुलींचं शिक्षण बंद करणं, तसंच ओसामा बिन लादेनला अमेरिकेच्या हवाली करण्याची मागणी धुडकावणं, वगैरे दुष्कृत्यं सर्वांना परिचित आहेत. त्यांच्या विचारांची बैठक आणि आपले विचार कृतीत आणण्याची त्यांची कामाची पद्धत नेमकी कशी आहे, हे मात्र कोणालाच माहीत नाही.

ज्यांना अमेरिकेच्या अफगाणिस्तानमधील कारवाईच्या भवितव्याबद्दल जाणून घ्यावेसे वाटते किंवा या विषयाचे अभ्यासक अशा सर्वांनी निदान तालिबानबद्दल जाणून घेण्यासाठी हे पुस्तक वाचायला हवं आणि त्याचा अभ्यास करायला हवा. अतिशय चांगल्या आणि धाडसी संपादकांच्या मदतीनं मुल्ला झैफनं त्याचं आत्मकथन आपल्यासमोर ठेवलं आहे. ते वाचताना त्याची अपराधीपणाची भावना कुठेच जाणवत नाही. उलट तो अतिशय अभिमानानं सोव्हिएत विरोधी जिहादच्या काळात जन्माला आलेल्या चळवळीनं सत्ता काबीज करणं, पाच वर्षांच्या सत्तेनंतर सत्तेवरून

---

१. २६ जून, २००९ रोजी सादर केलेला हा अहवाल, २१ सप्टेंबर, २००९च्या वॉशिंग्टन पोस्टमध्ये वाचायला मिळतो. तो http://www.washingtonpost.com/wp-dyn/content/asticle/2009/09/21/ar 20090921001100.htm/ या वेबसाइटवर उपलब्ध आहे.

हुसकावून लावणं आणि त्याबद्दलच्या घटनांची माहिती देतो. अतिशय हलाखीत खेड्यात जगणं, तिथलं धार्मिक शिक्षण घेणं, ग्वान्टानामो तुरुंगात कोणताही आरोप न लागताही बंदिवान होणं आणि नंतर काबूलमधलं जगणं या प्रत्येक ठिकाणी मुल्ला झैफचं अस्तित्व आपल्याला ठळकपणानं जाणवतं.

आज मुल्ला झैफ शांतपणानं काबूलमध्ये राहातो आहे. हे पुस्तक वाचताना आपल्याला जाणवेल की, तो स्पष्टवक्ता आहे. लोकांना काय ऐकायला आवडतं तेवढंच बोलायची त्याची वृत्ती नाही. तो इस्लामिक एमिरेट ऑफ अफगाणिस्तानचा (अफगाणिस्तानचं तालिबानच्या राजवटीतलं नाव!) २००१मध्ये पाकिस्तानातला राजदूत होता. त्यानं अगदी मुल्ला उमर चळवळीत सामील व्हायच्या अगोदरपासून तालिबानच्या स्थापनेत भाग घेतला असल्यानं त्यानं 'मवाळ' तालिबान गटांचं नेतृत्व करावं, असं अनेकांनी वारंवार सुचवलं. पण मुल्ला झैफ खासगीत अशा प्रकारे तालिबानचं जहाल आणि मवाळ असं वर्गीकरण करण्याच्या विरुद्ध भूमिका मांडतो. असं वर्गीकरण करणं पूर्णपणानं बेजबाबदार आणि निरुपयोगी असल्याचं त्याचं मत त्यानं या पुस्तकातही मांडलं आहे. ग्वान्टानामो तुरुंगातून सुटका करण्यासाठी अटी घालताना त्याला 'आपण अल् कायदा व तालिबानचा सदस्य होतो,' अशा निवेदनावर सही करायला सांगितलं होतं. यापुढे आपण त्यांच्याशी संबंध ठेवणार नाही, अशी हमी त्यानं द्यायची होती. पण मुल्ला झैफनं त्याला स्पष्ट नकार दिला. ''मी तालिब होतो, आजही आहे. आणि नंतरही कायम तालिबच राहीन. पण माझा अल् कायदाशी कधीच संबंध नव्हता!'' असं त्यानं सांगितलं. मुल्ला झैफच्या म्हणण्यानुसार त्यानं जे निवेदन मान्य करून त्यावर सही केली त्यात त्यानं आपण निरपराध आहोत असं म्हणलं होतं. त्याचप्रमाणे त्यानं त्याच्या अटकेचा निषेध केला आणि यापुढील काळात कोणत्याही प्रकारच्या अमेरिकाविरोधी कारवाया अथवा लष्करी प्रतिकारात सहभागी होणार नाही, असंही वचन दिलं.

या विधानं वाचून वाचकांच्या मनात असा प्रश्न उभा राहण्याची शक्यता आहे की, मुल्ला झैफसारख्या माणसांना पुन्हा सत्ता मिळण्याची संधी उपलब्ध झाली, तर ते काय करतील. मुल्ला झैफनं मात्र आपला आता तालिबान गटांशी काहीही संबंध नाही, असं सांगितलं आहे. तो आता उघडपणानं काबूलमध्ये राहतो. पण त्याला वारंवार तपासणीला व चौकशीला सामोरं जावं लागतं. मुल्ला झैफ तालिबान चळवळीच्या उगमापासून तिच्यात सर्वांत वरच्या पातळीवर सहभागी होता की, त्याच्या उत्तरांमधून काहीतरी धागेदोरे हाती लागण्याची दाट शक्यता आहे. अनेक बाबतीत मुल्ला झैफ काहीच बोललेला नाही, हे वाचकांना खटकण्याची आणि त्यांना निराश व्हायला लागण्याची शक्यता दिसते. उदाहरणार्थ, मुलींचं शिक्षण बंद करण्याच्या तालिबानच्या निर्णयाबद्दल तो काहीच सांगत नाही. फक्त 'तालिबाननं

हेरात जिंकल्यानंतर स्त्रिया सरकारी कार्यालयांमध्ये काम करत नाहीत,' असं तो आडवळणानं लिहितो. ग्वान्टानामो इथल्या तुरुंगात तो आणि त्याचे सहकारी सडत पडण्याअगोदर तो ओसामा बिन लादेन किंवा इतर कोणा अल्-कायदा नेत्याला भेटला होता किंवा नाही हे सांगता येणार नाही. त्याबद्दल तो काहीच सांगत नाही. ९ सप्टेंबरला अमेरिकेवर दहशतवादी हल्ला झाल्यानंतर कोसळणाऱ्या इमारती पाहाताना त्याला रडू आलं, असं तो म्हणतो. "आज इथं जे काही घडतंय त्याची किंमत आपल्याला चुकवावी लागणार आहे," असं त्याचं वाक्य आहे. पण असं सांगताना तो त्या हल्ल्याची नेमकी जबाबदारी कोणाची याबद्दल काहीच सांगत नाही. तालिबानला अनेक शत्रू आहेत. त्यांच्याबद्दल मुल्ला झैफला कडवट तिरस्कार वाटतो. पण त्यापेक्षाही जास्त तिरस्कार त्याला पाकिस्तानी राष्ट्राचा आणि पाकिस्तानच्या आयएसआयबद्दल वाटतो. तरीदेखील तो आयएसआयने तालिबानला मदत करून त्यांचा नंतर कसा वापर करून घेतला याबद्दल अस्पष्ट अशी माहिती देतो.

आपल्या मनात उद्भवणाऱ्या प्रश्नांच्या उत्तरांपेक्षा मुल्ला झैफ जे प्रश्न आपल्यासमोर मांडतो, ते फार महत्त्वाचे आहेत. तालिबानचा उदय कसा झाला, त्यांना अफगाणिस्तानला कोणत्या दिशेनं न्यायचं होतं. आणि हे लोक नेमके कसे होते (किंवा आजही आहेत.) या प्रश्नांची उत्तरं आपल्याला त्याच्याकडून मिळतात. जरी मुल्ला झैफ स्वत: 'मवाळ तालिबान' असं म्हणणं नाकारत असला, तरी सगळे जण नक्कीच त्याच्यासारखे नाहीत. पण मुल्ला झैफ हा त्या संस्थापकांमधलाच एक होता. त्याच्या म्हणण्यानुसार त्यानं कधीच आपल्या मुख्य तत्त्वांशी तडजोड केली नाही.

तालिबानचा उदय पाश्चिमात्य राष्ट्रांना विरोध करण्यासाठी किंवा त्यांच्यावर सूड उगवण्यासाठी झाला नव्हता. पण नंतर त्यांनी तसं केलं. कंदाहारमध्ये अगदी वेगळ्या परिस्थितीत आणि सर्वस्वी निराळ्या हेतूनं तालिबान चळवळ जन्माला आली. अनेक जणांनी आपल्या चिलखती गाड्यांमधून या शहराजवळून प्रवास केला असेल. पण हे शहर नेमकं कसं आहे, हे समजणं फार कठीण आहे. या अशा कंदाहार भागात मुल्ला झैफची कहाणी सुरू होते.

बार्नेट आर. रुबिन[२]

सेंटर फॉर इंटरनॅशनल कोऑपरेशन

न्यू यॉर्क युनिव्हर्सिटी, न्यू यॉर्क

---

२. बार्नेट आर. रुबिन हे अमेरिकेच्या डिपार्टमेंट ऑफ स्टेटचे कर्मचारी आहेत. तथापि, इथे दिलेली त्यांची मते संपूर्णपणे व्यक्तिगत स्वरूपाची असून त्यांचा अमेरिकन सरकारच्या मतांशी काही संबंध असेलच असं नाही.

मुल्ला झैफची भूमिका

कंदाहार हे माझं जन्मस्थान आहे. मला माझ्या घराबद्दल जे प्रेम वाटतं, ते व्यक्त करायला माझ्यापाशी शब्द नाहीत. जगातली इतर कुठलीही जागा मला इतकी प्रिय नाही. इथले पर्वत आणि निसर्ग बघताना मी उल्लसित होतो. त्याऐवजी कोणी मला एखादा राजवाडा किंवा आणखी काहीही मौल्यवान देऊ केलं, तरी मला ते माझ्या घरापुढे नकोसंच वाटेल. मी सर्व शक्तिमान अल्लाकडे प्रार्थना करतो की, माझा आत्मा नेण्याची वेळ येईल, तेव्हा माझ्या तालिबान मित्रांच्या, माझ्या वीरनायकांच्या, भावांच्या बरोबरीनं दफनासाठी जागा मिळावी.

इतर अनेक सत्तांनी माझ्या या अहमदशाह बाबा[१] आणि मिरवाईस खान[२] यांच्या परमपवित्र देशावर २००१च्या अखेरीस आक्रमण केलं आणि इथं आगडोंब उसळवून विध्वंस सुरू केला. मी कंदाहारला परतलो तेव्हा मला लोकांच्या चेहऱ्यांवर वेदना दिसल्या. कोणालाच पुढे काय होणार याची खातरी वाटत नव्हती. युद्धखोर कमांडर पुन्हा परतणार असं अनेकांना वाटत होतं. बऱ्याच जणांना ३० वर्षांपूर्वी सोव्हिएत फौजांच्या आक्रमणावेळच्या कटू घटना आठवल्या. मात्र काही जण अमेरिकन लोकांनी वाजवलेल्या ढोलांच्या तालावर नाचू लागले होते. भविष्यात काय वाढून ठेवलं आहे, याची त्यांना जरादेखील कल्पना नव्हती.

अमेरिकन जेट विमानं अगदी खाली येऊन शहर व आजूबाजूला प्रदेशावर

---

१. अहमदशाह बाबा (१७२२-१७७२) याचा जन्म हेरातमध्ये झाला. नंतर त्याने पूर्व पर्शियापासून भारतापर्यंत पसरलेलं साम्राज्य उभारलं. कंदाहारमधला हा दुराणी पश्तुन वंशाचा राजा भारतात अहमदशहा अब्दाली म्हणून प्रसिद्ध आहे. त्यानेच पानिपतच्या युद्धात मराठ्यांचा दारुण पराभव केला. अफगाण जनमानसात अहमदशाहला अतिशय मानाचे स्थान आहे.

२. मिरवाईस खान (१६७३-१७१५) या गिलझाई जमातीच्या प्रमुखाने होताकी राजवंशाची स्थापना केली. त्याने मोठ्या भागावर राज्य केले. मिरवाईस खान हा अफगाणिस्तानात वीरनायक गणला जातो.

बॉम्बवर्षाव करू लागली होती. तेव्हा मी माझी जन्मभूमी सोडून निघून गेलो. मी फार लवकर घरी परतू शकणार नाही, याची मला मनोमन कल्पना होती. संपूर्ण शहरात काळ्याकुट्ट धुराचे लोट उठत होते. अमेरिकेच्या निर्दयी बॉम्बवर्षावापासून वाचण्यासाठी लोक आपल्या मुला-बाळांना घेऊन पळून जायची तयारी करत होते.

मला पुन्हा कंदाहारचं दर्शन व्हायला सहा वर्षं लागली. २००७ या वर्षाच्या अखेरीस मी काबूलहून अरियानाच्या विमानानं कंदाहारला परतलो. विमान उतरत असताना मला कंदाहार विमानतळाची झालेली दुर्दशा दिसत होती. जिकडं बघावं तिकडं अमेरिकन सैनिकांचे लाल चेहरे दिसले. जागोजागी अमेरिकन सैन्यानं खणलेले खंदक, त्यांची चिलखती वाहनं, रणगाडे, त्यांचीच विमानं आणि हेलिकॉप्टर्स वगैरे दिसत होती. या सगळ्यामध्येही मला ती तुरुंगाची मातीचं बांधकाम असणारी इमारत ओळखता आली. इथंच मला त्यांनी पकडून फेकून दिलं होतं. इथंच त्यांनी माझं मानसिक खच्चीकरण करण्याचा आणि माझा अपमान करण्याचा प्रयत्न केला होता. स्वत: भणंग असलेल्या या लोकांनी मला वाळीत टाकलेल्या माणसांप्रमाणे वागणूक दिली होती.

कंदाहारकडे बघताना माझ्या मनातल्या अनेक कटू आठवणी जागृत झाल्या. मी त्यामुळे खिन्न झालो. मला एकदम विमानतळावरचं दृश्य पाहून मी जणू माझ्या देशात नसून परदेशात आहे, असं वाटलं. माझ्या मायदेशात असूनही मला घरच्यासारखं सुखद वाटत नव्हतं. जणू एखादा जखमी पक्षी परक्या अनोळखी प्रदेशात पडावा, असं काहीसं झालं होतं.

मी एकाचवेळी घाबरून गेलो होतो आणि स्तिमित झालो होतो. माझ्या बरोबरच्या सहप्रवाश्यांकडे बघून मला त्यांनाही तसंच वाटत असणार हे लक्षात आलं.

कंदाहार विमानतळाचं रूप पूर्णपणे पालटून गेलं होतं. जणू हा भाग लढाईवरच्या एखाद्या आघाडीचा असावा असं होतं. अफगाण नागरिकांना विमानतळावर वावरण्याच्या बाबतीत बऱ्याच मर्यादा होत्या. त्यांना विमानतळावरचा एकच रस्ता वापरण्याची मुभा होती. या रस्त्यानं अफगाण नागरिकांना थेट स्पिन बोल्दाक[३]– कंदाहार मार्गावर जावं लागत होतं. ठिकठिकाणी पहारेकऱ्यांसाठी मनोरे उभारलेले होते. तिथले पहारेकरी प्रवाश्यांच्या प्रत्येक हालचालीवर बारकाईनं नजर ठेवून होते.

मला नेण्यासाठी एक सरकारी गाडी आली होती. त्यात मला बसवल्यावर गाडी लगेचच कंदाहारच्या मार्गाला लागली. शहरात काय बदल झाले आहेत, हे

---

३. स्पिन बोल्दाक हा भाग पाकिस्तानच्या सीमेजवळ आहे. पाकिस्तानात मोटारीनं जाण्याचा मुख्य रस्ता इथूनच जातो.

बघायला मी फार उत्सुक होतो. कारण ग्वान्टानामोमध्ये माझी चौकशी करणाऱ्या अधिकाऱ्यांनी मला सांगितलं होतं की, आता कंदाहार शहर 'अगदी दुबईसारखं' झालं आहे. पण आम्ही ज्या डांबरी रस्त्यानं जात होतो, त्याखेरीज मला तरी फारसा बदल जाणवला नाही.

कंदाहार शहरात काही नवीन इमारती उभ्या राहिल्या होत्या. तसंच इथं खासगी गुंतवणूक सुरू झाली असल्याच्या खुणा दिसत होत्या. शहराची वाढ झाली होती हे खरं, पण एकूणात सरकारी प्रकल्प किंवा परदेशी मदत यामुळे घडणारा अपेक्षित परिणाम मला दिसला नाही. मी कंदाहारहून स्पिन बोल्दाक, दांड अर्घंदाब आणि पंजवायी या जिल्ह्यांना भेट दिली. या जिल्ह्यातली गावं रस्त्यांनी एकमेकांना जोडली होती. पण त्याखेरीज इतरत्र मला फारसा विकास झालेला दिसला नाही. रस्ते बनत होते हे खरं. पण आघाडीवर लवकरात लवकर पोहोचता यावं म्हणून अमेरिकन भराभरा उत्तम रस्ते बांधत आहेत, असं अनेकांचं म्हणणं होतं.

कंदाहारचे अनेक नागरिक हालात दिवस काढत होते. कमी काम उपलब्ध असल्याने बेरोजगारीची समस्या तीव्र होती. लोकांनी त्याबद्दल तक्रार केली. अमेरिकन इथं फक्त दान म्हणून मिळालेला पैसा आपल्या स्वत:वरच उडवण्यासाठी आलेले आहेत. त्यांना मदत करणारे अफगाण तेवढे यात हात धुवून घेत आहेत. परदेशी मदत अखेरीस अफगाण नागरिकांचा घात करणारी आहे, असं अनेकांचं म्हणणं होतं.

बरेच लोक गुल आगा शेरझाईबद्दल[४] चर्चा करत होते. त्याची तुलना कंदाहारचा आणखी एक माजी राज्यपाल असदुल्ला खलीद[५] व इतर काही नेत्यांशी करत होते. गुल आगा शेरझाईला संगीत-जलसे व पार्टी वगैरे आवडत असे. त्याला बऱ्याच वाईट सवयी होत्या. पण त्यानं लोकांसाठी काही चांगल्या गोष्टी केल्या होत्या. त्यामुळे तो तसा बरा होता, असं सर्वसामान्यपणे लोकांना वाटत होतं. इतर नेते सगळीच मदत हडप करत असताना हा निदान ५० टक्के रक्कम तरी लोकांच्या कामासाठी वापरत असे. त्याला सत्तेवरून जावं लागल्यानं कंदाहारच्या नागरिकांना वाईट वाटलं होतं.

कंदाहारच्या नागरिकांना अजून न मिळालेली महत्त्वाची गोष्ट म्हणजे सुरक्षित जगणं. मी तिथं फार थोडा वेळ होतो, पण लोकांनी सुरक्षा व्यवस्थेबद्दल तक्रार

---

४. गुल आगा शेरझाई हा जिहादच्या काळातल्या हाजी लतीफ या सुप्रसिद्ध मुजाहिदीन कमांडरचा मुलगा असून तो नजीबुल्ला सरकारच्या पतनानंतर व पुन्हा तालिबानच्या पाडावानंतर २००१ ते २००३ दरम्यान कंदाहारचा राज्यपाल होता.

५. मूळचा गझनीचा असणारा असदुल्ला खलीद २००१ ते २००५ व पुन्हा २००५ ते २००८ असा दोन वेळा कंदाहारचा राज्यपाल होता.

केली. परदेशी सैनिक असूनही परिस्थिती फारशी चांगली नाही, असं त्यांनी सांगितलं. शहरात गुन्हेगारांचं आणि चोर-लुटारूंचं प्रमाण बरंच वाढलं आहे. परदेशी सैनिक रात्री-अपरात्री धाडी टाकून घरात घुसतात. त्यामुळे लोक त्रस्त झाले आहेत.

कंदाहारच्या एका भागात एक भीषण प्रसंग घडला. त्यामुळे संपूर्ण प्रांतात भीतीची लाट पसरली. हा प्रसंग एका खाटकाच्या घरात घडला. सगळ्यांच्या तोंडी तोच विषय होता. तो प्रसंग मी त्या खाटकाच्या मुलांच्याच शब्दांत सांगतो.

''परदेशी लोकांनी आमच्या घराचं मुख्य दार उडवलं आणि आम्ही झोपेतून दचकून उठलो. माझे दोन मोठे भाऊ जागे झाले आणि देवाचं नाव घेऊन ओरडले. काय झालं आहे, ते बघायला सगळ्यात मोठा भाऊ अंगणात धावला. अंगणात, छपरावर आणि घराभोवती सगळीकडे अमेरिकन सैनिक अगोदरच जागा घेऊन उभे आहेत, हे त्याच्या लक्षात आलं नाही. ते घरातून कोणीतरी बाहेर येण्याची वाटच बघत असावेत. त्यांनी क्षणार्धात त्याची चाळण केली! सैनिकांनी काहीही विचारायची तसदी न घेता निर्दयपणानं सरळ गोळीबार केला!''

गोळीबाराचा आवाज ऐकून दुसरा भाऊदेखील अंगणात धावला. त्याचीही मोठ्या भावासारखीच गत झाली. त्यानंतर अमेरिकन सैनिक घरात घुसले. घरात बायका-मुलं होती. सैनिकांनी पिसाळलेल्या पशुंप्रमाणे घरातलं सगळं सामान उलटंपालटं केलं, कुलपं तोडली, खोकी मोडली आणि घराचा इंचनूइंच तपासला. त्यांना घरातल्या दैनंदिन वापराच्या वस्तू आणि कपडे याखेरीज काहीच सापडलं नाही.

घरातून निघून जाताना अमेरिकन सैनिकांनी घरातल्या माणसांचं 'सांत्वन' केलं. ''काहीही प्रॉब्लेम नाही. जा, झोपी जा!'' असं म्हणून ते निघून गेले. तेव्हा त्यांच्यासमोर रक्ताच्या थारोळ्यात पडलेल्या दोघांना त्यांनी काहीच मिनिटांपूर्वी ठार केलं होतं!

परदेशी सैनिकांच्या अमानुष वागणुकीबद्दल लोकांनी फार कडवट शब्दांत तक्रार केली. जेव्हा तालिबान सैनिक परदेशी सैनिकांना मारायचे तेव्हा परदेशी सैनिक अशा प्रकारे सामान्य नागरिकांवर सूड उगवत. त्यामुळे लोकांच्या मनातला परदेशी माणसांबद्दलचा तिरस्कार अधिकाधिक तीव्र होतो आहे, असं मला जाणवलं.

मी असाच एक प्रसंग स्वत: अनुभवला. एका कंदाहारी माणसाबरोबर रस्ता बघण्यासाठी मी अर्घेस्तानला गाडीनं गेलो होतो. परत येताना एका जागी अचानक सगळी वाहनं भराभर रस्त्याच्या कडेला थांबली. माझ्या गाडीच्या ड्रायव्हरनं चटकन गाडी बाजूला घेतली होती. सगळ्या गाड्यांमधले लोक चिंताक्रांत दिसले. मी आमच्या गाडीच्या ड्रायव्हरला ''काय झालं,'' असं विचारलं. ''काही नाही, विशेष काही नाही.'' तो हसत म्हणाला, ''परदेशी लोकांच्या गाड्यांचा ताफा जातो आहे

इतकंच! ते कंदाहार भागात प्रवेश करत असताना इतर सर्व गाड्यांनी रस्त्यामधून बाहेर पडून बाजूला थांबायचं असतं. इतकंच नाहीतर ते लोक जात असताना आपण त्यांच्याकडे बघायचंही नाही. नाहीतर त्यांना राग येतो.''

आम्ही बाजूला उभे असताना मला लांबून रणगाडे येताना दिसले. ते आकाशात फ्लेअर्स उडवून इशारा देत होते. आमच्या आजूबाजूला, गाड्यांवर फ्लेअर्सचे जळते अवशेष पडत होते. त्यांनी गाड्यांमध्ये बसलेल्या लोकांकडे बंदुका रोखल्या होत्या आणि पशूंप्रमाणे ते आमच्याकडे बघून किंचाळत होते.

मी प्रथमच अशा प्रकारे वाहनांचा ताफा जाताना बघितला. मला ते फार चमत्कारिक आणि चिंताजनक वाटलं. मी माझ्याबरोबरच्या मित्राला ''रोजच हे एवढं वाईट असतं का?'' असं विचारलं. ''वाईट!!'' तो हसला. ''आजचा दिवस चांगला होता. नाहीतर शहरातून असे ताफे जात असताना कितीतरी जण हकनाक प्राणाला मुकतात.''

परदेशी लोकांचं हे वर्तन पाहून मी उद्विग्न झालो. मुळात त्यांनी इथं असायलाच नको होतं. ते इथला प्रत्येक माणूस, गाढव, झाडं, दगड-धोंडे आणि घरं यांच्याकडे शत्रू म्हणूनच बघतात. त्यांना या प्रत्येक गोष्टीची भीती वाटते. त्यांना लोकांना ठार मारण्याखेरीज काहीच करता येत नाही. ते खून-खराबा करतात आणि स्वत:बद्दलची व सरकारबद्दलची घृणा वाढवत राहतात.

मला अफगाण लोकांबद्दल, विशेषत: कंदाहारच्या नागरिकांबद्दल फार चिंता वाटते. त्यांना अजून किती काळ हे सगळं सहन करत राहावं लागणार आहे? शहराबाहेर जिल्ह्यांमधल्या ग्रामीण भागातली परिस्थिती तर आणखी गंभीर आहे. हेरात-कंदाहार महामार्गावर दररोज चकमकी होतात. पंजवायी, मैवंद, खाक्रेज, शाहवली कोट, मिया निशीन, मारुफ, अर्घेस्तान, शोराबक, दांड आणि दमनचा काही भाग यांवर सरकारचं नियंत्रण नाही. जिल्ह्याची ठिकाणं वगळता इतर गावात सरकारचा किंवा परदेशी फौजांचा अंमल अस्तित्वातच नाही. सगळीकडे दररोज खून-खराबा, चकमकी, बॉम्बफेक, विध्वंस हेच चालू असतं. यात बहुतेक निरपराध नागरिक बळी पडतात.

स्पेरवानमध्ये राहणाऱ्या एका माणसानं मला सांगितलं की, ईदच्या[६] आदल्या रात्री अमेरिकन विमानांनी गाव सोडून निघून जाणाऱ्या काही जणांवर बॉम्बफेक केली. हे लोक गाव सोडून 'रेगिस्तान'कडे जात होते. एका तासाच्या आत अमेरिकन

---

६. अफगाण व सर्व मुस्लिम लोकांचे वर्षात दोन मुख्य सण असतात. त्या दिवशी विशेष प्रार्थना व धार्मिक प्रवचनांचं आयोजन केलं जातं. या दिवशी मित्र व कुटुंबीयांना भेटी देणं, हा महत्त्वाचा भाग असतो. या दोन सणांना 'ईद अल्-अदा' आणि 'ईद अल्-फित्र' असं म्हणतात.

विमानांनी केलेल्या हल्ल्यात दोनशेपेक्षा जास्त बायका-मुलं ठार झाली होती. त्याबद्दल सांगताना तो माणूस म्हणाला, "दुसऱ्या दिवशी आम्ही त्या भागात प्रेतं आणायला गेलो. आम्हाला अनेक जणींचे मेहंदीनं रंगलेले हात दिसले. ईदच्या सणासाठी हात रंगवलेल्या या बायकांचे मृतदेह रक्तानं माखून सगळीकडे विखरून पडले होते."

हे असं रोजचंच होतं, मृत्यू आणि दररोज आणखी मृत्यू. सरकार आणि लोकांमधली दरी वाढत चालली होती आणि आजही वाढतेच आहे, असं मला वाटतं. परदेशी फौजा बेदरकारपणे बॉम्ब हल्ले करतात, हे त्याचं कारण आहे. परदेशी फौजा जे काही करत आहेत, त्याकडे राज्यपाल व स्थानिक सरकारी अधिकारी कानाडोळा करतात, असा लोकांचा आरोप आहे. परदेशी फौजा, निरपराध नागरिक फारसे मारले जात नाहीत, असं नेहमीच सांगत राहातात.

परदेशी फौजा लोकांना ठार करतात, याचं कारण त्यांना मिळणारी माहिती चुकीची असते. अनेकदा कावेबाज गद्दार लोक पैसा कमावण्यासाठी त्यांची जाणूनबुजून दिशाभूल करतात. परदेशी लोक बांधकाम प्रकल्पांसाठी निधी मिळवतात, पण ते कधीच काही बांधत नाहीत. त्यांच्या प्रकल्पांमध्ये लोकांना काम देणं, अपेक्षित असूनही ते तसं करत नाहीत.

मी कंदाहारमध्ये केंद्र सरकारची परवानगी काढून गेलो असलो, तरी तालिबानकडून मला जरादेखील त्रास झाला नाही. माझे मित्र मला भेटायला उत्सुक होते. पण मी ज्यांच्या घरी राहायला गेलो ते लोक मी तिथं असताना अतिशय अस्वस्थ होते, हे माझ्या लवकरच लक्षात आलं. माझा पाहुणचार करणाऱ्यांना त्यांच्या जिवाची भीती वाटत होती.

मी तिथं असल्यामुळे त्यांच्या घरावर छापा पडणार नाही किंवा घरावर बॉम्ब हल्ला होणार नाही, याची खातरी कोणीच देऊ शकत नव्हतं. ते सतत तणावाखाली होते. अर्थात, त्यांच्या मनावरचं दडपण काही प्रमाणात माझ्या तिथं असण्यामुळे आणि काही प्रमाणात दैनंदिन परिस्थितीमधूनही उद्भवलेलं होतं. मी वृद्धांना याबद्दल विचारलं, तर ते फक्त 'देव दयाळू आहे,' एवढंच म्हणाले.

आठ दिवसांचा प्रवास संपवून मी कंदाहारला परतलो. विमानतळाकडे जाताना माझ्याबरोबर असलेल्या तरुण माणसाकडे आयएसएएफ[७]चं ओळखपत्रं असल्यानं

---

७. आयएसएएफ ही 'इंटरनॅशनल सिक्युरिटी असिस्टन्स फोर्स' याची अद्याक्षरं आहेत. संयुक्त राष्ट्र संघटनेने २० डिसेंबर, २००१ रोजी केलेल्या ठरावानुसार या दलाला अधिकार प्राप्त झालेले असून या दलाचं नेतृत्व नाटो संघटनेतल्या राष्ट्रांकडे आहे. विमानतळावर या दलाचं नियंत्रण आहे.

त्याला विमानतळावर सहज प्रवेश मिळाला. विमानतळाच्या गेटपासून आत टर्मिनलकडे पायी जाणारे प्रवासी मला दिसले. आम्ही टर्मिनलपाशी पोहोचलो. तिथं मला पाहून अनेक जण मला भेटायला आले. काही जणांनी फक्त मला अभिवादन केलं, तर काही जणांनी माझी विचारपूस केली. मी माझी पतु[८] जमिनीवर पसरली आणि त्यावर बसलो. मला बसलेला पाहून बरेच जण माझ्याभोवती जमा झाले. तिथं त्या वेळी आरियाना आणि कॅम एअर या दोन विमान कंपन्यांचे प्रवासी होते. मी त्यांना जा असं कसं सांगणार? अमेरिकनांना हे आवडणार नाही, याची मला कल्पना होती. अमेरिकनांना एवढे लोक एकत्र येण्याची धास्ती वाटणार, हे माझ्या लक्षात आलं. काही मिनिटांतच मला टर्मिनलच्या डाव्या बाजूला, खिडक्यांमध्ये अमेरिकनांची डोकी दिसली. काही जण छतावरही उभे असलेले दिसते. शस्त्रसज्ज सैनिक दोन्ही बाजूंनी आले. काय चाललंय ते पाहाण्यासाठी लोक मागे वळले. मी माझ्याभोवती जमलेल्या माणसांना तत्काळ निघून जाण्याची सूचना केली. लोक निघून दूर उभे राहाताच अमेरिकन सैनिक माझ्याजवळ आले. ते काही मीटर अंतरावर उभे राहून आपापसात चर्चा करू लागले.

"होय. तोच आहे."

"तो चांगला माणूस आहे."

"होय. तो एक प्रामाणिक माणूस आहे."

सैनिक माझ्याशी न बोलता निघून गेले. पाठोपाठ छतावर आणि खिडक्यांमधले सैनिकही निघून गेले.

त्या दिवशी फ्लाइट दुपारी एक वाजता होती. पण संध्याकाळी सहा वाजेपर्यंत आम्ही विमानात चढलो नाही. विमानात बसल्यावरही अर्धा तास आम्ही जागेवरच होतो. अमेरिकन रणगाड्यांनी धावपट्टीचा मार्ग रोखला होता. वैमानिक दर पाच मिनिटांनी उशिराबद्दल दिलगिरी व्यक्त करत होता. अखेर आम्हाला आयएसएएफनं उड्डाणाची परवानगी दिली.

या विश्वातलं जीवनाचं महत्त्व आपल्याला कळण्याच्या पलीकडचं आहे; कारण जीवनामुळेच आपण शून्यातून निर्माण झालो आहोत. या जीवनाने आपल्याला टिकून राहाण्याची, तगून राहाण्याची क्षमता दिली आहे. या जीवनानेच आपल्या पृथ्वीला

---

८. पतु ही लोकरीची (आता कृत्रिम धाग्यांची) शाल असून ती पारंपरिक अफगाण पोशाखाचा भाग असते. हिवाळ्यात शाल जाड, तर उन्हाळ्यात ती पातळ असते. पतुचा उपयोग फक्त पांघरण्यासाठी नाही, तर पसरून बसण्यासाठी किंवा प्रार्थनेच्या वेळी बसण्यासाठी केला जातो.

सुंदर बनवलं आहे. हे जीवन जगण्यासाठीच देवानं आपल्याला प्रेषितांचं मार्गदर्शन घेण्याची बुद्धी दिली आहे. आपल्याला मार्गदर्शन करण्यासाठीच देवानं प्रेषितांना पवित्र पुस्तकं दिली आहेत.

जीवन ही देवानं मानवांना दिलेली नैसर्गिक देणगी आहे. आपलं जीवन केवळ देवामुळेच आहे. आपल्या आयुष्याचा प्रत्येक क्षण हा सोन्यासारखा मौल्यवान आहे. ही देवानं दिलेली देणगी असल्यानं आपण कोणत्याही परिस्थितीत ती इतरांपासून हिरावून घेऊ शकत नाही. जीवन ही फार मौल्यवान चीज असल्यानं आपण सतत काळजी घ्यायला हवी. आपल्याला मिळालेल्या आयुष्याचा उपयोग आपण योग्य प्रकारे करतो आहोत, याची खातरी करून घ्यायला हवी.

एखादा पुढारी, राजा, मंत्री, राज्यपाल किंवा बुश, ओबामा, ब्लेअरप्रमाणेच ओसामा किंवा जवाहिरी किंवा मुल्ला उमर यांच्याबरोबरीनं प्रत्येक माणसाचं आयुष्य मौल्यवान आहे.

योग्य कारणाशिवाय प्रत्येक माणसानं दुसऱ्या माणसाचं रक्त सांडलं जाणार नाही, याची काळजी घ्यायला हवी. आपल्याप्रमाणेच इतरांचंही आयुष्य मौल्यवान आहे, हे प्रत्येकानंच समजून घ्यायला हवं. आपला भाऊ, बहीण, आई, वडील, आपले पाळीव प्राणी यांच्याप्रमाणेच इतरांच्या आई-वडिलांचं, भावाबहिणींचं आणि त्यांच्या प्राण्यांचं जीवन किमती आहे, हे सगळ्यांना कळणं गरजेचं आहे. देवानं आपल्याला दिलेल्या या देणगीचा आदर करायला हवा आणि ती सांभाळून ठेवायला हवी.

आपण जगात सर्वांनाच हे प्रश्न विचारायला हवेत. तुम्हाला तुमच्या मुला-बाळांचं जीवन हे इतरांच्या मुला-बाळांच्या जीवनापेक्षा जास्त महत्त्वाचं आहे, असं का वाटतं? आपलं आणि आपल्या मुला-बाळांचं जीवन सुरक्षित राखण्यासाठी तुम्ही इतरांच्या तितक्याच मौल्यवान आयुष्यांशी का खेळता?

वर्ल्ड ट्रेड सेंटरवर ११ सप्टेंबरच्या हल्ल्यानंतर राष्ट्राध्यक्ष बुश जीव वाचवण्यासाठी सतत हवेत राहत होता. फक्त पत्रकार परिषद किंवा एखाद्या महत्त्वाच्या कामासाठी विमान उतरवलं जायचं. स्वतःचा जीव वाचवण्यासाठी धडपड करणाऱ्या या माणसानं अफगाणिस्तानात किती माणसांच्या जिवाशी खेळून किती जणांना खलास केलं? किती घरदारं आणि गावं उद्ध्वस्त केली? ही गोष्ट कधीच विसरली जाणार नाही!

त्याचप्रमाणे राष्ट्राध्यक्ष ओबामानं निवडणूक जिंकल्यानंतर त्याची बायको व मुलींसह कॅपिटॉल हिलवर उभं राहून भाषण दिलं. आपलं पहिलं भाषण देण्यासाठी त्याला बुलेटप्रुफ काचेमागं उभं राहावं लागलं होतं. आता हा ओबामा अफगाणिस्तानात बंडखोरी वाढते आहे म्हणून कितीतरी अफगाण लोकांना ठार मारेल. राष्ट्राध्यक्ष ओबामा, तुला तुझ्या मुलींचं आयुष्य जितकं मौल्यवान वाटतं, तितकंच आमच्याही मुला-बाळांचं आयुष्य मौल्यवान आहे!

ओबामा, तुला तुझं जीवन प्रिय आहे; तसंच त्या काळतोंड्या बुशलादेखील त्याचं आयुष्य प्रिय आहे. आपल्याप्रमाणेच इतरांचीही आयुष्यं महत्त्वाची असतात, हे लोकांना कळावं, म्हणून मी हे पुस्तक लिहिलं आहे.

माझ्या आठवणी लिहिण्याची चार मुख्य कारणं आहेत.

पहिलं कारण : एखादा राजा किंवा भिकारी, तरुण किंवा वृद्ध, काळा किंवा गोरा अशा कोणाही माणसापेक्षा आपलं स्वत:चं आयुष्य जास्त मौल्यवान नाही, हे प्रत्येकालाच कळावं.

दुसरं कारण : ज्या कोणाला वाटतं की, मला माझा देश, माझी अस्मिता आणि माझं जीवन याचं रक्षण करण्याचा अधिकार आहे त्याला हेदेखील कळायला हवं की, त्याच्याप्रमाणेच जगात इतरत्र राहणाऱ्या प्रत्येकालाच त्याचा देश, त्याची अस्मिता आणि त्याचं जीवन यांचं रक्षण करण्याचा अधिकार आहे.

तिसरं कारण : लोकांना अफगाणिस्तानची खरी संस्कृती कशी आहे, याची कल्पना यावी. अफगाणिस्तानबद्दलचं ज्ञान वाढावं.

चौथं कारण : अफगाणिस्तानची परिस्थिती किती गंभीर आहे आणि अफगाण लोकांवर किती दडपशाही केली जात आहे, हे सगळ्या जगाला कळावं. जगानं अफगाण लोकांकडे प्रेमानं बघण्याची गरज आहे.

मी अफगाण समाजाचा एक भाग आहे. अलीकडच्या काळात घडलेल्या अनेक ऐतिहासिक घटनांचा मी साक्षीदार होतो. मला या सर्व घटना माहिती आहेत. गेल्या ३० वर्षांमधल्या अनेक घटनांच्या कडूगोड अशा अनेक आठवणी माझ्याजवळ आहेत. मी जे काही जीवन जगलो, त्या वेळी मला आलेल्या अनुभवांचा फायदा इतरांना व्हावा, अशी माझी इच्छा आहे.

देवकृपेनं या पुस्तकाचा उपयोग आजच्या व पुढच्या पिढ्यांना होईल, अशी आशा वाटते.

– मुल्ला अब्दुल सलाम झैफ
काबूल, मार्च, २००९

अनुवादकाचे मनोगत

एकेकाळी भारताशी उत्तम संबंध असणारा अफगाणिस्तान हा देश गेली जवळ-जवळ चार दशकं यादवी युद्धात व अस्थिरतेमध्ये अडकलेला आहे. शीतयुद्ध भरात असताना तिथल्या साम्यवादी राजवटीला वाचवण्याच्या बहाण्यानं सोव्हिएत महासंघाने अफगाणिस्तानवर आक्रमण केल्यानंतर अमेरिकेने विरोधी शक्तींना पाठिंबा दिला. सोव्हिएत महासंघाने फौजा माघारी बोलावल्यानंतर हाती अमाप शस्त्रास्त्रे असणारे अफगाण कमांडर बेफाम बनले आणि त्यातून सुरू झालेल्या यादवीच्या काळातच कडव्या मूलतत्त्ववादी तालिबान चळवळीचा उदय झाला. या सगळ्यातून सुरू झालेली अफगाणिस्तानची परवड अद्यापही संपलेली नाही. सोव्हिएत महासंघाच्याविरुद्ध लढण्यासाठी अमेरिकेने पाकिस्तानच्या मध्यस्थीतून पुरवलेली संहारक शस्त्रं भारतविरोधी दहशतवादी गटांच्या हातात पडली आणि त्याचे किती भयंकर परिणाम झाले, ते आपण बघितले आहेत.

अमेरिकन सैन्य ११ सप्टेंबर, २००१च्या हल्ल्यांना जबाबदार असणाऱ्या अल्-कायदाच्या नेत्यांना पकडण्यासाठी अफगाणिस्तानात घुसलं. अलीकडेच अमेरिकेने अल्-कायदाचा म्होरक्या ओसामा बिन लादेनला पाकिस्तानात ठार केलं. वरवर बघता अफगाणिस्तानात लोकशाहीची सुरुवात झालेली आहे, पण तालिबान आणि इतर अनेक दहशतवादी संघटनांच्या कारवाया थांबलेल्या नाहीत. अगोदर तालिबान आणि नंतर अल्-कायदा यांच्यासारख्या दहशतवादी संघटनांना उत्तेजन देणाऱ्या पाकिस्तान व पाकिस्तानकडे दुर्लक्ष करणाऱ्या अमेरिकेच्या धोरणांमुळे आजही दक्षिण आशियात शांतता नाही. पुन्हा एकदा तालिबान व पाकिस्तान यांच्यात युती होऊन अफगाणिस्तानात पूर्वीसारखीच राजवट आल्यास त्याचे गंभीर परिणाम भारतावर होतील. ही पार्श्वभूमी बघता तालिबान आणि अफगाणिस्तान यांच्याबद्दल जाणून घेणं आपल्या गरजेचं आहे. तालिबानबद्दल बरीच पुस्तकं उपलब्ध आहेत. पण तालिबान संघटनेविषयी त्यांच्यामधल्याच एका बड्या नेत्यानं सांगितलेली तालिबानची माहिती फार महत्त्वाची आहे.

हे पुस्तक म्हणजे तालिबानच्या स्थापनेपासून त्या संघटनेशी निगडित असलेल्या

मुल्ला झैफचं आत्मनिवेदन आहे. पण ते खऱ्या अर्थानं आत्मचरित्र नाही. कारण मुल्ला झैफ वैयक्तिक जीवनाबद्दल फारच थोडे तपशील सांगतो. हे आत्मनिवेदन बऱ्यापैकी सरळ आहे. अर्थात काही ठिकाणी त्यानं चतुराईनं गोष्टी लपवलेल्या आहेत किंवा त्यांचं समर्थन करण्यासाठी इस्लामचा आधार घेतला आहे. उदाहरणार्थ, इंडियन एअरलाइन्सच्या विमानाचं अपहरण करून ते कंदाहारला नेण्याच्या दहशतवाद्यांच्या कृत्याबद्दल मुल्ला झैफ काहीही बोलत नाही. इस्लामी देशांचं आंतरराष्ट्रीय राजकारण व इस्लामी कायदा यांच्याबद्दलच्या त्याच्या मतांशी आपण सहमत व्हायचं काही कारण नाही. पण धर्माच्या बाबतीत तालिबान नेते एवढ्या कडवेपणानं का वागतात, याची कारणं हे पुस्तक बारकाईनं वाचणाऱ्यांना सहज समजतील. बाम्यानच्या जगप्रसिद्ध महाकाय बुद्ध मूर्तींचं अस्तित्व इस्लामविरोधी आहे म्हणून तालिबानने रानटीपणाने तिचा विध्वंस केला, पण त्याबद्दल मुल्ला झैफला जराही काही चुकीचं झालं असं वाटत नाही. कारण आपला धर्म आणि त्याचा ग्रंथ याशिवाय वेगळं मत किंवा त्याच्यापलीकडे सत्य असूच शकत नाही, अशी त्याची कडवी भूमिका आहे.

मुल्ला झैफचं हे पुस्तक ऐतिहासिक पार्श्वभूमी असणारं आहे. त्याचबरोबर त्याला मोठी भौगोलिक चौकट आहे. साहजिकच या पुस्तकात मोठ्या प्रमाणात आंतरराष्ट्रीय राजकारणाचे व राजकीय घटनांचे संदर्भ येतात. त्यांची माहिती व्हावी म्हणून मुल्ला झैफच्या संपादकांनी भरपूर प्रमाणात तळटिपा दिल्या आहेत. याशिवाय ज्या बाबतीत मराठी वाचकांना अधिक माहिती व्हावी असं वाटलं, तिथे मी जास्तीच्या काही टिपा दिल्या आहेत. हे पुस्तक २००९मध्ये पूर्ण झालं, पण आजही अफगाणिस्तानात व तालिबानच्या संदर्भात अनेक घटना घडत आहेत. म्हणूनच पुस्तकातील माहिती जास्तीत-जास्त अद्ययावत करण्यासाठी मी काही महिने स्वतंत्रपणे वाचन करून पुस्तकात आवश्यक तेथे छोटे बदल केले आहेत. ज्या वाचकांना या विषयावर अधिक माहिती जाणून घ्यायची आहे त्यांना स्वत: अधिक वाचन करता यावं, म्हणून पुस्तकाच्या शेवटी निवडक संदर्भांची छोटी यादी दिलेली आहे.

कोणताही अनुवाद करताना इंग्रजी शब्दांच्या अमेरिकन उच्चारांवर विसंबून न राहता त्या-त्या भाषेतील नेमके उच्चार वापरावेत, याबद्दल मी आग्रही असतो. अनेकदा चुकीच्या उच्चाराचे भयंकर अनर्थ होऊ शकतात. याखेरीज आपण मूळ भाषेचा एक प्रकारे अवमान करतो. मला सर्व उच्चार नेमकेपणाने सांगितल्याबद्दल मूळच्या पारवान प्रांतातल्या व सध्या पुण्यात वृत्तपत्र व संज्ञापनविद्या शिकणाऱ्या नसीर मोहम्मद या अफगाण विद्यार्थ्याचे विशेष आभार!

मुल्ला झैफचं हे पुस्तक मनोरंजक नाही, पण ते आपल्याला बरंच काही

शिकवून जाण्याजोगं आहे. हे वेगळं पुस्तक मराठीत यावं असं वाटलं. ते प्रत्यक्षात आणण्यासाठी श्री. सुनील मेहता यांनी व मेहता पब्लिशिंग हाऊसमधील सर्व कर्मचाऱ्यांनी केलेल्या मदतीबद्दल मन:पूर्वक आभार!

– डॉ. प्रमोद जोगळेकर

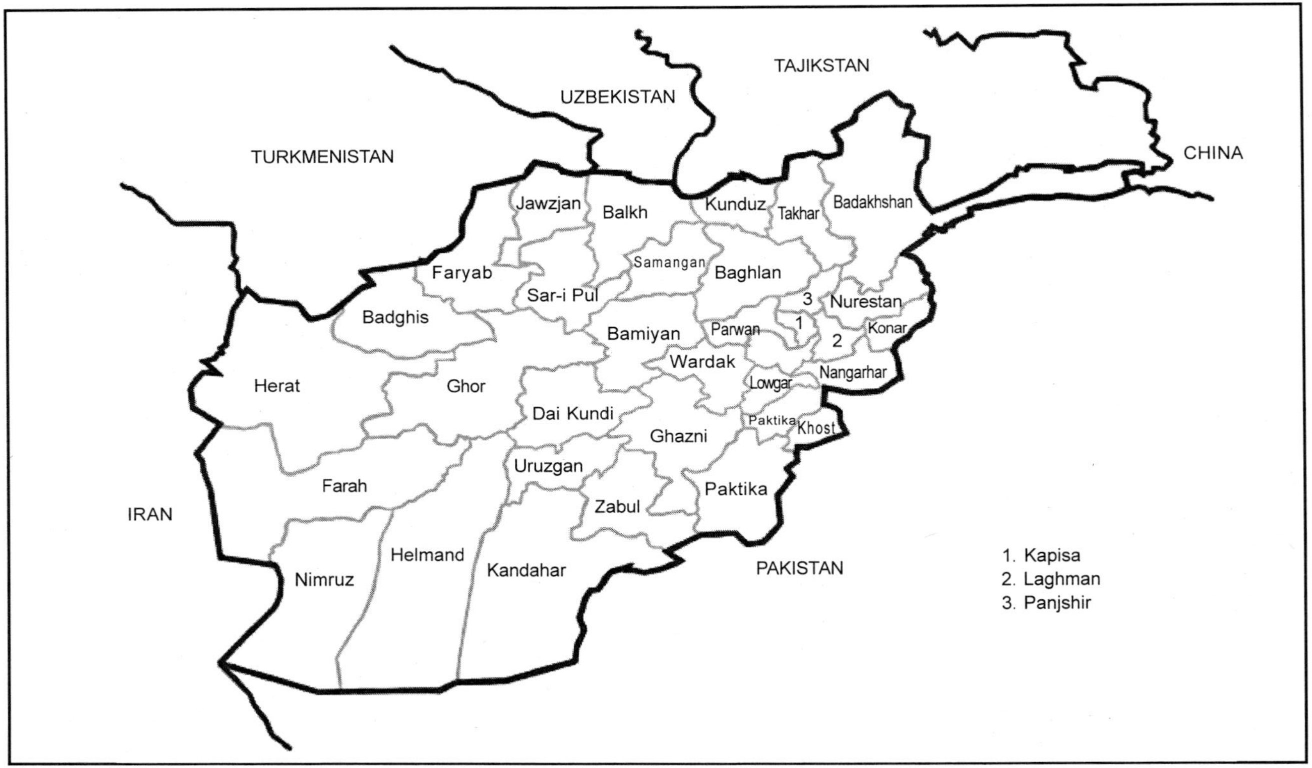
TURKMENISTAN
UZBEKISTAN
TAJIKSTAN
CHINA
IRAN
PAKISTAN
Jawzjan
Balkh
Kunduz
Takhar
Badakhshan
Faryab
Samangan
Baghlan
Sar-i Pul
Badghis
3
Nurestan
Bamiyan
Parwan
1
Konar
2
Wardak
Nangarhar
Herat
Ghor
Lowgar
Dai Kundi
Paktika
Khost
Ghazni
Uruzgan
Farah
Paktika
Zabul
Helmand
Kandahar
Nimruz
1. Kapisa
2. Laghman
3. Panjshir

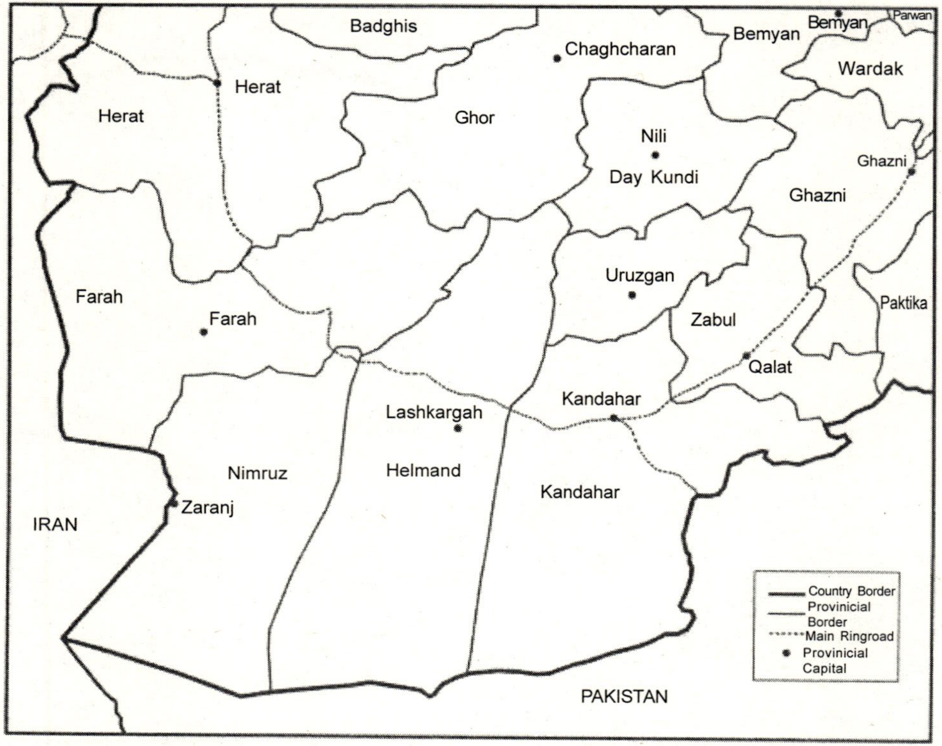
Badghis
Chaghcharan
Bemyan
Bemyan
Parwan
Wardak
Herat
Herat
Ghor
Nili
Day Kundi
Ghazni
Ghazni
Uruzgan
Farah
Farah
Zabul
Paktika
Qalat
Kandahar
Lashkargah
Nimruz
Helmand
Kandahar
Zaranj
IRAN
PAKISTAN
Country Border
Provinicial Border
Main Ringroad
Provinicial Capital

कुटुंबातील मृत्यू

माझा जन्म झांगियाबाद[1] नावाच्या एका अगदी छोट्या खेडेगावात १९६८मध्ये झाला. १९३३ ते १९७३ दरम्यान राज्य करणाऱ्या पश्तुन राजा झहीरशाह[2] याची राजवट अद्याप चालू होती. देशात शांतता होती. या राजाच्या काळात विद्यापीठात अनेक विद्यार्थी येत असत. परदेशी पर्यटक मोठ्या संख्येनं अफगाणिस्तानात येत होते. सरकार बळकट होतं आणि लोक समाधानी होते, पण नियतीच्या मनात काहीतरी वेगळंच होतं.

आमचं कुटुंब मुळातलं कंदाहारचं नाही. माझ्या जन्माच्या अगोदर काही वर्षे आमचं कुटुंब सध्याच्या पंजवायी जिल्ह्यातल्या पश्चिम भागात राहायला आलं. आमचं मूळ गाव जल्दाक[3] हे काबूल व कंदाहार यांच्यामध्ये साधारण अर्ध्या अंतरावर आहे. तिथं जमातींमध्ये संघर्ष उफाळला होता. या संघर्षात डझनावारी लोक मरण पावले होते. माझे एक काका, मुल्ला निझाम यांच्यावर १६ जणांना ठार

---

१. झांगियाबाद हे जुन्या पंजवायी जिल्ह्यातलं छोटं गाव असून ते या भागातल्या अतिशय सुपीक प्रदेशात आहे. खानमल (अलिकोझाई), तुराण अब्दुल हाई (नूरझाई) व हाजी शाबोझाई (अचेकघाई) ह्या तिथल्या प्रसिद्ध व्यक्ती आहेत.

२. राजा झहीरशाह हा १९३३ ते १९७३ दरम्यान अफगाणिस्तानचा राजा होता. तो १९७३मध्ये वैद्यकीय उपचारांसाठी इटलीला गेला असताना त्याची सत्ता उलथवून टाकण्यात आली. काबूलमध्ये वयाच्या ९३व्या वर्षी वृद्धापकाळानं तो मरण पावला.

३. जल्दाक हे गाव झाबूल प्रांतात कलात या गावाजवळ आहे. झहीरशाहच्या काळात इथं फारशी वस्ती नव्हती. कलिंगडं व इतर काही फळं इथं पिकवली जात असली तरी प्रामुख्यानं हा भाग वाळवंटी आहे.

मारल्याचा आरोप होता. त्यांना पकडण्यासाठी सरकारनं एक पथक रवाना केल्याचं कळल्यावर काका पळून गेले.

जमातींमध्ये जेव्हा संघर्ष होतो तेव्हा पश्तुन परंपरेनुसार सूड घेणं नैसर्गिक मानलं जातं. सरकार मुल्ला निझामच्या मागावर होतं आणि जमातींमधला संघर्ष पुढे चालूच राहाण्याची चिन्हं दिसत होती. आमच्या कुटुंबातल्या लोकांना आणखी खून-खराबा व्हायची भीती वाटू लागली. आपल्या दोन भावांना आणि इतर सर्वांना बरोबर घेऊन माझ्या वडिलांनी आमचं मूळ गाव सोडायचं ठरवलं. अशा प्रकारे झाबूल प्रांतामधून आमचं कुटुंब झांगियाबादला स्थलांतरित झालं होतं.

मुल्ला निझाम यांच्या बाबतीत सगळं काही वाईटच होत गेलं. सरकारी पथकांनी माझ्या या काकांचा माग १९६२मध्ये काढला. त्या वेळच्या झगड्यात सामील असणाऱ्या इतर काही जणांबरोबर माझे हे काका झेरे वाळवंटात एका अगदी छोट्या गावात दडून बसले होते. एका रात्री सरकारी पथकानं गावावर छापा घातला. त्या वेळी झालेल्या चकमकीत मुल्ला निझाम आणि तीन-चार इतर माणसं ठार झाली.

जमातींमधील झगडे आणि रक्तरंजित संघर्ष यामुळे अनेक अफगाण जिवाला मुकतात. प्रत्येक पश्तुन माणसाला स्वत:च्या जमातीची अशी खास ओळख असते. माझ्या काका व वडिलांप्रमाणेच मीदेखील गिलझाई टोळीत जन्माला आलो. पश्तुन टोळ्या[४] राहातात तो भाग काबूलच्या ईशान्य दिशेनं पाकिस्तानला लागून असणाऱ्या सरहद्दीच्या प्रदेशात दक्षिणेकडे पसरलेला असून काही टोळ्या पाकिस्तानातही राहातात. प्रत्येक अफगाण माणसाची एकापेक्षा जास्त ओळख असते. प्रत्येकासाठी कुल, टोळी आणि जन्मठिकाण या गोष्टी फार-फार महत्त्वाच्या असतात. जे पश्तुन लोक फार पूर्वी अफगाणिस्तान किंवा पाकिस्तानातल्या मोठ्या शहरांमध्ये अथवा जगात इतरत्र राहायला गेले त्यांना कदाचित या गोष्टी आठवत नसतील. पण सर्वांची खरी ओळख ही त्यांचं कुटुंब, त्यांचं कुल आणि नातेवाईक हीच असते. त्यामुळे परदेशी माणसांना अफगाण असणं म्हणजे नेमकं काय असतं, हे कधीच कळू शकणार नाही.

दक्षिण अफगाणिस्तानातच्या ग्रामीण भागातल्या प्रथेनुसार माझी आई माझ्या वडिलांच्याच नात्यामधली होती. तिला माझ्या वडिलांपासून दोन मुलं आणि दोन मुली अशी चार अपत्ये झाली. मी तिसरं अपत्य असून माझ्यापेक्षा माझा भाऊ मोठा होता. मला माझ्या बालपणीच्या फारच थोड्या गोष्टी आठवतात. आम्ही झांगियाबादमध्ये

---

४. पश्तुन टोळ्यांमध्ये अनेक उपगट असतात. मुल्ला झैफ ज्या कुटुंबातला आहे त्याचा समावेश अखुंडखेल सुलेमानखेल या उपजमातीत होतो. ही होताकी गिलझाई टोळ्यांमधील एक प्रमुख उपजमात आहे.

राहात होतो हे खरं, पण नेमकी किती वर्षे ते मला सांगता येणार नाही.

माझी आई मरण पावली तेव्हा तिचं वय काही जास्ती नव्हतं. ती नेमकी कशामुळे मरण पावली ते मला माहीत नाही. मला ती अजिबात आठवत नाही. कारण मी फारच लहान म्हणजे फारतर एखाद-दुसऱ्या वर्षांचा होतो. माझ्या मोठ्या बहिणीनं मला तिच्याबद्दल आणि तिच्या मृत्यूबद्दल नंतर सांगितलं. मला त्या दिवसांमधली एक गोष्ट मात्र आठवते. ही माझी माझ्या वडिलांबद्दलची पहिली आठवण आहे. ते आम्हा मुलांजवळ आले आणि आम्हाला जवळ घेऊन मूकपणानं रडले. असं घडणं जवळपास अशक्य आहे, याची मला कल्पना आहे. तरीही त्या दिवशी म्हणजे आईचा मृत्यू झाला त्या दिवशी हे असं घडलं होतं, असं मला ठामपणानं वाटतं.

माझे वडील अतिशय दयाळू स्वभावाचे होते. त्यांनी आम्हाला कधीच मारलं नाही किंवा आमच्या अंगावर ओरडलेदेखील नाहीत. एक धार्मिक वृत्तीचा इस्लामी अभ्यासक म्हणून त्यांनी आपलं सगळं आयुष्य धर्माच्या अभ्यासासाठी समर्पित केलं होतं. ते त्यांच्या मृदू स्वभावाबद्दल आणि दानशूरपणाबद्दल प्रसिद्ध होते. माझे वडील उत्तम अभ्यासक व्हावेत आणि त्यांनी धर्मानं राहाण्याचं शिकावं म्हणून माझ्या आजोबांनी पोटाला चिमटा घेऊन त्यांना शिकवलं होतं. माझ्या आईबद्दल आम्ही खूप कमी चर्चा करत असलो, तरी तीदेखील शिकलेली होती याची मला खातरी आहे. ती ज्या घरात वाढली त्या घरात शिक्षणाचं वातावरण होतं. आपल्या सर्व मुलांनी चांगलं शिक्षण घ्यावं आणि त्यांनी पवित्र कुराण[५] व सुन्ना[६]मधल्या शिकवणी आचरणात आणाव्यात म्हणून तिच्या कुटुंबात शिकायला प्रोत्साहन दिलं जात होतं. अशा प्रकारे आमच्या आई-वडिलांना शिकण्याचं महत्त्व वाटत असल्यानं त्यांनी कायमच आम्हाला शिकण्यासाठी जमेल तेवढ्या संधी उपलब्ध करून दिल्या.

माझ्या आईच्या मृत्यूनंतर आम्ही आमचे दुसरे काका मुसाजान यांच्या घरी राहायला गेलो. त्यांच्या बायकोनं आम्हा भावंडांची चांगली काळजी घेतली. माझे

---

५. 'कुराण' हा जगातला सर्व मुस्लिमांचा पवित्र ग्रंथ आहे. पैगंबर मोहम्मद यांना देवानं प्रत्यक्ष दर्शन दिल्यानंतर या पवित्र ग्रंथाची कल्पना जगाला आली, असं मानलं जातं.

६. 'सुन्ना' याचा अर्थ पैगंबर मोहम्मद यांच्या जीवनाचा आदर्श घेऊन त्यापासून वागण्याचे जे नियम तयार झाले ते नियम व प्रथा, असा आहे. वागणुकीचे हे नियम प्रेषित मोहम्मदांच्या सहकाऱ्यांनी लिहून ठेवले असून स्वत: देवानं कुराणात प्रकट केलेल्या पवित्र आज्ञांना या प्रथा अनुरूप अशा आहेत. इस्लाममधली संपूर्ण न्यायप्रक्रिया सुन्नाचा अर्थ लावण्यामधून तयार झालेली आहे.

वडील स्थानिक मदरश्यात[७] शिकवण्याचं काम करू लागले. ते त्यांच्या कामात सतत व्यग्र असल्यानं आमची व त्यांची फारशी भेट होत नसे. काकांच्या घरचं जीवन व्यवस्थित होतं. तिथं सर्वकाही सुरळीत सुरू असलं, तरी परिस्थिती हळूहळू वेगळी वळणं घ्यायला लागली होती.

***

मी दोन वर्षांचा असताना मला आणि माझ्या बहिणींना बरोबर घेऊन माझ्या वडिलांनी मुशान इथं राहायला जायचा निर्णय घेतला. त्यानुसार आम्ही काकांचं घर सोडलं. त्या अगोदरच माझ्यापेक्षा काही वर्षांनी मोठा असणारा भाऊ रहमतुल्ला, पुढच्या शिक्षणासाठी पश्मोलला[८] गेला होता.

माझे वडील स्थानिक मशिदीमध्ये मुल्ला[९] बनले होते. तिथं ते अभ्यास करत आणि मुलांना शिकवत असत. गावामधल्या बायका आम्हा भावंडांकडे चांगलं लक्ष देत असत. पण अनेकदा रात्री आम्हाला फार एकाकी वाटायचं. आम्ही एका मातीच्या घरात राहत होतो. भोवती थोडीफार मोकळी जागा होती. रात्रीच्या वेळी गावाभोवती असणाऱ्या शेतांमध्ये आणि मळ्यांमध्ये लांडगे ओरडत फिरायचे. गावात वीज किंवा वाहतं पाणी अशा कसल्याच सुविधा नव्हत्या. रात्री एकदम जाड बुरखा अंगावर पडल्याप्रमाणे अंधारगुडूप व्हायचा. जे काही अन्न मिळेल त्यासाठी कुत्र्यांच्या टोळ्या गल्ल्यांमधून वचवचा भांडत फिरत असायच्या.

एकदा रात्री माझे वडील बरेच उशिरापर्यंत घरी आलेले नव्हते. मी आणि माझी बहीण एकमेकांना बिलगून धास्तावून बसलो होतो. संध्याकाळपासूनच लांडगे गावाभोवती फेऱ्या मारत होते. त्यांचं ओरडणं अंधार पडल्यावर वाढलं होतं. त्यांचं ओरडणं ऐकत आम्ही प्रचंड घाबरून अंधारात जीव मुठीत धरून बसलो होतो. आम्हाला त्यांचं ओरडणं अगदी जवळ ऐकू आलं. ते छोट्या उंचीच्या मातीच्या

---

७. दक्षिण अफगाणिस्तान आणि पाकिस्तानात मुलांना धार्मिक शिक्षण देण्यासाठी पाठवल्या जाणाऱ्या केंद्रांना 'मदरसा' असं म्हणतात. बऱ्याचदा गरीब लोक मुलांना इथं पाठवणं पसंत करतात. या शाळा प्रामुख्यानं मुलांसाठी असून तिथं धर्माचं शिक्षण दिलं जातं.

८. 'पश्मोल' हे पंजवायी जिल्ह्यात असून सोव्हिएत फौजांविरुद्ध या ठिकाणी जबरदस्त संघर्ष झाला होता. आजही तिथं तालिबान आणि नाटो फौजा यांच्या दरम्यान लढाई सुरू आहे. हा भाग द्राक्ष उत्पादन व बेदाण्यांसाठी प्रसिद्ध आहे.

९. 'मुल्ला' हा ग्रामीण भागातला धर्मगुरू असतो. तो गावातल्या लोकांसाठी कुराणाचं वाचन करतो. मुल्लांची सत्ता प्रामुख्याने धर्माच्या पुरतीच मर्यादित असते.

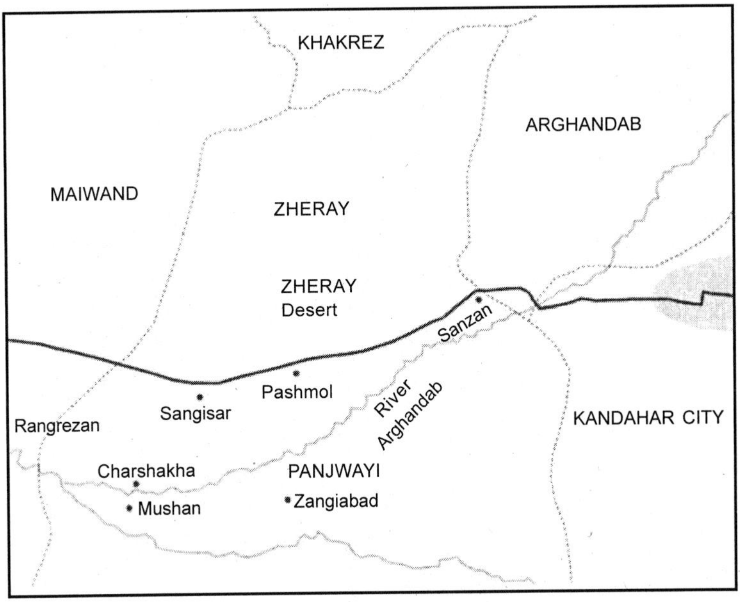

भिंतीच्या पलीकडे गुरगुरत दारावर ओरखडे काढत होते. आम्ही भीतीनं प्रचंड किंचाळू लागलो. तो आवाज ऐकून आमची शेजारीण धावत आली. तिनं आम्हाला तिच्या घरी नेलं. आम्ही तिला बिलगून बसलो. तिनं आमच्या केसांवर हात फिरवून, आम्हाला थोपटून आणि राजा-राणीच्या गोष्टी सांगून आमची भीती घालवली. तिनं मला सांगितलेली एक गोष्ट आजही आठवते. वडील घरी येईपर्यंत आम्ही तिच्याजवळच होतो.

माझी लहान बहीण आम्ही मुशानमध्ये असताना वारली. तिच्या मृत्यूचं कारण मला माहीत नाही. पण १९७१-७२ या दोन वर्षांमध्ये त्या भागात अनेक जण मृत्युमुखी पडले होते. त्या वेळी दुष्काळ पडला होता. काही जणांचं तर सगळं पीक हातातून गेलं होतं. हा दुष्काळ[१०] मध्य आणि उत्तर अफगाणिस्तानमध्ये फारच तीव्र होता. या दुष्काळात हजारो जण मरण पावले. उपासमारीला कंटाळून अनेकांनी गावं सोडली. माझ्या बहिणीच्या मृत्यूनंतर वडील फारच दुःखी झाले होते. त्यांनी आता

---

१०. १९७१-७२मधला हा दुष्काळ फारच भयंकर होता. मायकेल बॅरी याच्या पुस्तकात याबद्दलची माहिती मिळते. त्या वेळी लोक गवत खाऊन जगायचा प्रयत्न करत असत. 'पण ते काही विशेष नाही, कारण हे लोक पशूच आहेत. त्यांना तसलं खायची सवय आहे,' असं एका कृषी अधिकाऱ्यानं अतिशय निर्दयपणानं म्हणलं होतं.

मुशान सोडून रंग्रेझानला जायचा निर्णय घेतला. तिथं ते तिथल्या छोट्या मशिदीत इमाम म्हणून काम करू लागले.

***

रंग्रेझान हे मुशानपेक्षाही छोटं गाव होतं. आजही हे गाव लहानच आहे. तिथं वीज, पाणी, रस्ते असं काहीच नव्हतं. भोवती मातीच्या छोट्या भिंती असणारी एकमेकांना खेटून असणारी काही घरं म्हणजेच हे 'रंग्रेझान' गाव.

गावाभोवती शुष्क प्रदेशात शेतं आणि मळे होते. उत्तर आणि पूर्व भागातल्या पर्वतांमधून येणाऱ्या नद्यांचं पाणी छोटे-छोटे पाट काढून या शेतांना पुरवलं जात असे. डाळिंबं आणि द्राक्षं ही इथली मुख्य उत्पादनं. काही शतकांपूर्वी इथली ही फळं जगात सर्वोत्कृष्ट असल्याचं काही अरबी इतिहासकारांनी नमूद केलं आहे.

आम्ही मुशानहून रंग्रेझानला गेलो तेव्हा झहीरशाह राजवटीचे अखेरचे दिवस होते. त्यानंतर साम्यवादी राजवट आली. या काळातच अफगाणिस्तान दुर्दशेच्या लाटेत सापडला. या काळात अनेक कालवे व पाणीपुरवठा व्यवस्थेची वाट लागल्यानं मळे व बागा उजाड झाल्या.

माझे वडील इस्लामचे अभ्यासक आणि चांगले शिकलेले असले, तरी आमचं कुटुंब खेड्यांमधल्या इतर कुटुंबांपेक्षा निराळं नव्हतं. मीदेखील गावातल्या इतर पोरांसारखाच होतो. आयुष्यं खडतर होतं. आम्ही फार गरीब होतो. आम्हाला खायला घालण्यासाठी माझ्या वडिलांना प्रचंड कष्ट करावे लागत असत. गावातला इमाम म्हणून मुलांना शिकवणं आणि समाजाला मार्गदर्शन करणं, ही त्यांची प्राथमिक जबाबदारी होती. मशिदीत दररोज पाच वेळा प्रार्थना करणं, हे त्यांचं मुख्य काम होतं. ते सकाळी सूर्योदयाच्या वेळी करायच्या प्रार्थनेसाठी पहाटेच घराबाहेर पडत असत.

बऱ्याच वेळा सकाळी एक-दोन तासांनी वडील घरी परत यायचे. मग एकत्र बसून नाष्टा केल्यानंतर मी आणि माझी बहीण त्यांच्याबरोबर मशिदीत जात असू. तिथं आम्ही संपूर्ण सकाळभर शिकायचो. इतर सर्व अफगाण मुलांप्रमाणेच आम्ही अल्-कायदा क्रमिक पुस्तकं[११] वापरत होतो. ही पुस्तकं वापरून आम्ही लिहायला-

---

११. अल्-कायदा हे शाळेत सुरुवातीला वापरायचं क्रमिक पुस्तक असून या नावाचा आणि पुढील काळात उदयाला आलेल्या संघटनेच्या नावाचा काहीही संबंध नाही. ही पुस्तकं अरबी मुळाक्षरं, थोडंफार अंकगणित आणि काही मूलभूत इस्लामी वचनं ऐकण्यासाठी धार्मिक शाळांमध्ये वापरली जात. झैफ शिकत असताना हे पुस्तक अरेबिक भाषेतच होतं. त्या वेळी अल्-कायदा संघटनेचा जन्म झाला नव्हता. या नावाची संघटना १९८८मध्ये स्थापन झाली.

वाचायला शिकलो. दुपारी जेवणासाठी आम्ही घरी यायचो. जेवण झाल्यावर पुन्हा मशिदीत जायच्या अगोदर वडील थोडा वेळ विश्रांती घ्यायचे. ते तेव्हाच खूप वयस्कर होते. पण तरीही त्यांना आपण पुन्हा लग्न करावं असं वाटत होतं. ते आम्हाला म्हणायचे, "जरा थांबा! लवकरच तुम्हाला नवीन आई मिळणार आहे. कदाचित नवी भावंडंही मिळतील!" पण त्यांनी कधीच पुन्हा लग्न केलं नाही.

दुपारी आमचा अभ्यास पुन्हा सुरू व्हायचा. जर वडिलांना वेळ नसेल, तर त्यांच्या हाताखाली काम करणारा शिकाऊ मुल्ला आम्हाला अभ्यासात मदत करायचा. पारंपरिक धार्मिक शिक्षणाची सुरुवात वाचन आणि लेखनाच्या धड्यांनी होत असे. त्याखेरीज आम्हाला काही महत्त्वाच्या धार्मिक संज्ञा लक्षात ठेवायला लागायच्या. त्यासाठी आम्ही धार्मिक पुस्तकांचं पाठांतर करत असू. मी त्या वेळी पश्तु[१२] भाषेची मुळाक्षरं आणि प्राथमिक स्वरूपाचं अंकगणित शिकत होतो.

मुशानमध्ये थंडीच्या दिवसात आम्ही गारठून जात असू. आमच्याजवळ थंडीपासून बचाव करण्यासाठी पुरेसे गरम कपडे नव्हते. आम्ही सगळे ज्या छोट्या खोलीत राहात होतो, ती उबदार ठेवण्यासाठी लागणारं जळणदेखील आम्हाला मिळत नव्हतं. एकदा मी शेकोटीपाशी बसलेला असताना चुकून माझ्या हातून अल्-कायदा पुस्तक आगीत पडलं. मी एवढा गारठलो होतो की, मी जाळाच्या अगदी जवळ बसलो होतो. पुस्तकाच्या कडा तपकिरी आणि काळ्या होऊन मग सगळं पुस्तक जळून जाताना मी हताशपणानं बघत होतो.

माझे वडील इमाम म्हणून खूपच प्रसिद्ध होते. दूरदूरच्या गावांमधून लोक त्यांचा सल्ला आणि मार्गदर्शन घेण्यासाठी येत असत. बऱ्याच वेळा ते झपाटलेल्या किंवा आजारी माणसांना घरी घेऊन येत असत. हे लोक बरे व्हावेत म्हणून माझे वडील धार्मिक विधी करत आणि त्यांच्याबरोबर बसून प्रार्थना म्हणत. ते कुराणाचं वाचन करत किंवा काही वेळा तावीज[१३] बनवून देत. त्या काळी काही प्रसंगात औषधाचा उपयोग झाला नाहीतरी श्रद्धा उपयोगी पडते, असं लोकांना वाटायचं.

---

१२. पश्तु ही अफगाणिस्तानच्या दोन अधिकृत भाषांमधली एक आहे. ही भाषा अफगाणिस्तानातल्या बहुसंख्य जमातीत व पाकिस्तानातही काही भागात बोलली जाते. या भाषेच्या अनेक बोली आहेत. त्यांच्यात प्रचंड विविधता आहे. बोली भाषेतले हे फरक एवढे आहेत की, कधीकधी कंदाहारमधल्या लोकांना ईशान्य भागातल्या खूश्त या ठिकाणी बोललेलं समजणं कठीण जातं.

१३. तावीज म्हणजे दंडावर बांधायचा ताईत. यात कागदाच्या छोट्या तुकड्यावर कुराणातल्या आयता लिहिल्या जातात. असं केल्यास आजार किंवा दुर्भाग्यापासून मुक्ती मिळते असा समज आहे. ग्रामीण भागात पुरेशी वैद्यकीय सेवा नसल्याने लोक अशा पर्यायांचा वापर करतात.

वडिलांची कमाई फारच कमी होती. आमच्याजवळ काहीच नसलं तरी वडील लोकांकडून रक्कम घेत नसत. इतकंच नाहीतर ते जकात[१४]देखील घ्यायला नकार देत. तरीदेखील लोक गुपचूपपणे त्यांना पैसे देण्याचे अनेक मार्ग वापरत. लोक त्यांच्या खिशात किंवा उशी-पांघरूण यांच्याखाली गुपचूप काही नोटा ठेवून जात. घरामधले पाहुणे गेले किंवा वडील बाहेरून आले की, आम्ही सर्व जागा शोधायचो. आम्हाला खिशात, उशीखाली किंवा पांघरूणाखाली काही रुपये मिळायचे. मग आम्ही त्या नोटा उंचावत त्यांच्याभोवती फेर धरून नाचायचो.

कधीकधी आमचा एखादा काका आमच्या चुलत भावंडांना घेऊन घरी येत असे. मला अनेक चुलत भावंडं होती. पण मला मोहम्मद अस्लम आणि अब्दुल बारी हे दोघं जास्त आवडायचे. आम्ही साधारण एकाच वयाचे होतो. आम्ही अंगणात किंवा घरासमोरच्या रस्त्यांवर तासन्तास खेळायचो. आमची सैन्यं असायची आणि आम्ही लढाईचा खेळ खेळत असू. एखाद्या राजाप्रमाणे आम्ही आपापल्या राज्याचं संरक्षण करत असू. त्याचप्रमाणे शांततेच्या वाटाघाटी करणं किंवा शत्रूला नमवणं, असेही खेळ चालत. जगात इतरत्र कुठेही मुलं खेळतात, तसंच हे होतं.

आता ४० वर्षांनी मी माझ्या भावंडांबरोबर जे खेळ खेळत होतो, त्याची आठवण येते. आम्ही मुशान गावातल्या गल्लीबोळात एखाद्या आडोशाला लपून शत्रूवर अचानक हल्ला करण्याचा खेळ जसा खेळत होतो, तो प्रत्यक्षात काही वर्षांनी खेळावा लागेल, याची मला जरादेखील कल्पना येणं शक्य नव्हतं. त्या वेळी आमच्या देशाला भीषण युद्धात होरपळून उद्ध्वस्त व्हावं लागेल, याची कोणीही कल्पनादेखील केली नसेल.

आमच्या घरी काका आले की, आम्हाला खूप आनंद व्हायचा. पण त्याचवेळी वाईटही वाटायचं, कारण ते आमच्या भावंडांना न्यायला आलेले असत. आम्ही त्यांनी राहावं म्हणून त्यांची विनवणी करायचो किंवा निदान आम्हाला त्यांच्याबरोबर जाऊ द्यावं म्हणून वडिलांपाशी हट्ट धरायचो. कधीकधी पाय आपटणं, आरडाओरड करत दारावर धपके मारणं, असा आक्रस्ताळेपणादेखील करून बघायचो. पण अर्थातच त्याचाही काही उपयोग होत नसे.

***

१४. जकात हा इस्लामचा फार महत्त्वाचा भाग आहे. विशेषत: दक्षिण भागात दान देण्याची पद्धत आहे. काही वेळा ती अधिकृतपणे विशिष्ट टक्के या स्वरूपात असते. ज्यांच्याजवळ पैसा आहे त्यांनी उत्पन्नाच्या २.५ टक्के रक्कम दान म्हणून द्यायची असते. अफगाणिस्तानात उश्र या १० टक्के दानाखेरीज हे दान दिलं जातं. खेड्यातले धर्मगुरू मुख्यत: अशा दानांवर अवलंबून असतात.

१९७५च्या उन्हाळ्यात रंग्रेझान इथं माझ्या वडिलांचं निधन झालं.

त्या रात्री नेहमीपेक्षा ते फारच अगोदर, मध्यरात्रीच जागे झाले होते. त्यानंतर ते रात्रीची प्रार्थना करत असताना मला जाग आली. अंधारातच ते प्रार्थना अगदी हलक्या आवाजात करत होते. मला त्यातले काहीच शब्द अर्धवट ऐकू येत होते. चांदण्याच्या प्रकाशात मला ते दिसत होते. त्यांच्या गालांवरून अश्रू ओघळत होते.

वडील आम्हा मुलांसाठी प्रार्थना करत होते. देवानं आम्हाला सुरक्षित राखावं आणि उत्तम भविष्य द्यावं म्हणून ते करुणा भाकत होते. मी त्यांना त्यापूर्वी कधीही अशा प्रकारे प्रार्थना करताना बघितलं नव्हतं. पण त्या वेळी मला विशेष काही वाटलं नव्हतं. ते इशरक[१५] ही प्रार्थना करण्यासाठी घरातून पहाटे खूप लवकर बाहेर पडले.

ते परत आले तेव्हा त्यांना खूप त्रास होत असावा. त्यांनी आमच्याकडे बघितलं तेव्हा मला त्यांच्या डोळ्यांमध्ये अश्रू साचलेले दिसले. पण ते काहीही न बोलता वळून त्यांच्या खोलीत गेले. मी त्यांची अवस्था पाहून खूपच घाबरून गेलो होतो.

एक तास उलटला. वडिलांनी माझ्या बहिणीला हाक मारली आणि आमच्या शेजाऱ्यांना बोलावून आणायला सांगितलं. मला किंवा माझ्या बहिणीला काय चाललं आहे, ते समजत नव्हतं. मी पलंगावर पडलेल्या माझ्या वडिलांकडे नजर टाकली. त्यांच्या चेहऱ्यावर वेदना दिसत होत्या. गाल अश्रूंनी ओले झाले होते.

जरा वेळानं आमचे शेजारी आले. आमचे शेजारी म्हणजे एक वृद्ध माणूस आणि त्याची बायको हे होते. आमचा त्यांचा चांगला परिचय होता. आम्ही बऱ्याच वेळा त्यांच्या मुलांबरोबर खेळलो होतो. आमचा शेजारी आत आल्याबरोबर वडिलांपाशी गेला. त्यानं त्यांची नाडी पाहिली आणि तत्काळ सुरत यासीन शरीफ[१६] म्हणायला सुरुवात केली.

प्रार्थना म्हणून झाल्यानंतर आमचा शेजारी आमच्याकडे वळला. त्यानं आम्हाला खोलीमधून बाहेर जायला सांगितलं. आम्ही बाहेर गेलो. जरा वेळानं आमच्या शेजारी राहणारी ती वृद्ध स्त्री खोलीमधून बाहेर आली. ती माझ्या बहिणीपाशी आली. तिचा चेहरा पांढराफटक दिसत होता. तिनं आम्हाला जवळ घेतलं आणि आमच्या केसांमधून हात फिरवताना ती हमसून-हमसून रडू लागली. मग अचानक तिला चक्कर आली. ती जागच्याजागीच कोलमडून पडली. ते पाहून आम्ही प्रचंड घाबरलो. काय घडलं आहे, ते सांगण्यासाठी आम्ही वडिलांच्या खोलीत धावलो.

---

१५. नेहमीच्या प्रार्थनेपेक्षा इशरक ही वेगळी प्रार्थना असून ती पहाटे सूर्य उगवत असताना करायची असते. नेहमीच्या प्रार्थनेव्यतिरिक्त ही प्रार्थना करता येते.

१६. एखादा माणूस मरण पावत असताना म्हणण्याची कुरणातील प्रार्थना.

आम्ही वडिलांना मोठ्या आवाजात हाका मारू लागलो. पण त्यांनी काहीच उत्तर दिलं नाही. आम्ही त्यांच्याकडे पाहिलं. आम्हाला दिसलं की, आमच्या शेजाऱ्यानं एका पांढऱ्या पट्टीनं त्यांचा खालचा जबडा डोक्याला बांधला होता. कोणी मेल्यानंतर तसं करतात हे आम्हाला माहीत होतं. आम्ही पुन्हा त्यांना हाका मारल्या. पण लवकरच आमच्या सारंकाही लक्षात आलं. वडील उत्तर देणं शक्य नव्हतं. काही मिनिटांपूर्वी त्यांचा मृत्यू झाला होता.

आमच्या शेजाऱ्यानं आम्हाला खोलीमधून बाहेर काढण्याचा प्रयत्न केला. पण आम्ही त्याला दाद दिली नाही. आम्ही रडत-किंचाळत जमिनीवर लोळण घेतली होती. मग आमचा शेजारीही रडू लागला. आमचं सांत्वन करायला आमचे कोणी नातेवाईक तिथं हजर नव्हते. काका किंवा मोठा भाऊ, कोणीच नव्हते. आम्ही एकाकी पडलो होतो. माझ्या वडिलांचं निधन झालं होतं आणि मी फक्त सात वर्षांचा होतो.

काही वेळानं बरेच जण आमच्या घरात जमा झाले. एका बाईनं आम्हाला तिच्याबरोबर तिच्या घरी नेलं. तिचं घर बऱ्याच अंतरावर होतं. त्या बाईला आमच्याबद्दल वाईट वाटत होतं. ती आमच्याशी मृदू स्वरात बोलत होती. "तुमचे वडील जिवंत आहेत," ती आम्हाला समजावण्यासाठी म्हणाली, "त्यांना जरा बरं वाटत नाही इतकंच! ते लवकरच बरे होतील." असं म्हणून तिनं आम्हाला धीर धरायला सांगितलं. आम्हाला रडू नका असं सांगून तिनं तिच्या कपड्यांमधल्या खिशातून थोडी मिठाई बाहेर काढली आणि आमच्या हातावर ठेवली.

माझा भाऊ त्या वेळी मुशानमध्ये होता. काही चुलतभाऊ पश्मोल व चारशाखा या गावात होते. माझा मामा झांगियाबाद इथं होता. या सगळ्यांना कोणी व कसं कळवलं ते मला माहीत नाही, पण दुपारच्या प्रार्थनेच्या वेळेआधीच सगळे जण रंग्रेझानमध्ये पोहोचले होते. मी आणि माझी बहीण, दोघंही आमच्या घरात परत आलो होतो. आम्ही एका खोलीत कोपऱ्यात बसलो होतो. खोली आता आमच्या नातेवाइकांनी गच्च भरून गेली होती. माझे चुलत भाऊ, काका वगैरे अधूनमधून आमच्याजवळ येत. आम्ही दुःख विसरावं म्हणून ते हातात मिठाई किंवा थोडे पैसे ठेवत होते.

त्या दिवशी संध्याकाळी आमच्या एका चुलतभावानं आम्हाला त्याच्याबरोबर चारशाखाला[१७] नेलं. तिथं मी माझ्या वडिलांना अखेरचं पाहिलं. नदीकाठी त्यांचं

---

१७. चारशाखा हे पंजवायी जिल्ह्यामधलं जेमतेम २५-३० घरं असणारं अतिशय छोटं गाव आहे. या गावात प्रामुख्यानं मोहम्मदझाई या जमातीचे लोक राहतात. या गावाभोवती असणारी जमीन फार थोड्या कुटुंबाच्या मालकीची आहे.

दफन करण्यात आलं. याच दफनभूमीत आमच्या घराण्यातल्या इतर नातेवाइकांचं दफन केलं जात असे. दफनाच्या वेळचे सगळे विधी माझ्या चुलतभावाच्या घरी पार पडले. ते झाल्यावर लवकरच नातेवाईक व मित्रमंडळी आपापल्या घरी निघून गेले. माझा भाऊदेखील त्याचं शिक्षण पुढे चालू ठेवण्यासाठी निघून गेला. आता चुलतभावाच्या घरी मी आणि माझी बहीण एकाकी पडलो.

***

चारशाखात माझ्या चुलतभावांच्या घरी आम्ही दीड वर्षे राहिलो. सकाळी शिकण्यासाठी मी मशिदीत जायचो. दुपारी मी घरकामात मदत करत असे. शेळ्या-मेंढ्या आणि गाईंची देखभाल करायचं काम माझ्याकडे होतं. मी त्यांना खायला घालत असे आणि गोठ्याची साफसफाई करत असे. घर छोटं असलं तरी आम्हाला जागा पुरत होती. मी आणि माझी बहीण काकूबरोबर एका खोलीत झोपायचो. दुसऱ्या खोलीत हबीबुल्ला, ओबेदुल्ला, मोहम्मद अस्लम आणि मोहम्मद अक्रम हे माझे चुलतभाऊ झोपायचे.

माझ्या वडिलांनी आमच्याच एका नातेवाइकाला माझ्या बहिणीचं लग्न करून देण्याबद्दल वचन दिलं होतं. वडिलांचा मृत्यू झाल्यानंतर नियोजित वराच्या घरच्यांना वाटलं की, लवकरात लवकर लग्न व्हावं. तसं झालं की, माझी बहीण तिच्या नवऱ्याच्या घरी राहायला जाऊ शकेल, अशी याच्या मागची कल्पना होती.

लग्नसमारंभ नियोजित वराच्या घरी पार पडला. लग्नाच्या दिवशी मी फार निराश झालो होतो. मी खूप रडत होतो, कारण माझ्या जवळची अशी ती एकटीच उरलेली होती. आम्ही दोघं एकत्र वाढलो होतो आणि आता तीदेखील माझ्यापासून दुरावत होती.

लग्नानिमित्त झालेली मेजवानी संपल्यानंतर मी पुन्हा माझ्या चुलत भावाच्या घरी आलो. आता मी अगदीच एकाकी पडलो होतो. आता पुढे माझं काय होणार याबद्दल मला सतत चिंता वाटत होती. माझं खाण्यापिण्याकडे लक्ष नव्हतं. मी आता अभ्यास करणंही सोडून दिलं होतं. मला कशातच रस वाटत नव्हता. मला आता काय करावं ते कळत नव्हतं. पुढं काय वाढून ठेवलं आहे, याची जराही कल्पना नव्हती. माझा मोठा भाऊ रहमतुल्ला भेटायला आला की, प्रत्येक वेळी मी त्याला त्यानं मला त्याच्याबरोबर न्यावं म्हणून विनवणी करत असे. दरखेपेस तो मला नकार देत असे. तोदेखील अद्याप शिकत होता आणि स्वत:च आमच्या कोणा नातेवाइकांच्या घरी राहात होता. अर्थात त्या वेळी मला हे काही कळत नव्हतं.

काही काळानं माझ्या चुलतभावानं मला माझ्या मामाच्या घरी नेलं. तिथं राहून

मी माझं शिक्षण पुढे सुरू ठेवावं, अशी कल्पना होती. मी त्या मामाच्या घरी किती राहिलो, हे मला आठवत नाही. पण माझा हा मामा अतिशय क्रूर स्वभावाचा होता. तो बऱ्याच वेळा मला मारझोड करत असे. काहीही झालं की, लगेच तो मला काठीनं बडवत असे. त्याची बायको मात्र दयाळू स्वभावाची होती. तिला माझ्याबद्दल प्रेम वाटत होतं.

मी संगीसरच्या स्थानिक मदरश्यात शिकण्यासाठी जाऊ लागलो. तिथं मी मुल्ला नियामतुल्ला यांच्या हाताखाली शिक्षण सुरू केलं. पूर्वी मुशानमध्ये असताना हे मुल्ला माझ्या वडिलांच्या हाताखाली शिकण्याचं काम करत असत. त्यांना माझ्याबद्दल खूपच ममता वाटत होती. संगीसरच्या मदरश्यात मौलवी नियाझ मोहम्मद हे प्रमुख होते. तेदेखील माझ्या वडिलांना ओळखत होते. ते अधूनमधून मला कपडे आणि शिक्षणासाठी लागणारी पुस्तकं आणून देत.

मौलवी नियाझ मोहम्मद हे त्या भागातले एक महत्त्वाचे नेते होते. ते नूर मोहम्मद तराकी या साम्यवादी नेत्याचे कट्टर समर्थक होते. १९७८मध्ये तराकी सत्तेवर आल्यानंतर नियाझ मोहम्मद यांनी उघडपणानं तराकींना पाठिंबा द्यायला सुरुवात केली. इतकंच नाहीतर नूर मोहम्मद तराकी हे इमाम-ए-मेहदी[१८] यांचे निकटवर्ती असून ते सध्या त्यांचे दूत आहेत, असं सांगायला नियाझ मोहम्मदनी सुरुवात केली. त्यांनी उघडपणे साम्यवाद्यांची पाठराखण सुरू केल्यामुळे त्यांचे सर्व विद्यार्थी त्यांना सोडून गेले. बरेच जण पाकिस्तानात गेले तर उरलेले त्याच भागातल्या इतर मौलवींकडे शिकू लागले. मीदेखील कंदाहार शहरातल्या एका शाळेत जाऊ लागलो. मी मदरश्यात धार्मिक शिक्षण घेत असतानाच मला निधर्मी शाळेतलं इतरही शिक्षण मिळावं, अशी माझ्या नातेवाइकांची इच्छा होती.

मी चौथीची परीक्षा पास झाल्यानंतर एक वर्ष कंदाहारमध्ये एका शाळेत जात होतो. त्या वेळी कंदाहार हे शहर जिवंत आणि रसरशीत होतं. त्या वेळी संपूर्ण कंदाहार प्रांतात पाण्याची कमतरता नव्हती. त्याचप्रमाणे अन्नधान्यही मुबलक होतं. त्या वेळी लोक आनंदात राहात होते. त्या शहरात व्हॉलीबॉलचा खेळ लोकप्रिय होता. या भागात फुटबॉल यायला नंतर बरीच वर्षं लागली.

एके दिवशी मी मौलवी नियाझ मोहम्मद यांना भेटण्यासाठी संगीसरला परतलो. मौलवीसाहेब पार बदलून गेले होते. त्यांची साम्यवाद्यांना पाठिंबा द्यायची भूमिका आणखीनच बळकट झाली होती. ते तराकीची उघड प्रशंसा करत होते. मी

---

१८. 'मेहदी' ही संज्ञा मसीहा या शब्दाशी निगडित आहे. ही संकल्पना कुराणात नाही. पण मेहदी एक दिवस येऊन भ्रष्टाचाराचं निर्मूलन करून सर्वत्र न्यायाची स्थापना करेल, असं मानलं जातं.

तिथे जाऊन बसल्यावर चहा आला. त्यांनी मला विचारलं, ''पोरा! तू फॉर्म भरलास की नाही?''

तराकीनी राजकीय सत्ता पालटानंतर लगेचच वेगानं कामाला सुरुवात केली होती. त्यांच्या सरकारनं एक नवीन कायदा आणला होता. या जमीनसुधार कायद्याची[१९] मोठी किंमत देशाला मोजावी लागली. या नवीन कायद्यानुसार कोणीही सरकारकडे अर्ज केल्यास त्या माणसाला १० जिरीब[२०] जमीन मिळणार होती. मुल्ला नियामतुल्ला हेदेखील कंदाहारमध्ये याबद्दलची चर्चा करत असत. त्यांनी आम्हाला फार काळजीपूर्वक पावलं टाकायला सांगितलं होतं. त्यांच्या मते ही जमिनीच्या वाटपाची कल्पना पूर्णत: इस्लामविरोधी होती. आम्ही अशा प्रकारे संपत्तीच्या मागे लागायचा मोह टाळायला हवा, असं त्यांचं म्हणणं होतं. मुल्ला नियामतुल्लांचं हे सांगणं आठवून मी मौलवी नियाझ मोहम्मदसाहेबांना म्हणालो, ''मौलवीसाहेब, काही अधिकाऱ्यांनी आम्हाला सांगितलं आहे की, ही जमीन इतर लोकांच्या मालकीची आहे. दुसऱ्याच्या मालकीची एखादी वस्तू घेणं हे पाप आहे ना? तेव्हा मी अशी जमीन मिळावी म्हणून कसा काय अर्ज करू शकतो?''

''पोरा, संपत्ती कमावण्याची ही अखेरची संधी आहे. जे या खेपेस योजनेत भाग घेणार नाहीत, ते कायमचे भूमिहीन राहातील.'' मी वयानं लहान असल्यानं त्यांनी मला मदत करायची तयारी दर्शवली.

''तू यात भाग घ्यायलाच हवा!'' मौलवीसाहेब म्हणाले, ''या योजनेचं प्रमुखपद राजाकडे आहे. राजानं एखादी आज्ञा दिली, तर आपण त्याबद्दल शंका-कुशंका काढता कामा नयेत. आपण राजाची आज्ञा पाळायला हवी.''

मी त्या रात्री तिथंच मुक्काम केला. पण सकाळी मी मौलवीसाहेबांची भेट न घेताच निघून आलो.

मी ज्यांच्याकडे शिक्षण घेत होतो ते मुल्ला नियामतुल्ला अखुंड आणि माझ्या बरोबरचे सगळे जण पाकिस्तानात पळून गेले होते. माझ्या माहितीचं तिथं कोणीच

---

१९. जमीन सुधारणेचा कायदा २ डिसेंबर, १९७८च्या फर्मानानं अस्तित्वात आला. साम्यवादी राजकीय प्रणालीच्या मध्यवर्ती तत्त्वांनुसार जमिनीची वाटणी केली जाणार होती. जमिनीची प्रतवारी करून सात प्रकार तयार करण्यात आले होते. कोणालाही सर्वोत्तम गुणवत्तेची सहा हेक्टरपेक्षा जास्त जमीन बाळगता येणार नव्हती. या जमीन सुधारणेच्या कायद्यामुळे छोट्या शेतकऱ्यांचा आणि विशेषत: भूमिहीन ग्रामीण जनतेचा पाठिंबा मिळावा अशी तराकी सरकारची कल्पना होती.

२०. एक जिरीब म्हणजे २,००० चौरस मीटर किंवा ०.२ हेक्टर जमीन होय. हे अफगाणिस्तानातलं जमीन मोजणीचं पारंपरिक मोजमाप आहे.

राहिलं नव्हतं. सैय्यद, खान, मलिक आणि मुल्ला[२१] या सर्वांवरच सरकार दडपशाही करत होतं. शहरी भागात राहाणाऱ्या, शिकलेल्या लोकांनी साम्यवादी लोकांना सल्ला दिला होता की, ग्रामीण भागावर ताबा मिळवण्याचा सर्वांत सोपा मार्ग म्हणजे स्थानिक पातळीवर सत्ता हातात असणाऱ्यांना तुरुंगात टाकणं. या सल्ल्यानुसार सरकारनं बहुतेक जणांना तुरुंगात डांबलं. त्यानंतर त्यामधले फार कमी जण पुन्हा दिसले.

***

ते १९७८ साल होतं. त्या वर्षी नूर मोहम्मद तराकी आणि हफीजुल्ला अमीन यांच्या नेतृत्वाखाली साम्यवाद्यांनी सत्ता काबीज केली. मी त्या वेळी अवघा १० वर्षांचा होतो.

साम्यवादी सरकारनं सत्तेवर येताच त्यांच्या कल्पनांनुसार योजना प्रत्यक्षात आणण्यास सुरुवात केली. त्यांनी सुरू केलेल्या योजनांचा वेग खूप होता. त्यांनी सर्वांत अगोदर जमीन सुधारणा करण्यासाठी कायदा केला. त्यांनी त्यासाठी फर्मान जारी केलं होतं. या फर्मानाचा फायदा घेऊन जमीन मिळवावी म्हणून मला मौलवी नियाझ मोहम्मद समजावत होते. साम्यवादी सरकारनं संपूर्ण प्रांतात धरपकडीला सुरुवात केली होती. ते स्थानिक पातळीवरच्या पुढाऱ्यांना आणि धार्मिक नेत्यांना व तालिबानना (इस्लामच्या विद्यार्थ्यांना) पकडत होते. सगळ्या देशभर चकमकी व्हायला लागल्या होत्या. स्थानिक पातळीवर सरकारच्या दडपशाहीला विरोध सुरू झाला होता.

तालिबान हे १९९४च्या सुमारास उदयास आले, ही सर्वसामान्य गैरसमजूत आहे. खरं म्हणजे तालिबान हे 'तालिब' या शब्दाचं अनेकवचन आहे. तालिब याचा अर्थ विद्यार्थी. विद्यार्थी मदरश्यात शिकतात. त्यामुळे जोपर्यंत मदरसे आहेत, तोवर तालिबान असणार. तसे तालिबान फार पूर्वीपासूनच होते. तालिबान राजकारणापासून

---

२१. 'सैय्यद' हे प्रेषित मोहम्मद यांचे वंशज असून ते अफगाणिस्तानातल्या पश्तुन जमातीच्या अंतर्गत वेगळी जमात असल्याचे मानले जाते. त्याचप्रमाणे कधीकधी धार्मिक लोकांना अथवा लोकांवर उपचार करणाऱ्यांनाही 'सैय्यद' म्हणतात. सैय्यदांना ग्रामीण भागात फार मानाचे स्थान आहे.

खान म्हणजे जमातीचा प्रमुख. ही अतिशय मानाची उपाधी आहे. तसेच मोठी जमीन बाळगणाऱ्या माणसाला उद्देशून 'खान' म्हणले जाते. ही उपाधी वैयक्तिक नावानंतर लावली जाते.

'मलिक' हेदेखील समाजातले प्रमुख असून ते स्थानिक पातळीवर बलवान असतात. जिल्हा किंवा त्यापेक्षा कमी पातळीवरच्या सत्तेची सूत्रं त्यांच्याकडे असतात त्यांना उद्देशून ही उपाधी वापरली जाते.

शक्यतो दूर राहात होते. पण सरकारनं जमीन सुधारणा कायदे करताना केलेल्या दडपशाहीमुळे त्यांना राजकारणात ओढलं गेलं. जमीन सुधारणा कायद्यानुसार काम करा नाहीतर त्यांना गंभीर परिणाम भोगावे लागतील, अशी धमकी दिली जात होती.

या सगळ्याचा परिणाम म्हणजे तालिबाननं सरकारचं समर्थन करणाऱ्या सर्वांना लक्ष्य करायला सुरुवात केली. सरकारविरोधी भावनेच्या उद्रेकातूनच मौलवी नियाझ मोहम्मद आणि मौलवी मीर हातीम यांची हत्या करण्यात आली. मौलवी मीर हातीम हे नूरझाई जमातीतले धर्मगुरू होते. बाब्रक करमाल सत्तेवर येण्याच्या पहिल्याच रात्री म्हणजे २७ डिसेंबर, १९७९ रोजी त्यांची हत्या झाली. मी तेव्हा शिकत होतो. आजूबाजूला चाललेल्या या घटनांकडे माझं फारसं लक्ष नव्हतं. पण लोक त्याबद्दल करत असलेल्या चर्चा माझ्या कानावर येत होत्या. लोक कुफ्र[२२]बद्दल बोलू लागले होते.

'पीपल्स डेमोक्रॅटिक पार्टी ऑफ अफगाणिस्तान' या पक्षात फूट पडून 'खल्क' या नावाचा गट सत्तेवर आला होता. त्या सरकारला सोव्हिएत महासंघाचा पाठिंबा होता. सोव्हिएत महासंघ आणि नवीन राजवट यांच्यात मैत्रीचा, सहकार्याचा आणि चांगले परस्परसंबंध राखण्याचा करार झाला. माझे भाऊ, प्रौढ लोक आणि इतर यांच्यामध्ये चर्चा होत असत. लोकांमध्ये घबराट पसरली होती. सगळीकडे हेर पसरल्याच्या अफवांना उत आला होता. अनेक जण त्यांचं काय झालं हे न कळताच बेपत्ता होत होते. नव्या सरकारनं अतिशय निर्दयपणानं विरोधकांना चिरडण्याचं काम सुरू केलं होतं.

मुजाहिद्दीनांनी[२३] सरकारविरुद्ध गनिमी काव्यानं लढायला सुरुवात केली. मुजाहिद्दीनांच्या बळकट ठाण्यांवर हल्ले करण्यासाठी नूर मोहम्मद तराकी आणि हफीजुल्ला अमीन यांनी कंदाहार शहराच्या दक्षिणेला असणाऱ्या 'रेगिस्तान' वाळवंटाकडे लढाऊ विमानं रवाना केली. त्याचप्रमाणे माझं मूळ गाव त्या सुपीक शेती असणाऱ्या

---

२२. 'कुफ्र' हा शब्द साम्यवादी लोकांना उद्देशून वापरला जात होता. अरेबिकमधल्या या शब्दाचा अर्थ 'अश्रद्धा' असा होतो. 'पीपल्स डेमोक्रॅटिक पार्टी ऑफ अफगाणिस्तान' या पक्षाच्या सरकारच्या धर्मविरोधी धोरणांमुळे त्यांना उद्देशून अश्रद्ध लोक या अर्थी 'कुफ्र' हा शब्द वापरला जाऊ लागला.

२३. मुजाहिद्दीन हे मुजाहिद या शब्दाचं अनेकवचन आहे. या अरबी शब्दाचा अर्थ 'जो जिहादमध्ये भाग घेतो तो' किंवा 'जो झगडतो तो' असा आहे. त्यामुळे बऱ्याचदा या शब्दाचं भाषांतर 'पवित्र योद्धा' असं केलं जातं. पण याचा अर्थ प्रत्यक्ष लढाईत भाग घेण्यापुरता मर्यादित नाही. चांगला माणूस होण्यासाठी मनाच्या आत चाललेल्या संघर्षात भाग घेणारा या अर्थानंही हा शब्द वापरला जातो.

पंजवायी नदीच्या भागावरही हल्ले करण्यासाठी सरकारनं लढाऊ विमानं पाठवली. आम्ही दररोज जाणारी विमानं बघत होतो. आता प्रतिकाराची व्याप्ती वाढली होती. लढाई तीव्र झाल्यामुळे हजारो लोकांनी पळून जाऊन पाकिस्तान आणि इराणमध्ये आश्रय घ्यायला सुरुवात केली. मुजाहिद्दीन प्रतिकार प्रामुख्यानं पाकिस्तानला लागून असलेल्या सीमेच्या भागातून होत होता. सुरुवातीच्या काळात मुजाहिद्दीनांचं अवघड होतं. कारण सरकार अतिशय निर्दयपणानं सर्व शक्ती एकवटून हल्ले करत होतं.

मी माझ्या बहिणीसह कंदाहारच्या पश्चिमेला असणाऱ्या संझरी इथं गेलो. या ठिकाणी मुजाहिद्दीन लपून बसत होते. लढाई आता छोट्या गावांमध्येही पसरत होती. नव्या सरकारचे समर्थक आणि मुजाहिद्दीन यांच्यात संघर्ष सुरू असतानाच तराकीच्या लोकांनी गावा-गावांमध्ये शस्त्रं पुरवायला सुरुवात केली होती. त्यामुळे अनेक छोट्या-मोठ्या टोळ्या शस्त्रसज्ज होऊन मुजाहिद्दीनांशी लढत होत्या. अनेकदा तालिबान आणि मुजाहिद्दीन गावांमधून जाताना त्यांच्यावर अचानक हल्ले होऊ लागले होते.

बऱ्याच वेळा चकमकी सगळ्या रात्रभर चालत. मी रात्रभर जागा असायचो. मशिनगनचे आवाज, तोफांचे आवाज आणि बॉम्बचे धमाके सतत ऐकू यायचे. आता पश्तुन लोकांनी काबूलमधल्या तराकीच्या नामधारी सरकारचा दक्षिणेत होणारा हस्तक्षेप सहन न करायचं ठरवलं होतं. त्यामुळे दक्षिण अफगाणिस्तानात युद्ध पेटलं होतं.

मी माझ्या चुलतभावाच्या घरी झांगियाबादला परतावं, असा निरोप मला मिळाला. अफगाणिस्तानात राहाणारे माझे सगळे नातेवाईक तिथं जमून तिथून पाकिस्तानात पलायन करणार होते. परिस्थिती दररोज बिघडत चालली असल्यानं तिथं राहाणं शक्यच नव्हतं. आम्ही जितक्या लवकर जमेल तितक्या लवकर निघायचा निर्णय घेतला. माझ्या दोन काकांनी मुजाहिद्दीन व्हायचं ठरवलं होतं.

लढाई आता आणखीनच तीव्र होत चालली होती. नद्यांमधून रक्ताचे पाट वाहू लागले. रक्ताचे पाट इतके मोठे होते की, जवळ-जवळ सगळा देशच रक्तात बुडून गेला.

छावण्या

साम्यवाद्यांनी एप्रिल, १९७८मध्ये सत्ता काबीज केल्यापासून अनेक जण पळून जाऊन पाकिस्तान, इराण आणि इतर देशांमध्ये आश्रय घेऊ लागले होते. सरकारला विरोध करणाऱ्या अनेक राजकीय नेत्यांनी देश सोडला होता. इतर देशांमध्ये राहून ते अफगाण सरकारशी लढत होते. त्यांना पाकिस्तान सरकारकडून सक्रिय पाठिंबा मिळत होता. नव्या सरकारनं काढलेले हुकूम लोकांना मान्य नव्हते. इतरांची जमीन आणि संपत्ती काढून घेऊन ती लोकांना देण्याचं कृत्य कायदेशीर असल्याचं हुकूम क्र. ८ने मान्य केलं होतं. लोकांना ते साफ नामंजूर होतं. तसंच हुकूम क्र. ७नुसार स्त्रियांना शिक्षण घेणं अनिवार्य करण्यात आलं होतं. लग्नाच्या वेळी ३०० अफगाणींपेक्षा जास्त हुंडा देता-घेता येणार नाही, असा हुकूम सरकारनं काढला होता. हे सगळं लोकांना अयोग्य आणि हराम[१] वाटत होतं.

अफगाणिस्तानातून पळून गेलेले निर्वासित पाकिस्तानच्या सीमाभागात व बलुचिस्तानात राहात होते. १९९०च्या सुरुवातीला अफगाण निर्वासितांची संख्या ६० लाख होती, अशी आकडेवारी आहे. पाकिस्तानात राहणाऱ्या अफगाण निर्वासितांमध्ये आणि पाकिस्तानात अनेक राजकीय पक्ष उदयाला आले होते. त्यांनी आपल्या पक्षाच्या सदस्यांना ओळखपत्रं जारी केली होती. त्यामुळे हे पक्षसदस्य पाकिस्तानात कुठेही मुक्तपणानं हिंडू शकत होते.

त्याचप्रमाणे पाकिस्तानी नागरिक आणि अफगाण निर्वासित यांच्यावर व्यापार किंवा उद्योग करायला कोणतीही बंधनं नव्हती. पाकिस्तान त्या काळात अफगाण

---

१. 'हराम' ही इस्लाममधली धार्मिक संज्ञा आहे. हराम म्हणजे धर्मानं अयोग्य ठरवलेली किंवा प्रतिबंधित केलेली गोष्ट. याच्या उलट अर्थाचा शब्द 'हलाल' असा आहे.

निर्वासितांच्या जिवावर भरपूर श्रीमंत झाला. तसेच त्या देशाला अफगाण निर्वासितांमुळे प्रचंड राजकीय फायदा झाला.

संयुक्त राष्ट्र संघटना आणि अनेक स्वयंसेवी संस्था पाकिस्तानात धावून आल्या. त्यांनी त्यांची कार्यालयं उघडली. अमेरिकन या सगळ्या खेळात मुख्य खेळाडू असल्यानं आघाडीवर होते. सोव्हिएत महासंघानं त्या वेळी काबूल सरकारला पाठिंबा दिला होता. त्यामुळे अमेरिकेनं आपल्या या शत्रूच्या विरोधात पाकिस्तानला उभं केलं. या दरम्यान पाकिस्तान अमेरिकेच्या जवळ आला. पण जेव्हा रेड आर्मीचा पराभव होऊ लागला, तेव्हा पाश्चिमात्य राष्ट्रांचा रस कमी होऊ लागला. त्यांनी मदत देणंही कमी केलं.

पाश्चिमात्य राष्ट्रांनी मदतीचा हात आखडता घेतल्यानंतर पाकिस्तानचा अफगाण निर्वासितांकडे बघण्याचा दृष्टिकोन बदलला. निर्वासित म्हणून आमचं जीवन कठीण झालं. इस्लामाबाद सरकारबरोबरच्या कुरबुरी वाढू लागल्या. काही निर्वासितांना विशिष्ट भागांमधून हुसकावून लावण्यात आलं. काही निर्वासितांना जबरदस्तीनं अफगाणिस्तानात परत पाठवून दिलं. काही निर्वासितांना पाकिस्तानातच उजाड प्रदेशात जबरदस्तीनं हाकलून दिलं. त्यांनी तिथं जाऊन त्यांच्यासाठी नवीन निवारे उभारायचे होते.

आम्ही आमच्या गावामधून निघून जाऊन पाकिस्तानात जाण्याचा निर्णय घेतला तेव्हाचं मला फारसं नीट आठवत नाही. मला आठवतं ते आमचा खडतर प्रवास, जीवघेणी थंडी आणि भूक. मी त्या वेळी प्रचंड भेदरून गेलो होतो. दक्षिण अफगाणिस्तानात संघर्ष वाढल्यानंतर आम्ही जानेवारी, १९७९मध्ये निघालो होतो. कारण परिस्थिती सुधारण्याची शक्यता नव्हती. उलट ती जास्तच चिघळत चालली होती. या सगळ्याला कंटाळून आमचं कुटुंब तिथून पळून जात होतं.

मध्यरात्रीच्या सुमारास आम्ही सात वाहनांमधून झांगियाबाद सोडलं. आम्ही पाकिस्तानकडे जाण्यासाठी दक्षिण दिशा धरली. आम्ही आमच्याबरोबर थोड्याफार वस्तू घेतल्या होत्या. पण माझ्या वडिलांची पुस्तकं बरोबर घेण्याएवढी जागा नव्हती. आम्ही लवकरच 'रेगिस्तान' वाळवंटात पोहोचलो आणि तिथून मग स्पिनबोल्डक अशा ठिकाणी गेलो. या ठिकाणी मी देशाची सरहद्द पहिल्यांदा ओलांडली.

रस्त्यानं प्रवास करणं, त्या अगोदर अतिशय जोखमीचं झालं होतं. त्यामुळे आमचा सात वाहनांचा छोटा काफिला रात्री प्रवास करत असे. आम्ही नजरेस पडू नये म्हणून दिवे बंद करून जात होतो. आडरस्त्यानं आम्ही काळजीपूर्वक जात होतो. शक्यतो आम्ही मुख्य रस्ते टाळत होतो. आम्ही पर्वताच्या पायथ्याशी पोहोचल्यावर गाड्यांमधून बाहेर पडलो आणि चालत निघालो. काही वेळानंतर गाड्यादेखील सोडून द्याव्या लागल्या होत्या. कच्चे रस्ते म्हणजे जणू पायवाटाच होत्या. त्या आता अगदीच अरुंद झाल्या होत्या. मग आम्ही एका मोटरसायकलवर चार-चार जण

असे बसून पुढे गेलो. आम्ही ज्या अगदी कच्च्या वाटांनी जात होतो, ते अफगाणिस्तान व पाकिस्तान दरम्यान चोरट्या व्यापाराचे फार जुने मार्ग होते. आम्हाला आमच्या मुक्कामावर पोहोचायला तीन दिवस आणि तीन रात्री लागल्या.

आम्ही सरहद्द ओलांडून एका छावणीपाशी गेलो. ही छावणी चमन या शहराजवळ उभारण्यात आली होती. चमन हे शहर पाकिस्तानच्या बलुचिस्तान प्रांतात आहे. या भागात प्रामुख्यानं अचेकझाई आणि काही प्रमाणात नूरझाई जमातीची वस्ती होती. चमनजवळची ही छावणी त्या वेळी अफगाण निर्वासितांच्या स्थलांतराचं मुख्य केंद्र बनली होती. यानंतरच्या काळात लक्षावधी अफगाण निर्वासितांची व्यवस्था करण्यासाठी पाकिस्तान सरकारनं या छावणीचा उपयोग तात्पुरतं केंद्र या स्वरूपात केला. तिथं गेल्यानंतर निर्वासितांना पुढे कुठं जायचं, याची सूचना दिली जायची किंवा त्यांची दुसऱ्या कुठल्यातरी छावणीकडे रवानगी केली जायची. आम्ही तिथं सकाळी जाऊन पोहोचलो होतो. तिथं काही तास थांबून राहिल्यानंतर आम्हाला ट्रकमध्ये चढवण्यात आलं. आमच्याबरोबर इतरही बरीच कुटुंब होती. आम्ही गुरांप्रमाणे ट्रकच्या मागच्या बाजूला दाटीवाटीने उभं राहून पार क्वेट्टापर्यंतचा प्रवास केला. तिथून आमची रवानगी नुश्की इथं करण्यात आली.

आता आपल्या देशात सतत भरपूर प्रमाणात अफगाण निर्वासित येणार हे पाकिस्तान सरकारनं ओळखलं होतं. म्हणून त्यांनी निर्वासितांची व्यवस्था करण्यासाठी नुश्कीसारखे काही भाग ठरवले होते. आम्ही तिथं गेलो त्याच्या अगोदर आमचे काही नातेवाईक तिथं पोहोचले होते. आम्ही तिथं त्यांच्या तंबूच्या जवळ मुक्काम ठोकला. ही छावणी जरी नवीन असली, तरी अगोदरच तिथं निरनिराळे भाग तयार झालेले होते. ही छावणी पाकिस्तान सरकार चालवत असलं, तरी अफगाण निर्वासितांमध्ये निरनिराळे भाग तयार होऊन त्यांची स्वत:ची एक प्रशासन यंत्रणा तयार झाली होती. छावणीच्या विभागांचे प्रमुख नेमले गेले होते. माझ्या एका भावाची, तो वयानं मोठ्या असल्यानं प्रमुख म्हणून निवड झाली होती. हे निरनिराळ्या विभागांचे प्रमुख आपापल्या विभागात सुव्यवस्था राखत आणि सर्व निर्वासितांच्यावतीनं पाकिस्तानी अधिकाऱ्यांशी चर्चा करत.

आम्ही नुश्कीच्या छावणीत पोहोचलो, तेव्हा तिथं प्राथमिक सोई-सुविधाही नव्हत्या. पाकिस्तान सरकारच्या यंत्रणा हे काम फार सावकाशपणे करत होत्या. तिथं पाणीपुरवठ्याची काहीच योजना नव्हती. वैद्यकीय उपचार किंवा तशी कसलीच सोय नव्हती. ही छावणी वाळवंटात मध्यभागी होती. उन्हाचा तडाखा प्रचंड होता आणि काही वेळा तर उष्णता असह्य व्हायची. तंबूमध्ये अक्षरश: भट्टीत बसल्यासारखं वाटायचं. उष्णता एवढी असायची की, काही वेळा तंबूच्या तापलेल्या कॅनव्हासला हात लावल्यानं हात भाजल्याचं मी पाहिलं आहे.

पाण्याचं वाटप रेशनप्रमाणे केलं जायचं. अधूनमधून पिण्याच्या पाण्याचे ट्रक येत असत. पण हे पाणी कधीच पुरेसं नसायचं. मग आम्हाला जवळच्या गावात पाण्यासाठी भटकण्याखेरीज पर्याय नव्हता. स्थानिक बलूच लोकांच्या आणि आमच्या संस्कृतीत फरक होता. या छावण्या उभारल्या तेव्हापासूनच अफगाण निर्वासित आणि स्थानिक बलूच लोकांमधले संबंध तणावाचे बनले होते. छावण्या वाढू लागल्यावर हे संबंध आणखीनच ताणले गेले.

निर्वासितांची संख्या वाढल्यानंतर ते पाण्यासाठी आणि सरपणासाठी आजूबाजूला भटकू लागले. त्यामुळे बलूच लोक चिडू लागले. निर्वासितांच्या वाढत्या संख्येमुळे आपल्याला धोका आहे, असं त्यांना वाटू लागलं. त्यातून अफगाण निर्वासित आणि स्थानिक लोकांमध्ये चकमकींना सुरुवात झाली. हाणामाऱ्यांमधून संघर्ष वाढतच गेला. एका प्रसंगात दोन निर्वासित आणि चार स्थानिक गावकरी ठार झाले होते. यानंतर पाकिस्तानी अधिकाऱ्यांनी छावणीला घेरून बाहेर पडण्याच्या सर्व वाटा बंद करून टाकल्या.

पाकिस्तानी अधिकाऱ्यांनी बलूच गावकरी आणि निर्वासितांमध्ये मध्यस्थी करण्याचा प्रयत्न केला. छावणीला लागणाऱ्या अत्यावश्यक पाण्याचा पुरेसा पुरवठा करायचं त्यांनी आश्वासन दिलं. पण ते जे पाणी पुरवत होते ते एवढं खराब होतं की, आम्ही ते पिऊ शकत नव्हतो. आता परिस्थिती आणखीनच बिघडत चालली होती. छावणी अद्याप सीलबंद असल्याप्रमाणे होती. जरी परिस्थिती सतत चिघळत चालली असली तरी समस्या सुटण्याची काहीही चिन्हं दिसत नव्हती. अजूनही बलूच लोकांचा दबाव कायम होता. त्यांच्यात आणि आमच्यात एवढं वितुष्ट यायचं नेमकं कारण मला तेव्हा नीट कळत नव्हतं. पण मला वाटतं की, त्यांच्या भागात सरकारनं अशी छावणी उभारणं हेच मुळात बलूच लोकांना पसंत नव्हतं. अखेर त्यांचाच जय झाला. सरकारला त्यांच्या दबावापुढे झुकून छावणी बंद करण्याचा निर्णय घ्यावा लागला. या छावणीमधल्या निर्वातिसांची रवानगी तिथून कित्येक किलोमीटर अंतरावर असलेल्या दुसऱ्या छावणीत करण्यात आली.

अचानक एका मध्यरात्री पाकिस्तानी ट्रक आमच्या छावणीत आले. आम्हाला आमचं सामानसुमान गोळा करण्यासाठी फार थोडा अवधी देण्यात आला. तिथून आम्हाला ट्रकमध्ये भरून शेरजान आगा या ठिकाणी पाठवण्यात आलं. ही जागा वाळवंटात असून तिथं पाणी होतं. ही जागा झियारत[२]साठी प्रसिद्ध होती. आम्ही त्या

---

२. 'झियारत' या पवित्र जागा मानल्या जातात. या ठिकाणी संत-महात्मे किंवा पुण्यवान लोकांचं दफन केलेलं असतं. दक्षिण अफगाणिस्तान लोक या पवित्र स्थळांना भेट देऊन प्रार्थना करतात. काही ठिकाणी बायका-मुलं व्हावीत म्हणून प्रार्थना करण्यासाठी जातात.

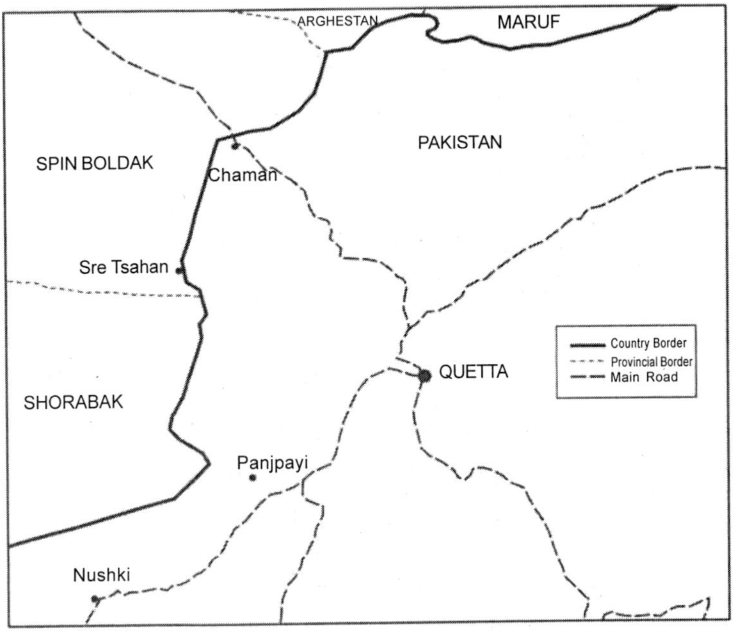

पाकिस्तान येथील निर्वासितांच्या छावण्या

जागी दोन दिवस राहिलो. दरम्यान पाकिस्तान सरकार आमच्यासाठी नवीन छावणी उभारत होतं. मला शेरजान आगामध्ये घालवलेले दोन दिवस चांगले आठवतात. मी तिथं भरपूर पोहलो होतो. तिथं खेळताना मला वाळूत १० रुपयांचं एक नाणंही सापडल्याचं आठवतं. तिथून तिसऱ्या दिवशी आम्हाला नव्या छावणीत पाठवण्यात आलं. या छावणीचं नाव 'पंजपायी' असं होतं. याखेरीज या भागात सरखाब, सराबन, जंगल आणि गिर्दी जंगल अशा इतर छावण्या होत्या.

पंजपायीमधली छावणी क्वेट्टापासून साधारण ७५ किलोमीटर पश्चिमेला होती. आम्हाला तिथं नेऊन सोडलं तेव्हा तिथं काहीही नव्हतं. आम्ही कच्च्या रस्त्यानं बराच वेळ गेल्यानंतर अखेर ट्रक थांबले तेव्हा सूर्यास्त होऊन गेला होता. आम्हाला तिथं काहीच नसताना रात्र काढायची होती. आम्ही जेवढं जमेल तेवढं करायचा प्रयत्न केला. कशीबशी रात्र काढली. सुरुवातीच्या दिवसांत सगळे जण झाडंझुडपं साफ करणं, जमीन नीट करणं, छोट्या झोपड्या बांधणं अशा अनेक कामात गुंतले होते. लाकडं वापरून आम्ही एक छोटी मशीद उभारली. आम्ही आमच्याबरोबर काही तंबू आणले होते. ते उभे केले. तंबू आणि कामचलाऊ झोपड्या यांच्याभोवती आम्ही ओशमुर्घाय या काटेरी झुडपांचा वापर करून कुंपण घातलं.

इथली जमीन शुष्क होती आणि हवा नुश्कीप्रमाणे अतिशय गरम होती. सगळीकडे सापांची आणि विंचवांची बिळं होतीच. शिवाय अतिशय विषारी कोळी सगळीकडे होते. रात्री रॉकेलचे दिवे लावले की, हमखास दोन-चार विंचू आमच्या दिशेनं येताना दिसायचेच. पहिले काही दिवस पाणी मिळालं नाही. त्यामुळे आम्ही आमच्याबरोबर बादल्या किंवा कॅनमधून जेवढं पाणी आणलं होतं, तेच पुरवावं लागलं. पाणी मिळणं कठीण असल्यानं आम्हाला प्रार्थनेपूर्वी करण्याच्या वजू[३]साठी वाळू किंवा कोरड्या मातीचा उपयोग करावा लागला.

छावणीजवळ असणाऱ्या गावात विहिरी होत्या. पण त्या कित्येक किलोमीटर अंतरावर होत्या. मी इतर लहान मुलांबरोबर पाणी आणण्यासाठी तिकडे जात असे. दररोज सकाळी आम्ही बादल्या घेऊन निघायचो. परत येईपर्यंत हमखास दुपारच्या प्रार्थनेची वेळ झालेली असायची. अंतर खूप होतं आणि पाण्यानं भरलेल्या बादल्या फारच जड असायच्या. त्यामुळे आम्ही परत आलो की, थकून गेलेलो असायचो.

***

माझे काका, चुलतभाऊ वगैरे नातेवाईक मिळून आम्ही एकूण १५ कुटुंब त्या छावणीत होतो. आम्ही लाकडी मशिदीत जमाती[४]चं आयोजन करत होतो. दररोजच नवीन निर्वासित छावणीत दाखल व्हायचे. त्यात खंड पडत नव्हता. त्यामुळे छावणीचा आकार भराभरा वाढत गेला. बघता-बघता पंजवायी छावणीतल्या निर्वासितांची संख्या काही शेकड्यापासून ते कित्येक हजारांपर्यंत वाढली. तिथं कितीतरी कामचलाऊ मशिदी उभ्या राहिल्या होत्या. वाळवंटाच्या मध्यावर जणू एक नवीनच अफगाण शहर तयार झालं होतं. निर्वासितांची ही प्रचंड संख्या बघून पाकिस्तानी अधिकारी हबकून गेले होते.

पीठ, साबण, चहा, काड्यापेट्या व दुधाची पावडर या वस्तू उपलब्ध होत्या. पाकिस्तानी अधिकारी त्यांचं वाटप करत असत. पण पाणीच पुरेसं नव्हतं. मुळात जवळपास पाणी उपलब्ध नव्हतं, शिवाय पाणी आणण्यासाठी ट्रकची संख्या पुरेशी नव्हती. विहिरी खूप दूर अंतरावर होत्या. काही जणांनी पाणी वाहाण्यासाठी गाढवं मिळवली होती खरी. पण तरीदेखील पुरेसं पाणी कधीच मिळायचं नाही. त्यामुळे

---

३. प्रत्येक मुस्लिमानं प्रार्थनेपूर्वी चेहरा, तोंड, हात व पाय साफ करणं, बंधनकारक आहे. त्याला 'वजू' म्हणतात. पाणी नसेल, तर वाळू किंवा कोरडी माती वापरायला परवानगी आहे.

४. 'जमात' या शब्दाचा मूळ अरेबिक अर्थ गट असा आहे. पण इथे सर्वांनी एकत्र बसून करायची प्रार्थना या अर्थी तो वापरला आहे.

लोकांनी घायकुतीला येऊन छावणीत ठिकठिकाणी खणून पाणी मिळतं का ते बघायला सुरुवात केली.

एका ठिकाणी ३१ मीटर अंतरावर पाणी लागलं. ही बातमी सगळ्या छावणीत वणव्यासारखी पसरली. लोक आनंदानं नाचू लागले. सगळ्यांना जणू ईदचा[५] दिवस असावा, असं वाटू लागलं. लोक एकमेकांचं अभिनंदन करू लागले. मग आणखी विहिरी खणल्या गेल्या. पाण्याच्या साठ्याचं योग्य नियंत्रण करायला पुढे बरेच दिवस लागले. पण अखेर सगळ्यांना पुरेल एवढं पाणी उपलब्ध झालं होतं.

अफगाणिस्तानातून सतत निर्वासित येतच होते. त्यांच्यामधल्या काही जणांनी तिथं काय चाललंय याच्या बातम्या आम्हाला दिल्या. डिसेंबर, १९७९मध्ये रशियानं अफगाणिस्तानवर आक्रमण केल्याची खबर मिळाली. काबूल शहराजवळ प्रचंड उठाव होऊ लागले होते. या उठावांची सुरुवात प्रथम कुनरमध्ये झाली होती. मग हे लोण पश्चिमेकडे हेरातमध्ये पसरलं. कंदाहार भागात सोव्हिएत फौजांविरुद्ध काही प्रमाणात उठाव झाले होते. ते प्रामुख्यानं पंजवायी या ठिकाणी झाले होते. बऱ्याच प्रमाणात हे उठाव अहिंसक व शांततापूर्ण असले तरी रशियनांना असा कोणत्याही प्रकारचा विरोध पसंत नव्हता. त्यांनी निदर्शनं करणाऱ्यांवर गोळीबार आणि बॉम्बफेक करून आंदोलनं चिरडून टाकली. त्यामुळे आता विरोध करणाऱ्या मुजाहिद्दीनांनी 'रेगिस्तान' वाळवंटात लपून बसून तिथून हल्ले चढवायला सुरुवात केली होती. ते रात्री बाहेर पडून हल्ले करत आणि दिवसा लपून राहात असत.

निर्वासितांमध्ये अनेक मुल्ला होते. आम्ही त्यांच्याकडून दररोज दोन वेळा मशिदीत शिक्षण घेत होतो. नंतर शेर मोहम्मदखान[६] यांनी एक मदरसा स्थापन केला. त्यांनी स्थापन केलेल्या या मदरश्याला 'इमाम अबू हनीफा' असं नाव देण्यात आलं होतं. लवरकच या मदरश्याचं रूपांतर शाळेत झालं. इथं १०वीपर्यंतचं शिक्षण मिळण्याची सोय झाली. आमच्या छावणीतली अनेक पोरं या शाळेत शिकण्यासाठी जाऊ लागली. मीदेखील सहावीच्या वर्गात प्रवेश मिळण्यासाठी परीक्षा दिली. मी त्यात पास झालो.

---

५. जगभरातले मुस्लीम दर वर्षी दोन मुख्य सण साजरे करतात. त्या वेळी विशेष प्रार्थना केल्या जातात. हे दोन सण 'ईद-अल्-फित्र' आणि 'ईद-अल्-अधा' या नावानं ओळखले जातात.

६. शेर मोहम्मदखान मूळ इशकझाई जमातीचे असून ते हिज्ब-ए-इस्लामीचे कमांडर होते. नंतरच्या काळात ते महज-ए-इस्लामीमध्ये सामील झाले. त्या वेळी त्यांच्याजवळ लोकांना वाटण्यासाठी जास्त शस्त्रं आली होती. हा नेता अजून जिवंत असून त्याच्याकडे मुजाहिद्दीन राजवटीत शिक्षण खात्याचं मंत्रिपद होतं.

मी दररोज सकाळी शाळेत जाऊ लागलो. शाळा खूप दूर होती. आम्ही सकाळी सहा वाजता उठायचो. शाळेत पोहोचण्यासाठी एक तास पायपीट करावी लागायची. दुपारी आम्ही एकत्र जमत असू. तिथं मौलवी हनीफासाहेब आम्हाला धार्मिक शिक्षण देत. छावणीमधून आम्ही एकूण सात जण या मदरश्यात जात असू. मी मन लावून अभ्यास केला. मी तिथं सहावी आणि सातवीची परीक्षा पास केली. मी सातवीच्या परीक्षेत तर वर्गात पहिला आल्याचं मला आठवतं. आठवीच्या वर्गात गेल्यावर तर माझी विद्यार्थ्यांचा प्रमुख म्हणून नेमणूक झाली.

मला शाळेत जाणं आणि शिकणं अतिशय आवडत होतं. माझे शिक्षकही माझ्या प्रगतीमुळे खूश होते. मलाही माझे शिक्षक आवडत होते. मी त्यांनी शिकवलेलं सगळं मनापासून करायचो आणि त्यांच्या सांगण्याप्रमाणे छान वागायचो. माझं शिक्षणावरचं प्रेम कधीच कमी झालं नाही, अगदी रशियनांशी लढतानाही मला शिकणं आवडत होतं.

***

छावणीमधून मदरश्याकडे जाण्याच्या वाटेत अनेक गावं आणि वस्त्या होत्या. यामधलं सर्वांत मोठं गाव मुश्वानू होतं. या गावामधून निरनिराळ्या वयाची साधारण ३० मुलं मदरश्यात शिकण्यासाठी येत असत. त्यांच्यामध्ये एक जण नववीच्या वर्गाचा प्रमुख होता. त्याचं वय साधारण १६-१७ वर्षं होतं. त्याला आम्ही आवडत नव्हतो आणि तोदेखील आम्हाला आवडत नव्हता. दररोज काही ना काही कुरबुरी चालायच्या कारण कोणीतरी कोणाचा तरी अपमान केलेला असायचा.

एकदा आम्ही शाळा संपल्यानंतर छावणीकडे परतत होतो. आम्हाला वाटेत मुश्वानूची पोरं उभी असलेली दिसली. ती मारामारी करायच्या इराद्यानंच वाट बघत थांबल्याचं जाणवलं. आमच्याजवळ आम्ही शाळेत शिकताना आधारासाठी जी फळकुटं वापरायचो त्याखेरीज काहीच नव्हतं. आम्हाला दिसलं की, ती पोरं काठ्या आणि साखळ्या घेऊन तयारीनिशी उभी होती. ते अश्लील शेरेबाजी करत उघड-उघड चिथावणी देणारे हातवारे करत होते. त्याचप्रमाणे ते एकमेकांना उत्तेजन देत होते. खरं तर त्याची काही गरज नव्हती कारण त्यांची संख्या आमच्या चौपट होती.

आम्ही त्यांच्याजवळ जात असताना मी माझ्या मित्रांशी बोलू लागलो. आपण पाय रोवून उभं राहायचं, असं आम्ही सर्वांनी ठरवलं. मी त्या पोरांमधल्या सर्वांत दांडग्या पोरावर हल्ला करायचा आणि त्याच वेळी माझ्या मित्रांनी इतरांवर हल्ला करायचा, अशी योजना ठरली. आम्ही पहिला तडाखाच सर्वांत जोरात मारायला हवा याची आम्हाला कल्पना होती. आमची ताकद कमी होती. त्यामुळे आम्हाला असं काहीतरी करणं भाग होतं. म्हणूनच या मुश्वानूच्या पोरांना चांगली दहशत बसावी

यासाठी आम्ही सर्व शक्ती एकवटून त्यांना जोरात हाणणार होतो. आम्ही त्या पोरांच्या जवळ गेल्यानंतर त्यांनी आम्हाला शिवीगाळ करायला सुरुवात केली. आम्ही त्यांना समजावण्याचा प्रयत्न केला. शिवीगाळ करणं हे पाप आहे, असं आम्ही सांगून पाहिलं. त्या पोरांमधला सर्वांत दांडगा पोरगा माझ्या कक्षेत येताच मी माझं फळकूट उचललं आणि त्याला काहीही कळायच्या आत फळकुटाची कड त्याच्या डोक्यावर जीव खाऊन हाणली. या तडाख्याने तो जखमी झाला होता. त्याच्या डोक्यातून रक्त गळू लागलं. "मेलो... मेलो" असं किंचाळत तो खाली पडला. डोळ्यांच्या कोपऱ्यात मला दिसत होतं की, माझे मित्र त्यांच्या जागी भक्कमपणे उभे होते आणि त्यांनीही मुश्वानूच्या पोरांवर हल्ला केला होता. बघता-बघता ती पोरं त्यांच्या गावाकडे पळून जाऊ लागली. आमच्यापैकी कोणीही जखमी झालं नव्हतं.

आम्ही पुन्हा आमच्या रस्त्याला लागलो. आम्ही आनंदात हसत-हसत मारामारी कशी झाली, याची चर्चा करत परत आलो. छावणीत परत आल्यानंतर आम्ही आमच्या इतर मित्रांना मारामारीबद्दल अभिमानानं सांगितलं. पण लवकरच मुश्वानू गावातली मोठी माणसं तक्रार करण्यासाठी छावणीत आली. सात पोरं जखमी झाली होती. मी ज्या पोराला मारलं होतं, त्याला तर हॉस्पिटलमध्ये दाखल करावं लागलं होतं. आमच्या मारामारीनंतर मोठ्या माणसांनी जरी मध्यस्थी केली आणि तो वाद मिटवायचा प्रयत्न केला असला तरी आमचं शाळेत आणि मदरश्यात जाणं बंद झालं. पण छावणीमधल्या मशिदीत धार्मिक शिक्षण मात्र चालू राहिलं.

***

पंजपायी छावणीचे लवकरच अनेक भाग करण्यात आले. आमच्या भागात सर्व जण कंदाहारमधले होते. दुसऱ्या एका भागात गझनी प्रांतातले लोक होते. अशा प्रकारे निरनिराळ्या भागात अफगाण निर्वासित राहात होते. छावणीत राहाणाऱ्या निर्वासितांवर देखरेख करण्याच्या कामासाठी आता पाकिस्तान सरकारनं एका आयुक्ताची नियुक्ती केली होती.

सोव्हिएत फौजा आणि त्यांच्या आधारावर उभं असलेलं अफगाणिस्तानमधलं बाहुलं सरकार यांच्याविरुद्ध मुजाहिद्दीनांची लढाई सुरू होऊन चार वर्षं उलटली होती. लढण्यासाठी अफगाणिस्तानकडे जाणारे आणि काही वेळा जखमी सहकाऱ्यांना घेऊन परत आलेले मुजाहिद्दीन मी नेहमी बघत होतो. आमच्या छावणीमधून अनेक जण सरहद्दी ओलांडून लढण्यासाठी गेले होते. त्यातले बरेच जण परत आले नव्हते. प्रत्येक कुटुंबातलं कोणी ना कोणी मायदेशासाठी लढताना शहीद झालं होतं. माझे अनेक नातेवाईक मुजाहिद्दीन आघाड्यांवर लढण्यासाठी आळीपाळीनं जात

असत.[७] मशिदीत मुल्ला आम्हाला जिहादबद्दल सांगत. जिहाद ही प्रत्येक मुस्लीम माणसाची जबाबदारी आहे, हे सांगत असत. ते आम्हाला आमच्या मायदेशाबद्दल आणि जिहादनंतर मिळणाऱ्या स्वर्गाबद्दलही सांगत.

आमच्या छावणीत ज्यांच्याकडे आदरानं पाहिलं जाई, त्यांच्यामध्ये मौलवी उबेदुल्ला[८] होते. मौलवीसाहेब सैय्यफच्या पक्षाचे सदस्य होते. ते मुजाहिद्दीनांच्या मोठ्या गटाचं नेतृत्त्व करत होते. त्यांचे इतर अनेक गटांशी आणि पक्षांशी चांगले संबंध होते. काही जण जिहादसाठी तालिबानमध्ये सामील झाले होते, तर काही जण छोटे-मोठे गट बनवून लढत होते. आमच्या गावातले मुल्ला शाहजादा[९] हे सुप्रसिद्ध मुजाहिद होते. पुढे ते सोव्हिएत फौजांशी लढताना ठार झाले. त्यांनी निलगाममधल्या मुल्ला मोहम्मद सादीक अखुंड[१०] यांच्या आघाडीवर लढाईत भाग घेतला होता. तिथं त्यांच्याबरोबर दुसरे प्रसिद्ध मुजाहिद कारी शाहजादा[११] हेदेखील होते.

त्या वेळी बहुतेक तरुणांना जिहादमध्ये सामील व्हायचं होतं. मीदेखील त्यांच्याप्रमाणे जिहादी व्हायला उतावीळ झालो होतो. आम्हाला सगळ्यांना रशियनांशी

---

७. मुजाहिद्दीन लढत असताना ज्या आघाड्या तयार होत त्या अतिशय बलाढ्य स्वरूपाच्या असत. अनेक छोटे गट जागोजागी लढत असत. मुजाहिद्दीन तेव्हा ठरावीक काळासाठी लढायला जात असत. ते परत घरी येऊन थोडीफार विश्रांती घेऊन लढायला जात. जिहादच्या काळात मुजाहिद्दीन पाकिस्तानात असलेल्या आपल्या कुटुंबीयांना भेटत आणि पुन्हा लढाईवर जात. आजदेखील करझाई सरकारला प्रतिकार करणारे गट हीच पद्धत वापरतात.

८. मौलवी उबेदुल्ला निलगामचे असून त्यांनी हिकमतयारच्या हिज्ब-ए-इस्लामीत जाऊन लढाई केली होती. त्यांच्याबद्दल आदरानं बोललं जाई. त्यांनी चारशाखा ते संझरी भागात रशियन सैन्याचा मुकाबला केला. मौलवी उबेदुल्ला अद्यापही जिवंत आहेत.

९. मुल्ला शाहजादा हा तरुण तालिब तराकी जमातीचा असून तो मुल्ला झैफच्या वडिलांचा मित्र होता. सोव्हिएत फौजांविरुद्धच्या लढाईत तो निलगायमध्ये ठार झाला.

१०. मुल्ला मोहम्मद सादीक अखुंड हा मूळ अचेकझाई जमातीचा नेता सुरुवातीला हरकत या संघटनेत असला तरी भरपूर शस्त्रं मिळाल्यानंतर तो बाजू बदलून सैय्यफच्या इत्तेहाद-ए-इस्लामीत सामील झाला. २००१मध्ये तालिबानचा पाडाव झाल्यानंतर त्याला पकडून मुल्ला झैफबरोबरच ग्वान्टानामो बे तुरुंगात डांबण्यात आलं. पुढे त्याची सुटका झाली असून तो अद्याप जिवंत आहे.

११. कारी शाहजादा हा अचेकझाई जमातीचा नेता असून तो एक धाडसी योद्धा म्हणून प्रसिद्ध होता. आजही तो कंदाहार भागात प्रसिद्ध आहे.

झुंजायचं होतं. मुजाहिद्दीन आघाडीवर लढाईसाठी जायला निघताना आम्ही पाहात असू. त्या वेळी मी माझ्या मित्रांशी चर्चा करत असे. कोणताही देव न मानणाऱ्या सोव्हिएत सैनिकांपासून माझ्या मायदेशाला मुक्त करण्यासाठी माझ्यावर अल्लानं टाकलेली जबाबदारी पूर्ण करण्याची माझी इच्छा होती. शिवाय माझे नातेवाईक आणि मदरश्यामधील शिक्षक मला तिकडं जाऊ देत नव्हते. त्यांना जिहादची कल्पना पटत होती, पण त्यांना आपल्या मुलांना तिथं पाठवून त्यांचा जीव धोक्यात घालायची इच्छा नव्हती.

माझ्या चुलतभावानं मला सध्या शिक्षणावर लक्ष केंद्रित करायचा सल्ला दिला. "हे बघ, तुझ्यासाठी शिक्षण महत्त्वाचं आहे. शिकलास तर तुला पुढे भवितव्य आहे." जिहादमध्ये मी नंतर सामील होऊ शकतो, असं त्याचं म्हणणं होतं.

मी मला जमतील तसे आणि मिळतील तसे पैसे साठवायला सुरुवात केली. मी धडपड करून साधारण १०० पाकिस्तानी रुपये[१२] जमवले. त्यासाठी मला तीन महिने लागले. पैसे जमा झाल्यावर मी अफगाणिस्तानकडे निघालो. मी त्या वेळी १५ वर्षांचा होतो. मी निघताना माझ्या कोणाही मित्राला किंवा नातेवाइकाला काहीही सांगितलं नाही. मी माझ्या जिहादला सुरुवात केली होती.

---

१२. त्या वेळी १०० पाकिस्तानी रुपयांमध्ये साधारणत: १० किलो पीठ किंवा १० किलो खाद्यतेल विकत घेता यायचे.

जिहाद

मी चमनकडे जाणाऱ्या बसमध्ये चढलो तेव्हा माझ्याजवळ फक्त नेसते कपडे आणि खिशात १०० रुपये होते. ते वर्षं १९८३ होतं. उन्हाळ्यात बर्फ वितळल्यानं खिंडींमधल्या वाटा मोकळ्या झाल्या होत्या. त्याचा फायदा घेऊन अनेक मुजाहिद्दीन छावण्यांमधून निघून अफगाणिस्तानात जात व परतही येत होते. मी कंदाहारकडे जाणाऱ्या मुजाहिद्दीनांच्या एका छोट्या गटात सामील झालो. मी ज्यांच्या हाताखाली शिक्षण घेतलं, त्यांच्यामधले एक सलाम आगा नावाचे शिक्षक तिथं होते. त्यांनी मला त्यांच्याबरोबर सरहद्दीपलीकडे नेलं. आम्ही सगळी वाटचाल पायी केली. आम्ही रात्री वापरत असलेल्या वाटांचा उपयोग केला होता.

सरहद्दीवर दोन देशांना विभागणारी कोणतीही खूण नव्हती. त्यामुळे आम्ही अफगाणिस्तानमध्ये नेमका कुठे प्रवेश केला ते सांगता येणार नाही. पण मी मायदेशात परतलो म्हणून प्रचंड खूश झालो होतो. आम्ही 'रेगिस्तान'मधून वाळवंटातून पायी बोलाक नेका इथं पोहोचलो. तिथं गेल्यावर आम्ही उंटांवरून प्रवास करून पश्मोल खोऱ्यात प्रवेश केला. हा प्रवास आम्ही नैबवाली आणि तंगी या ठिकाणांजवळून केला होता. त्यासाठी आम्हाला तीन दिवस आणि दोन रात्री लागल्या. आम्ही पश्मोल खोऱ्यात गेलो तेव्हा तिथं गव्हाची शेतं आणि द्राक्षमळे असल्यानं सगळीकडे हिरवंगार झालं होतं.

जिहाद सुरू होऊन आता किमान तीन वर्षं उलटून गेली होती. दरम्यान मुजाहिद्दीन गटांनी सोव्हिएत फौजांविरुद्ध लढण्यासाठी कंदाहार प्रांतात अनेक जिल्ह्यांमध्ये बऱ्याच आघाड्या उघडल्या होत्या. मुजाहिद्दीन सतत लढत असत आणि एका जिल्ह्यामधून दुसऱ्या जिल्ह्यात जात असत. स्थानिक प्रदेशाची खडान्खडा माहिती असल्यानं मुजाहिद्दीन गट सतत हालचाल करत असत. ही मुजाहिद्दीनांची

लढाईची व्यूहरचना होती. याउलट सोव्हिएत फौजा त्यांच्याजवळच्या आधुनिक शस्त्रांस्त्रांवर आणि हवाई सामर्थ्यावर अवलंबून होत्या. मला नंतर समजलं की, मी जिहादमध्ये सामील झालो त्याच सुमारास रशियनांनी आमच्याविरुद्ध लढायला खास दलं आणली होती. हे सैनिक आमच्यासारखी लढाई करण्यासाठी प्रशिक्षित केलेले होते.[१] पण या खास प्रशिक्षित दलांमुळे निश्चित किती आणि कसा फरक पडला, हे मला सांगता येणार नाही.

कमांडर अब्दुल रझीक[२] नावाचा मुजाहिद्दीन नेता पश्मोल भागात एका आघाडीचं नेतृत्व करत असल्याचं माझ्या कानावर आलं. मी त्याच्या सैन्यात सामील झालो. मला सुरुवातीला हा माणूस चांगला आहे आणि चांगला लढाऊ कमांडर आहे, असं वाटलं होतं. पण लवकरच माझ्या लक्षात आलं की, त्याला स्वत:ची जमीन आणि संपत्ती यांचं रक्षण करणं, एवढाच रस होता.

मी रझीकच्या गटात दोन महिने होतो. मी त्याच्या इतर माणसांबरोबर दोन कारवायांमध्ये भाग घेतला. प्रत्यक्ष कारवाई नसेल, त्या वेळी मी रझीकची छोटीमोठी वैयक्तिक कामं करायचो. मी इतरही मुजाहिदांचीही सेवा करत असे. आम्ही दर आठवड्याला शस्त्रं साफ करत असू. कधीकधी नेमबाजीचा सरावही व्हायचा. मी रझीकच्या बरोबर राहून जिहादला सुरुवात करताना शस्त्रं कशी चालवायचं हे शिकलो. गोळीबार होत असताना आपण आपला बचाव कसा करायचा याचंही शिक्षण मला त्या लोकांमध्ये राहून मिळालं. पण लवकरच माझा साफ भ्रमनिरास झाला. मी मायदेशाच्या शत्रूशी लढण्यासाठी म्हणून जिहादमध्ये सहभागी व्हायला आलो होतो. पण प्रत्यक्षात मी इतरांचीच किरकोळ कामं करत बसलो होतो. आता रझीकला सोडून जायची वेळ झाली होती. त्या लोकांमध्ये धार्मिक शिक्षण देणारं कोणीही नव्हतं. मी केवळ तिथं शस्त्रं कशी चालवायची एवढंच शिकतोय, याची मला खंत वाटू लागली होती.

निलगाम भागात मुल्ला मोहम्मद सादीक अखुंड यांच्या नेतृत्वाखाली काही तालिबान गट लढत आहेत, हे माझ्या कानावर आलं होतं. पण मला तिथं जाऊन त्यांच्यात सामील होण्यात धोका वाटत होता. निलगाम हे अर्घंदाब नदीच्या किनाऱ्यावर असणारं छोटं गाव संगीसर आणि तलाक्वान यांच्या दरम्यान आहे. तिथं

---

१. या खास प्रशिक्षित सैन्यगटांना 'स्पेत्सनात्स' असं नाव होतं.

२. अब्दुल रझीक हा अलीकोझाई जमातीचा कमांडर सुरुवातीला हरकत या संघटनेत होता. इतरांप्रमाणे तो नंतर सैय्यफच्या इत्तेहाद-ए-इस्लामीत सामील झाला. जिहादच्या काळात त्याच्याजवळ साधारण ५० जण होते. त्या काळात मुजाहिद्दीन गटांमध्ये त्याला चांगलाच आदर होता.

माझे काही नातेवाईक राहात होते. काही जण तर मुल्ला अखुंड यांना सामील होऊन लढत होते. मी जर तिथं गेलो तर ते नक्कीच माझ्या घरच्या लोकांना कळवणार होते. त्यांना मी कुठं आहे हे कळलं की, ते मला नक्कीच परत पाकिस्तानातल्या छावणीत जबरदस्तीनं नेणार यात काहीच शंका नव्हती.

मी छावणीत होतो, तेव्हादेखील लोक तालिबानबद्दल चर्चा करत असत. इतर मुजाहिद्दीन गट त्यांना आदरानं वागवत. काही जण त्यांचा सल्ला घेण्यासाठी जात किंवा त्यांच्यामधले वाद मिटवण्यासाठी ते तालिबानच्या न्यायालयात येत असत. जिहाद म्हणजे निव्वळ लढाई नव्हे. आमच्या मते जिहादमध्ये शिक्षणाचा तसंच न्यायदानाचाही भाग असायलाच हवा होता. लोक त्यांच्यामधल्या तंट्यांचं निराकरण करण्यासाठी तालिबानकडे येत असत. सुरुवातीला मौलवी नझीर मोहम्मद[३] हे वरिष्ठ न्यायाधीश म्हणून काम बघत असत. पण ते शहीद झाल्यानंतर त्या जागी मौलवी सय्यद मोहम्मद पसनाईसाहेबांनी ते काम बघायला सुरुवात केली. पश्मोलमध्ये एक तुरुंग उभारण्यात आला. त्याचप्रमाणे अटक केलेल्या लोकांना ठेवण्यासाठी जिल्ह्यांच्या ठिकाणी छोट्या कोठड्या तयार करण्यात आल्या.

निरनिराळ्या आघाड्या उघडून राहाणारे मुजाहिद्दीन गट बऱ्याच प्रमाणात एकजिनसी असत. एकाच घराण्यातले किंवा जमातीतले आणि एकाच भागातून आलेले लोक एकत्र असत. पण तालिबानची गोष्ट वेगळी होती. धार्मिक शिक्षणाशी संबंधित शिक्षक आणि विद्यार्थी असे सगळेच त्यांच्यात असत. त्यांची कौटुंबिक पार्श्वभूमी काहीही असली तरी चालायचं. त्यामुळे त्यांचा वावर सर्व ठिकाणी असायचा. जिहाद आणि देवावरची गाढ श्रद्धा यासाठी तालिबान लढत होते. त्यांच्यासाठी तिथं लढायला अल्ला हे एकमेव कारण होतं. याउलट अनेक मुजाहिद्दीन त्यांची संपत्ती किंवा जमीन यांचं रक्षण करण्यासाठी संघर्षात उतरले होते.

अखेर उन्हाळ्यात मी निलगामला जायला निर्णय घेतला. तिथं मी तालिबानमध्ये सामील होणार होतो. निदान तिथं लढत असताना मला शिक्षणही मिळण्याची खातरी होती. मी आसपासच्या लोकांना तिथं कसं जायचं याबद्दल विचारलं आणि चालत तिथं निघालो. तिथं पोहोचल्यावर माझी हाजी मोहम्मद गुल आका यांच्याशी गाठ पडली. पंजपायीमध्ये आमच्या शेजारी राहणाऱ्या हाजी आका

---

३. मौलवी नझीर मोहम्मद मूळ सिसाचुई इथला असून हा तालिबानी नेता कंदाहारमध्ये तालिबानचा पहिला न्यायाधीश होता. त्याची शरीरयष्टी छोटी असल्यानं त्याला 'छोटे मौलवीसाहेब' असं म्हटलं जाई. हा तालिबानी नेता फारसा शिकलेला नव्हता. त्यानं अनेकांना मृत्युदंडाची शिक्षा फर्मावली होती. जिहादच्या सुरुवातीच्या काळात तो पश्मोलमध्ये एका चकमकीत ठार झाला.

यांचे तराकी जमातीत वजन होते. माझे बरेच नातेवाईक मुल्ला मोहम्मद सादिक यांच्या बरोबरीनं लढत होते. मी त्यांना भेटलो. आम्हाला एकमेकांना पुन्हा भेटून आनंद झाला. पण हे लोक माझ्या घरच्यांना माझ्याबद्दल कळवतील अशी धास्ती मला वाटली.

***

मी निलगाममध्ये जाऊन काही दिवस उलटायच्या आतच आम्ही जिथं होतो, तिथं सोव्हिएत फौजा आणि अफगाण लष्करानं वेढा घातला. त्यांनी दिवस-रात्र तोफांचा भडिमार सुरू केला. तसेच हवाई हल्लेदेखील सतत सुरू होते. या हल्ल्यांमुळे सगळीकडे विध्वंस झाला. सगळीकडे थडगीच थडगी दिसू लागली. दफनविधीच्या वेळी नातेवाइकांचे पिळवटून गेलेले चेहरे मला आठवतात. मुळात त्या भागात फारच थोडे नागरिक राहिले होते. आता रशियन विमानांनी अखंड बॉम्बवर्षाव सुरू केल्यानंतर उरलेले नागरिकदेखील घरंदारं सोडून पळून जाऊ लागले.

आम्ही होतो त्या भागावर रशियन तोफखाना आणि रणगाडे सतत मारा करत असले, तरी आम्ही पाय रोवून बसलो होतो. हे असं आता अनंतकाळ चालू राहाणार, असं मला वाटू लागलं. सतत १० दिवस जमीन हादरत होती. आता मात्र

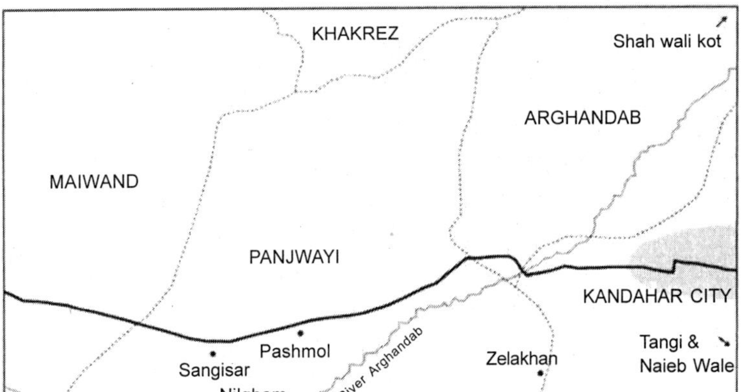

१. चारशाखा २. मुशान ३. निलगाम ४. झांगियाबाद ५. स्पारवान ६. नाखुनी ७. पश्मोल

आमची साधनसामग्री संपत आली होती. आमच्याजवळ मूठभर गोळ्या आणि एकच हातबॉम्ब उरला होता. रशियन फौजा एका जागी टिच्चून उभं राहून अविरत मारा करत होत्या. आता आम्ही नाइलाजानं माघार घेऊन झांगियाबादकडे जायचं ठरवलं. पण ही माघार अवघड होती. दरम्यान आमचे चार मुजाहिद्दीन शहीद झाले.

झांगियाबादमध्ये त्या वेळी साधारणपणे ७० मुजाहिद्दीन लढत होते. त्यांच्या सर्वांकडे मिळून तीन कलाश्निकोव, एक रायफल, एक बालाझान आणि एक जाघौरी बंदूक[४] व एक आर.पी.जी. इतकी शस्त्रं होती. हे आर.पी.जी. शस्त्र तर अस्सलही नव्हतं.[५] माझ्याजवळ एक कलाश्निकोव रायफल होती. मी त्याबद्दल देवाचे आभार मानले. आम्ही झांगियाबादकडे निघण्याच्या अगोदरच सोव्हिएत फौजांनी त्या भागाला घेरलं होतं आणि तिथं जोरदार धुमश्चक्रीला सुरुवातही झाली होती. दिवसभर हवाई हल्ले चालत असत. चार किंवा सहा रशियन विमानांचा गट आमच्या तळांवर हल्ले करून परत जात असे. एकदा तर अगदी छोट्या भागावर १४ विमानांनी जबरदस्त बॉम्बवर्षाव केल्याचं मला आठवतं. रणगाड्यांचा धडधडाट तर सतत ऐकू यायचा. स्फोट आणि दारूमुळे टेकड्या काळवंडून गेल्या होत्या. ज्यांना शक्य होतं, ते लोक झांगियाबादमधून पलायन करत होते. पंजवायी जिल्ह्याचं मुख्य ठाणं असणाऱ्या स्पारवान गावात निर्वासितांचे लोंढे आले होते. एकेका छोट्या खोलीत २०-२० जणांना राहण्याची वेळ आली होती.

दहा-बारा दिवसांनंतर रशियन पंजवायी सोडून पश्मोलकडे वळले. झांगियाबादच्या लढाईत शेकडो नागरिक आणि मुजाहिद्दीन बळी पडले होते. बहुसंख्य घरं आणि मळ्यांचा विध्वंस झाला होता. काही मुजाहिद्दीन रशियनांच्या मागोमाग पश्मोलकडे सरकले होते. तिथं त्यांनी नवीन आघाडी उघडून लढाई जारी ठेवली होती. तिथंदेखील आम्ही निकराचा लढा दिला. जवळ-जवळ दोन आठवडे धुमश्चक्री सुरू राहिली. दोन्ही बाजूंची जबदरस्त हानी झाली. डझनावारी रणगाडे उद्ध्वस्त करण्यात आले. कित्येक मुजाहिद्दीन शहीद झाले. पण अखेर मुजाहिद्दीनांना रशियन व अफगाण फौजांनी त्या भागातून घालवून दिलं.

पश्मोल भागातल्या लढाईत दोन प्रमुख मुजाहिद्दीन पुढारी शहीद झाले. त्यात काझी मौलवी नझर मोहम्मद हे वरिष्ठ मुजाहिद्दीन कमांडर होते. ते तालिबानचे

---

४. बालाझान आणि जाघौरी या जुन्या एकबारी बंदुका तर एकोणिसाव्या शतकातल्या होत्या. बालाझान ही जर्मन बनावटीची, तर जाघौरी ही अमेरिकेन बनावटीची शस्त्रं होती. या बंदुका लांब अंतरावर मारा करू शकत असत.

५. मुजाहिद्दीन वापरत असणारी शस्त्रास्त्रं बहुधा अस्सल नसत. ते चीन किंवा पाकिस्तानमध्ये बनवलेल्या नकलांचा वापर करत. बऱ्याचदा अशी शस्त्रं कमी दर्जाची असायची.

पहिले न्यायाधीश होते. मौलवी सय्यद मोहम्मद पसनाईसाहेब यांच्या अगोदर ते न्यायाधीश झाले होते. त्याचप्रमाणे या लढाईत मुल्ला खवास अखुंड हे वरिष्ठ मुजाहिद कामी आले होते. मुळातले हेलमंद प्रांतातले हे मुल्लासाहेब मुल्ला नेक मोहम्मद अखुंड यांच्या साथीनं लढले होते. पण या दोन्ही वरिष्ठ कमांडरांच्या साथीदारांनी लढाई सुरू ठेवली होती. प्रखर लढाईखेरीज ते सोव्हिएत फौजांना एक इंचही जमीन मिळू देत नव्हते. ते प्रत्येक गाव लढवत प्रखर प्रतिकार करतच होते.

पश्मोल आणि झांगियाबादच्या लढाया या सोव्हिएत-मुजाहिद्दीन युद्धामधल्या लढायांची नमुनेदार उदाहरणं आहेत, असं मानलं जातं. मुजाहिद्दीनांकडे कायमच लढणाऱ्यांची संख्या कमी असायची. त्यांच्याकडे जुनीपुराणी शस्त्रास्त्रं असत आणि त्यांना लढाईचं फारसं चांगलं प्रशिक्षणही नसायचं. असं असूनही आम्ही गुरिल्ला पद्धतीनं लढाई सुरू ठेवण्यात यशस्वी झालो होतो. त्या वेळी तिथं ४०वी सोव्हिएत सेना[६] होती. त्या सेनेचे कच्चे दुवे हेरून आम्ही त्यांचा फायदा उठवत होतो. आम्ही कुमक मिळवण्यासाठी आणि माघार घेण्यासाठी व्यवस्थित मार्ग आखून घेतले होते. रशियन सैन्य फारच जवळ आलं किंवा आमची जास्त हानी होते असं वाटलं तर आम्ही अर्घंदाब, संगीसर किंवा पुन्हा झांगियाबादच्या दिशेनं माघार घ्यायचो. जर तिथंही रशियन सैन्याचा दबाव वाढतोय असं दिसलं की, आम्ही महालजात, शाहवली कोट किंवा पंजवायी अशा गावांकडे माघात घेत असू. त्या भागामधून रशियन निघून गेले की, आम्ही तिथं जमा व्हायचो. आम्ही सतत लढत राहात, कधी माघार घेत, हालचाली करत आणि पुन्हा एकत्र येत होतो. बऱ्याचदा आम्ही पुन्हा जुन्याच जागी जात असू. तालिबान जी पद्धत अवलंबतात तीच ही पद्धत होती.

संपूर्ण अफगाणिस्तानात लढाईत शहीद होणाऱ्या मुजाहिदांसाठी विशेष दफनभूमी निश्चित करण्यात आल्या होत्या. लढाई सुरू असताना अनेकदा जखमींवर उपचार करणं शक्य होत नसे. उपचारासाठी डॉक्टर किंवा तत्सम व्यक्ती यायला १५ दिवसदेखील लागत असत. मुजाहिद्दीनांच्या जागांना रशियन घेरत असल्यानं जखमींना उपचारांसाठी तिथून इतरत्र हलवणं अशक्य होत असे. जखमांमध्ये जंतूसंसर्ग होत असल्यानं अनेकदा अगदी छोट्या जखमांमुळेही आमच्या लोकांना

---

६. अफगाणिस्तानामध्ये आक्रमण करणाऱ्या फौजांमध्ये मोटराइज्ड पायदळ आणि हवाई हालचाल करू शकणाऱ्या तुकड्यांचा समावेश होता. तिथं साधारणपणे ८५,००० सैनिक होते. या सगळ्यांना मिळून '४०वी सेना' असं म्हणलं जात होतं. सोव्हिएत सैन्य मात्र त्यांचा उल्लेख अधिकृतपणे 'लिमिटेड कंटिन्जन्ट' म्हणजे 'मर्यादित सैन्यदल' असा करत असे.

जीव गमवावा लागायचा. मी अनेक वेळा अगदी छोट्या खोल्यांमध्ये १०-१२ मुजाहिद्दीनांना जखमी अवस्थेत पडलेलं पाहिलं आहे. वैद्यकीय उपचारांचं प्रशिक्षण[७] घेतलेले लोक त्यांना जे काही शक्य असेल ते करत असत.

अखेर सोव्हिएत फौजा पश्मोलमधून निघून गेल्यानंतर तिथले गावकरी आणि मुजाहिद्दीन पुन्हा तिथं परतले तेव्हा त्यांना सर्वत्र सगळं काही उद्‌ध्वस्त झालेलं आढळलं. सोव्हिएत हल्ला एवढा निर्घृण होता की, तिथं 'मानवता' या शब्दाचा लवलेशही उरला नव्हता. रशियनांनी जे काही जिवंत दिसेल, त्याची कत्तल केली होती. सर्वत्र स्त्री-पुरुष, मुलं आणि गाई, मेंढ्या व कोंबड्या यांच्या कुजत पडलेल्या मृतदेहांची दुर्गंधी पसरली होती.

***

रशियनांनी झेरे वाळवंटात मोठा लष्करी तळ उभारला होता. तिथं त्यांनी बी.एम.१६, बी.एम.४० आणि अवजड तोफा आणून ठेवल्या होत्या. या तळावरून ते दिवसरात्र गावांवर तोफगोळ्यांचा भडिमार करत असत. काहीही कारण नसताना बी.एम. १६, व बी.एम.४० रॉकेट लाँचर वापरून क्षेपणास्त्रांचा मारा सतत चालू असे. त्यातच हवाई हल्ल्यांची भर पडल्यानं गावांवर जणू तोफगोळ्यांचा पाऊसच पडत असावा, असं वाटत होतं. जालाखान, अर्घंदाब आणि महालजात भागांमधून रशियन धडक मारून नाखुनीच्या दिशेनं जायचा प्रयत्न करत असताना अनेक ठिकाणी मुजाहिद्दीन गटांनी प्रखर प्रतिकार केला. हे सगळे गट एकमेकांना मदत करत होते. तिथं असंच व्हायचं. दक्षिण भागात कुठेही चकमकींना सुरुवात झाली की, आजूबाजूच्या प्रदेशांमधून मुजाहिद्दीन धाव घेऊन तिथं प्रतिकाराला उभे ठाकत असत. आम्ही पाठीवर आमचा दारूगोळा आणि हत्यारं लादून पायीच जात असू. क्वचित कधीतरी ट्रॅक्टर किंवा एखादी गाडी मिळायची. आम्ही आडवाटा आणि तस्करांचे चोरटे मार्ग वापरत असल्यानं सोव्हिएत फौजा किंवा अफगाणी साम्यवादी सरकारची तपासणी नाकी टाळून जाणं आम्हाला शक्य होत असे. लांबचा प्रवास असेल तर आम्ही घोडे

---

७. त्या काळात क्वेट्टामध्ये वैद्यकीय प्रशिक्षण देण्याचे अनेक कार्यक्रम सुरू होते. तिथं एक गैरसरकारी स्वयंसेवी संस्था हॉस्पिटल चालवत असे. तिथं प्रत्येक मुजाहिद्दीनानं प्रशिक्षण घ्यायचं असा दंडक होता. 'अल्-जिहाद' या नावाच्या हॉस्पिटलमध्ये मुल्ला झैफनंही प्रशिक्षण घेतलं होतं. या ठिकाणी वैद्यकीय उपचारांची प्राथमिक माहिती दिली जात असे. रक्तस्राव थांबवणं आणि जखमांवर प्रथमोपचार करणं, ही कामं त्यांना शिकवली जायची. पाकिस्तानात योग्य उपचारांसाठी पाठवलं जाईपर्यंत जखमींना जिवंत ठेवण्याचं प्रशिक्षण त्यांना दिलं जात असे.

किंवा मोटारसायकल वापरायचो. मुजाहिद्दीन गटांना स्थानिक भागाची इत्थंभूत माहिती असल्यानं ते भरभर हालचाली करू शकत होते. दक्षिण अफगाणिस्तानचे फारसे चांगले नकाशे उपलब्धच नाहीत. इतकंच काय या भागाचे उपग्रहांनी घेतलेले फोटोदेखील उपयोगी पडत नाहीत. कोणत्या खिंडीतून कुठे जाता येईल किंवा कोणता मार्ग जवळचा ठरेल हे सांगणं अशक्यच आहे. म्हणूनच सोव्हिएत फौजांविरुद्ध लढताना मुजाहिद्दीन स्थानिक वाटाड्यांचा उपयोग करून घेत असत. स्थानिक लोक मुजाहिद्दीन गटांना मदत करताना तो गट कोणता आहे, याचा विचार करत नसत. अशा प्रकारची परस्परांना मदत करण्याची भावना मुजाहिद्दीनांना साजेशीच होती. दिशांचा अंदाज घेण्यासाठी किंवा वाटांची माहिती मिळवण्यासाठी अडचण कधीच येत नसे.

आम्ही तहानभूक किंवा थकवा यांची जराही पर्वा न करता लढतच होतो. आम्ही लढताना मैवंद ते दांड, शाहवली कोट ते अर्घंदाब ते पंजवायी किंवा इतर भाग इतक्या मोठमोठ्या मजला पायी मारत असू. आम्ही निलगाम ते हेलमंद किंवा तिरीनकोट ते उरुझगान अशी १०० किलोमीटरपेक्षा जास्त अंतरं पायी चालून जात होतो. आमच्या अंगावर महिनोन्‌महिने एकच पोशाख असायचा. काही वेळा आम्ही पावाचा अर्धा तुकडा किंवा मूठभर खजूर यांच्यावर दिवस काढत असू. लढायची आणि लढता-लढता मरण आलं तरी चालेल, अशी जिगर माझ्यासारख्या तरुण मुजाहिद्दीनांमध्ये होती.

आम्ही स्थानिक पातळीवर जे मिळेल त्यावर गुजराण करत होतो. पैसा-अडका आणि अन्नपाणी पुरवणाऱ्या लोकांबद्दल आम्हाला कृतज्ञता वाटत होती. लोकांना खरोखरच मदत करायची इच्छा होती. आमच्यात लढायची तीव्र इच्छा होती. जर एखाद्या कमांडरनं कुणाला एखाद्या कामगिरीतून वगळलं तर त्याला राग येई आणि निराश वाटे. सामान्य नागरिकांमध्ये जशी लग्न करायची तीव्र भावना असते, त्याचप्रमाणे आम्हालाही शहीद व्हावं असं वाटत असे. काही वेळा लढाई सुरू असताना एखादा मुजाहिद्दीन आक्रोश करताना दिसायचा. पण तो आक्रोश भीतीमधून आलेला नसायचा. आमचे जवळचे सहकारी एका मागोमाग एक शहीद होत असले तरी आम्हाला जरादेखील भीती वाटत नव्हती. आमच्या कमांडरनं आम्हाला परावृत्त केलं नाहीतर आम्ही बेधडकपणे गोळ्यांच्या वर्षावातही लढायला पुढे झेपावत असू. आम्ही लढण्यासाठी एवढे प्रेरित झालो होतो की, अधूनमधून काही अतान[८] नृत्य करत असू. मी जे सांगतो आहे त्यावर विश्वास बसणं अवघड आहे, याची मला

---

८. 'अतान' हे पारंपरिक पश्तुन नृत्य असून उत्सव किंवा लग्नप्रसंगी ते केलं जातं. यात रिंगण धरून समूहानं नाचताना एक जण मुख्य असतो व इतर जण त्याच्या पाठोपाठ नृत्य करतात.

कल्पना आहे, पण आम्ही खरोखरच आनंदानं लढत होतो.

कधीकधी परिस्थिती गंभीर व्हायची. आम्हाला प्रचंड नुकसान सोसावं लागायचं. पण आम्हाला त्याची फिकीर नव्हती, कारण आम्ही सत्याच्या मार्गानं जात होतो. आमच्यातलं कुणी मृत्युमुखी पडणं ही विशेष गोष्ट नव्हतीच, कारण आमचं ते कामच होतं. आम्ही अतिशय आनंदात आमचं काम करत होतो. एखादी कामगिरी झाली की, आम्ही आमच्या लपण्याच्या जागी परत जायचो. तिथं आल्यावर आम्ही एकत्र बसून विसावा घेऊ लागलो की, आम्हाला खूप आनंद व्हायचा. हा आनंद शत्रूचं नुकसान करण्यात आम्हाला मिळालेल्या यशाचा असायचा. मग पुन्हा पुढची अशीच कामगिरी कधी येते याची आम्ही आतुरतेनं वाट बघत बसायचो.

केवळ एक मुजाहिद्दीन म्हणून लढणं आणि तालिबानच्या बरोबरीनं लढणं, यात प्रचंड फरक होता. तालिबान लढवय्यांचा दिनक्रम अतिशय शिस्तीचा असायचा. जे तालिबान आमच्याबरोबर असत ते सगळे लढाईत भाग घेत असत. याला कोणताही अपवाद नव्हता. आम्ही सर्व जण सूर्योदयापूर्वी उठून मशिदीत जाऊन फिज्र (सकाळची प्रार्थना) करायचो. त्याचप्रमाणे पुन्हा आमच्या तळावर परतण्यापूर्वी एकत्र बसून प्रार्थना करत असू. लढाईला गेल्यावर आम्ही रोजच मरायची शक्यता असल्यानं आम्ही दररोजच सकाळी सुरत यासीन शरीफ ही प्रार्थना करायचो. ही प्रार्थना झाल्यानंतर काही जण एखाद्या आघाडीवर लढण्यासाठी जात, तर काही जण इतर कामं करण्यासाठी जात. आमच्यापैकी काही जण कैद्यांकडे जात, तर इतर काही जण जखमींची देखभाल करण्याच्या कामासाठी जात असत. ज्यांना इतर काही कामगिरी नसायची ते अभ्यासात मग्न होत असत.

अनेक जण तालिबानप्रमाणेच लढाईत सहभागी होत. या सर्वांनाच गटाची शिस्त पाळावी लागे. लढाईत सामान्य लोकांची संख्या मोठी होती. कामगिरीच्या दरम्यान काही आणीबाणीची परिस्थिती असेल, तर किंवा फार घमासान धुमश्चक्री सुरू असेल तरच अपवाद व्हायचा. अन्यथा मुजाहिद्दीन व तालिबान अभ्यास करत असत. असं होत असल्यानं जिहादच्या काळात तालिबान नीट लढत नव्हते, अशी एक गैरसमजूत लोकांमध्ये पसरली आहे. पण तसं नव्हतं. तालिबानमध्ये अनुभवी लोक नव्या लोकांना शिक्षण देत, तर वरिष्ठ मौलवी अनुभवी तालिबानना शिकवत असत. या पद्धतीमुळे एखादा सामान्य अशिक्षित मुजाहिद दोन-तीन वर्षांत तालिब होत असे. मीदेखील आघाडीवर लढत असताना माझ्या दोन्ही जबाबदाऱ्या नीट पार पाडत असे. मी माझ्या वरिष्ठांकडून शिकतानाच, इतरांना लिहायला-वाचायला शिकवत होतो.

आम्ही सर्व जणच शिकत असल्यानं मला माझं धार्मिक शिक्षण पुढे चालू ठेवता आलं. ज्यांना असं शिकायचं नव्हतं ते इतर कमांडरांकडे जात असत. अर्थात सर्वच गट आमच्याप्रमाणे वागत नव्हते हे खरं आहे. पण आम्ही तालिब होतो आणि

आम्ही हे असे वागत होतो. आपण काही पाप करत नाही याची काळजी घेत आम्ही आमच्या वर्तनावर कठोर नियंत्रण ठेवत लढत होतो.

***

मी मुल्ला मोहम्मद सादिक अखुंड यांच्या हाताखाली एका तालिबान आघाडीवर जवळ-जवळ एक वर्ष लढत होतो. त्यानंतर मला पाकिस्तानात परतण्याची आज्ञा मिळाली. मुल्ला बुर्जान म्हणून प्रसिद्ध असलेला मुजाहिद्दीन लढवय्या जखमी झाला होता. रणगाड्यावरून सोडलेल्या एका तोफगोळ्यामुळे मुल्ला बुर्जान यांच्या पायाला इजा झाली होती. त्यांना नीट चालता येत नव्हतं. त्यांना उपचारासाठी नेणं हे फार जोखमीचं आणि अतिशय अवघड काम होतं. मला त्यांच्याबरोबर जाण्यासाठी सांगण्यात आलं. पाकिस्तान सरकार आणि रेडक्रॉसनं सीमेलगत फिरते दवाखाने तयार केले होते. पण तिथं पोहोचायला काही वेळा कित्येक आठवडे लागत असत.

मार्ग इतके अवघड असत की, गाड्या किंवा ट्रक चिखलामधून किंवा खराब रस्त्यानं अक्षरश: इंच-इंच असे सरकू शकत असत. म्हणूनच मुजाहिद्दीन, निर्वासित किंवा इतर लोक सीमा ओलांडून पाकिस्तानात जायला किंवा परत अफगाणिस्तानात यायला उंटांचा वापर करत असत. याच प्रकारे आजारी व जखमींना चमनकडे पाठवलं जायचं. आत्तादेखील लढणारे, पाकिस्तानात जायला-यायला आम्ही वापरत होतो त्याच चोरवाटांचा व आडरस्त्यांचा वापर करतात.

कंदाहार-चमन महामार्गाच्या परिसरात पकडल्या जाणाऱ्या १५ ते ४५ वयोगटाल्या प्रत्येक पुरुषाला पकडून तकलादू अफगाण सैन्यात सक्तीनं भरती केलं जायचं. फक्त मुजाहिद्दीन नव्हेतर इतरही लोक पर्वतराजींमधला खडतर प्रवास सोसून सीमा ओलांडून ये-जा करत असत. सर्वसामान्य लोक, परदेशी, पत्रकार वगैरे सगळे जण तस्करांच्या चोरवाटांचा वापर करत असत.

मी मुल्ला बुर्जान यांना निलगाममध्ये जाऊन भेटलो. तिथून आम्ही प्रवास सुरू केला. मोठी काळी दाढी असलेले मुल्ला बुर्जान साधारण ३० वर्षांचे होते. ते चांगलेच दणकट होते. आम्ही तांगीहून पुढे गेलो आणि रेगिस्तानमधल्या डोंगर-दऱ्यांमधून उंटांवरून प्रवास सुरू केला. आम्ही पाच जण होतो. मी सगळ्यात पुढे होतो. आम्ही हळूहळू सरहद्दीच्या दिशेनं निघालो. सूर्य मावळण्याच्या सुमारास आमच्यात आणखी दोन मुजाहिद्दीन सामील झाले. ते मुल्ला मेहराबच्या[१] भागामधून

---

१. मुल्ला मेहराब हा भाग कंदाहार शहराच्या दक्षिणेस 'रेगिस्तान' वाळवंटाजवळ आहे. तिथं असलेल्या मुल्ला मेहराब यांच्या थडग्यावरून या भागाला हे नाव पडलं आहे. या मुल्ला मेहराब यांच्या काळाविषयी फारशी माहिती उपलब्ध नाही.

आले होते.

आमच्या गटात सामील झालेल्या मुजाहिद्दीनांमधल्या एकाचं नाव खंजरयार असं होतं. तो मुल्ला खंजरयार या मुजाहिद्दीन लढवय्याचा भाऊ होता. मुल्ला खंजरयार रशियनांविरुद्ध लढताना शहीद झाल्यानंतर त्यांची जागा या खंजरयारनं घेतली होती. पण मुल्ला खंजरयार यांचा हा भाऊ त्यांच्या मार्गापासून ढळला होता. तो शस्त्रास्त्रांचा चोरटा व्यापार करणारी एक टोळी चालवत होता. तो एका उंटावर कितीतरी माल लादून सरहद्द ओलांडून जाणार होता. उंटावर काय माल आहे, मी विचारलं. पण खंजरयारनं मला त्याबद्दल काहीही सांगितलं नाही.

आम्ही सगळे जण दोलारी या ठिकाणी पोहोचलो. दोनच दिवसांपूर्वी या ठिकाणी जबरदस्त धुमश्चक्री झाली होती. त्यात रशियन सैन्याशी लढताना ३० जण शहीद झाले होते. या वेळी रशियनांनी सात उंटदेखील मारले होते. तिथं आजूबाजूला रशियन होते आणि आम्हीही त्यांच्या सापळ्यात अडकू अशी मला चिंता वाटत होती. आम्ही खरं तर त्यासाठी तयारी करायला हवी होती. पण कशी करणार? आमच्याजवळ शस्त्रं नव्हती. दुसरा काहीच पर्याय नव्हता. आम्ही मार्ग बदलून दुसरी चोरवाट वापरावी असं म्हटलं असतं तरी त्यात बरेच दिवस खर्ची पडणार होते. ते अशक्य होतं, कारण मुल्ला बुर्जान यांची अवस्था गंभीर होती.

दोनच दिवसांपूर्वी रशियनांनी सापळा रचून हल्ला चढवला याची खबर ऐकून आमच्या काफिल्यातले बरेच जण चिंताक्रांत झाले होते. आम्ही आता परतही जाऊ शकत नव्हतो. तसं केलं तर रशियन आमची वाटच बघत थांबलेले होते. आम्ही सगळे जण मिळून ३०-४० जण असलो तरी एकाजवळही शस्त्रं नव्हतं.

आम्ही अंधारात चालत जात असताना मुल्ला खंजरयार यांचा भाऊ माझ्याजवळ आला. त्याच्या उंटावर लादलेल्या सामानात एक आर.पी.जी. आणि पाच कलाश्निकोव रायफली आहेत, असं त्यानं सांगितलं. "आम्ही तीन कलाश्निकोव व एक आर.पी.जी.[१०] देऊ. दोन कलाश्निकोव मात्र आम्हाला लागतील," असं तो म्हणाला.

मला हे ऐकून आनंद झाला. पण मी त्याला घाई करण्याची गरज असल्याचं सांगितलं. आमच्याजवळ वेळ फार थोडा होता. रशियन कोणत्याही क्षणी हल्ला करण्याची शक्यता होती. आम्हाला ताबडतोब तयारी करणं भाग होतं.

खंजरयारनं उंट उभा केला आणि त्याच्या पाठीवरचं सामान खाली उतरवलं. आर.पी.जी. लाँचर आणि तीन कलाश्निकोव रायफली माझ्या ताब्यात दिल्या.

---

१०. आर.पी.जी. हे रॉकेट प्रॉपेल्ड ग्रेनेड याचं संक्षिप्त रूप आहे. अफगाण मुजाहिद्दीनांचं हे लाडकं शस्त्र असून ते रणगाडे व चिलखती गाड्यांविरुद्ध फार यशस्वीपणे वापरलं जात होतं. आजही हे शस्त्रं परदेशी फौजांविरुद्ध उपयोगात आणलं जातं.

आमच्या काफिल्यामधल्या इतरांनाही ही शस्त्रं पाहून आनंद झाला. मी मग एक योजना ठरवली. आपण दोन गट करायला हवेत, असं मी खंजरयारला सांगितलं. मी माझे सहकारी आणि बऱ्याच जणांना घेऊन बाजूच्या एका छोट्या खिंडीमधून जाणार होतो, तर मुल्ला खंजरयार यांचा भाऊ त्याच्या लोकांना घेऊन दुसऱ्या खिंडीमधून जाणार, अशी ही योजना होती.

मी नेतृत्व करत सगळ्यांच्या पुढे जात राहाणार, असं ठरलं. जर काही गडबड झाली तर निदान मागचे जखमी व प्रौढ लोक वेळेत मागे परतून दुसरा मार्ग शाधू शकणार होते. ही योजना योग्यच होती. कारण रशियन झगझगीत प्रकाश टाकणारे अग्निबाण (रुक्साना) वापरत असत. त्यामुळे आकाश उजळून जायचं आणि जणू दिवस असावा असा प्रकाश पडायचा. त्यामुळे सगळे जण त्यांच्या तावडीत सापडण्याचा धोका होता.

आम्ही रशियनांच्या तावडीत न सापडता जाण्याची योजना बनवत असतानाच पाकिस्तानातून अफगाणिस्तानात येणाऱ्या एका काफिल्यावर हल्ला झाल्याचं लक्षात आलं. ही जागा आम्ही जात होतो, तिकडेच अवघ्या एक किलोमीटर अंतरावर होती. आम्हाला आर.पी.जी. लाँचरचे आवाज आणि मशिनगनचा दणदणाट ऐकू येऊ लागला. रशियनांनी काही रुक्साना अग्निबाण सोडल्यामुळे सगळीकडे दिवसासारखा उजेड पडला. हेलिकॉप्टर्स आकाशात भिरभिरत होतीच. अग्निबाणामुळे प्रकाश पडला की, ती खाली झेपावून हल्ला करत होती. आम्ही तिथं वाळवंटात जी काही खुरटी झुडपं होती, त्यांच्याआड पडून लपायचा प्रयत्न करू लागलो. आपण शत्रूला दिसणार नाही अशी आशा करत आम्ही तिथं चकमक संपेपर्यंत पडून राहिलो.

चकमक संपल्यानंतर आम्ही सर्व जण पुन्हा एकत्र आलो. जिथं हल्ला झाला होता, तो भाग टाळण्यासाठी आम्ही वेगळी वाट पकडली. सकाळी पहाट होता-होता आम्ही तांगी पर्वताच्या पायथ्याशी पोहोचलो. तिथं कुची[११] लोकांनी विहिरी खणल्या होत्या. कुचींनी ज्या ठिकाणी तळ ठोकला होता, त्या गावाचं नाव 'शीन आका' असं होतं. या गावात काही मोजकी घरं आणि तंबू होते. आम्ही विखरून वेगवेगळ्या ठिकाणी विश्रांती घेऊ लागलो. कुची लोकांनी आमचं चांगलं आदरातिथ्य केलं. त्यांनी आम्हाला खाऊपिऊ घातलं. विश्रांती झाल्यानंतर सूर्य मावळल्यावर आम्ही पुन्हा प्रवास सुरू केला. आम्ही नैबवाली भागामधून चमनच्या दिशेनं जाऊ लागलो.

---

११. कुची ही अफगाणिस्तानातली एक भटकी जमात आहे. 'कूच करणे' या शब्दापासून त्यांच्या जमातीचं नाव बनवलं आहे. हे लोक वर्षात दोन वेळा घरं बदलतात. ते पूर्वी 'रेगिस्तान' वाळवंटात राहत असत. पण १९८०-९० या दशकातल्या यादवी युद्धामुळे ते देशोधडीला लागले. बरेच जण कायमचे पाकिस्तानात गेले.

बांबूलठाणा या ठिकाणी आम्हाला पुन्हा एकदा रस्त्यावर पुढे हल्ला झाल्याची खबर मिळाली. म्हणून मग हल्ला झालेल्या जागेला मोठा वळसा घालून आम्ही वेगळी वाट घेतली. अखेर आम्ही सुखरूपपणे चमनला पोहोचलो.

मी घाईघाईनं मुल्ला बुर्जानना उपचारांसाठी घेऊन गेलो, पण त्यांची जखम फारच चिघळली होती. नंतर त्यांना क्वेट्टाच्या रेडक्रॉस इस्पितळात दाखल केलं खरं, पण ते वाचू शकले नाहीत. मुल्ला बुर्जान लवकरच शहीद झाले.

माझं काम आता पूर्ण झालं होतं. मला आता करण्याजोगं काहीच उरलं नव्हतं. मी माझ्या कुटुंबाला भेटण्याचं ठरवलं. मी पंजपायीला पोहोचलो. पण तिथं गेल्यावर माझ्या कुटुंबातल्या लोकांनी क्वेट्टाला स्थलांतर केलं असल्याचं समजलं. मी ती रात्र पंजपायीतच काढली आणि दुसऱ्या दिवशी क्वेट्टाला गेलो.

मी क्वेट्टाला पोहोचलो तेव्हा १९८४चा उन्हाळा सुरू होता. मी गेले १३ महिने अफगाणिस्तानात होतो. मी जिहादमध्ये भाग घेण्यासाठी निघून गेलो तेव्हापासून माझ्या घरच्या माणसांना माझ्याबद्दल काहीच कळलेलं नव्हतं. मी त्यांची परवानगी न घेता बाहेर पडलो होतो याचा त्यांना राग आला होता खरा, पण आम्हाला एकमेकांना एवढ्या काळानंतर बघून फार आनंद झाला.

आयएसआय प्रशिक्षण

मी क्वेट्टाला एक वर्षानंतर परत आलो. दरम्यान क्वेट्टामध्ये बराच फरक पडला होता. छावण्यांमध्ये राहणारे अनेक जण आता शहरात राहू लागले होते. मी घरी परत आलो म्हणून माझ्या कुटुंबीयांना आनंद झाला. तरीही मी पुन्हा अफगाणिस्तानला जाऊन परत लढाईत भाग घेईन की काय, याची त्यांना सतत चिंता वाटत असे. त्यांनी मला पाकिस्तानातच राहून शाळेत जाण्यासाठी प्रवृत्त केलं. मी नववीच्या वर्गात प्रवेश मिळावा म्हणून परीक्षा दिली आणि शाळेत दाखल झालो. पुढचे नऊ महिने मी शाळेत जात होतो. माझा बराचसा वेळ शाळा आणि स्थानिक मशिदीमध्ये जात असे.

वर्ष संपलं. मी परीक्षेत उत्तीर्ण होऊन दहावीच्या वर्गात प्रवेश मिळवला खरा, पण मला सतत इस्लामचा अभ्यास करावा, असं मनोमन वाटत होतं. म्हणून मी विद्यार्थ्यांच्या एका गटात सामील झालो. तिथं क्वेट्टामध्ये मौलवी अब्दुल कादीर विद्यार्थ्यांना शिकवत असत. त्यांनी कंदाहारी मशिदीच्या[१] परिसरात एक मदरसा सुरू केला होता. ते मुलांना सर्याब रस्त्यावरच्या बर्मा हॉटेलमध्ये शिकवत असत. मौलवी कादीरसाहेब तरुण होते. काळ्या-सावळ्या वर्णाच्या मौलवीसाहेबांचे केस पिंगट रंगाचे होते. ते नेहमी पांढरी पगडी वापरत असत. मला अजूनही त्यांची पहिली भेट आठवते.

इस्लामचं शिक्षण घेणाऱ्या विद्यार्थ्यांना त्यांच्या शिक्षकांसाठी काही विशिष्ट कामं करावी लागतात. तशी पद्धतच आहे. विद्यार्थी शिक्षकांसाठी जकात गोळा

---

१. कंदाहारी मशीद एका दोन मजली इमारतीत होती. खालच्या बाजूला असणाऱ्या 'कंदाहार बाजार' नावाच्या भागाला ती जोडलेली होती.

करतात. घरच्या जनावरांची देखभाल करणं, अन्न शिजवणं इत्यादी कामं विद्यार्थ्यांनी करायची असतात. मी पहिल्यांदा मौलवीसाहेबांना भेटलो तेव्हाच मी त्यांना ही अशी कामं करणार नाही, असं साफ सांगून टाकलं. मी इथं अशी कामं करण्यासाठी आलो नाही, असं मी म्हणालो. शिवाय मी माझ्या अटी मान्य झाल्या तरच राहीन, असंही म्हणालो. माझं बोलणं ऐकून घेतल्यावर मौलवीसाहेब हसले. माझ्याकडे रोखून बघत ते म्हणाले, "तू ज्या कामांबद्दल बोलतो आहेस ती तुझीच कामं आहेत. आपल्या शिक्षकांची अशीच तर काळजी विद्यार्थ्यांनी घ्यायची असते. तू तसंच करायला हवंस. मी तुला शिकवणार त्याच्या बदल्यात तू माझी कामं करणं, हे योग्य नाही का?"

मौलवीसाहेबांच्याकडे शिक्षण घ्यायला सुरुवात केली. मी फार आनंदात होतो. मी माझ्या शिक्षणात उत्तम प्रगती केली. मला त्याच अभ्यासात रुची असल्यानं माझ्या एकाही मुजाहिद्दीन मित्राला मी नेमका कुठं आहे, हे सांगितलं नाही. त्यामुळे मी त्यांच्या नजरेपासून दूर माझ्या आवडीचं शिक्षण घेऊ शकत होतो.

मौलवीसाहेबांकडे साधारण तीन महिने शिकल्यानंतर एकदा मीर हमझा[२] हे मुल्ला व इतर काही जण तिथं आले. तिथं सगळे जण जिहाद व अफगाणिस्तानातल्या परिस्थितीबद्दल चर्चा करू लागले. ते वर्ष १९८४ होतं. सोव्हिएत फौजा मुजाहिद्दीनांच्या तळांवर जोरदार हल्ले चढवत होत्या. आमची संख्या जरी वाढली असली, तरी आम्ही लढाई जिंकण्याची शक्यता जवळपास नव्हतीच.

आता माझे मित्र मला समजावू लागले. मी शिक्षण सोडून पुन्हा परत जावं आणि लढाईत उतरावं म्हणून ते मला गळ घालू लागले. पण मौलवी कादीरसाहेबांना ते पसंत नव्हतं. परंतु माझे मित्र मागे हटत नव्हते. ते सतत मी तिथून निघावं म्हणून माझ्यामागे लकडा लावत होते. आमच्यात याबद्दल गरमागरम चर्चा होऊ लागल्या.चर्चेचा विषय मुजाहिद्दीन आणि रशियन फौजा यांच्यामधल्या ताज्या चकमकी, जिहादबद्दलचं कर्तव्य आणि मी पुन्हा लढणं का आवश्यक आहे, याबद्दलच असायच्या.

मौलवी अब्दुल कादीर हे काही जिहादला विरोध करणारे नव्हते. उलट ते त्याचं समर्थनच करत असत. ते नेहमी जिहादींना मदतच करायचे. ते तरुणांनी जिहादमध्ये सामील व्हावं म्हणून त्यांना प्रोत्साहनही देत असत. पण माझ्या बाबतीत गोष्ट वेगळी होती. त्यांना माझ्याबद्दल माया वाटू लागली होती. मी परत गेलो तर मी शहीद होईन, अशी भीती त्यांना वाटत होती.

---

२. मुल्ला मीर हमझा उर्फ हाजी लाला हा अचेकझाई जमातीचा असून तो जिहादच्या काळात सोव्हिएत फौजांविरोधात लढला होता. पण त्याच्याबद्दल इतर मुजाहिद्दीन फारसं चांगलं बोलत नसत.

पण अखेर माझ्या मित्रांनी मौलवीसाहेबांना पटवून दिलं की, मी परत लढाईला जाणं फार गरजेचं आहे. त्यानंतर लवकरच आम्ही तिथून निघालो. मौलवीसाहेब सरहद्दीपर्यंत आमच्याबरोबर आले. तिथं आम्हाला शुभेच्छा आणि आशीर्वाद देऊन ते पुन्हा आपल्या मदरश्याकडे परतले.

मी माझ्या नातेवाइकांना माझ्या बेताबद्दल जरादेखील पत्ता लागू दिला नव्हता. मी पहिल्यांदा परतलो तेव्हाच मी पुन्हा लढाईला जाऊ नये अशी त्यांची इच्छा होती. मी परत जाऊ नये म्हणून ते मला सतत गळ घालत होते. मी जर राहिलो तर मला घर करता येईल, माझं लग्न होऊ शकेल आणि मला तिथंच काहीतरी कामधंदा मिळेल, असं ते म्हणत असत. अर्थातच त्यासाठी मी अफगाणिस्तानला परत न जाता पाकिस्तानातच राहाणं आवश्यक होतं. पण मला मात्र सतत लढाईवर जावं, असं वाटत होतं. माझ्या देशासाठी लढायची ऊर्मी मला स्वस्थ बसू देत नव्हती. जिहादची हाक मला तिकडं खेचत होती.

एक दिवस आम्हा मुजाहिद्दीनांचा छोटा गट जंगल कॅम्पकडे निघाला. आम्ही हाजी करमखान[३] यांना त्यांच्या घरी जाऊन भेटलो. त्यांना भेटल्यावर आम्ही आघाडीकडे जायची तयारी सुरू केली.

मुल्ला मोहम्मद सादिक हे आमच्या आघाडीचे कमांडर होते. तर करमखान हे मुख्य नेते होते. आघाडीच्या कामाची दैनंदिन जबाबदारी करमखान यांची होती. मुल्ला मोहम्मद सादिक हे जरी कमांडर असले, तरी ते काही वेळ प्रत्यक्ष आघाडीवर तर उरलेला अर्धा वेळ पाकिस्तानात असत.

आघाडी चालवणं ही फार अवघड गोष्ट होती. एखादा गट सांभाळून लढाई सुरू ठेवण्यासाठी पाकिस्तान आणि अफगाणिस्तान अशा दोन्ही देशांमध्ये काम करावं लागत असे. आर्थिक आणि राजकीय पाठिंबा मिळत राहाण्यासाठी इतर मुजाहिद्दीन गट आणि राजकीय पक्षांबरोबर संबंध राखणं फार गरजेचं असे. प्रत्यक्ष लढाईच्या जागी म्हणजे कंदाहारमध्ये स्थानिक नेत्यांची मदत घ्यावी लागत होती. त्यामुळे आघाडीमधले दोन भाग एकत्रितपणे काम करत असत. पैसा उभा करणं, शस्त्रास्त्रं जमा करणं, परस्परांशी संपर्क राखणं, वाहतुकीची व्यवस्था करणं, प्रशिक्षण देणं आणि नवीन मुजाहिद्दीन तयार करणं, ही सगळी कामं एकत्र केली जात असत.

जिहादच्या सुरुवातीच्या काळात मुजाहिद्दीन रशियन रणगाडे आणि हेलिकॉप्टरचा मुकाबला करू शकत नव्हते. मिग विमानं आणि लांब पल्ला असणाऱ्या बॉम्बफेकी

---

३. अचेकझाई जमातीचा पुढारी असलेला हाजी करमखान हा जिहादच्या काळात सोव्हिएत फौजांविरुद्ध लढला होता. तो कंदाहारमधला एक वजनदार नेता असून आजही राजकारणात सक्रिय आहे.

विमानांपुढे टिकणं तर दूरच होतं. अफगाणिस्तानातल्या अतिशय दुर्गम दऱ्या-खोऱ्यांमध्ये सहजासहजी शिरकाव करता येत नाही. पण तिथं कुठंही घुसणारी रशियन हेलिकॉप्टर्स मुजाहिद्दीनांना बेजार करून सोडत असत. १९८०नंतर पाकिस्तानची गुप्तचर यंत्रणा आयएसआय[४]नं मुजाहिद्दीनांसाठी शस्त्रास्त्रांचं प्रशिक्षण देण्याचा कार्यक्रम सुरू केला. त्यांच्याजवळ असणाऱ्या नवीन शस्त्रांमुळे आम्ही रशियन रणगाडे उद्ध्वस्त करू शकू आणि हेलिकॉप्टर्स पाडू शकू, असं आम्हाला सांगण्यात आलं.

मुल्ला मोहम्मद सादिक यांनी प्रशिक्षणासाठी काही जणांची निवड केली. त्यात माझादेखील समावेश होता. आम्ही सैय्यफ यांच्या क्वेट्टामधल्या कचेरीत गेलो. तिथली जबाबदारी कमांडर अब्दुल्ला[५] यांच्याकडे होती. ते ईशान्य अफगाणिस्तानातलं काम चालवत असत. त्यांनी आमची पाकिस्तानातून प्रशिक्षण घेण्यासाठी आलेल्या अधिकाऱ्यांशी ओळख करून दिली.

मुल्ला मोहम्मद सादिक यांनी अलीकडेच सैय्यद यांच्या नव्यानं स्थापन झालेल्या इत्तेहाद-ए-इस्लामी[६] या संघटनेशी जवळचे संबंध प्रस्थापित केले होते. आपल्या आघाडीचा संबंध अगोदर मौलवी नबी मोहम्मदी यांच्या हरकत-ए-

---

४. आयएसआय म्हणजे इंटर सर्व्हिसेस इंटेलिजन्स. ही पाकिस्तानी सैन्याची मुख्य गुप्तचर यंत्रणा आहे. पाकिस्तानी राजकारणात लष्कराचा सहभाग मोठा असतो. त्यामागे आयएसआय ही संस्था असल्याचं मानलं जातं. या संस्थेनंच अफगाणिस्तानातल्या मुजाहिद्दीनांना पैसा आणि शस्त्रास्त्रं पुरवली. या काळात प्रशिक्षण देणाऱ्या ब्रिगेडियर युसूफ याच्या म्हणण्यानुसार पाकिस्ताननं जवळ-जवळ ८०,००० मुजाहिद्दीनांना प्रशिक्षण दिलं होतं. १९८३मध्ये प्रशिक्षण देण्यासाठी दोन छावण्या होत्या. त्यात ४०० जणांना प्रशिक्षण दिलं जाई. १९८७मध्ये अशा एकूण सात छावण्या होत्या आणि एकावेळी हजारो जणांना प्रशिक्षण देण्यासाठी आयएसआयनं भक्कम व्यवस्था उभारली होती.

५. सैय्यफ यांच्यामार्फत वाटल्या जाणाऱ्या शस्त्रास्त्रांची जबाबदारी कमांडर अब्दुल्ला याच्याकडे होती. वार्दाकी जमातीतून आलेल्या या नेत्याला इतर मुजाहिद्दीन खूप मान देत असत. २००१नंतर राजकीय बदल झाल्यावर अब्दुल्ला काही काळ लोगार प्रांताचा राज्यपाल म्हणून काम बघत होता. पण त्याची लवकरच हत्या झाली.

६. इत्तेहाद-ए-इस्लामी बराये आझादी-ए-अफगाणिस्तान हा पक्ष १९८१मध्ये पेशावर येथे स्थापन झाला. त्याची स्थापना अब्दुल रब-अल् रसूल सैय्यद याने केली. या पक्षाचं सुरुवातीचं स्वरूप त्या काळात फोफावलेल्या अनेक राजकीय गटांना एकत्र करणं असं होतं. पण लवकरच हा एक वेगळं ध्येय असणारा राजकीय पक्ष म्हणून ताकदवान बनला.

इन्किलाबी-ए-इस्लामी[७] या राजकीय पक्षाशी होता. पण सय्यद आणि त्यांचा पक्ष पाकिस्तानी गुप्तचर यंत्रणेला जास्त जवळचे वाटत असल्यानं त्यांचा भाव वाढला होता. आयएसआयकडून पैसा, शस्त्रास्त्रं किंवा प्रशिक्षण वगैरे जी काही मदत दिली जात होती त्याचं वाटप सय्यद करत असत, ही गोष्ट सर्वांना माहिती होती.

पाकिस्तानी आणि अफगाणिस्तानी यांच्यात फार फरक होता. तिकडं कंदाहारमध्ये विविध आघाड्यांवर लढाई सुरू असताना तुम्ही कोणत्या गटात आहात याला जरादेखील महत्त्व नव्हतं. काय वाटेल ते झालं तरी सगळे मुजाहिद्दीन एकमेकांना कायम मदतच करत असत. तालिबान किंवा इतर मुजाहिद्दीन गटांमधले लोक एकमेकांना बंधूभावानं वागवत आणि सर्व जण समान पातळीवर असल्याप्रमाणे एकमेकांना सहकार्य करत. जिहादमध्ये गटा-गटांचं राजकारण आणि जमातीच्या आधारावर विद्वेषाची सुरुवात खूप उशिरा झाली. उदाहरणार्थ, मुल्ला नकीबुल्ला[८] आणि अट्टा मोहम्मद सरकतेब[९] हे एकमेकांविरुद्ध लढत असत. पण हे सगळं खूप नंतर सुरू झालं. उलट सरहद्दीपलीकडे म्हणजे पाकिस्तानात गटा-गटांचं राजकारण हा मुख्य भाग होता. सैय्यद यांच्या कचेरीजवळून आम्हाला नेण्यासाठी पाकिस्तानी अधिकाऱ्यांनी ट्रक पाठवले होते. आम्हाला ट्रकच्या मागच्या भागात कोंबून बसवण्यात आलं. ट्रक बंद असल्यानं आम्ही कुठं जात आहोत, हे आम्हाला दिसत नव्हतं. आमचा प्रवास जवळपास तीन तास चालू होता. आम्हाला डोंगराळ भागात कुठल्यातरी गुप्त ठिकाणी नेत असणार असंच आम्हाला वाटत होतं. पण आम्ही ट्रकमधून उतरलो तेव्हा आम्हाला ती जागा सहज ओळखता आली. आम्हाला त्यांनी पशीन बाजार आणि सर्खाब छावणी यांच्यामधल्या त्रात नावाच्या भागात आणलं होतं. एका

---

७. हरकत-ए-इन्किलाबी-ए-इस्लामी हा प्रारंभीच्या काळात इस्लामी क्रांतीच्या उद्देशासाठी स्थापन झालेल्या मुजाहिद्दीन गटांमधला महत्त्वाचा गट होता. यामधूनच अनेक जण १९९४नंतर तालिबान म्हणून उदयास आलेल्या चळवळीचे म्होरके बनले. या गटाचा संस्थापक मौलवी नबी मोहम्मदी (१९२१-२००२) हा मुजाहिद्दीन राजवटीत अफगाणिस्तानचा उपराष्ट्राध्यक्ष होता. तसेच त्याचे तालिबान राजवटीशीही चांगले संबंध होते.

८. मुल्ला नकीबुल्ला (१९५०-२००७) उर्फ मुल्ला नकीब हा मुल्ला गुल अखुंड या नावानं ओळखला जाणारा कंदाहारमधला मुजाहिद्दीन कमांडर त्याच्या मृत्यूपर्यंत अलिकोझाई जमातीचा नेता होता. त्याचा गट त्याच्या अर्घंदाब भागात लढत असे.

९. अट्टा मोहम्मद सरकतेब हा लुदीन जमातीचा नेता हिज्ब-ए-इस्लामीचा वजनदार पुढारी होता. जिहादच्या काळात तो पश्चिम कंदाहार भागावर ताबा ठेवून होता. तालिबान सत्तेवर आल्यानंतर १९९४मध्ये क्वेट्टाला गेला. तो अद्याप जिवंत असून दुबईमध्ये वाहनांच्या सुट्या भागांचं दुकान चालवतो.

मोकळ्या पटांगणात आम्ही उभे होतो. तिथं एक इमारत होती. त्याच्या मागच्या बाजूला असणारा एक छोटा नाला पशीन बाजार गावाच्या दिशेनं वाहात होता. इमारतीच्या समोरून पशीनदाब अलिझाई नदी वाहात होती.

मुल्ला मोहम्मद सादिक यांनी मी धरून एकूण १२ जणांना प्रशिक्षणासाठी पाठवलं होतं. आम्ही खाली उतरलो तेव्हा लक्षात आलं की, प्रशिक्षणासाठी एकूण ८० मुजाहिद्दीन आले होते. आम्हाला प्रशिक्षण देणारे लोक पश्तुमध्ये सूचना देत होते. आमच्यामधल्या काही जणांना पश्तु समजत नसल्यानं त्यांना या सूचना दारी भाषेत भाषांतर करून सांगाव्या लागत होत्या. प्रत्यक्ष प्रशिक्षणाला सुरुवात दुसऱ्या दिवशी झाली. सर्वांत प्रथम आम्हाला बी.एम.१२ हे शस्त्र वापरायचं प्रशिक्षण दिलं. यामधून एकाच वेळी अनेक क्षेपणास्त्रं डागता येतात. बी.एम.१२ हा रॉकेट लाँचर एका जागी स्थिर असतो. त्यामधून १०७ एम.एम. क्षेपणास्त्रं सोडता येतात. ही क्षेपणास्त्रं आठ किलोमीटर अंतरापर्यंत मारा करू शकतात. हा रॉकेट लाँचर चिनी बनावटीचा असून तो अल्युमिनियमचा बनलेला असल्यानं वजनाला खूप हलका होता.

आमच्या प्रशिक्षणाचे दोन भाग होते. काही भाग वर्गात शिकवला जाई. त्यानंतर प्रत्यक्ष शस्त्रं हाताळण्याचं शिक्षण दिलं जात असे. वर्गात आम्हाला शस्त्राचे विविध भाग, ते कसे जोडतात त्यांची देखभाल कशी करायची याची मूलभूत माहिती सांगितली जायची. लक्ष्याचं अंतर आणि आपल्याला लक्ष्य उडवताना किती दणका अपेक्षित आहे याचं गणित कसं करायचं ते वर्गात शिकवत असत. वर्गातले धडे सकाळी सात ते दुपारी बारापर्यंत चालत. दुपारी आम्हाला वर्गात शिकवलेल्या गोष्टींची उजळणी करून तो भाग पक्का करायचा असे. आमचं हे वर्गातलं प्रशिक्षण पहिले १० दिवस सुरू होतं. त्यानंतरच आम्हाला प्रत्यक्ष शस्त्रं हाताळणीच्या प्रशिक्षणासाठी नेण्यात आलं.

आम्ही पहिल्यांदा तिथं आलो तेव्हाच आम्ही आवतीभोवती शस्त्रं पाहिली होती. आम्हाला वर्गात त्यांच्या निरनिराळ्या भागांबद्दल जी माहिती सांगितली होती, ती आम्ही मनात ठसवण्याचा आटोकाट प्रयत्न करत होतो. आम्हाला हे प्रशिक्षण किती महत्त्वाचं आहे हे कळत होतं. आम्ही इथं शस्त्रास्त्रांबद्दल[१०] जे काही शिकणार होतो

---

१०. जिहादींना निरनिराळी शस्त्रं पुरवण्यात आली होती. तथापि त्यांना 'स्टिंगर' ही क्षेपणास्त्रं पुरवण्याचा निर्णय अफगाणिस्तानातील सोव्हिएत पराभवाला कारणीभूत ठरला, असं सामान्यत: मानलं जातं. १९८६-१९९० या दरम्यान मुजाहिद्दीन गटांना साधारणपणे १,००० स्टिंगर क्षेपणास्त्रं पुरवली गेली. असं असलं तरी मार्क अर्बन याच्या अभ्यासामधून निराळं चित्र उभं राहतं. सोव्हिएत फौजा माघारी जाईपर्यंत त्यांनी गमावलेल्या एकूण रणगाड्यांच्या व हेलिकॉप्टरांच्या संख्येपैकी फक्त २० टक्के नुकसान स्टिंगर क्षेपणास्त्रांमुळे झाल्याचं अर्बन यानं दाखवून दिलं आहे.

त्यांचा परिणाम पुढील काळातल्या लढायांवर होणार होता आणि अखेर जिहादचं भवितव्य ठरवण्यात या तयारीचा मोठा वाटा असणार याची आम्हाला जाणीव होती.

प्रत्यक्ष शस्त्रं हाताळणीचं शिक्षण देण्यासाठी आमचे प्रत्येकी १०-१२ जणांचे गट पाडण्यात आले. प्रत्येक गटाला एक शस्त्र देण्यात आलं. आम्ही सर्वांनी मग वर्गात शिकलेल्या गोष्टी आठवून त्या प्रत्यक्षात करून पाहाण्याचा प्रयत्न सुरू केला. आम्ही ट्रायपॉड उभा केला. मग शिकवल्याप्रमाणे वायर नीट करून आमचं लक्ष्य निश्चित केलं. हे करताना आम्ही वाऱ्याचा वेग आणि इतर घटकांचा विचार करून योग्य ती आकडेमोड केली.

सुरुवातीला बी.एम.१२ हा रॉकेट लाँचर वापरल्यानंतर मग आम्ही बी.एम.१४ वापरायला शिकलो. आमच्या या प्रशिक्षणाच्या सुरुवातीचा कालावधी एक महिन्याचा होता. प्रशिक्षणाचा हा टप्पा पूर्ण झाल्यानंतर पुन्हा एकदा आम्हाला ट्रकमधून नवीन ठिकाणी नेण्यात आलं. या वेळी प्रवास सहा तासांचा होता. प्रवास संपला तेव्हा पहाट झाली होती.

ट्रकमधून आम्ही खाली उतरलो तेव्हा लक्षात आलं की, आम्ही एका वाळवंटात उभे होतो. खूप दूर अंतरावर एक पर्वतरांग दिसत होती. या पर्वतरांगेतील शिखरं आकाशात खूप उंचावर गेलेली दिसत होती. तिथल्या विस्तृत वाळवंटात काहीही नव्हतं. घरं किंवा बागा वगैरे काही नसल्यानं तो सगळा भाग वैराण दिसत होता. फक्त काही बराकी होत्या. त्या लष्करी ठाण्याप्रमाणे दिसत होत्या. दूर अंतरावर पर्वताच्या दिशेला एक चौकोनी पांढरा ठिपका दिसत होता. तो आम्ही होतो त्या जागेपासून साधारण पाच किलोमीटर अंतरावर होता.

आम्हाला प्रशिक्षण देण्यासाठी आलेले पाकिस्तानी प्रशिक्षक बराकीच्या बाहेर बाकांवर बसले होते. आम्हाला त्यांनी एका रांगेत उभं राहाण्याचा हुकूम दिला. ते आम्हाला आता प्रत्यक्ष शस्त्रं वापरायला शिकवणार होते. ही शस्त्रं चालवायला शिकवल्यावर आम्ही रशियन हेलिकॉप्टर आणि त्यांचे रणगाडे उडवू शकू, असं पाकिस्तानी प्रशिक्षकांनी सांगितलं.

आमच्याप्रमाणेच तिथं मुजाहिद्दीनांचे अनेक गट प्रशिक्षणासाठी आले होते. ते हेरात, कुंदुझ, जलालाबाद, गर्देझ आणि काबूल अशा विविध भागांमधले होते. सर्व गटांना क्षेपणास्त्रं वापरण्याची संधी मिळाली. आम्ही प्रथम ते उचलून कसं न्यायचं ते शिकलो. त्यानंतर ते डागण्याची सगळी तयारी केली. मग आम्ही दोन वेळा ते प्रत्यक्षात वापरलं. गरज पडली तर आम्ही आमचं लक्ष्य उडवण्यासाठी योग्य ते बदल करून घ्यायचे होते. आम्ही वर्गात ज्या तीन महत्त्वाच्या गोष्टी शिकलो होतो, त्या आमच्या प्रशिक्षकांनी आमच्या मनावर पुन्हा ठसवल्या. शस्त्रं योग्य जागी उभं करणं आणि ते सज्ज करणं, लाँचरमध्ये प्रत्यक्ष क्षेपणास्त्रं भरणं आणि अखेर ते

योग्य त्या लक्ष्यावर डागणं, ही तीन कामं काटेकोरपणे करायला आम्ही शिकलो.

आमच्या अगोदर इतर दोन गटांना शस्त्र वापरायची संधी मिळाली होती. आमच्या गटाची वेळ आल्यानंतर आम्ही घाईघाईनं शस्त्र सज्ज केलं. ट्रायपॉड नीट लावणं, लक्ष्य निश्चित करणं आणि स्पिरिट लेव्हलकडे नजर ठेवणं ही जबाबदारी माझ्यावर सोपवण्यात आली होती. आम्हाला हुकूम मिळाल्यानंतर आम्ही क्षेपणास्त्रं डागलं, पण आमचा नेम १० मीटरनं चुकला. यानंतरचं लक्ष्य जास्त दूर अंतरावरचं म्हणजे लांब असणाऱ्या पर्वताच्या पायथ्याशी होतं. आम्ही पुन्हा शस्त्र सज्ज केलं, निशाणा ठरवला आणि क्षेपणास्त्रं सोडलं. या वेळीही आमचा नेम साफ चुकला. प्रत्यक्षात त्या दिवशी फक्त कुंदुझहून आलेल्या गटाला नेम साधता आला होता. इतर कोणत्याही लक्ष्याचा वेध घेता आला नाही. इतकंच काय पण हेरातहून आलेल्या गटानं सोडलेलं क्षेपणास्त्र तर पार पर्वतावरून जाऊन पलीकडे कुठेतरी पडलं.

आम्हाला प्रत्येक गटाला दोन वेळा सरावाची संधी मिळाल्यानंतर आमचं प्रशिक्षण संपलं. प्रशिक्षणातून फारसं काही हाती लागलं नाही असं वाटून मी मनोमन नाराज झालो होतो. आम्हाला यश मिळालं नाही म्हणून माझ्याप्रमाणे इतर बरेच जण नाराज झाले होते. आम्हाला पुन्हा ट्रकमध्ये कोंबून क्वेट्टाकडे रवाना करण्यात आलं. या प्रवासात आम्ही आमची निराशा घालवण्याचा प्रयत्न केला.

आम्ही क्वेट्टाला परत आल्यावर पाकिस्तानी अधिकाऱ्यांनी आम्हाला दोन रॉकेट लाँचर दिले. त्यामधला एक बी.एम.१२ हफीजुल्ला अखुंडजादा यांच्या गटाच्या आघाडीसाठी तर दुसरा बी.एम.१४ लाँचर मुल्ला मोहम्मद सादिक अखुंड यांच्या आघाडीसाठी दिला होता.

मुजाहिद्दीनांचा एक गट चमन भागातल्या बुघ्रा छावणीकडे जाणार होता. या गटात ३४ मुजाहिद्दीन होते. मी त्यांच्यात सामील झालो. कंदाहारला जाताना हे मुक्कामाचं पहिलं ठिकाण होतं. मुजाहिद्दीन गट तिथं येऊन मुक्काम करत आणि मग तिथून अफगाणिस्तानात असणाऱ्या शान नराई कोसे इथं किंवा तिथून आणखी पुढे जात असत. आम्हाला प्रवासासाठी एक ट्रॅक्टर मिळाला. तो अबू खबीब या नेत्याच्या एका संघटनेने दिला होता. या संघटनेला अरब निधी पुरवत असत. आम्ही २३ जण ट्रॅक्टरला जोडलेल्या ट्रॉलीमध्ये चढलो आणि अफगाणिस्तानच्या दिशेनं निघालो. पुढे काही अंतर गेल्यावर बाला झलाई या ठिकाणी आणखी एक ट्रॅक्टर येऊन मिळाला. हा ट्रॅक्टर मुल्ला अब्दुल घनी[११] यांच्या गटाचा होता.

आमच्या आघाडीवर लढणाऱ्या काही जणांची मुल्ला अब्दुल घनी यांच्या

---

११. मुल्ला अब्दुल घनी हा मूळचा कंदाहारचा असून तो महालजात भागात कमांडर म्हणून बराच प्रसिद्ध झाला होता. तो प्रामुख्याने सैय्यफच्या साथीने लढत असे.

गटामधल्या काही जणांशी मैत्री झाली होती. आम्ही म्हणूनच एकत्र प्रवास करत होतो. दोन दिवसांनंतर आम्ही वांदुझ या ठिकाणी पोहोचलो. त्या दिवशी आम्ही आराम केला. संध्याकाळी प्रार्थनेच्या वेळेच्या थोडं अगोदर आम्ही दोघांना मोटारसायकलवरून पुढे पाठवलं. त्यामधला एक जण करमखान हा होता तर दुसरी व्यक्ती होती मुल्ला वली मोहम्मद.[१२] या दोघांचं काम पुढच्या रस्त्याची टेहळणी करून कुठे काही धोका तर नाही ना याची खातरी करून घेणं हे होतं. आम्ही उरलेले सर्व जण दोन ट्रक्समधून थोडं अंतर राखून मागोमाग जात होतो. आम्ही सूर्यास्त व्हायच्या आधीच प्रवासाला सुरुवात केली. अफगाणिस्तानात शिरणं अत्यंत जोखमीचं होतं. आम्ही म्हणूनच रात्रीच्या अंधाराचा फायदा घेऊन हालचाली करायचो. आम्ही हबीब कला हे ठिकाण पार केलं आणि पुढं गेलो. परंतु सुलतान मोहम्मद करीझ[१३] या ठिकाणी रस्ता दगडधोंडे टाकून बंद करण्यात आला होता.

रस्ता जिथं बंद करण्यात आला होता तिथं बाजूला एक जण उभा होता. त्यानं सांगितलं की, रशियन सैन्य तिथं काही काळापूर्वी आलं होतं. त्यांनी बरेच रणगाडे आणि इतर वाहनं आणली होती. तुम्ही ज्या रस्त्यानं जायचं ठरवलं आहे, त्याचं रस्त्यानं ते पुढे गेले आहेत, तेव्हा काही अंतरावर घातपात व्हायची शक्यता आहे, असं त्या माणसानं सांगितलं. शत्रू पुढे दबा धरून बसला असणार असं मलादेखील वाटलं. मग जरा वेळ याबद्दल वादविवाद झाला. परंतु त्या वेळी नेतृत्व मुल्ला घनी करत होते. त्यांनी ठरल्याप्रमाणे पुढे जायचं असं ठरवलं. सावधगिरीचा उपाय म्हणून पाच मुजाहिद्दीनांनी पुढे जायचं आणि मग मागाहून इतरांनी जायचं, असं ठरलं. त्या पाच जणांमध्ये माझा समावेश होता. आमच्या जवळ चार कलाश्निकोव रायफली आणि एक आर.पी.जी. अशी शस्त्रं होती.

आम्ही सुलतान मोहम्मदखान करीझ सोडून गिराई करीझकडे गेलो. तिथं आम्ही गावाजवळ एका छोट्या तळ्यापाशी थांबलो. मी पाणी पिण्यासाठी गुडघ्यावर वाकून बसलो असताना सहजच माझी नजर इकडेतिकडे गेली. आजूबाजूच्या झाडाझुडुपांमध्ये पगड्या आणि कपड्यांच्या अनेक चिंध्या लटकताना दिसल्या. जमिनीवर सगळीकडे बंदुकीची काळी दारू पडून जमीन काळवंडली होती. काही जागी रक्ताचे सुकलेले ओघळ आणि मानवी मांसाचे वाळून गेलेले तुकडे विखरून पडलेले दिसले. त्या वेळी रात्रीचा एक वाजला होता. सगळीकडे नीरव शांतता पसरली होती.

---

१२. मुल्ला वली मोहम्मद सुरुवातीला हरकतकडून लढत होता. नंतर तो सैय्यफच्या गटात सामील झाला. तो अद्याप जिवंत असून कंदाहारमध्ये एक दुकान चालवतो.

१३. शुष्क अथवा वाळवंटी प्रदेशात पाण्याचा पुरवठा करण्यासाठी वापरल्या जाणाऱ्या पाणीपुरवठा यंत्रणेला 'करीझ' असं म्हणतात.

मी पाणी पिण्यासाठी बसलो असताना मला किंचित घेरी आल्याप्रमाणे झालं. फक्त दोन दिवसांपूर्वीच हाजी बबाई यांचे २३ जिहादी योद्धे रशियनांनी चढवलेल्या हल्ल्यात इथंच शहीद झाले होते. मी पाणी पिऊन झाल्यावर एक-दोन पावलं टाकली असतानाच माझ्या कानाजवळून सणसण करत पी. के. मशिनगनमधून[१४] झाडलेल्या दोन ट्रेसर बुलेट्स गेल्या. पाठोपाठ मशिनगनचा धडधडाट झाला. मीर हमझा आणि नेझर मोहम्मद[१५] खाली पडले. पाठोपाठ आणखी एक पी. के. मशिनगनची गोळी माझ्या कंबरेपाशी घुसली. रशियनांनी आता उजेड पाडण्यासाठी रोशन-अंदाज डागायला सुरुवात केली होती. सगळीकडे मशिनगनचा धडधडाट ऐकू येत होता. आजूबाजूला ग्रेनेड आणि बॉम्ब फुटत होते. क्षणभर मला शेवट जवळ आल्याप्रमाणे वाटलं. नझर मोहम्मद आणि मीर हमझा जागीच शहीद झाले होते. पण त्यांच्याजवळ दोन आर.पी.जी. ग्रेनेड असल्याचं मला ठाऊक होतं. तिसरा ग्रेनेड माझ्याजवळ आणि आणखी एक मुल्ला नसरुल्ला[१६]जवळ होता. आमच्या ट्रॅक्टरसोबत असणारा शाहवली ठार झाला होता. मुल्ला अब्दुल घनी आणि अब्दुल गफार हे दोघे जखमी झाले होते. माझ्या कंबरेपाशी झालेल्या जखमेमधून रक्त वाहात होतं. तरीदेखील मी गावातल्या एका घरावर दिसणाऱ्या दिव्याच्या रोखानं क्षेपणास्त्र डागलं. काही क्षणांतच त्या घराचं छप्पर पेटलं. त्या दणक्यामुळे सगळं गाव उजळून निघालं. ज्वाळा आकाशात झेपावताना पाहून मी खाली बसलो आणि आणखी एक आर.पी.जी उचलला.

रशियन आमच्यापासून काहीच मीटर अंतरावर होते. त्यांचा हल्ला सुरूच होता. पण त्यांचा सगळा मारा आमच्या डोक्यावरून पलीकडे जात होता. माझ्या क्षेपणास्त्रानं घराचा वेध घेतल्यानंतर मात्र रशियनांनी मारा ताबडतोब थांबवला. पेटलेल्या घराच्या ज्वाळा कमी झाल्यावर अंधार झाला. त्याचा फायदा घेऊन आम्ही मागे जायचं ठरवलं. पण आम्ही जेमतेम १०-१५ मीटर गेलो असतानाच रशियनांनी पुन्हा गोळीबार सुरू केला. आम्ही लगेच जमिनीवर पडलो आणि गडगडत पुन्हा

---

१४. पी. के. ही रशियन बनावटीची ७.६२ एम.एम. मशीनगन असून तिचा पल्ला साधारण १,००० मीटर असतो.

१५. नझर मोहम्मद हा मूळ बलुच जमातीचा असून तो संगीसर इथला रहिवासी होता. होता. अद्याप दाढीही नीट न उगवलेला हा कोवळा तरुण या हल्ल्यात ठार झाला.

१६. मूळचा निलगामचा रहिवासी असणारा मुल्ला नसरुल्ला अचेकझाई जमातीचा होता. जिहादमध्ये त्याने आपले दोन्ही पाय गमावले होते. त्याला उपचारांसाठी जर्मनीला पाठवण्यात आलं होतं. पण तिथं पोहोचल्यावर लगेचच तो मरण पावला.

एका खड्ड्याचा आश्रय घेतला. आम्ही एक निश्वास टाकून एकमेकांकडे आणि आजूबाजूला नजर टाकली. आमचे शहीद झालेले मित्र मरून पडले होते. आम्ही आमच्या कलाश्निकोव रायफली वापरून रशियन हल्ल्याचा प्रतिकार करायला सुरुवात केली. रशियन आता गोळीबार करून हळूहळू पुढे सरकू लागले होते. आमच्याजवळ कलाश्निकोव गोळ्यांची एक पेटी आणि एक आर.पी.जी. एवढीच काय ती शस्त्रं उरली होती. मला आता घरांच्या मधल्या जागेमधून रणगाडे डोकावताना दिसले. मी त्यांच्या जागांचा अंदाज घेऊन एक ग्रेनेड डागला. घरांजवळ ज्वाळा उसळल्या आणि धुराचा मोठा लोट उठलेला दिसला. या हल्ल्यामुळे रशियन गोळीबार थांबला. त्याचा फायदा घेऊन आम्ही वेगाने तिथून धावलो. काही शेकडा मीटर धावल्यावर आम्ही पुन्हा जमिनीला चिकटून पडलो. माझ्या जखमेमधून प्रचंड रक्तस्त्राव होत होता. मला आता आणखी हलणं अशक्य झालं होतं. ट्रॅक्टरचं किंवा तिथं राहिलेल्या इतर मित्रांचं काय झालं हे कळायला काहीच मार्ग नव्हता.

मी, मुल्ला नसरुल्ला यांच्याकडे वळलो आणि मला आता काहीही करणं शक्य नाही हे सांगितलं. मला सुरक्षित स्थळी नेण्याचा धोका त्यांनी पत्करू नये असं मला वाटलं. म्हणून मी त्यांना माझ्यासाठी एक कलाश्निकोव रायफल देऊन जमेल तेवढ्या वेगानं निसटून जायला सांगितलं. मी तिथंच थांबून रशियनांचा मुकाबला करणार होतो. मी शहीद होईपर्यंत लढायचा निश्चय केला होता. मी कोणत्याही परिस्थितीत रशियनांच्या हाती जिवंत पडणार नाही, असं सांगण्याचा प्रयत्न करत असतानाच मुल्ला नसरुल्लांनी मला उचलून खांद्यावर टाकलं. त्यांच्या दुसऱ्या हातात कलाश्निकोव रायफल होती.

मी मुल्ला नसरुल्लांच्या खांद्यावर लोंबकळत जात असताना मला जणू काळ पुढेच सरकत नाही, असं वाटलं. पण अखेर आम्ही ट्रॅक्टरपाशी पोहोचलो. ट्रॅक्टरचं इंजिन सुरू होतं, पण तिथं कोणीच नव्हतं. ट्रॅक्टरचा ड्रायव्हर आणि इतर मुजाहिद्दीन तिथून निघून गेले होते. मुल्ला नसरुल्लांना ट्रॅक्टर चालवता येत नव्हता. म्हणून मग मी त्यांना मला ड्रायव्हरच्या जागी बसवायला सांगितलं. त्यांनी मला तिथं बसवलं असताना लगेचच रशियन गोळीबार करू लागले. पुन्हा एकदा रोशन-अंदाजमुळे झगझगाट झाला. त्यामुळे आमच्या डोळ्यांवर अंधारी पसरली. पण केवळ देवकृपेमुळे मला ट्रॅक्टर सुरू करून तिथून निघण्यात यश आलं.

मी वेगानं ट्रॅक्टर वळवून निघालो. रशियन भडिमारापासून दूर पळणाऱ्या इतरांना घेण्यासाठी मी थांबलो. अखेर आम्ही पुन्हा सुलतान मोहम्मद करीझ इथं परतलो. मी तिथं पोहोचलो तेव्हा माझ्यामधील सगळी शक्ती संपून गेली होती. मला साधा हात उचलणंही शक्य नव्हतं. मग कोणीतरी ट्रॅक्टर चालवला. अखेरीस आम्ही पहाट होत असताना हाजी हबीब यांच्या गावी पोहोचलो.

आम्ही गावात शिरलो तेव्हा गावकऱ्यांनी सांगितलं की, रशियन फौजा पाठलाग करत तिकडेच येत असणार. त्यांना फार वेळ लागणार नव्हता. म्हणून मग गावकऱ्यांनी आम्हाला गावापासून दूर एका ठिकाणी नेलं. तिथं काही पडके अवशेष होते. आम्ही तिथं आमची शस्त्रं उतरवली आणि सगळा दिवस दडून बसलो. रिकामा ट्रॅक्टर आम्ही गावाकडे रवाना केला. काही वेळात एक डॉक्टर तिथं आला. त्यानं माझ्या जखमेवर बॅन्डेज बांधलं आणि संसर्ग होऊ नये म्हणून मला एक इंजेक्शन दिलं. दुपारी काही हेलिकॉप्टर्स घोंघावताना दिसली. पाठोपाठ आम्ही होतो त्याच्याजवळच काही अंतरावर हल्ला चढवण्यासाठी तयारीत असणारे रणगाडे उभे असल्याचं दिसलं. रशियन फौज गावात शिरली होती. त्यांनी घरा-घरात घुसून आमचा शोध घेतला होता. आता ते लोक आमच्या दिशेनं रणगाडे घेऊन आले होते.

पडक्या अवशेषांपासून काही शेकडा मीटर अंतरावर येऊन रणगाडे थांबले. आम्ही लपून बसलेल्या जागीच लढण्याची तयारी करत होतो. आम्ही आर.पी.जी. सज्ज करून गोळ्यांचे पट्टे वगैरे व्यवस्थित लावून घेत होतो. मीदेखील लढण्यासाठी हालचाल करायचा प्रयत्न केला. पण मला चक्कर येत होती. समोरचं अंधूक दिसत होतं. अखेर केव्हातरी माझी शुद्ध हरपली.

संध्याकाळी मी शुद्धीवर आलो. काही मुजाहिद्दीन माझ्या शेजारी बसलेले होते. मी त्यांना काय झालं ते विचारलं. त्यांनी सांगितलं की, रणगाडे काही अंतरापर्यंत आले आणि तिथंच थांबले. सुमारे तासभर ते मारा करायच्या तयारीत होते. पण नंतर ते एक-दोन तास थांबून निघून गेले.

अंधार पडल्यानंतर गावामधून पुन्हा ट्रॅक्टर आला. मुजाहिद्दीनांनी त्यात दारूगोळा आणि शस्त्रं भरली. मलादेखील त्यांनी उचलून आत ठेवलं. कोणीतरी ट्रॅक्टर चालवायला बसलं. मग आम्ही हाजी हबीब यांचं गाव मागे टाकून कमांडर अब्दुल रझीक यांच्या छावणीच्या दिशेनं गेलो. आम्हाला तिथं पोहोचायला चांगली रात्र झाली होती.

छावणीच्या गेटपर्यंत जाण्यासाठी एक छोटा चढ होता. आमचा जुना ट्रॅक्टर तेवढा छोटा चढदेखील चढू शकेना. म्हणून मग माझ्याखेरीज इतर सर्व जण खाली उतरले. पुन्हा ड्रायव्हरनं ट्रॅक्टर वर नेण्यासाठी प्रयत्न केला. पण मध्यातच ट्रॅक्टर खाली जायला लागला. आता ड्रायव्हरनंही उडी मारली. वेगानं खाली घरंगळत जाणाऱ्या ट्रॅक्टरपासून मी बसलो होतो ती ट्रॉली अलग झाली आणि एका बाजूला कलंडून उलटली. मला स्वत:ला काहीच हालचाल करता येत नव्हती. दारूगोळ्याची एक पेटी मध्ये आल्यानं मी ट्रॉलीखाली चिरडला जाण्यापासून वाचलो. इतर काही जण माझ्या मदतीसाठी धावत आले. मी एका जागी खिळून बसून हे सगळं पाहात होतो.

मी पाकिस्तान सोडल्यानंतर सात-आठ दिवसांनी जखमी अवस्थेत मला पुन्हा पाकिस्तानात पाठवण्यात आलं.

कटू चित्रे

अफगाणिस्तानात युद्ध भडकलं असताना तिथे सुमारे एक लाख सोव्हिएत सैनिक होते. लक्षावधी नागरिक जीव वाचवण्यासाठी शेजारच्या देशात पळून गेले होते. साधारण १० लाख मुजाहिद्दीनांनी आपल्या प्राणांची आहुती[१] दिली होती. शेवटच्या काही वर्षांमध्ये युद्धाची तीव्रता[२] फार वाढली होती. सोव्हिएत आणि अफगाण अशा दोन्ही बाजूंनी क्रौर्याची परिसीमा गाठली होती. प्रचंड बॉम्बफेक आणि हजारो मुजाहिद्दीनांचा सहभाग असणाऱ्या लढाया नित्याच्याच झाल्या होत्या.

अफगाणिस्तानातल्या या भीषण संघर्षात जगणं किंवा मरणं यात केवळ योगायोगाची भूमिका फार मोठी असायची. अफगाणिस्तानातून पाकिस्तानात आणि परत अफगाणिस्तानात लढाईसाठी जाताना मी एकूण नऊ वेळा रशियन हल्ल्यात सापडलो होतो. आठ वेळा देवाच्या कृपेमुळे मी वाचलो. फक्त एकदा मी जखमी झालो. खुशाब भागात एका बॉम्बमुळे मी माझ्या जागेवरून दूर फेकला गेलो होतो. पुढच्याच क्षणी मी होतो त्या जागी गोळ्यांचा पाऊस पडला होता. केवळ एका

---

१. अफगाणिस्तानातल्या युद्धाबद्दलच्या एका अभ्यासानुसार १९७८ ते १९८७ या दरम्यान अफगाणिस्तानातील 'अनैसर्गिक' मृत्यूंची संख्या ८,७६, ८२५ इतकी होती. १९९५मध्ये जागतिक आरोग्य संघटनेनं जाहीर केलेल्या अहवालानुसार अफगाणिस्तानातील विकलांग लोकांची संख्या जवळपास १५ लाख होती.

२. १९८५मध्ये अमेरिकेने मुजाहिद्दीनांना २५ कोटी डॉलरची मदत दिली. ही मदत १९८०पासून दरवर्षी दिल्या जाणाऱ्या मदतीच्या पाचपट होती. कोल यांनी २००४मध्ये प्रसिद्ध केलेल्या संशोधनानुसार अमेरिकेने मुजाहिद्दीनांना १९८०-१९९२ दरम्यान दोन-तीन अब्ज डॉलरची मदत दिली. एवढीच मदत अरब जगामधून मिळाली होती.

क्षणाच्या अंतराने मी वाचलो होतो. निलगाम भागात मोटारीच्या स्फोटात माझे दोन मित्र ठार झाले होते. रशियनांनी तिथं किल्ल्याच्या मागे काही मोर्टार ठेवले होते आणि त्यांना हात लावताच स्फोट व्हावा असा सापळा रचला होता. माझ्या मित्रांनी हात लावल्यावर स्फोट झाला तेव्हा मी अवघ्या काही मीटर अंतरावर होतो. पण मला त्यात काहीही झालं नाही.

मी जिहादमध्ये सामील झालो तेव्हा १५ वर्षांचा होतो. मला तेव्हा कलाश्निकोव रायफल कशी वापरायची किंवा इतरांना बरोबर घेऊन नेतृत्व कसं करायचं, हे काहीच माहीत नव्हतं. माझ्यासारख्या कोवळ्या तरुणाला युद्ध म्हणजे काय याची कल्पना असणं शक्यच नव्हतं. रशियन फौजांशी लढणं ही फार कठीण गोष्ट होती. पण हळूहळू मी शिकत गेलो. मी पुढे अबसाबाद, महालजात, अर्घंदाब, खुशाब आणि संझरी वगैरे भागात मुजाहिद्दीनांच्या गटांचं अनेक वेळा नेतृत्व केलं.

लढाईच्या दरम्यान अनेकदा आम्ही घेरलो जायचो. महालजातमध्ये एकदा असाच प्रसंग घडला. रशियनांनी आम्हाला एका जागी घेरलं. आम्ही परत जाऊ शकू असा एकच मार्ग होता. त्या मार्गावर त्यांनी दुहेरी-तिहेरी पहारे बसवले. रशियन आमच्यापेक्षा जास्त उंच जागी होते. त्यांनी पर्वतातून आणि सुफीसाहेब वाळवंटातून आमच्यावर तोफांचा मारा सुरू केला. ते या माऱ्याच्या मागोमाग हळूहळू पुढे सरकत होते. आम्हाला तिथून निसटून माघारी परतायला जागाच उरली नव्हती. धडक मारून रशियन फळी फोडून बाहेर पडण्याएवढं मनुष्यबळ आमच्यापाशी नव्हतं. रशियन फौजा आता त्यांच्या मूळ बाना येथील जागेपासून वाकानू येथे येऊन पोहोचल्या होत्या. आम्ही तरीदेखील जागीच पाय रोवून उभे होतो. आम्ही ज्या ठिकाणी घेरले गेलो होतो त्यापासून पंजवायी, नाखुनी आणि जालाखान या भागातले मुजाहिद्दीन गट फार दूर अंतरावर नव्हते. ते आम्हाला लवकर मदत करू शकत होते. पण त्यांना मदतीसाठी संदेश पाठवणं अशक्य झालं होतं. आमच्याजवळ हाताशी फारसा वेळ शिल्लक नव्हता. आमचा दारूगोळाही झपाट्यानं संपुष्टात येत होता. आमचे नऊ जण शहीद झाले होते, तर दहा जण जखमी झाले होते.

परिस्थिती झपाट्यानं चिघळत चालली होती. आता नवीन कुमक आली नाही तर आपण जास्त काळ तग धरू शकणार नाही हे आमच्या लक्षात आलं होतं. काहीही करून आम्हाला तातडीनं मदतीची गरज होती. मुल्ला मोहम्मद सादिक आणि मी विचारविनिमय केला. तिथून गुपचूप निसटून जायचं असं आम्ही ठरवलं. माझी पंजवायी भागामधल्या अनेक मुजाहिद्दीन गटांशी चांगली ओळख होती. त्यामुळे मी तिथं गेल्यास आम्हाला मदत मिळण्याची शक्यता खूपच जास्त होती. मी तिकडे जाऊन काही जणांना गोळा करायचं आणि रशियन फौजेवर मागच्या बाजूनं हल्ला चढवायचा, असं ठरलं. त्यामुळे आमच्या जखमी मुजाहिद्दीनांना

उपचारासाठी मागे पाठवण्यासाठी एखादी छोटी वाट मोकळी करणं शक्य होणार होतं.

पण मी रशियन फळीमधून निसटणार कसा? तिथूनच जाण्याखेरीज इतर काहीच पर्याय नव्हता. मी एका खेडुताबरोबर जायचं आणि मीदेखील तिथलाच आहे असा बहाणा करावा, अशी योजना ठरली. मी योजनेनुसार जवळच्या खेडेगावात पोहोचलो. माझ्या मित्रांनी माझे सगळे खिसे वगैरे तपासले. मी मुजाहिद्दीन लढवय्या आहे हे ओळखणारी कोणतीही खूण राहू नये म्हणून सर्वतोपरी काळजी घेण्यात आली. एका गावकऱ्यानं मला मोटरसायकलवरून न्यायचं मान्य केलं. आम्ही लगोलग मोटरसायकलवरून रशियन फळीच्या दिशेनं निघालो. आणि चिल्झीना[३] इथून सरपूझा इथं पोहोचलो तेव्हा एका अफगाण सैनिकानं आम्हाला अडवलं आणि त्यानं आमच्यावर कलाश्निकोव रायफल रोखली.

"या... अश्रर[४].... या," तो सैनिक रायफल रोखत म्हणाला, "तिथं गावात तुला तुझे मित्र इकडं येण्यासाठी तयार करत असताना मी पाहिलं आहे."

"आम्ही नागरिक आहोत. आमची घरं तिकडं आहेत," मी दूरवर एका जागी बोट दाखवत त्याला समजावण्याचा प्रयत्न केला, "आम्ही मिरवाईस मीना या ठिकाणी चाललो आहोत... तुमच्या बोलण्याचा अर्थ कळला नाही... आम्ही साधे शेतकरी आहोत."

त्या सैनिकानं अचानक त्याच्या हातातलं पेन जोरानं माझ्या दंडात खुपसलं आणि माझी झडती घ्यायला सुरुवात केली. त्यानं पेन एवढ्या जोरात खुपसलं की, पेन मोडलं आणि त्याचं टोक माझ्या दंडात अडकलं. रक्त वाहू लागलं आणि बाही लाल झाली. त्यानं माझी कसून झडती घेतली. अर्थातच त्याला काहीच सापडलं नाही. माझ्याबरोबर आलेल्या गावकऱ्यानं शपथेवर सांगितलं की, मी तिथंच राहाणारा आहे. इकडं माझी दंडाची जखम ठणकू लागली होती. पेनाचं टोक अद्याप दंडामध्ये अडकून बसलेलं होतं. मी पुन्हा एकदा त्या सैनिकाला मी साधा शेतकरीच आहे अशी कहाणी सांगितली. मी घनी गावात राहातो, तिथं माझं घर आहे. माझा मुजाहिद्दीनांशी काही संबंध नाही, मी फक्त एक शेतकरी आहे वगैरे सांगितलं. अखेर त्या सैनिकानं आम्हाला सोडलं.

---

३. 'चिल्झीना' याचा शब्दशः अर्थ 'चाळीस पायऱ्या' असा आहे. या ठिकाणी १६व्या शतकातील ऐतिहासिक स्थळ आहे. एका ठिकाणी दगडात कोरलेले दालन असून तिथं पोहोचण्यासाठी ४० पायऱ्या खोदलेल्या आहेत. मुघल सम्राट बाबरानं कंदाहार जिंकल्याची खूण म्हणून या ठिकाणी एक लेख कोरण्यात आला आहे.

४. 'अश्रर' हा शब्द अफगाण साम्यवादी आणि सोव्हिएत लोक मुजाहिद्दीनांना उद्देशून वापरत असत. याचा शब्दशः अर्थ 'गोंधळ निर्माण करणारे उपद्रवी लोक' असा आहे.

आम्ही मोटरसायकलवर बसलो आणि वेगानं तिथून निघालो. आम्ही जात असताना मोटरसायकल चालवणारा मला त्या सैनिकाबद्दल सांगू लागला. त्या सैनिकाचं नाव बिसमिल्ला होतं आणि तो क्रूर म्हणून त्या भागात प्रसिद्ध होता. आजदेखील त्याच्या क्रौर्याबद्दल कंदाहार भागात तो लोकांच्या स्मरणात आहे. मोटरसायकल चालवणाऱ्यानं सांगितलं की, गेल्या काही महिन्यांमध्ये ३५ जणांना पाठीमागून गोळ्या घालून ठार करण्यात आलं आहे. या सर्वांना बिसमिल्लानं ठार केलं होतं.

आम्ही पंजवायी या ठिकाणी सुरक्षितपणे पोहोचलो. आमच्या प्रवासाच्या दरम्यान एकही गोळी झाडली जाण्याचा प्रसंग उद्भवला नव्हता. तरीदेखील संपूर्ण प्रवासात माझ्या मनावर ताण आला असल्याचं आजही मला आठवतं. आम्ही जेन्दर्मा[५] इथं गेलो तेव्हा आम्हाला तिथं खूपच सैनिक दिसले. म्हणून मग आम्ही लांबचा वळसा घेऊन पुढे गेलो. त्याच दिवशी आम्ही पंजवायीला पोहोचलो आणि अखेर मिरवाईस निका या खेडेगावात जाण्यात मला यश आलं. मला तिथं साधारण १०० मुजाहिद्दीनांना जमा करायला तीन दिवस लागले.

मुजाहिद्दीनांना एकत्र केल्यानंतर तिसऱ्या दिवशी रात्रीच्या वेळी आम्ही जालाखानकडे निघालो; मग अंगुरीयान व तैमुरीयान या भागाकडे गेलो. तिथं आम्ही सोव्हिएत मोर्च्यावर मागच्या बाजूने हल्ला चढवला. आमच्या हल्ल्यामुळे अफगाण सरकारी सैन्य आणि सोव्हिएत सैन्य एकमेकांपासून अलग पडले. आमचा हल्ला अनपेक्षित असल्यानं बऱ्याच शत्रू सैनिकांनी आपली हत्यारं टाकून पळ काढला. या धामधुमीत शत्रूच्या गोटात जी गडबड उडाली, त्याचा फायदा घेऊन आम्ही मुल्ला मोहम्मद सादिक असलेल्या भागात शिरलो. तिथून आम्ही जखमी मुजाहिद्दीनांना बाहेर काढलं. त्याचप्रमाणे आम्ही शहीद झालेल्या मुजाहिद्दीनांच्या शवांना तिथून हलवलं. आमच्या हल्ल्यामुळे शत्रूची फळी एवढी विस्कळीत झाली की, त्यांनी तेथून माघार घेतली.

***

सोव्हिएत फौजांनी अफगाणिस्तानातून माघार घेण्याच्या थोड्या अगोदर दांड, मैवंद, पंजवायी आणि अर्धदाब या भागांमध्ये फार मोठ्या प्रमाणात हल्ले चढवले होते. या भागात वर्चस्व प्रस्थापित करण्याचा हा त्यांचा अखेरचा प्रयत्न ठरला, कारण या ठिकाणी त्यांना निर्णायक पराभव बघावा लागला. रशियन सैन्यानं पंजवायी भागातल्या

---

५. जेन्दर्मा या ठिकाणी पोलिस-स्टेशन होतं. हे नाव 'जेन द आर्म' या फ्रेंच शब्दाचं भ्रष्ट रूप आहे. या ठिकाणी चार-पाच कोठड्या असणारा छोटा तुरुंग होता. तालिबान सत्तेवर आल्यानंतर हा तुरुंग बंद करण्यात आला होता. पण तालिबानच्या पाडावानंतर (२००१) या तुरुंगाची पुन्हा एकदा उभारणी करण्यात आली आहे.

संगीसरमध्ये घुसण्याचा अखेरचा प्रयत्न केला. पण त्या भागातले सगळे मुजाहिद्दीन एकत्र आले. त्यांनी एकसंध प्रतिकाराची फळी उभारली. तिथं प्रसिद्ध कमांडर हफीजुल्ला अखुंडजादा यांचा मोर्चा होता. तिथं त्यांच्याजवळ अनुभवी व जबरदस्त ताकदीचे मुजाहिद्दीन होते. याखेरीज तिथं आता हयात नसलेल्या मेजर अब्दुल हाई यांनी आणखी एक मोर्चा सांभाळला होता. याशिवाय तिथं आणखी बरेच मुजाहिद्दीन गट एकत्र येऊन प्रतिकार करत होते.

सतत तीन दिवस आमच्यावर तोफांचा मारा होत होता. शिवाय रॉकेट आणि विमानांमधून बॉम्बवर्षाव सुरू होताच. आकाशात विमानं सतत उभी-आडवी घिरट्या घालत होती. इकडे तोफखान्याच्या धडधडाटामुळे जमीन सतत हादरत होती. या तोफांच्या माऱ्यामुळे आम्ही घाबरून जाऊ अशी शत्रूची कल्पना होती. त्यांनी पंजवायी भागात रणगाडे पाठवले आणि पाठोपाठ पायदळं पण तिथं आली. ही एवढी प्रचंड ताकद एकवटली असूनही सोव्हिएत फौजा आणि त्यांच्याबरोबरच्या अफगाण सैन्य तुकड्यांना आम्ही जबरदस्त प्रतिकार केला.

चार-पाच दिवस उलटून गेले होते. शत्रूनं आता आम्हाला निलगाम रस्ता, निलगाम टेकड्या आणि कुल्क अशा तिन्ही बाजूंनी घेरलं होतं. पुन्हा एकदा आमच्यासाठी तिथून बाहेर पडायचे सगळे मार्ग बंद झाले होते. आम्ही आमच्या सैनिकांना तिथून उपचारांसाठी बाहेर पाठवू शकत नव्हतो. आमचा अन्नसाठा झपाट्यानं संपत आला होता. आता फक्त ब्रेड आणि खजूर एवढेच पदार्थ उरले होते. आमच्या मोर्च्याच्या व्यवस्थापनाची जबाबदारी मौलवीसाहेब डांगर[६] यांच्यावर होती. आमच्याजवळ असणारा अन्नसाठा जेवढा जास्त काळ वापरता येईल, तेवढा प्रयत्न मौलवीसाहेब करत होते. अन्नाची एवढी कमतरता होती की, आम्हाला आता प्रत्येक वेळी जेवण म्हणून अवघे तीन खजूर मिळत होते. रशियन सैन्य दररोज पुढे सरकतच होतं. आम्ही आता अटीतटीच्या लढाईची तयारी सुरू केली. आम्ही जिथं मुक्काम केला होता, त्या घरांसमोर आम्ही आता खड्डे खणले.

लढाईची तयारी म्हणून आम्ही आमच्या लोकांचे निरनिराळे गट बनवले. आमच्या गटाचं नेतृत्व मुल्ला मझुल्ला अखुंड[७] यांच्याकडे देण्यात आलं. आमचे

---

६. नूरझाई जमातीच्या मौलवीसाहेब डांगर यांचा मृत्यू जिहाद संपण्याच्या अगोदर झाला. मुजाहिद्दीनांच्या व्यवस्थापनाची आणि अर्थव्यवहाराची संपूर्ण जबाबदारी त्यांच्यावर होती.

७. नूरझाई जमातीचे असलेले मुल्ला मझुल्ला अखुंड हे उरुझगान भागातल्या देह रौद येथील होते. पुढे शाबेग इथं रशियनांशी झालेल्या लढाईत मुल्ला मझुल्ला आणि मुल्ला पाशा अखुंड हे दोघं ठार झाले.

कमांडर खान अब्दुल हकीम[८] आणि करमखान हे होते. आम्ही या दोघांना 'जुळे भाऊ' असं म्हणायचो. हे दोघं डावपेचांमध्ये अतिशय तरबेज असून ते अतिशय शूरपणानं लढत असत. आमच्या फौजांच्या उत्तरेकडील फळीचं नेतृत्व पुढे तालिबानचं नेतृत्व करणाऱ्या मुल्ला मोहम्मद उमर अखुंड[९] यांच्याकडे होतं. संगीसरच्या या लढाईमध्ये मुजाहिद्दीन प्रतिकाराचं नेतृत्व मुल्ला उमर, मुल्ला मझुल्ला, मुल्ला फिदा मोहम्मद[१०] आणि मुल्ला ओबेदुल्ला अखुंड[११] या चौघांनी केलं होतं.

रशियन सैन्य पुढे सरकत येतच होतं. आता तर आम्हाला आमच्या जागेवरून त्यांची हालचाल दिसू लागली होती. दुपारी उशिरा तर ते आमच्यापासून अवघ्या १०० मीटर अंतरावर येऊन ठेपले होते. त्यानंतर झालेली धुमश्चक्री अवघी थोडी मिनिटं झाली, पण अखेरीस तिथं मृतदेहांचा खच पडला. दोन पी. के. मशिनगन[१२] आणि इतर बरीच हलकी हत्यारं आमच्या हाती पडली. जान मोहम्मद यांनी त्यातली एक आणि मुल्ला उमर यांनी दुसरी हस्तगत करून वापर सुरू केला. आता खरोखरच तिथं अटीतटीची लढाई सुरू झाली होती. ग्रेनेड आमच्या डोक्यावरून इकडे-तिकडे उडत जात होते. काही मुजाहिद्दीन तर त्यामधील काही ग्रेनेड वरच्यावर झेलून पुन्हा शत्रूच्या दिशेनं फेकण्यात यशस्वी झाले होते. पण या प्रयत्नात वेळीच ग्रेनेड फेकता न आल्यानं एक मुजाहिद्दीन माझ्यासमोर शहीद झाला.

आमच्या अशा प्रतिकारामुळे रशियन थोडे मागे सरकले आणि त्यांनी तोफांचा मारा सुरू केला. तोफांच्या दणक्यांमुळे जमीन हादरू लागली आणि जळणाऱ्या दारूमुळे हवा एकदम कुंद बनली. आता तर रशियन विमानांनी प्रत्येक घर, आडोसा आणि खंदक टिपून बॉम्बवर्षाव सुरू केला होता. सगळीकडे धूर आणि धुळीमुळे

---

८. खान अब्दुल हकीम हा नूरझाई जमातीचा कमांडर मौलवी फैजुल्ला अखुंडजादा याच्या बरोबरीनं लढत होता. तो अद्याप जिवंत आहे.

९. म्हणजेच तालिबानचा सध्या परागंदा असणारा नेता मुल्ला उमर.

१०. मुल्ला फिदा मोहम्मद हा मूळचा कंदाहार शहरातला असून तो सुरुवातीला हरकतच्या मोर्चात लढत असे. नंतर इतर अनेक मुजाहिद्दीन कमांडरांप्रमाणे तो सैय्यफच्या इत्तेहादमध्ये सामील झाला.

११. मुल्ला ओबेदुल्ला अखुंड हा अलिकोझाई जमातीचा असून एक झुंजार लढवय्या म्हणून प्रसिद्ध होता. तालिबानच्या काळात तो संरक्षणमंत्री होता. हा वरिष्ठ तालिबान पुढारी अद्यापही जिवंत असून पाकिस्तानात दडून बसला असल्याचं मानलं जातं. एका अहवालानुसार त्याला २६ फेब्रुवारी, २००८मध्ये अटक झाली असून तो पाकिस्तानी तुरुंगात आहे.

१२. पी. के. मशिनगन ही ७.६२ मिमीची रशियन बनावटीची असून जगात अनेक ठिकाणी पायदळे आघाडीवर ती वापरतात.

काहीच नीट दिसेना. आमचे चार मुजाहिद्दीन शहीद झाले आणि चार जखमी झाले.

एका बॉम्बमुळे मुल्ला नजीबुल्ला[१३] जखमी झाले. त्यांच्या हाताला इजा झाली होती. त्यांना काहीच ऐकू येत नाही असं लक्षात आलं. छोटे दगड, बॉम्बमधले अणुकुचीदार तुकडे (शार्पनेल) आणि लाकडाचे ढलपे सगळीकडे उडत होते. मुल्ला मोहम्मद उमर माझ्यापासून अवघ्या २० मीटर अंतरावर एका आडोश्याला जात होते. त्यांनी भिंतीजवळ जाऊन मागे वळून पाहिलं आणि एका शार्पनेलनं त्यांचा डोळा फुटला.

बघता-बघता जखमी मुजाहिद्दीनांची संख्या वाढत चालली होती. पण कोणीही धीर मात्र गमावला नव्हता. मुल्ला उमर त्यांच्या डोळ्यावर पट्टी बांधून पुन्हा लढायला सज्ज झाले होते. आम्ही रशियनांना मागे हटवलं होतं. त्या रात्री आम्ही आनंदानं जल्लोष केला. मुल्ला मर्जान[१४] त्यांच्या मधुर आवाजात गात असताना आम्ही त्यांना साथ दिली. त्या रात्री मुल्ला उमर यांनी गायलेली एक गझल मला आजदेखील स्पष्टपणे आठवते. स्वतः जखमी असूनही मुल्ला नजीबुल्लादेखील आमची करमणूक करत होते. त्यांना एक शब्दही ऐकू येत नसूनदेखील ते आम्हा सर्वांशी बोलण्याचा सतत प्रयत्न करत होते. आम्हा मुजाहिद्दीनांनमध्ये केवढा प्रचंड बंधुभाव होता! आम्हाला जगाची किंवा आमच्या जिवाचीही पर्वा नव्हती. आमचा हेतू अगदी स्वच्छ होता. आमच्यामधील प्रत्येक जण शहीद व्हायला तयार होता. आता जेव्हा मी मागे वळून, आमच्या असलेल्या परस्पर प्रेमाकडे आणि एकमेकांप्रती असलेल्या आदरयुक्त वागणुकीकडे पाहातो, तेव्हा मला ते जणूकाही स्वप्न होतं, असं वाटू लागतं.

दुसऱ्या दिवशी आम्ही तिथून निघालो आणि सियाचोयमधून झांगियाबाद येथे गेलो. रशियन आणि अफगाण सरकारी फौजा पश्मोलकडे जात असताना आम्ही काही दिवस विश्रांती घेतली. पण लवकरच पश्मोलमधल्या आमच्या मुजाहिद्दीनांकडून संदेश आला. त्यांना आमच्या मदतीची गरज होती. मुल्ला उमर आपली पी. के. मशिनगन उचलून आमच्या बरोबर पश्मोलकडे जायला तयार झाले. पण आम्ही त्यांना तसं करू नका, अशी विनंती केली. मुल्ला मझुल्ला आणि मुल्ला उमर यांच्यात थोडा वादविवादही झाला, पण अखेर मुल्ला उमर यांनी आमचं म्हणणं ऐकलं. ते निलगामला परतले आणि तिथून उपचार करून घेण्यासाठी पाकिस्तानला रवाना झाले.

---

१३. मुल्ला नजीबुल्ला हा मुजाहिद्दीन इशकझाई जमातीचा असून तो मूळचा मैवंद जिल्ह्यामधल्या बंद-इ-तैमूर इथला रहिवासी होता. लढाईत तो तात्पुरता बधिर झाला होता. तो अद्याप जिवंत असून दक्षिण अफगाणिस्तानात मुल्ला म्हणून काम करत आहे.

१४. अचेकझाई जमातीचा मुल्ला मर्जान पंजवायी भागातला होता. त्याच्या उत्तम आवाजासाठी तो प्रसिद्ध होता. १९८७मध्ये वयाच्या ३२व्या वर्षी तो महालजात भागात एका लढाईत ठार झाला.

संगीसर, निलगाम, नहर-इ-करीझ या भागांमध्ये चकमकी चालूच होत्या. पश्मोलमध्ये जवळ-जवळ तीन आठवडे रशियन व अफगाण फौजांनी आम्हाला कचाट्यात पकडलं होतं. पण प्रचंड मनुष्यहानी होऊ लागल्यानं त्यांना अखेर माघार घ्यावी लागली. त्या भागातली इंचन्‌इंच जमीन रक्तानं माखून निघाली. शत्रूसैन्य आता महालजात, सुफ जालाखान आणि मशूर या भागांकडे गेलं. ज्या मुजाहिद्दीनांनी पश्मोल भागातल्या लढाईत भाग घेतला नव्हता, ते महालजात भागात लढणाऱ्यांना मदत करण्यासाठी तिकडे रवाना झाले. ही नवीन कुमक आल्यामुळे महालजात भागातल्या आमच्या मुजाहिद्दीनांना रशियनांच्या समोर पाय रोवून लढणं शक्य झालं.

रशियन फौजांनी आता अर्घंदाब भागात कारवाई सुरू केली. अर्घंदाबचा वेढा ही रशियन फौजांची दक्षिण अफगाणिस्तानातली शेवटची मोठी लष्करी मोहीम मानली जाते. पर्वतरांगा ओलांडून अर्घंदाबमधल्या सुपीक हिरव्या खोऱ्यात सुमारे ४,००० रणगाडे आणण्यात आले होते. अर्घंदाबची ही लढाई पाच आठवड्यांपेक्षा जास्त काळ चालू होती. दक्षिण अफगाणिस्तानातले सगळे मुजाहिद्दीन प्रतिकारासाठी जमा झाले होते. या लढाईत शेकडो जण शहीद झाले. आमच्या मोर्चामध्येच ७० जण कामी आले होते. अलिकोझाई[१५] जमातीच्या लोकांच्या बरोबरीनं तालिबानही या लढाईत सामील झाले होते. अलिकोझाई जमातीचं नेतृत्व मुल्ला नकीब करत होते. या लढाईत अखेर रशियनांना माघार घ्यावी लागली. ते विमानतळाजवळ असणाऱ्या त्यांच्या मुख्य तळाकडे परत गेले.

विमानतळाशी परतल्यानंतर रशियनांनी मुख्य रस्ते आणि हमरस्त्यांवर चौक्या उभारल्या. त्यांची हेलिकॉप्टर्स सतत पहारा देत असत आणि शोध घेत असत. रात्रीच्या वेळी रस्त्यावर एखादी गाडी दिसली की, ती हमखास उडवली जायची. तस्करीसाठी वापरल्या जाणाऱ्या चोरट्या मार्गांपेक्षा रशियन सापळे लावून हल्ला करण्यासाठी दबा धरून बसायचे. बऱ्याच वेळेस मुजाहिद्दीन पाकिस्तानात ये-जा करण्यासाठी ज्या आडवाटा व खिंडींचा वापर करत असत, त्या ठिकाणी रशियन तुकड्या हेलिकॉप्टरमधून येऊन हल्ले चढवत असत.

आम्ही रशियन चौक्यांवर एका मागोमाग एक हल्ले चढवून त्यांना अखेर माघार घ्यायला भाग पाडलं. हळूहळू प्रदेशाचा बराचसा भाग तालिबानच्या ताब्यात आला. माघार घेतली तरी अद्यापही दूर अंतरावरून अवजड, लांब पल्ल्याच्या तोफा

---

१५. जिहादच्या काळात मुल्ला नकीब आणि त्याच्या अलिकोझाई जमातीनं जो सहभाग घेतला होता त्याबद्दल बरीच माहिती उपलब्ध आहे. अलिकोझाई जमातीचे लढवय्ये अतिशय चिवट व शूर म्हणून प्रसिद्ध होते. पण त्यांनी केलेल्या क्रौर्याबद्दल त्यांना दोष दिला जातो. ॲन्डरसन यांच्या २००३मध्ये प्रसिद्ध झालेल्या पुस्तकात अर्घंदाबच्या लढाईबद्दल अधिक माहिती मिळेल.

वापरून आणि विमानांमधून बॉम्बहल्ले करून रशियनांनी लढाई सुरू ठेवली होती. हे सुरू असतानाच आमच्या ताब्यात जो प्रदेश आला होता, तिथं न्यायव्यवस्था उभी करण्यात आम्ही मग्न होतो. आम्ही स्थापन केलेली न्यायालयं उत्तम काम करू लागली होती. आता निरनिराळ्या जमातींमधले वादविवाद मिटवण्यात या नवीन न्यायालयांना यश येऊ लागलं होतं.

या काळातल्या लढाईमध्ये मुल्ला नेक मोहम्मद अखुंड हे नाव खूपच प्रसिद्ध झालं होतं. ते मुल्ला उमर यांच्या अगदी जवळचे मानले जात. रशियनांविरुद्ध लढताना त्यांच्या स्वत:च्या खास पद्धतीमुळे त्यांचं नाव झालं होतं. पश्मोलजवळ एका मुख्य रस्त्यापाशी असणाऱ्या ओढ्यामध्ये ते लपून बसत. शत्रूला दिसू नये म्हणून ते पाण्याखाली लपत. त्यासाठी ते सायकलच्या ट्युबचा वापर करून श्वासोच्छ्वास करत बसत. रणगाडे किंवा वाहनांचा ताफा तिथून जाऊ लागला की, बाहेर पडून ते आर. पी. जी. वापरून हल्ला चढवत.

रशियन सैन्यानं या रस्त्याची फार धास्ती घेतली होती. त्यांनी मुल्ला अखुंड यांचा खातमा करण्यासाठी विमानं पाठवली. अशाच एका बॉम्बहल्ल्यात ते शहीद झाले. पण मरणापूर्वी त्यांनी 'या रस्त्यावरून कधीही रशियन जाऊ शकणार नाहीत,' असं म्हणलं असल्याचं बोललं जात होतं. त्यांच्या इच्छेप्रमाणे त्यांचं रस्त्याच्या कडेला दफन करण्यात आलं. या नंतर तीन दिवसांतच रशियनांना माघार घेऊन झेरे वाळवंटामधल्या आपल्या तळाकडे जावं लागलं. मुल्ला म्हणाले होते, तसंच झालं. यानंतर रशियन कधीही त्या रस्त्यानं जाऊ शकले नाहीत.

***

जिहादच्या काळात रशियनांविरुद्ध अनेक जबरदस्त लढाया झाल्या, पण १९८८मध्ये खुशाबजवळ कंदाहार विमानतळावर जी धुमश्चक्री झाली, ती मला सर्वांत मोठी वाटते. रशियनांनी अगोदरच विमानतळाजवळ असणाऱ्या त्यांच्या तळापर्यंत माघार घेतली होती. तिथूनही बाहेर पडायची त्यांची तयारी सुरू होती. आम्ही तेव्हाच त्यांच्यावर अखेरचा घाव घालायचा असं ठरवलं. उन्हाळा सुरू झाला होता, पण अद्याप द्राक्षं पिकली नव्हती. आम्ही हल्ला करण्याची योजना ठरवली. मुल्ला मोहम्मद अखुंड[१६] आणि माझ्या नेतृत्वाखाली ५००-६०० मुजाहिद्दीन या कारवाईत सहभागी झाले होते. मी ५८ मुजाहिद्दीनांना घेऊन ईशान्य दिशेकडून

१६. मुल्ला मोहम्मद अखुंड हा महत्त्वाचा लष्करी कमांडर असून १९९४नंतर तालिबान राजवटीत तो सक्रिय होता. पुढे शुराब या ठिकाणी हेरातमधून तालिबानला हुलकावून काढण्यासाठी इस्माईलखान यानं केलेल्या कारवाईत तो ठार झाला.

रशियन तळावर हल्ला चढवला. उरलेल्या सर्व मुजाहिद्दीनांना बरोबर घेऊन मुल्ला मोहम्मद अखुंड यांनी उत्तरेकडून हल्ला चढवला.

रशियनांनी प्रखर प्रतिकार केला. त्यांना इतक्या त्वेषानं लढलेलं मी या अगोदर पाहिलं नव्हतं. त्यांना तिथून माघार घ्यायला जागाच नव्हती. हा त्यांचा दक्षिण अफगाणिस्तानातला अखेरचा आसरा होता. आम्ही सतत तीन दिवस आणि तीन रात्री लढत होतो. या दरम्यान मी अन्नाचा एक कणही घेतला नाही की, जरादेखील झोपलो नाही. त्या वेळी रमझानचा महिना सुरू असल्यानं मी उपवास करत होतो. या उपवासाच्या काळात क्षणाचीही उसंत न घेता आम्ही सतत लढत होतो. उलेमांनी[१७] मला माझा उपवास सोडायचा सल्ला दिला. पण मी तो मानला नाही. बॉम्बच्या वर्षावात आणि रॉकेटच्या माऱ्यात मी कधीही शहीद होईन, असं मला वाटत होतं. मला मरताना मी उपवास सोडलेला आहे, असं नको होतं. लढाईचा जोर एवढा प्रचंड होता की, त्या दिवसांमध्ये माझी ५० माणसं कामी आली.

आमच्यावर आता दोस्तमच्या[१८] लोकांनी हल्ला चढवला. मी आजवर ज्या लढायांत भाग घेतला आहे किंवा ज्या मी जवळून पाहिल्या आहेत, त्यामध्ये खुशाबची लढाई मला सर्वांत भीषण वाटते. या अत्यंत कठीण लढाईत शत्रूचं बळ फार मोठं होतं. पण त्या भागामधील सगळे मुजाहिद्दीन या निकराच्या लढाईत सामील झाले होते. आम्ही विमानतळाच्या अगदी जवळ जाऊन पोहोचलो असताना शत्रूनं त्यांची सगळी ताकद एकवटली होती.

त्या काळात संपूर्ण भागातच संघर्ष चालू होता. गावा-गावांवर सतत बॉम्बवर्षाव होत असल्यानं सगळीकडे विनाश सुरू होता. पण रशियन व सरकारी फौजा बऱ्याच मोठ्या भागावर पसरलेल्या असल्यानं त्यांना अनेक ठिकाणी मुजाहिद्दीन हल्ल्यांना तोंड द्यावं लागत होतं. महालजात भागात अनेक ठिकाणी प्रसिद्ध कमांडरच्या नेतृत्वाखाली मुजाहिद्दीन लढत होते. यामध्ये मुल्ला नुरुद्दिन तुराबी,[१९] मुल्ला अहमदुल्ला

---

१७. उलेमा याचा शब्दशः अर्थ 'ज्ञान असणारी व्यक्ती' असा आहे. हा शब्द मुख्यतः सुन्नी धर्मगुरूंना अथवा धर्माचं ज्ञान असणाऱ्या माणसांना उद्देशून वापरला जातो. अशा ज्ञानी व्यक्तींनी कुराण, हादीस सुन्ना वगैरेचं शिक्षण घेतलेलं असतं.

१८. अब्दुल रशीद दोस्तम हा उझेबक कमांडर बाजू बदलणारा कुख्यात कमांडर होता. १९८०-९० दरम्यान तो सोव्हिएत फौजांच्या बाजूनं लढत असे. पण नंतर बाजू बदलून तो मुजाहिद्दीन सरकारमध्ये सामील झाला. आजही तो अफगाण राजकारणात सक्रिय असून अफगाण नॅशनल आर्मीचा प्रमुख आहे.

१९. मुल्ला नुरुद्दीन तुराबी हा मूळचा उरुझगान प्रांतातला असून तो जिहादच्या काळात सैय्यफच्या इत्तेहादकडून लढत असे. तालिबान राजवटीत तो काही काळ न्यायखात्याचा मंत्री होता. तो अद्याप जिवंत आहे.

अखुंड,[२०] मुल्ला अब्दुल घनी अखुंड, घनीजान आगा वगैरे अनेकांचा समावेश होता. लढाईच्या या अखेरच्या टप्प्यामध्ये आमचं फार मोठं नुकसान झालं होतं.

लढाईची अखेर झाल्यानंतरचा एक प्रसंग मला आठवतो. एका घरात १० मुजाहिद्दीनांचे मृतदेह ओळीत ठेवले होते. पाश्चिमात्य पत्रकार ज्यांना 'कंदाहारचा सिंह' म्हणतात, ते हाजी लतीफ अखुंड तिथं आले होते. ते शहीद झालेल्या मुजाहिद्दीनांना मानवंदना देण्यासाठी जातीनं हजर झाले होते. ते मृतदेह पाहून त्यांच्या गालांवरून अश्रू ओघळू लागले. हाजी लतीफ त्या वेळी आमच्या आघाडीचे सर्वोच्च प्रमुख होते. त्यांनी मुल्ला बुर्जान यांना सांगितलं, "मुल्लासाहेब! देवाची भीती बाळगा! आपल्या तरुण तालिबानना अशा प्रकारे रशियनांविरुद्ध लढवून कुर्बान करू नका." त्यावर मुल्ला बुर्जान म्हणाले, "हाजीसाहेब! इतर काहीच पर्याय नव्हता. जर आपण रशियनांविरुद्ध 'जिहाद' केला नाहीतर ते आपली मातृभूमी गिळंकृत करतील. जिहादचा अर्थ शहीद होणं आहेच. जिहादमध्ये मनुष्यहानी होणं टाळता येणार नाही."

पण मुल्ला बुर्जान यांचं स्पष्टीकरण हाजीसाहेबांना पटलं नाही. "मुल्लासाहेब! आपण जिहाद करायचा नाही, असं माझं म्हणणं नाही. पण मला आपल्या तालिबान आणि उलेमांबद्दल काळजी वाटते. ते आपल्या देशासाठी फार महत्त्वाचे आहेत म्हणून त्यांना संरक्षण दिलं पाहिजे. माझ्या आघाडीत जे लढतात त्यामधले बरेचसे जण हशीशची नशा करतात. काही जणांनी दाढी काढून टाकलेली आहे. त्यांच्यामधल्या बहुतेकांना इस्लाम म्हणजे काय याची फार थोडी माहिती आहे. मी त्यांना अडवलं नाहीतर ते सरकारी पक्षाला सामील होऊन आपल्या मुजाहिद्दीनांच्या विरुद्ध लढायलाही कमी करणार नाहीत. ते रशियनांविरुढ लढताना मरण पावले तर शहीद होऊन स्वर्गात जातील. पण तालिबाननी मात्र समाजात वेगळं मोठं कार्य करणं अपेक्षित आहे...."

नंतर निलगाममध्ये सर्व कमांडरांची एक बैठक भरली होती. तिथं तालिबान आणि हाजी लतीफ हे पुन्हा एकमेकांसमोर आले. तिथं हाजी लतीफ आपल्याबरोबर अनेक सुरक्षा रक्षकांना घेऊन आले होते. त्यांचे हे रक्षक आडदांड असून हशीश ओढणारे होते. या तरुण पोरांचे कपडे पाश्चात्य पद्धतीचे होते. त्यांच्या खांद्यावर छोट्या आकाराच्या कलाकोव[२१] मशिनगन लटकत होत्या. त्यांच्यातील आणि

---

२०. मुल्ला अहमदुल्ला अखुंड हा मूळचा गशखाना इथला असून तो मुल्ला गौस याच्या हाताखाली काम करत असे. तो पुढे कंदाहार विमानतळापाशी ठार झाला.

२१. 'कलाकोव' हे नाव अफगाणिस्तानात ए.के.४७ या रायफलसाठी वापरले जाते. १९७४मध्ये मूळच्या ए.के.४७ रायफलमध्ये सुधारणा करून ही रायफल सोव्हिएत युनियनमध्ये तयार झाली. शत्रूच्या अंगावरील चिलखताचा भेद करण्यासाठी तिची निर्मिती झाली होती. नाटो सैनिकांजवळ असणाऱ्या एम-१६ या अमेरिकन बनावटीच्या रायफलचा मुकाबला करण्यासाठी तालिबान या रायफलला पसंती देतात.

तालिबानमधील फरक स्पष्टपणानं दिसत होता. हाजी लतीफ यांच्यासोबत आलेले हे तरुण दरवाज्याबाहेर उभे राहिले. ते त्यांचे चोपून बसवलेले केस मागे सारत उभे आहेत हे पाहून तालिबान त्यांच्यापाशी गेले खरे. पण त्यांना काय हवं, काय नको ते बघण्याऐवजी ते या पोरांकडे फक्त बघत उभे राहिले.

हाजी लतीफ यांनी स्वत:भोवती गोळा केलेल्या या तरुण पोरांबद्दलची आपली नाराजी हाजी मुल्ला अली मोहम्मद अखुंड[२२] यांनी स्पष्ट शब्दांत बोलून दाखवली. हाजी लतीफ यांच्याबरोबर आलेली ही तरुण पोरं यांना उद्देशून त्यांनी 'सिनेमातली पोरटी'[२३] असा शब्द वापरला. हाजी लतीफ हे ऐकून शरमिंदे झाले. त्यांनी आपल्या रक्षकांना नीट राहाण्यासाठी आपण सांगू, असं सांगितलं. त्यांनी आपण या तरुण पोरांना सुरत यासीन शरीफ व इतर सर्व प्रार्थना[२४] करायला शिकवू, असंही सांगितलं. ''मी त्यांना तालिबानप्रमाणेच बनवेन,'' हाजी लतीफनी मनापासून ही घोषणा केली.

त्या दिवशी बैठकीमधून बाहेर पडल्यानंतर हाजीसाहेबांनी लगेचच त्यांच्या लोकांना धर्माचं शिक्षण द्यायला सुरुवात केली. पण नंतर आमच्या कानावर आलं की, त्यांना भेटायला कोणीतरी एक बाई आली होती. तिनं त्यांना तुम्ही हे काय करता आहात, असं विचारलं. आपण या तरुणांना तालिबान बनवतो आहोत, असं त्यांचं उत्तर ऐकल्यावर ती असं म्हणाल्याचं आमच्या कानावर आलं, ''पण हाजीसाहेब! ही पोरं अशा मार्गानं तालिबान होणार नाहीत. त्यांना तारुण्यसुलभ इच्छा आहेत. त्यांचं आयुष्य अवघ्या दोन दिवसांचं असतं, तेव्हा त्यांना तेवढं सुखात घालवू द्या.''

हाजीसाहेबांनी त्यांचा निर्णय बदलल्याचं कानावर आलं. बाकी सगळं देवच जाणे!

---

२२. हाजी अमरसाहेब किंवा हाजी मुल्ला अली मोहम्मद अखुंड हा अतिशय धार्मिक वृत्तीचा कमांडर असून तो जिहादमध्ये जालाखान भागात लढत असे. तालिबान राजवटीच्या काळात त्याने चमन सरहद्दीपाशी काम पाहिले. तो अद्याप जिवंत आहे.

२३. कंदाहार भागात आजही हा अपशब्द मानला जातो. त्याचा अर्थ टगे किंवा लफंगे असा काहीसा होतो.

२४. तालिबान आघाडीवर दिवसभरात तीन प्रार्थना करायची पद्धत होती. पहाटेच्या वेळी, सकाळी सुरत यासीन शरीफ, दुपारी सुरत अल् अम्म आणि संध्याकाळी सुरत तबारक अल् अझी या प्रार्थना म्हटल्या जायच्या.

माघार

आम्हाला १० वर्षे लागली, पण अखेर १९८०-९० या दशकाच्या अखेरीस आम्ही सोव्हिएत महासंघावर बाजी उलटवली. अफगाणिस्तानमधलं युद्ध महागडं ठरत असल्याचं मॉस्कोमधल्या सत्ताधाऱ्यांना कळून चुकलं होतं. आपण आता अफगाणिस्तानात अधिक काळ राहू शकणार नाही, हे त्यांना समजलं. मुजाहिद्दीनांनी प्रत्यक्षात बऱ्याच भागांवर ताबा मिळवला तर होताच, पण शिवाय आंतरराष्ट्रीय पातळीवर मुजाहिद्दीनांना पाठिंबा मिळत होता. १९७९मध्ये पहिल्यांदा सोव्हिएत फौजा अफगाणिस्तानात घुसल्या अगदी तेव्हापासून संयुक्त राष्ट्र संघटनेनं वारंवार ठराव करून एका सार्वभौम राष्ट्रावर आक्रमण करण्याचा निषेध केला होता. पाकिस्तानमधून पत्रकार 'पलीकडच्या बाजूला' प्रत्यक्ष जाऊन लढाईची वर्णनं करू लागले होते. अफगाणिस्तानच्या लढ्याला पाठिंबा देण्यासाठी अमेरिका आणि युरोपमध्ये अनेक गट स्थापन झाले होते.

मुजाहिद्दीनांचा लढा सुरू झाला अगदी जवळपास तेव्हापासूनच पाश्चात्य देश त्यांना पाठिंबा देत होते. १९८०-९० या दशकाच्या मध्याला मुजाहिद्दीनांना भरपूर प्रमाणात आर्थिक मदत मिळत होती. त्यांना अत्यंत आधुनिक शस्त्रास्त्रं पुरवली जात होती. हे सगळं बघता रशियन हे युद्ध हारणार हे स्पष्ट दिसू लागलं होतं. अखेर या सगळ्याचा परिणाम म्हणून सोव्हिएत महासंघानं अफगाणिस्तानमधून सर्व सैन्य माघारी बोलावण्याची घोषणा केली. दरम्यान बाब्रक करमाल[१] सरकार पदच्युत

---

१. बाब्रक करमाल हा १९७९ ते १९८६ दरम्यान अफगाणिस्तानचा अध्यक्ष होता. त्याला डॉ. नजीबुल्ला यानं पदच्युत केल्यानंतर तो मॉस्कोला पळून गेला व तिथं १९९६मध्ये त्याचा मॉस्कोत मृत्यू झाला.

होऊन त्या जागी नवीन सरकार आलं होतं. नवीन सरकार डॉ. नजीबुल्ला यांचं होतं. बाब्रक करमालचं अफगाणिस्तानला सोव्हिएत महासंघाचा १६वा सदस्य देश म्हणून घोषित करण्याचं स्वप्न भंग पावलं होतं. पण यानंतर क्रेमलिननं नजीबुल्लाच्या अधिपत्याखाली सोव्हिएत महासंघाच्या हातातलं बाहुलं सरकार आणलं होतं. नजीबुल्लाकडे आधीच्या सरकारपेक्षा बरीच कमी सत्ता होती. पण नजीबुल्ला, तरुण वय आणि केएचएडी[२]चा माजी प्रमुख यामुळे फार लवकर वरच्या स्थानावर जाऊन पोहोचला.

नजीबुल्ला सरकारच्या काळात सोव्हिएत महासंघानं अफगाणिस्तानातून आपल्या फौजा माघारी बोलावण्याची घोषणा केली. मी ही घोषणा प्रथम ऐकली तेव्हा अतिशय खूश झालो. जिहाद संपला होता आणि आम्ही हे युद्ध जिंकलं होतं. सोव्हिएत फौजा अफगाणिस्तानातून निघून जाण्याचा दिवस मी पाहू शकेन याची मला कधीच खातरी वाटली नव्हती. मी सोव्हिएत गोळीचा बळी ठरून शहीद होणार, असं मला नेहमीच वाटायचं. मी प्रत्येक वेळी कारवाईला गेलो की, आपण परत येणार नाही, असं मला सतत वाटत असायचं. पण आता सोव्हिएत फौजांच्या पाडावानंतर नवीन आशा निर्माण झाली होती. अफगाणिस्तानात इस्लामी सरकारच्या राजवटीत आम्हाला स्वतंत्र आणि मुक्तपणे राहाता यावं अशी प्रार्थना मी करू लागलो. अफगाणिस्तान इस्लामी राष्ट्र व्हावं अशी आमची इच्छा होती.

आमची इच्छा अशी असली तरी मुजाहिद्दीन गट विस्कळीत स्वरूपात असल्यानं त्यांच्यामधील सहाकार्याची भावना झपाट्यानं विरत गेली. प्रत्येक जण आपापलं हित पाहू लागला. हे सगळं माझ्या डोळ्यादेखत घडलं. आम्ही ज्यासाठी लढलो ते आमच्या डोळ्यादेखत नष्ट होऊ लागलं. मुजाहिद्दीन आणि जिहाद हे दोन्ही बदनाम झाले. आपण फौजा माघारी बोलवू अशी घोषणा केल्याबरोबर सोव्हिएत महासंघाच्या हालाचाली झपाट्यानं कमी झाल्या. त्यांनी वेगानं पर्वतरांगा आणि वाळवंटांमधील चौकी-पहारे उठवले. त्यांनी शहरं आणि महामार्गांवरचा बंदोबस्त झपाट्याने कमी केला. त्यांनी त्यांचे मुख्य तळ होते त्या विमानतळांवर आणि धावपट्ट्यांच्या भागात आपलं लक्ष केंद्रित केलं. जरी माघारीची घोषणा झाली असली तरी सोव्हिएत फौजांनी हवाई हल्ले चालूच ठेवले होते.

रशियन फौजा माघार घेत जात असल्यानं खेडेगावांमध्ये बराच बदल घडून येत

---

२. केएचएडी (KHAD) हे खिदमत-ए-इत्तेलात-ए-दौलती म्हणजे सरकारी सुरक्षा यंत्रणा याचं लघुरूप आहे. नजीबुल्ला सत्तेवर आल्यानंतर या गुप्तचर यंत्रणेचं नाव वाड (WAD) असं झालं. पण अद्यापही सरकारी गुप्तचर यंत्रणेचा उल्लेख सर्वसामान्य संभाषणात के.एच.ए.डी. असाच केला जातो.

होता. जीवन सुधारत चाललं असलं, तरी काही नवीन समस्या निर्माण झाल्या होत्या. अमेरिकेनं युद्धासाठीच्या निधीत १९९०मध्ये कपात[३] करायला सुरुवात केली. याचा परिणाम म्हणून कमांडरना पैसा आणि शस्त्रास्त्रांची चणचण भासू लागली. साहजिकच ते इतर पर्यायांचा विचार करू लागले. काही जण तर चक्क नजीबुल्लाच्या नवीन सरकारशी वाटाघाटी करू लागले. काही कमांडर आपल्याकडच्या मुजाहिद्दीनांना पगार देत असत. आता उत्पन्नाचा नियमित स्रोत नसल्यानं अशा लोकांना टिकवून ठेवणं अवघड होऊ लागलं होतं. कमांडर अशा अडचणीत सापडले असताना नजीबुल्लानं त्यांची आर्थिक गरज ओळखली. त्यानं के.एच.ए.डी.च्या माध्यमातून निरनिराळ्या कमांडरांशी संपर्क साधायला सुरुवात केली. कमांडरच्या अधिपत्याखाली असणाऱ्या मुजाहिद्दीनांच्या आघाडीची नोंद केली जायची. याला मान्यता मिळाली की, मग अशा आघाड्यांना सरकारकडून आर्थिक मदत पुरवली जाऊ लागली. अशा आघाड्या मग सरकारला धोकादायक ठरत नसत.

ज्या आघाड्यांनी नजीबुल्लाच्या साम्यवादी सरकारशी संगनमत केलं होतं, त्यांच्या कमांडरांनी आमच्यासारख्यांच्या आघाड्यांवर हल्ले करायला प्रारंभ केला. कारण आम्ही अद्याप जिहादच्या मूळ तत्त्वांशी प्रामाणिक राहून साम्यवादी राजवटीला प्रखर विरोधच करत होतो. त्या वेळी कंदाहारच्या राज्यपाल पदावर नुरुल हक उलूमी[४] हा माणूस होता. तो ट्रक भरभरून पैसा निरनिराळ्या मुजाहिद्दीन आघाड्यांना पुरवत असे. हे मुजाहिद्दीन कमांडर मग एकमेकांविरुद्ध अगोदरच ठरवून हल्ले करत. हल्ल्याच्या या नाटकांमध्ये कोणीच मरत नसे. आता मोठ्या प्रमाणात कमांडर नजीबुल्ला सरकारच्या पक्षाकडे झुकू लागल्यानं इस्लामी तत्त्वं बाळगणारं सरकार येण्याची आशा जवळपास संपुष्टात आली होती. जरी सोव्हिएत महासंघाचा पराभव होऊन त्यांच्या फौजा माघारी गेल्या तरी इथं मुजाहिद्दीन गटांना विकत घेऊन काबूलमधलं साम्यवादी सरकार वेळ काढत सत्तेला चिकटून बसलं होतं. जिनीव्हा

---

३. ऑक्टोबर, १९८८ ते ऑक्टोबर, १९९० या दरम्यान अमेरिकन काँग्रेसने सीआयएच्या अफगाणिस्तानातल्या गुप्त कारवायांसाठी असणाऱ्या निधीत मोठी कपात केली होती. कोल यांनी २००४मध्ये प्रसिद्ध केलेल्या संशोधनानुसार ही कपात ६० टक्के एवढी मोठी होती. या वर्षात हा निधी २८ कोटी डॉलर्स एवढा होता.

४. सोव्हिएत फौजा माघारी जायच्या काळात नुरुल हक उलूमी हा कंदाहारचा राज्यपाल केंद्रामधल्या नजीबुल्ला सरकारसाठी मुजाहिद्दीनांमध्ये फूट पाडण्याचा प्रयत्न करत असे. तो मुळात साम्यवादी राजवटीत सैन्यात जनरल होता. तो मुजाहिद्दीनांना पाठिंबा देण्याच्या बदल्यात प्रचंड निधी रोख स्वरूपात पुरवत असे.

करारात[५] तशा स्पष्ट तरतुदी असूनही सोव्हिएत महासंघ अशा प्रकारच्या कारवायांना भरपूर पैसा पुरवत होता. सरकारच्या या कारवायांमुळे कंदाहारमधल्या इतर मुजाहिद्दीन गटांमधलं आणि तालिबान गटांमधलं सहकार्य बघता-बघता मोडून पडायला सुरुवात झाली.

***

हे असं सगळं असलं, तरी १९८८च्या ऑगस्ट महिन्यात शेवटचा सोव्हिएत सैनिक कंदाहारमधून बाहेर पडल्यानंतर आम्ही कशाचीही काळजी न करता विजय साजरा करायला सुरुवात केली. मुल्ला मुर्जान यांनी एका जुन्या स्टोव्हचा वरचा पत्रा ड्रमसारखा वाजवून गायला सुरुवात केल्यावर आम्ही इतर सगळे जण त्याच्या तालावर नाचू लागलो.

मुजाहिद्दीन सत्तेमध्ये जाऊन आपापसात सहकार्य करून इस्लामी सरकार स्थापन करतील अशी आम्हाला आशा होती. तसं झालं तर मृतांना सन्मान देणं, अनाथ झालेल्या मुलांना सांभाळणं आणि विधवा झालेल्या स्त्रियांना आधार देणं शक्य होणार होतं. राष्ट्राध्यक्ष नजीबुल्ला रेडिओवरून सुरक्षा, शांतता आणि बंधुभाव वगैरेवर बोलत होता. त्यानं पवित्र कुराण आणि हादीस यामधील काही वचनंही उद्धृत करायला कमी केलं नाही. त्याचं म्हणणं सर्वांनी क्षमा करायला हवी, असं होतं. हा त्याचा सहमती निर्माण करण्याचा उपाय होता. जे काही झालं, किंवा जो काही रक्तरंजित संघर्ष झाला तो फक्त आम्ही विसरून जायचा होता. नजीबुल्ला म्हणायचा, "तुम्ही काहीही केलेलं नाही आणि मीदेखील काहीही केलेलं नाही." त्यानं सर्वांनी एकत्र येऊन सरकार स्थापन करण्याचं आवाहन केलं. तो काय म्हणत होता हे समजण्यासारखं होतं. पण तो दुबळा आहे आणि दीर्घकाळ टिकून राहाण्याएवढी ताकद त्याच्या सरकारमध्ये नाही याची आम्हाला कल्पना होती.

सोव्हिएत फौजा कंदाहारमधून हरल्यानंतर तालिबानच्या कारवाया कमी झाल्या होत्या. माझ्यासारख्या बऱ्याच जणांनी पुन्हा एकदा धार्मिक शिक्षणाला सुरुवात केली. त्याचबरोबर आमच्या भागात सुव्यवस्था राखणं आणि आडगावांमध्ये दडून बसलेल्या साम्यवादी हस्तकांवर कारवाई करणं यात आमचा सहभाग होता. मी

---

५. जिनिव्हा करारानं अफगाणिस्तानातील सोव्हिएत फौजा माघारी जाण्याचा कार्यक्रम ठरला. हा करार १९८८मध्ये पाकिस्तान आणि अफगाणिस्तान यांच्यात झाला. अमेरिका आणि सोव्हिएत महासंघ या करारासाठी हमीदार होते. या करारानुसार १९८८-१९८९ दरम्यान सर्व सोव्हिएत सैन्य माघारी बोलावण्यात आलं. पण या करारात प्रत्यक्ष लढणाऱ्या मुजाहिद्दीन गटांना कोणतेच स्थान नसल्याने त्यांनी लढाई सुरूच ठेवली होती.

निलगाम आणि आजूबाजूच्या खेडेगावांमध्ये गावकऱ्यांना धर्माचं शिक्षण द्यायला सुरुवात केली. माझ्याप्रमाणे इतर अनेक मुजाहिद्दीनदेखील असं करत होते. पण आम्ही तिथून निघून दुसरीकडे स्थायिक व्हायचं, असं ठरवलं. कारण आम्ही जिथं राहात होतो, ते खेडेगाव हमरस्त्यापासून खूप आत होतं. सरकार किंवा लढाईबद्दलच्या बातम्या आमच्यापर्यंत पोहोचण्यासाठी कित्येक दिवस लागत असत. वझीर कला पसावच्या वरच्या बाजूला असणाऱ्या हौज-ए-मुदत नावाच्या खेडेगावात आम्ही गेलो. हे गाव हमरस्त्यापासून जवळ होतं. तिथं आम्ही कामाला सुरुवात केली. मी एका ठिकाणी बांधकामात मदत करत होतो. इथं एका छावणीची उभारणी चालू होती. या छावणीच्या चारही कोपऱ्यावर आम्ही उंच टॉवर बांधत होतो. आता निलगाममधले आमचे जवळ-जवळ सर्व सहकारी या नव्या ठिकाणी आले होते. आमच्याजवळ दोन वाहनं होती. आमच्या खाण्यापिण्याच्या खर्चासाठी म्हणून आम्ही आमच्याजवळचा एक ट्रॅक्टर भाड्यानं दिला.

प्रमुख तालिबान नेत्यांनी कंदाहारमध्ये एका धान्यकोठारात एक बैठक भरवली.[६] ही धान्यकोठाराची रॉकेटच्या माऱ्यानं जर्जर झालेली इमारत अद्यापही कंदाहार शहराच्यानजीक पश्चिमेला आहे. या बैठकीत रशियन सैन्य गेल्यानंतर काय करायचं याची चर्चा करण्यासाठी सर्व प्रमुख कमांडर एकत्र आले होते. तालिबान आणि विविध मुजाहिद्दीन गटांमध्ये कंदाहार शहर कसं वाटून घ्यायचं, हा विषय महत्त्वाचा होता. पण ही बैठक सुरू असतानाच इतर काही मुजाहिद्दीन गट कंदाहार शहराच्या दिशेनं वेगानं पुढे येत होते. नजीबुल्लाच्या सरकारच्या बाजूनं जे मुजाहिद्दीन कमांडर होते त्यांनी आता नवीन व्यवस्थेत तालिबानला कोणतंही स्थान असू नये, असं ठरवलं होतं. इकडे तालिबान चर्चा करत असताना त्या कमांडरांनी कंदाहार शहराची परस्परांमध्ये वाटणी करून त्यानुसार शहराच्या निरनिराळ्या भागावर ताबाही मिळवला होता. या कमांडरांनी आपापल्या क्षेत्रांमध्ये पक्की मोर्चेबांधणी केली होती.[७]

बैठक चालू होती, तेव्हा मी मोटरसायलकलवरून मिरवाईस मीनाच्या दिशेनं

---

६. त्या वेळच्या गुप्तचर यंत्रणांनी पाठवलेल्या संदेशांनुसार असं दिसतं की, ही बैठक १४ एप्रिल, १९९२ या दिवशी झाली.

७. याच काळात गुल आगा शेरझाई कंदाहारचा राज्यपाल बनला. नकीबुल्ला यानं लष्करी तळाचा ताबा मिळवला. अमीर लालाई यानं इदगाहपर्यंतचा भाग आणि कापडगिरण्या आपल्या ताब्यात आणल्या. हाजी अहमद यानं विमानतळावर तर उस्ताद अब्दुल हलीम यानं पोलीस मुख्यालय, तुरुंग आणि के.एच.ए.डी. कार्यालयांवर कब्जा केला. याखेरीज सरकतेब यानं बाग-ए-पूल भाग आणि तालिबानची बैठक झाली, तो भाग व्यापला होता.

जात होतो. मला रस्त्यातच चौकी पहारे उभारणारे लोक दिसले. काही जण शहरात शिरतानाही मी पाहिले. ते पाहून वेगानं मागं फिरलो आणि बैठक चालू असताना आत घुसलो. ''आपण इथं चर्चा करत बसलो असताना तिकडं शहरावर त्यांनी ताबा मिळवलादेखील आहे!'' त्यांची हालचाल कोणाच्याही लक्षात आली नव्हती. बैठक संपवून सगळे तालिबान कमांडर शहराकडे निघून गेले. पण आता फार उशीर झाला होता.

तालिबाननं रशियनांविरुद्ध कितीतरी मोहिमा करून त्यांना प्रतिकार केला होता. तालिबान हा जिहादचा एक अतिशय महत्त्वाचा भाग होता. आम्ही आमचं रक्त सांडलं होतं. हजारो जण मरण पावले होते आणि अनेक जखमीही झाले होते. पण असं असूनही आमचा विश्वासघात करण्यात आला होता. फक्त विमानतळाच्या बाहेरच्या बाजूला असणाऱ्या जुन्या रशियन बराकींचा[८] भाग आमच्या ताब्यात आला होता. हा भाग ताब्यात आला त्याला हाजी मुल्ला यारमोहम्मद अखुंड कारणीभूत होते. हे सगळं असं असलं तरी आम्हाला कोणालाही लढत राहाण्याची इच्छा नव्हती. आमच्यापैकी अनेक जण आपलं शिक्षण पुढे सुरू ठेवण्यासाठी घरी परतलेदेखील होते. आपण रशियनांना पराभूत करून अफगाणिस्तानातून बाहेर घालवणं याचा आनंद आम्हाला पुरेसा वाटत होता.

***

संपूर्ण अफगाणिस्तानात ठिकठिकाणी मुजाहिद्दन गट आपापली सत्ता प्रस्थापित करत होते. नजीबुल्लाला सत्तेवर राहाणं अशक्य झालं. त्यानं १६ एप्रिल, १९९२ रोजी संयुक्त राष्ट्रांच्या कार्यालयात काबूलमध्ये आश्रय घेतला. यानंतर दोन आठवड्यांनी पेशावरमध्ये आयएसआयनं सिघबतुल्ला मुजाद्दिदी यांच्या नेतृत्वाखाली हंगामी सरकारची स्थापना केली. मुजाद्दिदींची नेमणूक दोन महिन्यांपुरतीच होती. त्यानंतर बुऱ्हानुद्दीन रब्बानी अध्यक्ष बनला. ही नेमणूक चार महिन्यांकरता होती. हे सगळं फारच चमत्कारिक होतं. एखादा मेंढपाळही दोन-चार महिन्यांकरता काम करायला तयार नसतो. असो, पण आम्हाला हंगामी सरकारची ही कल्पना आवडली.

मी काबूल रेडिओ स्टेशन लावून ऐकत होतो. अचानक एक घोषणा झाली. निवेदनानंतर मुजाहिद्दी बोलणार होते. निवेदन असं होतं : ''सन्माननीय प्राध्यापक

---

८. या बराकींमध्ये सरकारी व लष्करी कर्मचाऱ्यांची कुटुंब राहत असत. म्हणून हा भाग 'फॅमिली बराकी' या नावानं ओळखला जातो. आता बाजूच्या आयनोमीना या भागापेक्षा हा भाग काहीतरीच वाटतो. पण अद्यापही काही जण या भागात राहतात. त्यांनी सरकारकडून जमीन विकत घेतली आहे.

हजरत सिघबतुल्ला मुजाहिद्दी, अफगाणिस्तानच्या इस्लामी सरकारचे अध्यक्ष आता बोलणार आहेत.'' मी हे ऐकताना अक्षरश: श्वास रोखून धरला होता. याच रेडिओ केंद्रानं याच्या अगोदर मुजाद्दिद्दी अमेरिका आणि आयएसआयचे हस्तक असल्याचा विषारी प्रचार केला होता.

तो क्षण मला माझ्या आयुष्यातला सर्वांत आनंदाचा वाटला. मी माझ्या आयुष्यात अनेक आनंदाचे दिवस पाहिले होते. मी लग्न केलं होतं. मी हज यात्रा करून १९८९मध्ये मक्का पाहिली आणि काबा बघण्याचा सुखाचा क्षणदेखील मी अनुभवला होता. मला शिकण्याचा आणि पवित्र कुराण पाठ करण्याचा आनंद मिळाला होता. तरीदेखील मला ते निवेदन ऐकणं सर्वाधिक आनंदाचं वाटलं होतं. लोकांनी बरंच काही सहन करून, त्याग करून, आणि कधीही संपणार नाही असं वाटणारा संघर्ष करून अखेर त्यांना जे हवं होतं ते साध्य केल्याचा हा आनंद होता.

पण निवेदन ऐकून ज्या अपेक्षा उंचावल्या होत्या त्या एकापाठोपाठ एक अशा धुळीला मिळाल्या. मुजाद्दिद्दींच्या भाषणानं साफ भ्रमनिरास झाला. मुजाद्दिद्दींनी घोषणा केली की, अफगाणिस्तानचा संरक्षणमंत्री म्हणून त्यांनी पंजशीर[९] भागातला कमांडर अहमदशाह मसूद याची नेमणूक केली आहे. सुपीक पंजशीर खोरं काबूलच्या वायव्य बाजूला आहे. कोणाही शहाण्या माणसाला हे सहज समजण्यासारखं होतं की, ही नेमणूक नंतर फार मोठी डोकेदुखी निर्माण करणार आहे. स्वत: केवळ दोन महिन्यांपुरतंच राष्ट्राध्यक्षपद सांभाळत असूनही हजरत मुजाद्दिद्दींनी एका प्रांताच्या पातळीवरच्या साध्या कमांडरला एकदम अफगाणिस्तानचा कायमस्वरूपी संरक्षणमंत्री म्हणून कसं काय नेमलं ते मला कळेना.

हजरत मुजाद्दिद्दींनी मसूदची नेमणूक का केली असावी? त्यांनी हा निर्णय कशासाठी घेतला? मुजाद्दिद्दी स्वत: एक जिहादी योद्धे होते. ते स्वत: रशियनांविरुद्ध आणि साम्यवादी लोकांविरुद्ध लढले होते. त्यांनी देवाच्या कामासाठी त्रास भोगला होता आणि त्याग केला होता. पण आणखी त्रास होईल असं कृत्य त्यांच्या हातून का घडलं? त्यांच्या मनात काय होतं? मला हे काही समजेना. रेडिओवरचं भाषण ऐकून माझा सगळा आनंद एका क्षणात मावळला. माझ्या गालावरून अश्रू ओघळू लागले.

मला रडताना पाहून काही मुजाहिद्दीन मला रडण्याचं कारण विचारू लागले. ''अशा चांगल्या प्रसंगी मी का रडतो आहे? आपला देश स्वतंत्र झाला आहे.

---

९. पंजशीर खोरं सलांग खिंडीच्या जवळ असून हा भाग सुपीक आहे. इथं प्रामुख्यानं ताजिक वंशाचे लोक राहतात. सोळाव्या शतकात त्यांनी सुन्नी इस्लाम धर्म स्वीकारला. हा भाग फार महत्त्वाचा असून सोव्हिएत फौजांना कधी त्यावर थेट कब्जा करता आला नव्हता.

आपल्याला जे हवं तसं घडलं आहे ना?'' मी त्यांना त्यांचं म्हणणं बरोबर असल्याचं सांगितलं. मलादेखील आनंद झाला आहे, पण त्याचबरोबर वाईटही वाटतंय, असं मी म्हणालो. मला माझ्या शहीद झालेल्या मित्रांची आठवण येत होती. आजचा हा दिवस बघण्याचं स्वप्न त्यांनी आणि मी मिळून पाहिलं होतं. जीव गमावून त्यांनी किंमत चुकवली होती. ही स्वतंत्र अफगाणिस्तान बघण्याच्या स्वप्नाची किंमत होती. मला प्रकर्षानं मुल्ला मर्जान यांची आठवण येत होती. शाहीदान चौकात (काबूलमधला मध्यवर्ती चौक) मुजाहिद्दीन शहीदांची स्मृती जागवण्यासाठी भेटण्याचा दिवस कधी येईल, असं मुल्ला मर्जान नेहमी म्हणत असत. आम्ही त्या चौकात नंतर गेलो खरे पण मुल्ला मर्जान युद्ध संपण्याच्या अगोदर मरण पावले होते.

काबूलमध्ये लवकरच मसूद आणि हिकमतयार यांच्यात संघर्ष पेटला. संरक्षणमंत्री म्हणून संपूर्ण काबूल शहर आपल्या ताब्यात असावं अशी मसूदची मागणी होती. पण पंतप्रधान बनलेल्या हिकमतयारला ते मान्य नव्हतं. जुन्या काळातला खल्की आणि पर्चामी या साम्यवाद्यांमधल्या गटांमधला संघर्ष पुन्हा एकदा उफाळून आला होता. खल्की गटांनी हिकमतयारची तर पर्चामी गटांनी मसूदची बाजू घेतली, असं दिसू लागलं. अर्थात नेमकं कोण कोणाच्या बाजूनं आहे हे नीट सांगणं अवघड होतं. लवकरच हा संघर्ष कंदाहारपर्यंत येऊन पोहोचला. प्रतिस्पर्धी कमांडर कंदाहार शहरात एकमेकांना भिडले. सैय्यफच्या गटामधील उस्ताद अब्दुल हलीम यानं पोलीस मुख्यालयात आपलं बस्तान बसवलं होतं. पण मुल्ला नकीबच्या लोकांनी मुख्यालय पूर्णपणे उद्ध्वस्त करून टाकलं. या लढाईत अब्दुल हकीम जान याचा सहभाग होता. पोलीस मुख्यालयाची चकमक अवघा एक दिवस चालली. उस्ताद अब्दुल हलीम पळून जाण्यात यशस्वी झाला, पण इमारतीमधील बहुतेक जण ठार झाले. फारच थोडे जण उस्ताद अब्दुल हलीमच्या सरपूझा येथील मुख्य तळाकडे पळून जाण्यात यशस्वी झाले.

या सगळ्या झगड्यात तालिबान पडले नाहीत, कारण बहुसंख्य तालिबान आपापल्या घरी परतले होते. संगीसरमधलं आमचं जुनं मुजाहिद्दीन ठाणं आता मुल्ला मोहम्मद उमरमुळे एक मदरसा बनलं होतं. मी काही काळ तिथं राहावं, असा विचार केला होता. पण माझ्यापाशी काही काम नसल्यानं तसं करणं अवघड होतं. मला मुलं झाली होती. मी माझ्या मुला-बाळांकडे आणि बायकोकडे परतण्याचा निर्णय घेतला. मी १९८७मध्ये लग्न केलं होतं. आम्ही माझ्या सासऱ्याजवळ देह मिरासी या ठिकाणी राहात होतो. मी देह मिरासीला गेल्यानंतर सासरे आणि बायकोशी चर्चा केली. एकूण परिस्थिती पाहून मी काहीतरी काम बघावं, असं आम्ही ठरवलं.

मी काम करायचं असं म्हणालो खरा, पण मी तोपर्यंत कधीच काही कामधंदा केलेला नव्हता. माझ्याजवळ एखादा व्यवसाय करण्यासाठी लागणारं भांडवलदेखील

नव्हतं. मला काय करावं ते समजत नव्हतं. माझे नातेवाईक तेव्हा पाकिस्तानातच होते. ते मला एखादा धंदा सुरू करण्यासाठी किंवा काम मिळवण्याबाबत मदत करू शकत होते. पण मला अफगाणिस्तान सोडून जायची इच्छा नव्हती. मला असं कळलं होतं की, सलावात-पंजवायी रस्त्यावर एक परदेशी संस्था काहीतरी काम करत होती. तिथं काम मिळू शकेल, असं माझ्या कानावर आलं होतं. मी दुसऱ्या दिवशी सकाळी तिकडं गेलो.

मी ठरल्याप्रमाणे सकाळी तिथं जाऊन माझं नाव नोंदवलं आणि मला काम मिळालं. मला हातात फावडं देऊन पाण्याचा चर खोदण्याच्या कामावर ताबडतोब पाठवण्यात आलं. कामासाठी रोजंदारी म्हणून २५० अफगाणी आणि सात किलो गहू मिळणार होते. मी पहिल्यांदाच काम करत होतो. कारण कष्ट करून माझ्या कुटुंबाचं पोट भरण्याची माझी इच्छा होती. म्हणून मी काम मिळताच उत्साहानं कामाला लागलो. आपल्याला कोणी बघत नाही किंवा आपल्यावर लक्ष ठेवणार कोणी नाही, असं कळताच इतर कामगार लगेचच थांबत असत. ते खाली बसून गप्पा छाटू लागत. त्यांनी मलादेखील काम थांबवायला सांगितलं. कोणी बघत नसेल तर काम करायची गरज नाही, असं त्यांनी मला बजावलं. इतकंच नाहीतर कोणी बघत असतानाही काम करतो आहे, असं दाखवलं तरी पुरे, हेदेखील त्यांनी मला सांगितलं.

कामाची वेळ सकाळी आठ ते दुपारी एक अशी होती. पहिल्याच दिवशी दुपारी काम संपायची वेळ जवळ आली असताना माझ्या गावामधले हाजी बहाउद्दीन नावाचे एक मान्यवर वृद्ध गृहस्थ तिथून गाडीतून जात होते. हाजीसाहेब एकेकाळी माझ्या वडिलांचे विद्यार्थी होते आणि आमच्या कुटुंबाचे स्नेही होते. ते सलावातहून देह मिरासीकडे जात असताना योगायोगानं त्यांना मी दिसलो. त्यांनी गाडी थांबवली आणि ते माझ्यापाशी आले.

हाजीसाहेबांनी माझ्या खांद्यावर हात ठेवला आणि विचारलं, "हाजी मुल्लासाहेब, हे काय चाललंय?" मी त्यांना अभिवादन केलं आणि मग माझं लक्ष माझ्या हातांकडे गेलं. मी गेला अवघा एक तास खोदकाम करत होतो, पण एवढ्या काळातच माझ्या हातांवर फोड आले होते. त्यामधले काही फुटून रक्तही आलेलं होतं. मला खोदायची सवय नव्हती, याचा तो परिणाम होता.

हाजी बहाउद्दीनसाहेबांच्या डोळ्यांत अश्रू दाटून आले. "या हातांनी हे असं काम करायची जरुरी नाही," असं म्हणून त्यांनी माझ्या हातातली कुदळ बाजूला टाकली. मला गाडीत बसवून त्यांनी माझ्या घरी नेलं. आम्ही घरी पोहोचलो तेव्हा त्यांचं आदरातिथ्य करण्यासाठी माझ्यापाशी काहीही नव्हतं. त्यामुळे ते तसेच निघून गेले. माझ्याकडे त्यांना देण्यासाठी चहादेखील नव्हता. माझा सहा महिन्यांचा मुलगा आजारी होता. मी माझ्या या भयंकर परिस्थितीचा विचार करत बसलो. त्यातून बाहेर

कसं पडायचं हे मला कळत नव्हतं.

काही वेळ गेल्यानंतर कोणीतरी माझ्या नावानं हाक मारत असल्याचं माझ्या लक्षात आलं. मी दरवाजा उघडला. दरवाज्याबाहेर हाजी बहाउद्दीन यांचा मुलगा नूरअली उभा होता. त्याच्याजवळ पिठाचं पोतं होतं. त्यानं मला आत येण्याची परवानगी विचारली. घराच्या अंगणात पोतं उतरवून ठेवल्यानंतर नंतर त्यानं खिशातून काही रक्कम बाहेर काढली. ती माझ्या हातात ठेवून तो म्हणाला, "माझ्या वडिलांनी तुमच्यासाठी हे पाठवलं आहे. त्यामुळे तुमची तातडीची गरज भागेल, असं त्यांनी सांगितलं आहे."

मी हाजीसाहेबांनी पाठवलेली रक्कम मोजली. त्यांनी ६०,००० अफगाणी पाठवले होते. त्या वेळी ही रक्कम फार मोठी होती. मी हाजी बहाउद्दीनसाहेबांनी दाखवलेला हा उदारपणा कधीच विसरू शकणार नाही.

दुसऱ्या दिवशी सकाळी मी मुलाला घेऊन डॉक्टरांकडे कंदाहार शहरात गेलो. आम्ही तुरुंगाच्या जवळून जात असताना अद्यापही उस्ताद अब्दुल हलीम आणि मुल्ला नकीब यांच्यामधील चकमक चालू होती. तिथं गेलो असता अतिशय घाणेरडे कपडे घातलेल्या काही जणांनी बस अडवली. त्यांनी सर्वांना खाली उतरण्याची आज्ञा केली. त्यांनी आपल्या बाजूला नेऊन खंदक खणायला लावलं. मी माझ्या लहान बाळाला उपचारांसाठी घेऊन चाललो आहे, असं मी त्यांच्यातल्या एकाला सांगितलं. बाळाची आई माझ्याबरोबर नाही हेदेखील मी सांगितलं. पण तो माणूस माझ्या अंगावर ओरडला, "मी निमूटपणे कामाला लागावं हे बरं. मी आता आणखी एक जरी शब्द उच्चारला तर तो माझ्या देहाची चाळण करून टाकेल," असं त्यानं धमकावलं. त्यानं मला शिवीगाळ केली आणि वर मी मुजाहिद्दीनांना मदत का करत नाही, असं ओरडून विचारलं. *अशा प्रकारच्या सर्व मुजाहिद्दीनांचा धिक्कार असो! त्यांनी मुजाहिद्दीन आणि जिहाद यांना लाज आणली आहे!*

बसमध्ये बसलेल्या इतरांपैकी कोणीही माझ्या ओळखीचा नव्हता. म्हणून मी एका वृद्ध माणसाच्या हातात माझ्या मुलाला दिलं. "कृपा करून याला ड्रायव्हरजवळ द्या. मला हे काम करायला लावलं आहे. ते पूर्ण करून मी तिकडं येईन आणि त्याला घेऊन जाईन. जर माझं काही बरं-वाईट झालं, तर ड्रायव्हर माझ्या मुलाला घरी पोहोचवेल. त्याला माझं गाव माहीत आहे."

आम्ही त्या वेळी मुल्ला नकीब आणि उस्ताद अब्दुल हलीम यांच्या ताब्यातल्या भागांच्या मधोमध होतो. अशा प्रकारे जबरदस्तीनं खंदक खोदायला भाग पाडलेल्या प्रवाश्यांपैकी अनेक जण ठार झाले होते किंवा बेपत्ता झाले होते. काही वेळा तिथून जाणारा एखादा निरपराध माणूस दोन्ही बाजूंपैकी एका बाजूचा बळी ठरायचा. ते विनाकारण गोळ्या घालून मृतदेह तसेच फेकून देत असत. त्यांच्यावर धर्माला

अनुसरून अंत्यसंस्कार वगैरे करणं तर सोडाच, हे लोक मृतांच्या नातेवाइकांना कळवण्याची तसदीही घेत नसत.

आम्हाला जिथं खंदक खणायचा होता, तिकडं मी जात असताना अचानक कोणीतरी माझ्या खांद्यावर हात ठेवला. "ओह! मुल्लासाहेब! तुम्ही इथं काय करता आहात?" मी त्याला सांगितलं की, मला बसमधून खाली उतरवून या कामाला जुंपण्यात आलं आहे. त्यावर मला आणखी काहीही न विचारता तो इतरांकडे वळून ओरडला, "मादरचोद! तुम्हा लोकांना गाझी[१०] कसा दिसतो ते कळत नाही का? तुम्ही यांना खाली उतरवून कामाला जुंपता? हे बघ पोरा, हे मुल्लासाहेब आहेत. रशियनांशी लढलेले गाझी आहेत. तुम्हा लोकांना हे कळायला पाहिजे!" मग त्यानं मला बसमध्ये जाऊन बसायला सांगितलं. ज्या माणसानं मला जबरदस्तीनं कामाला जुंपलं होतं, त्यानं माझी माफी मागितली. आपल्याला ही व्यक्ती आदरणीय आहे याची कल्पना नव्हती वगैरे म्हणाला. मी पुन्हा बसमध्ये बसलो.

बस सुरू झाली आणि काही मिनिटांनंतर लगेच पुन्हा थांबली. आम्ही हिंदू कोटाई या ठिकाणी पोहोचलो होतो. आता बस अडवण्याची वेळ मुल्ला नकीबच्या लोकांची होती. त्यांच्यातील एक जण आत शिरला. त्यानं सगळीकडे एक नजर फिरवली आणि लगेच खाली उतरला. पण त्यांच्यातील एक जण फळांनी भरलेली थैली घेऊन आत शिरला. तो तिथल्या चौकीवर काम करत होता.

बस सुरू झाली. मी फळांची थैली आणलेल्या माणसाकडे वळलो.

"ही एवढी फळं केवढ्याला घेतली?"

तो हसला आणि सांगू लागला, "हमरस्त्यावर फळांची वाहतूक करणाऱ्या ट्रककडून आम्ही कमिशन घेतो."

"एका ट्रकमधून ते किती थैल्या कमिशन म्हणून घेतात?"

"एका ट्रकमधून दहा."

"याचा अर्थ ते ट्रक पाकिस्तानात जाईपर्यंत तुम्ही त्यांच्या संरक्षणाची जबाबदारी घेता. होय ना?"

"नाही," तो माणूस पुन्हा हसला, "आमची हमी फक्त हजराजीबाबा येथपर्यंतची आहे. रस्त्याच्या पुढचा भाग लालाईच्या[११] ताब्यात आहे. ते लोक वेगळं

---

१०. गाझी याचा अर्थ इस्लामी योद्धा असा आहे. मुजाहिद व गाझी हे समानार्थी असून ते आदर व्यक्त करण्यासाठी वापरले जातात.

११. पोपलझाई जमातीचा अमीर लालाई हा मूळचा शाहवली कोट जिल्ह्यातला असून तो जिहादमध्ये सामील होता. तो सध्या राजकारणात सक्रिय असून काबूलमधून निवडून आलेला संसद सदस्य आहे.

कमिशन घेतात.''

हिंदू कोटाईपासून हजराजीबाबा ही जागा अवघी तीन-चार किलोमीटर आहे. याचा अर्थ हमरस्त्यांवर वाहतूक करणारे ट्रक त्यांचा बराचसा माल असाच गमावत असणार, हे माझ्या लक्षात आलं.

मुलाला घेऊन मी संध्याकाळी घरी आलो. घरच्या माणसांशी चर्चा केली. माझ्या कुटुंबासाठी अफगाण हा सुरक्षित देश राहिलेला नाही, हे माझं मत मी त्यांना सांगितलं. पंजवायी जिल्ह्याचे प्रशासक असणारे मौलवी फिदा मोहम्मद[१२] हे अतिशय चांगले होते. पण ते चांगले मुजाहिद प्रशासक असले तरी शहरात ये-जा करणं, हे फार धोकादायक झालं होतं. मौलवी फिदा मोहम्मद कठोरपणे चोर-लुटारू, जुगारी आणि दारुड्यांना शासन करत होते. त्यांनी आम्हाला नेहमीच मदत केली होती. पण तेदेखील अशा परिस्थितीत किती काळ काम चालवू शकतील, हा प्रश्न होताच. एकदा ईदच्या वेळेस उस्ताद अब्दुल हलीम त्याचे लोक बरोबर घेऊन पंजवायीत आला होता. तिथं त्यानं कुत्र्यांच्या झुंजी लावल्या होत्या. पण प्रत्यक्ष झुंजी सुरू होऊन कुत्र्यांवर पैसे लावायची वेळ येण्याच्या अगोदरच त्याची माणसं आणि सुरक्षा कर्मचाऱ्यांमध्ये कुरबुरींना सुरुवात झाली. लवकरच तिथं काही स्थानिक मुजाहिद्दीन जमा झाले. त्यानंतर झालेल्या चकमकीत त्याचे बरेच लोक ठार झाले आणि कित्येक जखमी झाले. पण स्वत: उस्ताद अब्दुल हलीम मात्र पळून जाण्यात यशस्वी झाला होता.

हे सगळं पाहूनच मी माझ्या कुटुंबासह पाकिस्तानकडे निघून जायचा निर्णय घेतला होता. आम्ही हमरस्ते आणि सगळे मुख्य रस्ते टाळले. आम्ही तस्कर वापरत असत, त्या आडवाटांचा उपयोग केला. तसं करतानाही मी काळजी घेतली होती. कारण संपूर्ण दक्षिण अफगाणिस्तानात गुन्हेगारी टोळ्या स्थलांतर करणाऱ्यांना लुटत होत्या आणि बायकांवर अत्याचार करत होत्या. तिथं कायदा व सुव्यवस्था नावालाही शिल्लक उरली नव्हती. एकेकाळी मुजाहिद्दीन असणाऱ्यांच्या टोळ्या, चोर-दरोडेखोर आणि लुटारू हे सगळे अफगाण जनतेचं रक्त सांडत होते. त्यांना जाब विचारणारा कोणीच उरलेला नव्हता. त्यामुळे अफगाणिस्तानात प्रवास करणं अतिशय जोखमीचं झालं होतं.

आम्ही सुखरूपपणे पाकिस्तानच्या हद्दीत पोहोचल्यावर मी सुटकेचा निश्वास

---

१२. मौलवी फिदा मोहम्मद हा जिहादच्या काळातला मोठा कमांडर होता. तो मजार-ए-शरीफ इथं तालिबानच्या बाजूनं लढला होता. त्याला पकडल्यानंतर त्याची ग्वान्टानामो तुरुंगात रवानगी करण्यात आली होती. त्याची सुटका झाली. पण सध्या तो पाकिस्तानमधून नाटो सैन्याविरुद्ध लढतो आहे.

टाकला. माझा चुलतभाऊ ओबेदुल्ला यानं मला क्वेट्टाजवळ सुमंगली या ठिकाणी एक खोली मिळवून दिली. मी तिथं राहू लागलो. पण हाजी बहाउद्दीन यांनी दिलेली रक्कम लवकरच संपली. मी पुन्हा एकदा अडचणीत सापडलो. मग मी माझ्या चुलतभावांकडून काही रक्कम उसनी घेऊन एक छोटं दुकान उघडलं. त्यामधून मला फारशी प्राप्ती होत नव्हती. पण मी एक घर भाड्यानं घेऊन राहू शकत होतो. मी पुन्हा एकदा शिकायला आणि शिकवायला सुरुवात केली.

मी आता हळूहळू अफगाणिस्तानबद्दल सगळं काही विसरू लागलो होतो. मी आता जमिनींच्या विक्रीचा व्यवसाय सुरू केला. मी काही रक्कम उसनी घेऊन जमिनीचे छोटे प्लॉट विकत घ्यायला सुरुवात केली. मी हे प्लॉट घेऊन त्यावर छोटी घरं बांधत असे. या कामाला मला कित्येक महिने लागत. मग मी ती घरं विकून आलेल्या पैशांतून कर्ज चुकवून, नवीन कर्ज घेऊन पुन्हा प्लॉट घेत असे. मी दिवस-रात्र काबाडकष्ट करू लागलो. माझी आर्थिक स्थिती जरा बरी झाली. मी कामात नसलो, तर अभ्यास करायचो. पण जागेपणीचं एकही मिनिट मी फुकट घालवत नसे. लवकरच माझा व्यवसाय उत्तम चालू लागला. आता माझी आर्थिक स्थिती चांगली झाल्यानं मी पेशावरला जाऊन पुन्हा इस्लामचं माझं शिक्षण पूर्ण करण्याचं ठरवलं. तिथं असतानाच मला पहिल्यांदा राजकारणात रस वाटू लागला.

कारवाई

पुढची काही वर्षे मी पाकिस्तानातच राहात होतो. पण अधूनमधून कंदाहारला जात असे. १९९०नंतरच्या दशकाच्या सुरुवातीस नजीबुल्ला सरकारचा पाडाव आणि त्यानंतर सत्तेवर आलेल्या मुजाहिद्दीन सरकारच्या काळात अफगाणिस्तानचं विघटन होत चाललं होतं. सुरुवातीला काबूलमध्ये संघर्ष सुरू झाला आणि बघता-बघता दक्षिण भागातही तो पसरला. स्थानिक पातळीवरचे उस्ताद अब्दुल हलीम, हाजी अहमद, मुल्ला नकीब आणि असे इतर अनेक कमांडर कंदाहार शहराच्या निरनिराळ्या भागात वर्चस्व निर्माण करण्यासाठी परस्परांमध्ये झगडत होते. हा संघर्ष आजूबाजूंच्या जिल्ह्यांमध्येही चालू होता. हा संघर्ष एवढ्या विकोपाला गेला होता की, सामान्य माणसांना जगणं अशक्य झालं होतं.

मी एकदा कंदाहारला गेलो असताना शहराच्या पूर्वेला असणाऱ्या देह खुजा या भागात गुल अहमद याच्या घरी सहा दिवस अडकून पडलो होतो. आजूबाजूला चकमकी चालू असल्यानं मला प्रत्यक्ष शहरात जाणं अवघड झालं होतं. त्या वेळी एकदा शुक्रवारच्या प्रार्थनेनंतर अनेक जण जमले होते आणि त्यांनी कमांडर करत असलेल्या संघर्षाविरोधात निदर्शनं सुरू केली. हजारो जण यात सामील झाले. हजारो जणांचा जमाव इदगाह दरवाजा इथून निघून चारसू या फार जुन्या काळापासून असणाऱ्या बाजाराच्या दिशेनं चालून गेला. पण काबूल दरवाजा चौकात निदर्शकांना थांबणं भाग पडलं. एकेकाळी मुजाहिद्दीन असणाऱ्या बारु या कमांडरनं काही जणांना गोळा करून हा जमाव अडवला होता. त्यानं तिथं एक रणगाडाही आणून उभा केला होता.

त्या वेळी कसलीही पूर्वसूचना न देता बारुनं जमावावर गोळीबार करण्याचा हुकूम दिला. शेकडो जण त्यात मरण पावले. जमाव पांगला आणि निदर्शकांचा अंत झाला. त्यानंतर जवळ-जवळ प्रत्येक घरात शोकाचं वातावरण होतं. कोणी आपला

कुटुंबीय तर कोणी मित्र गमावला होता. पण दफनविधीत सामील होणंही अशक्य झालं होतं. जणू एखाद्या युद्धभूमीप्रमाणे जवळ-जवळ प्रत्येक गल्लीबोळात खंदक खणलेले होते. सहाव्या दिवशी रात्रीच्या सुमारास एकमेकांविरुद्ध संघर्ष करणाऱ्या पक्षांदरम्यान युद्धबंदीचा समझोता झाला. हळूहळू लोक आपल्या घराबाहेर पडले, पण अद्यापही लोक बाजारात जायला घाबरत होते. शहराचा सगळा चेहरामोहराच बदलला होता. रस्ते गोळीबारामुळे पार उखडून गेले होते. भिंती जळालेल्या दारूनं काळवंडल्या होत्या आणि अनेक घरं जळून खाक झाली होती. रस्त्यात जागोजागी मृतदेह पडले होते. घरांच्या भिंती, रस्ते आणि चौक रक्तानं माखले होते. संघर्षात हजारो दुकानं लुटून उद्‌ध्वस्त करण्यात आली होती. पण लोक आपण वाचलो हेच फार झालं, असं समजून जगत होते.

मी कंदाहार शहरात गेल्यानंतर रात्रीचा मुक्काम काझी करीझ येथे केला. दक्षिण भागात सगळीकडे रस्त्यांवर जागोजागी चौक्या कुत्र्यांच्या छत्र्यांप्रमाणे उगवल्या होत्या. तिथून ये-जा करणाऱ्या सगळ्यांकडून पैसा आणि वस्तू उकळल्या जात होत्या. आम्ही शहरात जात असताना हाजी ललाक मामा सरायजवळ आम्हाला एका पोरानं अडवलं. तो साधारण १५ वर्षं वयाचा पोरगा एखाद्या पोरीप्रमाणे नाजूक दिसत होता. त्याच्या हातात माकरोव[१] पिस्तूल होतं. आम्हाला अडवणाऱ्या या पोरानं डोक्यावर चमन हॅट[२] घातली होती. तो एल.एम. सिगारेट[३] ओढत आमच्याजवळ आला. त्यानं आमच्या ड्रायव्हरला नगमाची[४] एक कॅसेट द्यायला फर्मावलं. त्यावर

---

१. माकारोव हे सेमी ऑटोमॅटिक पद्धतीने चालणारे पिस्तूल आहे. १९५१ ते १९९१ या काळामध्ये निकोलय माकारो यांच्या अधिपत्याखाली असताना सोव्हिएत युनियनच्या सैनिकांचं हे पिस्तूल 'साइड आर्म' होतं.

२. चमन हॅट ही पुढे उघडी असणारी टोपी दक्षिण अफगाणिस्तानात पश्तुन लोक वापरतात. त्या काळात ती फारच लोकप्रिय होती.

३. एल.एम. हा त्या काळात लोकप्रिय असणारा सिगारेटचा एक ब्रॅन्ड होता. ही सिगारेट अमेरिकन होती. याचबरोबर केन्ट आणि विन्स्टन हे दोन ब्रॅन्डदेखील लोकप्रिय होते. पण महत्त्वाचे कमांडर आणि वजनदार माणसं फक्त एल.एम. सिगारेट ओढत असत.

४. नगमा ही सोव्हिएत काळातील कंदाहारमधली लोकप्रिय पश्तुन गायिका आहे. तिनं त्या काळातल्या दुसऱ्या लोकप्रिय गायकाशी, मंगल याच्याशी लग्न केलं आणि मग १९९२नंतर दोघं पाकिस्तानला गेले. तिची गाणी अत्यंत लोकप्रिय झाली. १९९०-२००० या दशकाच्या अखेरीस नगमा-मंगल अमेरिकेत स्थायिक झाले. पण त्यांनी नंतर घटस्फोट घेतला. नगमाची गाणी टॅक्सी ड्रायव्हर वगैरेंमध्ये फार प्रसिद्ध आहेत.

आमचा ड्रायव्हर म्हणाला, "पोरा! माझ्याजवळ असती तर नगमाची कॅसेट मी तुला दिली असती. पण माझ्याजवळ ती नाही. इतकंच नाहीतर माझ्याजवळ कॅसेट प्लेअरच नाही." हे ऐकून तो पोरगा संतापला. त्यानं हात घालून गाडीची किल्ली काढून घेतली आणि सरळ बाजूला चालू लागला.

कोणीही काही बोललं नाही. आम्ही सर्व जण रस्त्याच्या बाजूला उभे राहून बघत होतो. त्या पोराबरोबर दाढी साफ केलेली तीन माणसंही होती. त्या पोराला जाताना पाहून दातावर दात रोवून ड्रायव्हर म्हणाला, "देवा! किती शरमेचं जीवन जगतोय आम्ही! पाहा, हा पोरगा काय करतोय आणि कोणालाही त्याला काही बोलण्याचं धाडस होत नाही!"

ड्रायव्हरचे शब्द त्या पोराला ऐकू गेले. तो अचानक थांबला आणि वळून परत ड्रायव्हरपाशी आला. तो काय म्हणाला, असं त्यानं विचारलं. ड्रायव्हर एकदम नर्व्हस झाला. आपण काहीच म्हणालो नाही वगैरे सांगू लागला. पण तो पोरगा जास्तच चवताळला. त्यानं आई-बहिणीवरून ड्रायव्हरला शिव्या द्यायला सुरुवात केली. त्या पोरानं मग पिस्तूल रोखून ते झाडण्यासाठी सज्ज केलं.

आम्हा सगळ्यांचा थरकाप उडाला. "रहम! रहम! हे करू नकोस! देवासाठी तरी हे करू नकोस!" आम्ही त्याला विनवू लागलो. पण तो पोरगा चवताळून शिवीगाळ करतच राहिला. तो पिस्तूल रोखून धमकी देतच होता. त्या पोराबरोबर असलेले लोक त्याच्याजवळ आले आणि त्याचा हात धरून, त्याला असं काही करू नकोस असं म्हणू लागले. त्यांच्यामधील एक जण माझ्यापाशी आला. मी त्याला हलक्या आवाजात म्हणालो, "भाई, हे बघा. इथं बसमध्ये लहान मुलं, स्त्रिया, वृद्ध माणसं आहेत. बस रस्त्यात मधोमध उभी असल्यानं रहदारीलाही अडथळा आलाय. तुम्ही त्याला समजावून सांगता आहात. पण त्याऐवजी तुम्ही त्याला थप्पड लगावून किल्ली काढून घ्यायला हवी. त्याच्याकडून पिस्तूल काढून घ्यायला हवं. तो काही कमांडर नाही. तुम्ही वयानं वडील आहात. असं असतानाही त्याची विनवणी का करता आहात? हा आपल्या सगळ्यांना मान खाली घालायला लावणारा प्रसंग आहे."

त्या माणसानं माझ्याकडे पाहिलं. त्यानं हताशपणानं डोळे फिरवले, "मुल्लासाहेब! आम्ही काहीच करू शकत नाही. आपण फार काळजीपूर्वक वागायला हवं. तो बारुचा 'पोरगा'[५] आहे. बारुला तो फार आवडतो. त्याला थप्पड मारणं तर सोडाच, त्याला काही जरी वेडंवाकडं बोललं तरी बारु खवळेल."

---

५. कंदाहार शहर समलिंगी संबंध आणि लहान मुलांशी लैंगिक संबंध याबाबत कुप्रसिद्ध आहे. हा प्रकार जिहादच्या अगोदरपासून आहे. पण यादवी युद्धाच्या काळात तो जास्त फैलावला.

अखेर बराच वेळ ते लोक त्याच्याशी बोलत राहिल्यानंतर तो शांत झाला. त्यानं आमच्या बसची किल्ली परत केली. मग आम्ही पुढे निघालो.

मी कंदाहारमध्ये काही दिवस राहून एका टॅक्सीनं पाकिस्तानला परतलो. रस्त्यांवर जागोजागी चौक्या आणि तपासणी नाकी होती. प्रत्येक ठिकाणी, जवळ-जवळ दर काही किलोमीटर अंतरावर एखादी टोळी किंवा एखादा कमांडर पैसे किंवा वस्तूंची मागणी करत होते. आजदेखील लोक या दिवसांबद्दल बोलतात तेव्हा 'टोपाकियान' म्हणतात.

मील पुलापाशी आम्ही आलो. तिथं शाह बरानचं[६] तपासणी नाकं होतं. हा माणूस अव्वल दरोडेखोर आणि धंदेवाईक मारेकरी म्हणून कुप्रसिद्ध होता. जवळच असलेल्या जंगल या ठिकाणी निर्वासितांची छावणी होती. तिथले सगळे बदमाश शाह बरानच्या टोळीत सामील झाले होते. ते इतके रांगडे आणि रासवट होते की, माणूस वाटतच नसत. कधीही न धुतलेले घाणेरडे कपडे, धुळीनं भरलेले केस, ओठ आणि दात तंबाखू, हशीश आणि गांजा ओढून पिवळे पडलेले. अंगावर मोठमोठे लोकरी डगले चढवून हे लोक चिलीम फुंकत रस्त्याच्या कडेला उकिडवे बसलेले असायचे. सतत मादक द्रव्यांचा वापर करत असल्यानं ते असंबद्ध बडबडत असत.

आमची गाडी थेट तपासणी नाक्याच्या पुढेच जाऊन थांबली. पण तिथं बाजूला बसलेल्या लोकांचं आमच्याकडे लक्ष नव्हतं. ते चिलीम फुंकत तसंच एकमेकांशी बोलत बसले होते. आम्ही गाडीत तपासणीची वाट पाहात बसलो आहोत, हे सांगण्यासाठी उतरण्याचं धाडस आमच्यापैकी एकाचंही नव्हतं. तिथं रहदारीही फारशी नव्हती, त्यामुळे आम्ही गाडीतच थांबून राहिलो. पंधरा मिनिटांनंतर मात्र त्यांचं लक्ष आमच्याकडे गेलं. शाह बराननं आमच्या गाडीकडे नजर टाकली आणि मग एक शिवी हासडून म्हणाला, "त्यांना जाऊ देत, सोडा त्या ×××"

आम्ही त्या दिवशी सुदैवी ठरलो होतो. शाह बरानची टोळी अनेक जणांना गाड्यांमधून खाली ओढायची. त्यांच्या दाढ्या सफाचट करायची किंवा त्यांना उपवास सोडायला भाग पाडायचं, अशी त्यांची पद्धत होती. काही वेळा तर शाह बरानचे लोक लहान मुलांचं अपहरण[७] करत असत.

---

६. शाह बरान हा अचेकझाई जमातीचा असून तो मुजाहिद होता. पूर्वी तो सैय्यफच्या बाजूनं लढायचा. पण नंतर तो पक्ष बदलून सरकारी बाजूला गेला. त्यानं जे तपासणी नाकं उभारलं होतं, तिथं त्यानं चोर-लुटारू ठेवले होते. सगळे जण शाह बरानला घाबरत असत.

७. दक्षिण अफगाणिस्तानातली तत्कालीन परिस्थिती पाहाता, हे लोक कोवळ्या मुलांना लैंगिक शोषणासाठी गुलाम म्हणून नेत असत, असं म्हणता येईल.

मी १९९२मध्ये अफगाणिस्तानला परतलो. पंजवायी जिल्ह्याच्या मुख्य गावाकडे जाणाऱ्या रस्त्यापाशी एका अगदी छोट्या गावात मी मशिदीचा इमाम म्हणून काम करू लागलो. ही मशीद हाजी खुश्कीयार आका[८] यांनी स्थापन केली होती. गाव कसलं, ती तर १०-१५ घरांची छोटी वस्तीच होती. मला तिथलं शांत वातावरण आवडलं. आयुष्य अतिशय शांतपणे जात असल्यानं मला पुन्हा एकदा माझ्या शिक्षणावर लक्ष केंद्रित करता आलं. मी तिथं अभ्यास करू लागलो. मी शहराकडे कधीच जात नसे. इतकंच नाहीतर मी स्थानिक गुन्हेगारी टोळ्यांनी उभारलेल्या तपासणी नाक्यांच्या जवळपासही फिरकत नसे. मला कशाची गरज पडली, तर माझ्या मशिदीत येणाऱ्या कोणाला तरी सांगून मी ती वस्तू मागवून घेत असे. माझा माझ्या जुन्या जिहादी मित्रांशी काही संबंध उरला नव्हता. जर त्यांच्यापैकी कुणी जाता-जाता मला भेटण्यासाठी आला तरच एखाद्या मित्राची गाठ पडत असे.

शहराकडे जाऊन परत येणारे अनेक जण मला तिथल्या पूर्णपणे बेबंद आणि निर्णायकी परिस्थितीबद्दल सांगत असत. अधून-मधून खूप दूर अंतरावर तोफांचा धडका सुरू असल्याचे आवाज कानावर येत. लोक जे काही सांगत होते, त्यामुळे मी अस्वस्थ होत असे. मला जिहादच्या दिवसांची आणि आम्ही झोकून दिलेल्या आयुष्याची वारंवार आठवण येत असे. आमचा सगळा त्याग वाया गेला की काय, असं वाटू लागलं. तरीही मी संयम बाळगून होतो. माझ्याकडे प्रार्थनेसाठी येणाऱ्या सर्वांनाही मी तसाच सल्ला देत असे.

एकदा मला भेटण्यासाठी माझे दोन जुने मित्र आले. ते म्हणजे अब्दुल कुदूस[९] आणि नेदा मोहम्मद.[१०] हे दोघंही मुजाहिद्दीन असून आम्ही एकत्रच लढलो होतो. ते दोघं रात्री जेवणासाठी थांबले. मग जेवण झाल्यावर आम्ही खूप उशीरपर्यंत बोलत बसलो.

---

८. हाजी खुश्कीयार आका ही कंदाहारजवळ असणाऱ्या सालेहान या गावामधली अचेकझाई जमातीमधली वजनदार असामी होती.

९. अब्दुल कुदूस हा मूळचा पश्मोल भागातला असून तो मुल्ला हाजी मोहम्मद अखुंड याच्या बरोबरीनं जिहादमध्ये सामील झाला होता. ऑक्टोबर, १९९६मध्ये पहिल्यांदाच तालिबानवर झालेल्या हल्ल्यात तो काबूलच्या उत्तरेला शामाली पठारावर ठार झाला.

१०. अचेकझाई जमातीचा असणारा मुल्ला नेदा मोहम्मद हा देह मिरासीचा होता. तो अलीकडेच सलावात येथे नाटो-आयएसएएफ यांच्या संयुक्त धाडीत घरातच ठार झाला.

अब्दुल कुदूस सांगू लागला की, जगणं फारच अवघड झालं आहे. सगळीकडे लुटालूट आणि चोऱ्यामाऱ्या सुरू होत्या. समलिंगी संबंध आणि अनैतिक संबंधाना ऊत आला होता. लोकांना नैतिक-अनैतिक याबद्दलची कसलीही पर्वा राहिली नव्हती. हे सगळं सांगितल्यावर अब्दुल कदूस म्हणाला, "मुल्लासाहेब, आपण काय करायचं? आपण भरकटत चाललो आहोत, असं वाटतंय."

अशा प्रकारे मित्रांनी किंवा गावामधल्या लोकांनी माझ्याकडे येऊन आपण काय करायचं असा प्रश्न विचारण्याची ही काही पहिलीच वेळ नव्हती. गेले कित्येक महिने मी लोकांच्या मनातल्या भावना जाणून घेतच होतो. त्यांना अतिशय असाहाय्य वाटत होतं. कारण ज्यांच्याकडे मदतीसाठी जावं असं पोलीसच काय, आणखी कोणीच दिसत नव्हतं. मी त्यांच्याकडून हे सगळं ऐकत असताना मलाही असाहाय्यपणा वाटायचा आणि मी निराशेनं घेरला जायचो. मी बराच वेळ विचार करत असे. मला अनेकदा असं वाटायचं की, काहीतरी उपाय करायला हवाच. असं काहीतरी करणं ही धर्मानंच माझ्यावर टाकलेली जबाबदारी आहे की काय, असं मला सारखं वाटायचं. पैसा आणि सत्ता याच्यासाठी आपल्याच माणसांना पिळून काढणाऱ्या माझ्याच अफगाण लोकांविरुद्ध लढणं, हा जिहादचाच एक भाग आहे की काय?

माझे हे दोन्ही मित्र तरुण होते. कोणताही विचार न करता मनात येईल, ते बेधडकपणे बोलून दाखवणाऱ्या पिढीचे प्रतिनिधी होते. परिस्थिती आता असह्य झाली आहे, हे त्यांनी मला वारंवार सांगितलं. मी त्यांना संयम बाळगण्याचा सल्ला दिला. पण अब्दुल कुदूस आणि नेदा मोहम्मद हे माझे दोन तरुण मित्र म्हणाले की, ते फक्त हातावर हात ठेवून गप्प बसू शकत नाहीत.

हे दोघं जिथं होते तिथं पश्मोलजवळ कंदाहार-काबूल हमरस्त्यावर सालेह नावाच्या एका कमांडरनं एक तपासणी नाका उभारला होता. त्याचे लोक लोकांना लुटत तर होतेच, पण शिवाय सालेहचे लोक स्त्रियांवर अत्याचारही करत होते. सालेह स्पारवानमधल्या एका पोरीमध्ये गुंतला होता. तो दररोज अर्घंदाब नदी ओलांडून तिला भेटण्यासाठी जात असे. माझ्या दोन मित्रांनी तिथं दबा धरून बसायचा आणि सालेहला ठार करायचा त्यांचा बेत माझ्या कानावर घातला. निदान सालेहला ठार करून लोकांची सुटका तरी करता येईल, असा त्यांचा विचार होता.

माझ्या तरुण मित्रांचा सगळा बेत मी नीट ऐकून घेतला. त्यांनी त्यांच्या योजनेवर गंभीरपणानं विचार केल्याचं दिसत होतं. ते ज्या परिस्थितीबद्दल सांगत होते ती सगळ्या अफगाणिस्तानमध्ये होती. कंदाहार भागात तर क्रूर कमांडर आणि लुटारूंचा सुळसुळाट झाला होता. हे सगळे जण रस्त्यांवर आणि शहरात लोकांना पिडत होते. यांच्यामधल्या एकाला फक्त ठार करून काहीही फरक पडणार नाही,

असं मी त्यांना सांगितलं.

मी माझ्या तरुण मित्रांचा सगळा बेत पुन्हा एकवार डोळ्यांखालून घातला आणि मग म्हणालो, ''समजा, तुम्ही सालेहला ठार केलंत तरी त्याची जागा घ्यायला तयार असणारे अनेक जण नाहीत का? कोणीतरी त्या जागी येऊन तेच पुढे चालू ठेवेल. शिवाय तुम्ही त्याला ठार केलंत हे कळल्यानंतर त्याच्या जमातीचे लोक तुमच्यामागे लागतील. त्यांच्या सूडापासून वाचण्यासाठी कंदाहारमधलं कोणीतरी तुमच्या पाठीशी उभं राहील का, याचा विचार करा. मग तुम्हाला न्याय मिळवण्यासाठी शरिया[११] न्यायालयापुढे नेण्याची गोष्टच बाजूला राहिली.''

मी विचारलेल्या प्रश्नांमुळे ते दोघं निरुत्तर झले. जरा वेळ ते गप्प राहिले. मग ते म्हणाले, ''तर मग मुल्लासाहेब, आपण आता काय करू शकतो, ते तुम्हीच सांगा.''

''आपण आता काहीच करू शकत नाही. ते आपल्या हाती राहिलेलं नाही.'' मी म्हणालो, ''अर्थात आपली काही जबाबदारी आहे हे खरं, पण आपण पुढचं सगळं देवावर सोडायला हवं. कोणत्या क्षणाला काय होईल, ते आपण सांगू शकत नाही. कदाचित परिस्थिती आणखी वाईट होईल किंवा सुधारेलदेखील.''

आम्ही चर्चा करत असतानाच अब्दुल मोहम्मद आत आला. हा तरुण पोरगा आमच्या गावातला असून तो प्रार्थनेसाठी मशिदीत येत असे. तो नुकताच शहरात जाऊन परतला होता. मी त्याला आमच्याबरोबर चहा घेण्यासाठी निमंत्रण दिलं. मी त्याला शहरात काय स्थिती आहे, ते विचारलं.

अब्दुल मोहम्मद माझ्या प्रश्नानं चकित झाला. ''हाजी मुल्लासाहेब, तुम्ही शहरात काय परिस्थिती आहे असं विचारता! ते राहू दे, आत्ता काही मिनिटांपूर्वी आम्ही रस्त्यावर ठार होणार होतो.''

मला वाटलं की, गाडीला अपघात वगैरे झाला की काय. म्हणून मी त्याला तसं विचारलं.

''नाही! रस्त्यावर दोन लुटारू होते.'' अब्दुल मोहम्मद सांगू लागला, ''ते एका मोटरसायकलवरून आले होते. त्यांनी आमची गाडी अडवली. आमच्यावर बंदूक रोखून त्यांनी आम्हाला घड्याळं आणि पैसे द्यायला फर्मावलं.''

अब्दुल मोहम्मद घडलेल्या प्रसंगाचं वर्णन सांगत होता. त्यानं त्या दोघा

---

११. इस्लामी न्यायदान पद्धतीसाठी वापरल्या जाणाऱ्या इस्लामी ज्ञानाला 'शरिया' असे म्हणतात. इस्लामच्या उदयानंतर आजवर न्याय कसा द्यावा, याबद्दलच्या विविध विचारधारांमधून हा ज्ञानाचा ठेवा तयार झाला आहे. सुन्नी आणि शिया या पंथाचे लोक एकूण पाच विचारधारा मानतात. त्या 'हनीफी', 'हनबली', 'मलीकी', 'शफी' आणि 'जाफरी' अशा आहेत.

लुटारूंशी वाद घातला होता. "हे काय चाललं आहे? तिकडे आपल्या देशाचे तुकडे पडत असताना तुम्ही लोकांना दिवसाढवळ्या लुटता?"

यावर त्या दोघांनी त्याला थोबाड बंद करायला सांगितलं. मग पैसे काढून न देता उलट संधी साधून अब्दुल मोहम्मदनं वेगानं हालचाल करून त्यांच्यामधल्या एकाला आडवं पाडलं. दोघांची भर रस्त्यात झटापट सुरू झाली. तो गाडीमधल्या इतरांना पुढे होऊन हल्ला करायला सांगत होता. पण एकही जण जागचा हलला नाही.

दुसऱ्या लुटारूनं त्याची कलाश्निकोव रोखली. त्याला अब्दुल मोहम्मदला गोळी घालायची होती. पण त्याचा माणूस आणि अब्दुलची कुस्तीसारखी हाणामारी चालू असल्यानं त्याला गोळी घालता येईना. म्हणून मग तो जरासा मागे सरकला आणि ओरडला, "जर तू याला सोडलं नाहीस, तर मी तुम्हा सगळ्यांना मारून टाकीन."

त्याचं हे बोलणं ऐकून गाडीमधले इतर सर्व प्रवासी भेदरले. अब्दुल मोहम्मदनं धरून ठेवलेल्या माणसाला त्यानं सोडावं म्हणून ते त्यालाच सांगू लागले. त्यानं त्या माणसावरची पकड ढिली करताच त्याचा फायदा घेऊन दोघं लुटारू मोटरसायकलवरून पळून गेले.

हे सगळं ऐकल्यानंतर माझ्याबरोबर चर्चा करणारे सर्व जण एकदम तापले. काही जण या लुटारूंना शोधून काढून त्यांना घरी जाऊन खेचून बाहेर काढण्याची भाषा बोलू लागले. अब्दुल मोहम्मद घरी जाईपर्यंत मी गप्प राहिलो. मग मी म्हणालो, "पहिली गोष्ट म्हणजे आपल्याजवळ स्वत:चं रक्षण करू शकतील, अशी पुरेशी माणसं हवीत. आपल्याजवळ अब्दुल मोहम्मदसारखी माणसं हवीत की जी लुटारू आणि दरोडेखोरांसमोर पाय रोवून उभी राहातील आणि स्वत:चं रक्षण करू शकतील. इतकंच नाहीतर त्यांना दुसऱ्या माणसांच्या हक्कांसाठी लढता आलं पाहिजे. त्यासाठी आपल्याला इतर लोकांचा पाठिंबा लागेल. आपण लोकांबरोबर बसून एकत्रितपणे समस्येवर उपाय शोधायला हवा. आपण फक्त आपल्या समस्यांवर लक्ष केंद्रित करून चालणार नाही. मला वाटतं की, आपण आपल्या चार मित्रांशी बोलून त्यांची मतं जाणून घ्यायला हवीत. सगळ्यांचं म्हणणं कळल्यानंतरच आपण पुढे काय मार्ग काढायचा ते ठरवलं तर बरं. म्हणजे मग आपण आपल्या कामात यशस्वी होऊ."

माझ्या दोघा मित्रांना माझं म्हणणं पटलं. आपण लवकरात लवकर या योजनेवर कारवाई करायला हवी, असं ते म्हणाले.

***

आम्ही ठरवल्याप्रमाणे आमच्या इतर मित्रांशी व तालिबानमधल्या काही परिचित माणसांशी गाठीभेटी घ्यायला सुरुवात केली. रशियाशी लढणाऱ्या मुजाहिद्दीन व जिहादी माणसांशी आम्ही चर्चा करू लागलो. काही दिवसांनी आम्ही पश्मोलमध्ये एक बैठक निश्चित केली. या बैठकीसाठी मशिदीत ३५ जण आले. या बैठकीचं नेतृत्व मुल्ला अब्दुल रौफ अखुंड यांनी केलं.

आमची चर्चा कित्येक तास सुरू होती. अखेर आम्ही एक योजना ठरवली. आम्ही इतर मुजाहिद्दीन आणि तालिबान यांच्या मदतीनं पुंडाई करणाऱ्या सर्व कमांडरांपासून आणि लुटारूंच्या नाक्यांपासून रस्ते मुक्त करणार होतो. आम्ही या योजनेच्या अंमलबजावणीसाठी तीन गट तयार केले.

पहिला गट बाहेर जाऊन धार्मिक प्रवृत्तीच्या व सद्प्रवृत्तीच्या मुजाहिद्दीन लोकांशी चर्चा करून त्यांचा पाठिंबा मिळवणार होता. लुटालुटीत ज्यांचा काहीही सहभाग नाही, अशाच मुजाहिद्दीनांशी हा गट बोलणार होता.

दुसऱ्या गटाचं काम तालिबान व इतर सद्प्रवृत्त व्यक्तींची गाठ घेऊन त्यांचा पाठिंबा मिळवणं हे होतं. जर त्यांचा पाठिंबा मिळू शकला नाहीतर किमान हे लोक आमच्या कामात आडकाठी करणार नाहीत, एवढं आश्वासन त्यांच्याकडून मिळवायचं होतं. तिसरा गट उलेमांना भेटणार होता. त्यांचा पाठिंबा मिळवणं जरुरी होतं. विशेषत: अत्यंत आदरणीय समजले जाणारे मौलवी सय्यद मोहम्मद पसनाईसाहेब यांचा पाठिंबा मिळवण्याचा प्रयत्न आम्ही करणार होतो. त्यांनी जर फतवा काढला, तर आमच्या चळवळीला कायदेशीरपणा मिळण्यास मदत होणार होती.

सर्व गटांनी त्यांची कामगिरी पार पाडल्यानंतर आणखी एक बैठक पश्मोलमध्ये घ्यावी, असं ठरलं. तिथं सर्वांनी त्यांच्या प्रयत्नांना कसा प्रतिसाद मिळाला, हे सांगायचं होतं. पहिल्या आणि दुसऱ्या बैठकीच्या दरम्यान जवळ-जवळ एक महिना गेला.

पश्मोलच्या या बैठकीत पहिल्या गटानं सांगितलेला अहवाल उत्साहवर्धक होता. अनेक मुजाहिद्दीन आमच्या योजनेला पाठिंबा द्यायला तयार होते. पण दुसऱ्या गटाचा अहवाल बराचसा नकारात्मक होता. तालिबान आणि त्यांच्या मुख्य कमांडरांनी सहकार्य करायला साफ नकार दिला होता. इतकंच नाहीतर त्यांच्यामधल्या काही जणांनी सरळ-सरळ विरोध दर्शवला होता. मौलवी पसनाईसाहेबांचा प्रतिसाद सकारात्मक होता. पण त्यांना आमची सगळी योजना मात्र मान्य नव्हती. त्यांनी जरी आमच्या योजनेवर टीका केली असली, तरी आम्ही सर्वसाधारणपणे जो आराखडा बनवला होता, तो घेऊन पुढे जायचं ठरवलं. यानंतर चर्चा पुढे सुरू झाल्यावर नेतृत्वाचा प्रश्न पुढे आला.

आमच्या या गटाचं नेतृत्व करण्यासाठी कोणत्या प्रकारचा माणूस असावा,

याची चर्चा सर्व जण करू लागले. बैठकीत हजर असलेल्या बऱ्याच जणांना मी नेता व्हावं असं वाटत होतं. त्यांनी तसं सुचवलं. पण मी नेतृत्व करायला योग्य नाही, असंच माझं मत होतं. मी असा मुद्दा मांडला की, स्वत: लुटालुटीत सहभाग न घेतलेल्यालाही अनेक जुन्या कमांडरांनी आम्हाला मदत करायला नकार दिला आहे. हे कमांडर सर्वांत प्रथम आपल्याविरुद्ध उभे ठाकतील, असं मत मी मांडलं. म्हणूनच मी असं पुढे सुचवलं की, आपण निवडलेला नेता स्वत: एक प्रसिद्ध कमांडर किंवा तसा कोणी नसावा. त्याचा फायदा असा होईल की, त्याचा जुन्या कोणत्याही कमांडरशी कसलाच संबंध अथवा हेवादावा नसेल. नेता असाच कोणतेही जुने राजकीय लागेबांधे नसणारा असा हवा होता. मी नेता कसा असावा, याचे जे काही निकष सांगितले होते त्यानुसार मी नेता व्हायला योग्य नाही, असंच माझं मत होतं. आम्ही नेता कोण असावा याचा निर्णय तात्पुरता पुढे ढकलला. आम्ही असा योग्य नेता शोधण्याचे प्रयत्न पुढे सुरू ठेवायचे, असं ठरवलं.

या बैठकीत काही गट तयार करण्यात आले. हे गट मौलवी अब्दुल समद[१२], मुल्ला मोहम्मद उमर अखुंड, मुल्ला ओबेदुल्ला अखुंड अशा काही वजनदार कमांडरना भेटणार होते. याखेरीज हेलमंद भागामधले अब्दुल गफार अखुंडजादा[१३], मुल्ला अब्दुल वाहीद[१४] आणि मौलवी अट्टा मोहम्मद[१५] अशा इतर कमांडरांची

---

१२. मौलवी अब्दुल समद हा तरीनकोटचा असून तो खुंडाय जमातीचा आहे. तालिबान सत्तेवर आल्यानंतर तो कंदाहार प्रांतामधल्या स्पिन बुल्दाक जिल्ह्याचा पहिला प्रशासक बनला. त्यानंतर तो कंदाहारमध्ये विद्युत विभागाचा प्रमुख होता आणि काही काळ हेलमंदच्या कृषी मंत्रालयाचा प्रमुख म्हणून त्यानं काम पाहिलं. तो अद्याप जिवंत आहे.

१३. अलीझाई जमातीचा असणारा अब्दुल गफार अखुंडजादा हा मूळचा जिंदाहूर इथला होता. जिहादच्या काळात तो एक मोठा कमांडर असून जवळ-जवळ ५,००० जण त्याच्याजवळ होते. १९९४मध्ये तालिबाननं हेलमंद भागात काम करायला सुरुवात केल्यानंतर त्यानं त्यांना प्रखर प्रतिकार केला. अनेक महिन्यांच्या लढाईनंतर तो पाकिस्तानला पळाला आणि पुढे मारला गेला.

१४. मुल्ला वाहीद हा अलीझाई जमातीचा असून तो हिज्ब-ए-इस्लामीचा महत्त्वाचा कमांडर होता. नंतर तो बाजू बदलून रब्बानीच्या गटात सामील झाला. तालिबान सत्तेत तो महत्त्वाच्या पदांवर होता. तो अद्याप जिवंत आहे.

१५. मौलवी अट्टा मोहम्मद हा इशकझाई जमातीचा कमांडर मूळचा संगीन येथील रहिवासी होता. जिहादच्या काळात तो मध्यम वयाचा होता आणि जमातीच्या आघाडीत मुजाहिद्दीन म्हणून लढला होता. पण तालिबानच्या राजवटीत क्वेट्टामध्ये त्याची अज्ञात मारेकऱ्यानं हत्या केली.

भेटही या गटांनी घ्यायची होती.

मुल्ला मोहम्मद उमर अखुंड आणि मुल्ला ओबेदुल्ला आखुंड यांना भेटायला जाणाऱ्या गटात माझा समावेश होता. कारण या दोघांनी नेतृत्व करावं, असं मीच सुचवलं होतं. त्यांच्याजवळ नेतृत्वासाठी योग्य गुण आहेत, असं माझं मत होतं. म्हणूनच मुल्ला सत्तार,[१६] मुल्ला नेदा मोहम्मद आणि मी असे तिघे जण मुल्ला मोहम्मद उमर अखुंड यांना भेटायला त्यांच्या संगीसर इथल्या घरी गेलो.

आम्ही त्यांच्या घरी गेलो तेव्हा मुल्ला उमर यांच्या पत्नीनं नुकताच एका मुलाला जन्म दिला होता. मुल्लासाहेब पारंपरिक पद्धतीनं या प्रसंगी पवित्र कुराणाचं पठण करत होते. त्यांच्या घरी या समारंभासाठी इतर अनेक जणांना आमंत्रित करण्यात आलं होतं. मशिदीतले इमाम आणि इतर बऱ्याच मित्र-मंडळींना त्यांनी बोलावलं होतं. मुल्लासाहेबांच्या कुराण पठणात आम्हीही सामील झालो. पवित्र कुराणाचं पठण संपल्यावर जेवणाची तयारी झाली.

जेवण झाल्यावर बरेचसे पाहुणे निघून गेले. मग आम्ही मुल्लासाहेबांना घेऊन एका वेगळ्या खोलीत गेलो. आम्ही त्यांना पशमोलमधल्या बैठकांबद्दल सगळं सांगितलं. आम्ही त्यांना आमची योजनाही सांगितली. आमच्या या योजनेची अंमलबजावणी करण्यासाठी मुल्ला उमर यांचं नाव सुचवण्यात आलं असल्याचं आम्ही त्यांच्या कानावर घातलं. आमचं बोलणं संपल्यावर काही मिनिटं मुल्लासाहेब गप्प राहिले. ही मुल्लासाहेबांची नेहमीची पद्धत असून ती त्यांनी कधी बदलली नाही. ते नेहमीच सर्वांचं बोलणं काळजीपूर्वक ऐकून घेत. माणसाला जे काही सांगायचं आहे, ते मुल्लासाहेब आदरानं ऐकून घेत असत. ते कधीच कोणाचं बोलणं मध्ये तोडत नसत. सगळं बोलणं संपूर्णपणे नीट ऐकून घेतल्यानंतर ते बोलत. त्यांचं बोलणं नेहमी अतिशय मुद्देसूद आणि सुसंगत असायचं.

त्या दिवशीही आमच्या बोलण्यानंतर काही काळ विचार केल्यानंतर ते म्हणाले की, काहीतरी केलं पाहिजे हे आमचं म्हणणं त्यांना मान्य होतं. पण ते म्हणाले, ''मी नेता हे पद स्वीकारू शकत नाही.'' मग ते आमच्याकडे वळून रोखून बघत म्हणाले, ''तुम्ही दोघांनी नेता व्हायचं का मान्य केलं नाही?'' आम्ही नेता होण्यासाठी योग्य का नाही, याची कारणं त्यांना सांगितली. पण ती त्यांना पटली नसावीत. त्यांच्या मनात अजूनही काही शंका होत्या. मुल्लासाहेब म्हणाले की, ही योजना अतिशय जोखमीची आहे. या योजनेत जे कोणी सहभागी होतील ते मध्येच

---

१६. गिलझाई जमातीचा असणारा मुल्ला सत्तार हा मुजाहिद असून तो तालिबानच्या काळात महत्त्वाचा कमांडर बनला. २००१मध्ये अमेरिकेनं केलेल्या हवाई हल्ल्यात तो उत्तर कुंदुझ भागात इर्गनाक इथं ठार झाला.

संगीसर इथली सफेद मशीद

मला सोडून जाणार नाहीत, याची खातरी कोण आणि कशी देणार? असं ते म्हणाले. त्यांचं म्हणणं बरोबर होतं. पण या योजनेत सहभागी झालेले सर्व जण खरेखुरे तालिब आणि मुजाहिद असल्याचं मी त्यांना सांगितलं

आमची आणखी थोडी चर्चा झाली. मुल्लासाहेबांनी सांगितलं की, अशा प्रकरच्या कल्पना घेऊन इतर अनेक जण त्यांच्याकडे आले होते. त्यांनी सांगितलं की, केश्किनाखुद इथले जिल्हा प्रशासक असलेले हाजी बशर यांची मते आमच्या मतांशी जुळणारी आहेत आणि ते सहकार्य करायला तयार आहेत. "आपण आपल्याला जे काही करणं शक्य आहे ते सर्व करू." आम्ही आम्हाला जमेल त्या पद्धतीनं लोकांच्या समस्या सोडवल्या पाहिजेत. कारण ती आमची जबाबदारी आहे, असं त्यांचंही म्हणणं होतं. उरलेलं सगळं आपण देवावर सोडून द्यायला हवं, असं मुल्ला उमर म्हणाले.

"अखेर सर्व काही देवाच्या मर्जीवरच अवलंबून असतं," मुल्लासाहेब म्हणाले, "मी काही उलेमांशी सल्लामसलत करतो. आपण मौलवी पसनाईसाहेबांचं मन वळवण्याचा प्रयत्न करू. मग काय करता येईल ते पाहू."

अशा प्रकारची सर्व सल्लामसलत, चर्चा आणि गाठीभेटी या माझ्या घरी पहिल्यांदा अब्दुल कुदूस आणि नेदा मोहम्मद आले, त्यानंतरच्या चार-सहा आठवड्यांच्या कालावधीत घडल्या.

आता 'तालिबानच्या स्थापनेची पहिली बैठक' म्हणून प्रसिद्ध झालेली बैठक १९९४च्या हिवाळ्याच्या सुरुवातीस आयोजित झाली होती. यासाठी संगीसरमधल्या सफेद मशिदीत साधारण ४० ते ६० जण हजर होते. या प्रसंगी मौलवी अब्दुल

समद, मुल्ला मोहम्मद अखुंड, मुल्ला अब्दुल सत्तार अखुंड आणि मुल्ला शेर मोहम्मद मलंग[१७] हे सगळे बोलले. त्यांनी आपली जबाबदारी नेमकी काय आहे याची सविस्तर चर्चा केली.

या बैठकीत सन्माननीय मौलवी अब्दुल समद यांची तालिबानचे *अमीर* म्हणून निवड झाली, तर मुल्ला मोहम्मद उमर हे कमांडर बनले. मुल्ला उमर यांनी तिथं हजर असणाऱ्या सर्वांकडून शपथ घेतली. आपण भ्रष्टाचार आणि गुन्हेगारी या विरुद्ध लढताना कायमच मुल्ला उमर यांच्यासोबत असू, अशी शपथ प्रत्येकानं कुराणावर हात ठेवून घेतली. या तालिबानच्या चळवळीसाठी लेखी स्वरूपात कसलीही कागदपत्रं तयार करायची नाहीत. चळवळीला कसलंही बोधचिन्ह नसेल आणि नावही नसेल, असं बैठकीत ठरलं.

आम्ही शरिया हा आमचा कायदा असेल, असं ठरवलं. आम्ही त्याची अंमलबजावणी करणार होतो. आम्ही आमच्या देशाचं रक्त सांडणाऱ्या सर्वांना या कायद्याची सद्हेतूनं अंमलबजावणी करून थांबवणार होतो. ही बैठक झाल्यानंतर लवकरच आम्ही हेरात-कंदाहार हमरस्त्यावर आमची चौकी उभारली. ही चौकी हौज-ए-मुदत या ठिकाणी होती. त्याचप्रमाणे आम्ही आजूबाजूच्या प्रदेशात शरियाची ताबडतोब अंमलबजावणी सुरू केली.

आम्ही जवळपासच्या खेडेगावांमधून माणसं पाठवून त्यांना आमच्या अस्तित्वाची जाणीव करून दिली. आम्ही कोण आहोत हे या माणसांनी लोकांना पटवून द्यायचं होतं. त्याचप्रमाणे त्यांनी लोकांकडून रोट्या आणि *शुंबी*[१८] गोळा करायचं होतं. लोकांना आमच्याबद्दल माहिती सांगणं आणि त्यांच्याकडून अन्नपदार्थ गोळा करणं याची जबाबदारी आम्ही मुल्ला मासूम[१९] यांच्यावर सोपवली होती. आम्ही ज्यांना लोकांना समजावण्यासाठी पाठवत होतो ते बरेचसे तालिबान लोकांच्या परिचयाचे असून त्यांना आदराची वागणूक मिळत असे. लोक आम्हाला मदत करायला उत्सुक होते.

---

१७. पोपलझाई जमातीचा असणारा मुल्ला मलंग जिहादच्या काळात लढला होता. तालिबान सत्तेत आल्यानंतर तो निमरुझचा राज्यपाल बनला. नंतर काही काळ तो लष्करातही होता. तो अद्याप जिवंत आहे. दीर्घकाळ तो अमेरिकन तळावर कैदेत होता.

१८. शुंबी हे पेय दक्षिण अफगाणिस्तानात जेवणाबरोबर पितात. ते दह्यासारख्या पदार्थापासून बनवलेलं असून त्यात काकडीचे छोटे तुकडे टाकलेले असतात.

१९. मुल्ला मासूम हा इशकझाई जमातीचा असून तो पंजवायी जिल्ह्यामधल्या तलोक्वानचा आहे. तो जिहादच्या काळात मुल्ला हाजी मोहम्मद अखुंड याच्या आघाडीतून लढत होता. तो अद्याप जिवंत आहे.

संगीसरला बैठक झाल्याच्या दुसऱ्या दिवशी बीबीसी[२०]वरून अफगाणिस्तानात नवीन चळवळ सुरू झाल्याची बातमी प्रसारित झाली. संगीसरच्या तालिबाननी ही चळवळ सुरू केल्याचं बातमीत सांगण्यात आलं. लोकांना लुटणाऱ्या गुन्हेगारी घटकांपासून लोकांना मुक्त करण्यासाठी ही चळवळ सुरू झाल्याचं बातमीत म्हटलं होतं. पण प्रत्यक्षात कोणाही तालिबाननं पत्रकार परिषद घेऊन किंवा मुलाखत देऊन अशा प्रकारची अधिकृत घोषणा केली नव्हती. आम्ही कोणीही अधिकृतपणे काहीही सांगितलं नसतानाही प्रसारमाध्यमांनी आपणहून आमच्या कृतीला विविध नावं द्यायला सुरुवात केली. 'तालिबानची चळवळ', 'तालिबानची इस्लामी चळवळ', 'तालिबान गट' किंवा नुसतीच 'चळवळ' अशी विविध नावं त्यांनीच वापरायला सुरुवात केली.

तालिबानला आकार आला होता आणि कृती करणारा गट अस्तित्वात आला होता हे कोणीच नाकारत नव्हतं, पण या बातम्यांमुळे मी मात्र फार चिंतेत पडलो. मला जुने कमांडर आमच्याविरुद्ध उभे राहातील, याची धास्ती वाटत होती. तसं झालं तर आमची चळवळ राष्ट्रीय स्तरावर पोहोचण्यात अडथळे येणार होते.

आम्हाला काहीही करून त्यांना सामील करून घ्यायलाच लागणार होतं.

---

२०. बीबीसीवरून पश्तु भाषेत प्रसारित होणारे कार्यक्रम दक्षिण अफगाणिस्तानात अतिशय खातरीलायक म्हणून मानले जात. जिहादच्या काळात आणि नंतरच्या १९९०-२००० या दशकात हे रेडिओ केंद्र अतिशय लोकप्रिय होतं. त्यावरच्या बातम्या खऱ्या म्हणून छातीठोकपणे मानलं जाई. सध्या या केंद्राची लोकप्रियता कमी झाली आहे. कारण आता हे एकच रेडिओ केंद्र राहिलेले नसून लोकांना बातम्यांचे अनेक पर्याय उपलब्ध झाले आहेत.

सुरुवात

सुरुवातीच्या दिवसांमध्ये चळवळीपुढे खूपच अडचणी होत्या. अनेक गोष्टींची आवश्यकता होती. आमच्याजवळ फारच थोडी शस्त्रं होती. आमच्याकडे पैसा आणि गाड्या अजिबात नसल्यानं फारच अडचण होत असे. माझ्याकडे आणि मुल्ला अब्दुल सत्तार यांच्याकडे प्रत्येकी एक मोटरसायकल होती. माझ्या घरी साधारण १०,००० अफगाणी एवढी रक्कम होती. ही रक्कम साधारणपणे ३०० किलो गव्हासाठी पुरेल इतकीच होती. मी ही रक्कम आमच्या गटाला देऊन टाकली. त्याचप्रमाणे आम्ही आमच्या दोघांच्या मोटरसायकली चळवळीला बहाल केल्या. पण पहिल्याच दिवशी इंजिनात बिघाड झाल्यानं माझी मोटरसायकल बंद पडली. त्यामुळे अब्दुल सत्तार यांच्याकडची रशियन बनावटीची मोटरसायकल हेच तालिबानचं एकमेव वाहन होतं. या मोटरसायकलला एक्झॉस्ट पाइप नव्हता. त्यामुळे ही मोटरसायकल येत असल्याचं कित्येक मैलांवरून ऐकू यायचं. आम्ही रोरांवत जाणाऱ्या मोटरसायकलला 'इस्लामचा रणगाडा' असं म्हणत असू!

मुल्ला मासूम यांनी निरनिराळ्या खेडेगावांमध्ये जाऊन लोकांशी गाठीभेटी सुरू केल्यानंतर बरेच जण आमच्या चौकीवर येऊ लागले. त्यांना प्रत्यक्षात तालिबान कोण आणि कसे आहेत, हे बघायचं होतं. कित्येक वर्षांनी त्यांना आशेचा किरण दिसू लागला होता. बहुतेक जण लगोलग आमच्या कामात सामील व्हायला तयार झाले. जणू एखाद्या निर्जीव आणि शुष्क वाळवंटात एखादं फूल उमलल्यानं तिथं सौंदर्य निर्माण व्हावं, असं काहीतरी तालिबानमुळे झालं होतं. लवकरच आमच्याकडे डझनावारी स्वयंसेवक येऊ लागले. बघता-बघता आमची संख्या ४००पर्यंत जाऊन पोहोचली. लोकांनी इतर अनेकांना चळवळीत सामील होण्यासाठी संदेश पाठवले. हेलमंदच काय पण पाकिस्तानातही लोकांना निरोप पाठवण्यात आले. अनेक

व्यापाऱ्यांनी आणि व्यावसायिकांनी आम्हाला पाठिंबा दिला आणि देणग्या द्यायला सुरुवात केली. एक जण तर पाठीवर एक जड पोतं घेऊन चौकीवर आला. त्यानं आणलेली रक्कम मोजली, तर ती नऊ कोटी अफगाणीपेक्षा जास्त होती. ही रक्कम खरोखरच फार मोठी होती. मी तर कधीही एवढ्या मोठ्या रकमेचं स्वप्नदेखील पाहिलं नव्हतं. आम्ही त्या माणसाचं दातृत्व पाहून थक्क झालो. आम्ही त्याला या रकमेची पावती देण्याबद्दल सांगताच तो म्हणाला, ''मी ही रक्कम फक्त देवाच्या कामासाठी दिली आहे. माझ्या देणगीबद्दल कोणालाही काही कळावं, असं मला वाटत नाही. मला कसल्याही पावतीची गरज नाही की कुठं माझ्या नावाचा उल्लेखही व्हायला नको आहे.'' या माणसाखेरीज इतर कितीतरी जण येत होते आणि त्यांना जी जमेल ती मदत करत होते.

आम्ही मैवंद आणि पंजवायी दरम्यानच्या रस्त्यावर ठिकठिकाणी उभारलेल्या चौक्या आणि नाक्यांना भेटी दिल्या. तिथं सुरू असणारी लुटालूट आणि छळवणूक ताबडतोब थांबवण्यात यावी, असा इशारा आम्ही सर्वच कमांडरना दिला. बहुतेकांनी आमच्याकडे सरळ-सरळ दुर्लक्ष केलं. उलट काही जणांनी तर त्यांच्या चौक्यावरच्या क्रूरपणात वाढच केली. आमच्याकडे येणाऱ्या प्रत्येक गाडीबरोबर ते आम्हाला शिव्याशाप देणारे घाणेरडे संदेश पाठवत असत. ते आम्हाला भिकारडे, मुरांची[१] अवलाद, फेटेवाले रानटी लोक वगैरे शेलकी नावं ठेवत असत. बहुतेक वेळा आमची अतिशय गलिच्छ भाषेत संभावना केलेली असायची.

तालिबानच्या भागाच्या जवळ सर्वांत निकटची चौकी दारुखानची[२] होती. यानंतर ओळीनं याकूब, बिस्मिला, पीर मोहम्मद, सालेह आणि कय्यूमखान यांच्या चौक्या[३] होत्या. ही तर मैवंद आणि पंजवायी दरम्यानची काही नावं झाली. याखेरीज

---

१. 'मुरा' हा शब्द मुल्लाची बायको या अर्थी वापरला जातो.

२. दारुखान हा पोपलझाई जमातीचा असून तो मूळचा पश्मोलजवळच्या कुल्क इथला आहे. तो सुरुवातीला हरकतकडून मुजाहिद म्हणून लढला, पण नंतर तो सैय्यफच्या पक्षाला जाऊन मिळाला. तो अद्याप जिवंत आहे.

३. याकूत हा कंदाहार प्रांतातल्या कुल्कचा होता. त्यानं एक चौकी उभारली होती. यापलीकडे कंदाहार भागात त्याच्याबद्दल फारशी माहिती उपलब्ध नाही. अलीकोझाई जमातीचा बिस्मिला हा पश्मोलचा असून जिहादच्या काळात त्याचा एक अगदी छोटा गट होता. कंदाहार प्रांतातल्या महत्त्वाच्या कमांडरांमध्ये त्याची गणना होत नाही. पीर मोहम्मद हादेखील मूळचा पश्मोलमधला होता. जिहादमध्ये त्याचा सहभाग होता, पण तो तसा अगदी किरकोळ कमांडर होता. कय्यूमखान हासुद्धा या कमांडरप्रमाणेच मूळचा पश्मोलचा असून कंदाहार भागात त्याला फार महत्त्वाचं स्थान नव्हतं.

रस्त्यावर दिवसा अनेक कुप्रसिद्ध लुटारू राजरोसपणे लोकांची पिळवणूक करत असत. लोकांना अडवून पैसा लुटणं, ही नित्याची बाब झालेली होती.

चळवळीच्या सुरुवातीच्या काळात तालिबानला मैवंद आणि पंजवायी या दोन जिल्ह्यांच्या पलीकडे काही करण्याची फारशी इच्छा नव्हती. आम्ही प्रामुख्यानं आमची गावं, आमच्या मित्र-परिचितांची गावं आणि आमच्या आजूबाजूचा भाग सुरक्षित राहावा, एवढाच विचार सुरुवातीला केला होता. परिस्थिती फारच वाईट झाली होती. पण जुलूम करणाऱ्या कमांडरच्या आणि चोर-दरोडेखोरांच्या विरुद्ध उभं राहाण्याचं सामर्थ्य कोणातच नव्हतं. म्हणून केवळ त्यांचा जुलूम दूर करण्यासाठी म्हणून आम्ही एकत्र येऊन काम सुरू केलं होतं. त्या अनुषंगानं आम्ही हमरस्त्यावर लुटालूट करणाऱ्यांना आणि चौक्या उभारणाऱ्या कमांडरना त्यांनी त्यांचा जुलूम थांबवावा इतकंच सांगितलं होतं. पण आम्ही इशारा देऊनही परिस्थिती जास्तच बिघडत जात असल्याचं दिसलं.

आम्ही या सर्वांनी आमचं म्हणणं ऐकावं म्हणून सगळे प्रयत्न केले. आम्ही काही जणांशी वाटाघाटी केल्या. पण या कशाचाही उपयोग झाला नाही. आमचा इशारा धुडकावला तर आम्ही काहीतरी करू शकतो, हे त्यांना जाणवून देण्याची वेळ आली होती. आम्ही एका बैठकीत चर्चा केली. सर्वानुमते दारुखानच्या चौकीवर हल्ला करायचा, असं ठरलं.

दहा-बारा तालिबानचा एक गट दारुखानच्या चौकीच्या जवळच असणाऱ्या गावामधून तिकडे गेला. त्यांच्याजवळ एक आर.पी.जी. आणि काही कलाश्निकोव रायफली होत्या. तालिबानचा दुसरा गट सरळ रस्त्यानं चौकीकडे निघाला. आम्हाला तिकडं येताना पाहून दारुखाननं गोळीबार सुरू केला. चकमकीला सुरुवात झाली. आता आमच्या दुसऱ्या गटानं हल्ला चढवला. ते पाहून परिस्थिती गंभीर असल्याचं दारुखानच्या लक्षात आलं. आम्ही कोणत्याही परिस्थितीत त्याची चौकी जागेवर ठेवू देणार नव्हतो. त्यानं आमच्याशी लढत दिली म्हणून आम्ही मागे हटणार नव्हतो. चकमकीत दारुखानची काही माणसं ठार झाली.

आपली हानी होत आहे, हे पाहून दारुखाननं विनवणी सुरू केली, ''कृपा करून देवासाठी तरी माझं म्हणणं ऐकून घ्या! मीदेखील एक मुस्लीम आहे. मला मारून तुम्ही काय मिळवणार आहात? मला एक संधी द्या! मी तुमचे सगळे हुकूम ऐकायला तयार आहे. मी जिहादमध्ये तुमच्या बरोबरीनं भाग घेतला आहे. मला इथून निघून जायची एक संधी हवी आहे.'' अशा प्रकारे विनवणी करून त्यानं आम्हाला ठकवलं आणि मग संधी साधून तो पळून गेला. दारुखानचं काय झालं हे कळताच याकूत, बिस्मिला आणि पीर मोहम्मद आमच्याशी लढायलाही उभे न राहाता त्यांच्या चौक्या सोडून देऊन निघून गेले.

पण अद्याप सालेह मात्र त्याच्या जागीच होता. आपण मुराच्या अवलादींना पराभूत करणार आणि आमचा खात्मा करणार, अशा वल्गना तो करत होता. आपण एकाही तालिबला जिवंत ठेवणार नाही, अशा गर्जना तो करतच होता. सालेहची ताकद मोठी होती. अनेकदा त्याच्याजवळ शेकडो जण असायचे. तो एकटा नव्हता. त्याला शहरातल्या उस्ताद अब्दुल हलीम आणि अट्टा मोहम्मद सरकतेब अशा इतरांची मदत मिळत असे. त्यांनी सालेहकडे काही माणसं आणि शस्त्रास्त्रं रवाना केल्याचं आमच्या कानावर आलं होतं. सरकतेब आणि उस्ताद हलीम यांना सालेहच्या चौकीच्या महत्त्वाची कल्पना होती. दारुखान आणि इतरांचं काय झालं हे त्यांना कळलं होतं. आता ते आणि आम्ही यांच्यात फक्त सालेहची चौकीच काय ती उरली असल्याचं त्यांना समजत होतं. आम्ही त्यांच्या दिशेनं चालून येत आहोत हे त्यांच्या लक्षात आलं. म्हणूनच आम्हाला शहरात येण्यापासून रोखण्यासाठी त्यांनी सालेहला मदत करायचा निर्णय घेतला होता.

आम्ही तीन गटांना एका पाठोपाठ एक सालेहच्या चौकीडे पाठवून वाटाघाटी करायचा प्रयत्न केला. पण त्याचा काही उपयोग झाला नाही. म्हणून मग आम्ही सालेहला अखेरचा निरोप पाठवला. त्यानं चोवीस तासांच्या आत चौकी खाली केली नाहीतर आम्ही त्याच्यावर हल्ला करणार होतो. पण निर्वाणीचा इशारा देऊनही त्यानं काहीच प्रतिसाद दिला नाही.

आम्ही दिलेली मुदत उलटून गेल्यानंतरही सालेहकडून काहीच न कळल्यानं आम्ही हालचाल सुरू केली. आम्ही आमचे तीन गट केले. या तीन गटांपैकी सर्वांत मोठ्या गटाचं नेतृत्व मुल्ला कुदूस आणि नेदा मोहम्मद या माझ्या घरी पहिल्यांदा आलेल्या माझ्या मित्रांनी केलं. या दोघांनीच पूर्वी सापळा रचून सालेहला नदीपाशी ठार करायची योजना आखली होती.

आम्ही तिन्ही गटांची रचना अशी केली की, सालेहला कुठंही पळून जाता येणार नाही. विशेषत: सालेहला गावाच्या दिशेनं निसटता येणार नाही, याची काळजी आम्ही घेतली होती. आम्ही पश्चिमेकडून त्याच्या दिशेनं चाल करून गेलो. सालेहनं आमच्यावर गोळीबार सुरू केला खरा, पण लवकरच त्यानं गोळीबार थांबवून गावाच्या दिशेनं पळ काढायचा बेत ठरवला असावा. पण त्यामुळे तो सरळ-सरळ आमच्या सापळ्यात चालून आला. तो आता आमच्या दोन गटांच्या कातरीत चांगलाच सापडला होता. सालेहचे लोक एक-दोन तास कसेबसे लढले आणि मग त्यांनी शहराच्या दिशेनं पळ काढला. ते इतक्या घाईघाईनं पळून गेले की, त्यांना त्यांची शस्त्रं मागे टाकावी लागली. त्यांच्या शस्त्रांचा आणि दारूगोळ्याचा मोठा साठा आमच्या हाती पडला.

आम्ही सालेहची चौकी आणि त्याचा तळ ताब्यात घेतला. तिथं आम्हाला एका

खड्ड्यात फेकून दिलेले दोन मृतदेह आढळले. ते बायकांचे असून पूर्णपणे उघडे होते. सालेह आणि त्याची माणसं नसमधून बायकांना जबरदस्तीनं उतरवून त्यांच्यावर बलात्कार करतात हे आमच्या कानावर आलं होतं. ते खरंच होतं. या बायकांना अमानुष अत्याचारांना बळी पडावं लागलं, हे मृतदेहांकडे पाहून कळत होतं. आम्हाला नंतर समजलं की, या दोन बायका हेरातहून कंदाहारला जात होत्या. ते दृश्य इतकं भीषण होतं की, त्यांचे मृतदेह पाहून सगळे जण संतापानं बेभान झाले. पूर्वी ज्यांना-ज्यांना आमच्या कामाबद्दल काही शंका होत्या त्या सगळ्या दूर झाल्या होत्या. आम्ही करतो आहोत ते बरोबरच आहे, हे लक्षात आल्यानंतर आम्हाला मिळणारा पाठिंबा वाढतच गेला.

***

मागणी केली नसतानाही केश्किनाखुदचा प्रशासक असलेल्या हाजी बशरनी सगळा भाग तालिबानच्या ताब्यात दिला. या अगोदरच हाजी बशरनी टोयोटो डॅटसन आणि एक हिनो ट्रक तालिबान चळवळीला देऊन टाकले होते. मुल्ला अब्दुल हाई यांच्या हाताखाली जिहादमध्ये भाग घेतलेल्या अतिशय शूर आणि प्रसिद्ध मुजाहिद अब्दुल वासी[४] यांनी आता व्यवसाय सुरू केला होता. या श्रीमंत व्यापाऱ्यानं तालिबानला एक लॅन्डक्रूझर गाडी भेट दिली.

हाजी बशर हे फार मोठे मुजाहिद होते. ते जिहादच्या काळात जमात[५] पक्षाकडून रशियनांविरुद्ध लढले होते. आमच्यापेक्षा वयानं कमी असूनही हा माणूस अतिशय धाडसी आणि तितकाच मनानं दिलदार होता. हाजी बशरनी जिहादमध्ये महत्त्वाची भूमिका बजावली होती. त्यांनी त्या वेळी आमच्याबरोबर कितीतरी लष्करी मोहिमांमध्ये सहभाग घेतला होता. त्यांनी मनापासून त्यांचा जिल्हा आमच्या ताब्यात दिला. मला तो दिवस चांगला आठवतो. केश्किनाखुदच्या मुख्य बाजारात मध्यभागी उभं राहून सर्वप्रथम आपण स्वत:ला शरिया न्यायालयापुढे हजर करत आहोत, अशी घोषणा त्यांनी केली. ''मी माझ्या स्वत:च्या मर्जीनं शरियापुढे उभा आहे आणि मला त्याचा अत्यंत अभिमान वाटतो.'' त्यांनी तालिबानला त्यांचं डोकं भादरायला[६]

---

४. अब्दुल वासी हा मुजाहिद मूळचा पंजवायी जिल्ह्यामधील होता.

५. जिहादच्या काळात जमात हा एक अतिशय महत्त्वाचा पक्ष होता. दक्षिण अफगाणिस्तानमध्ये अनेक मोठे कमांडर याच पक्षाशी संबंधित होते. त्यात मुल्ला नकीबुल्ला, अब्दुल रझाक आणि हबीबुल्ला जान यांचा समावेश होता.

६. त्या काळात लांब केस राखणं ही सर्वसामान्य पद्धत होती. त्यामुळे डोकं भादरणं याला एखाद्यानं मान तुकवली किंवा आपली निष्ठा अर्पण केली, असा प्रतिकात्मक अर्थ होता.

सांगितलं. त्यामुळे त्यांच्या जिल्ह्यातल्या इतर लोकांना योग्य तो संदेश जाणार होता.

अर्घंदाब जिल्ह्यात रशियनांविरुद्ध प्रखर झुंज दिलेले आणि अलीकोझाई जमातीचे नेते असणारे मुल्ला नकीब यांनीदेखील तालिबानला पाठिंबा दिला. मुल्ला नकीब हे त्या वेळी कंदाहारमध्ये अतिशय महत्त्वाचे नेते होते. कदाचित ते सर्वांत ताकदवान नेते असावेत. त्यांची अलीकोझाई ही जमात रशियनांविरुद्ध लढताना कधीच पराभूत झाली नव्हती. आम्हाला शहरात प्रवेश करायला प्रतिबंध व्हावा म्हणून इतर अनेक कमांडरांनी मुल्ला नकीब यांना आमच्याविरुद्ध उभं करण्यासाठी खूप प्रयत्न केले. पण आमच्याविरुद्ध लढणं तर सोडाच, मुल्ला नकीब यांनी अनपेक्षितपणे कंदाहार शहराच्या सीमेलगत असणारा हिंदू कोटाई हा भाग आमच्या स्वाधीन केला. हिंदू कोटाई हा भाग मुल्ला नकीब यांचा मुख्य तळ होता आणि तिथं त्यांची बरीचशी ताकद एकवटली होती.

तालिबाननं सुरुवातीला मिळवलेलं यश आणि मुल्ला नकीब यांनी दिलेल्या पाठिंब्याच्या बातम्या सगळीकडे पसरल्या. त्यानंतर अनेक जण येऊन आम्हाला सामील झाले. मुल्ला नकीब यांच्या पाठोपाठ मुल्ला मोहम्मद रब्बानी अखुंड[७] यांनी आम्हाला पाठिंबा दिला. त्यांच्यामुळे आग्नेय दिशेला असणारा अर्घंदाब जिल्हा आमच्या नियंत्रणात आला.

आता आमचा गट सगळ्या अफगाणिस्तानातील लोकांना माहीत झाला. एक दिवस अजीझुल्ला वसेफी[८] आणि हमीद करझाईचे वडील अब्दुल अहद करझाई[९] हे आमच्याशी बोलणी करण्यासाठी हिंदू कोटाई इथं आले. हमीद करझाई त्या वेळी तिथं त्यांच्याबरोबर होता की, नाही हे मला आठवत नाही. कारण मी स्वत: त्या बोलण्यात सहभागी झालो नव्हतो. मी त्या वेळी एका घराच्या छपरावर बसून समोरच्या अंगणात पहारा देत होतो. मी बसलो होतो आणि खाली चर्चा सुरू होती. करझाई, वसेफी, मुल्ला मोहम्मद रब्बानी आणि

---

७. मुल्ला मोहम्मद रब्बानी अखुंड हा काकड जमातीचा असून जिहादच्या काळात तो हिज्ब-ए-इस्लामीकडून लढला होता. त्याच्या हाताखाली साधारण १२० जण होते.

८. अजीझुल्ला वसेफी हा अलीकोझाई जमातीचा एक वजनदार नेता असून त्यानं माजी राजा झहीरशाह परत यावा म्हणून प्रयत्न केले होते. तालिबान सत्तेवर आले त्या वेळी तो पाकिस्तानात होता.

९. हमीद करझाई यांचे वडील अफगाणिस्तानातले वजनदार राजकीय नेते होते. ते राष्ट्रीय संसदेचे उपाध्यक्षही होते. साम्यवादी सरकारच्या काळात त्यांना तीन वर्षे तुरुंगावास भोगावा लागला होता. तालिबान सत्तेवर आल्यानंतर १९९९मध्ये क्वेट्टामध्ये दोघा तालिबान मारेकऱ्यांनी त्यांची हत्या केली.

मुल्ला बुर्जान हे चर्चेत सामील झाले होते.

सर्व जण अतिशय शांतपणानं चर्चा करत होते. त्यामुळे मी जरी छतावर बसलो होतो, तरी अधूनमधून मला त्यांच्या बोलण्यामधील काही वाक्यं ऐकू येत होती. सगळं जरी कळत नसलं, तरी बोलण्याचा एकूण रोख लक्षात येत होता. बाहेरून आलेल्या लोकांशी मुल्ला बुर्जान आणि मोहम्मद रब्बानी सहमत होत नव्हते. त्यांच्यातले मतभेद वाढल्यानंतर त्यांचे आवाजही चढले होते. एकूणात ज्या योजनेची चर्चा करण्यासाठी करझाई आणि वसेफी आले होते त्याबद्दल त्यांचं आणि आमचं एकमत झालं नाही.

रेडक्रॉस आणि तत्सम अनेक संस्थांचे प्रतिनिधी बऱ्याचदा आमच्याकडे हिंदू कोटाईला येत असत. कधीकधी पत्रकारही यायचे, पण आम्ही त्यांना विशेष महत्त्व देत नव्हतो. बऱ्याच वेळा ते भरमसाठ मागण्या करायचे. अशाच एका पत्रकाराला एक दिवस माझ्याशी बोलायचं होतं. आम्हाला कोणालाही प्रसिद्धी माध्यमांशी बोलायची परवानगी नव्हती. मी त्याला सांगितलं की, त्यानं माझ्याशी नव्हे तर आमच्या नेत्याशी बोलावं. पण त्यानं ते नीट न ऐकता तालिबान नेत्यांबद्दल प्रश्न विचारण्याची परवानगी दिली अशी समजूत करून घेतली. मी त्याला परत सांगितलं की, मुल्ला बुर्जान व मोहम्मद रब्बानी हे आमचे नेते आहेत आणि ते त्या वेळी तळावर हजर नाहीत. अशा वेळी हे पत्रकार मग कोणाला तरी पकडून त्यांच्या मुलाखती घेत असत. अर्थात तालिबान (आम्ही) शक्यतो त्यांच्यापासून दूर राहात असू.

***

सालेह पळून गेल्यानंतर तालिबाननी हमरस्त्यांवरच्या बहुतेक सर्व चौक्या नष्ट केल्या. बहुतेक ठिकाणी लढण्याची वेळ न येता हे काम झालं. रस्ते एकमेकांना मिळत होते, अशा शाहआगा जवळच्या एका मुख्य चौकात नादीरजान[१०] यानं उभारलेली एक चौकी होती. त्यानं सुरुवातीला आमचं ऐकलं नाही. आम्ही त्याला तीन वेळा इशारे दिले. तरीही तो चौकी सोडून जात नाही, हे पाहून आम्ही त्याच्यावर चालून गेलो. लढाईला सुरुवात होताच तो पळून गेला. नादीरजाननं पलायन केल्यानंतर आता हमरस्त्यावर उस्ताद अब्दुल हलीम आणि अट्टा मोहम्मद सरकतेब

---

१०. अलीकोझाई जमातीचा नादीरजान हा मूळचा अर्घदाब जिल्ह्यामधला होता. मुल्ला नकीबुल्ला या कमांडरचा तो जावई होता, पण त्यांचे संबंध अजिबात चांगले नव्हते. १९९५मध्ये नादीरजान त्याच्या इतर दोन साथीदारांसह केश्किनाखुदमध्ये ठार झाला.

हेच दोन अडथळे उरले होते. हे दोघं अतिशय ताकदवान होते आणि आम्ही ज्या इतरांना हुसकून लावलं त्यांच्यापेक्षा या दोघांजवळ जास्त माणसं होती.

आम्ही सर्वसाधारणपणे सगळ्या भागात विनाअडथळा फिरू शकत होतो. पण त्यांच्याजवळून जाताना ते आमच्याकडे वाकड्या नजरेनं बघू लागत. एक प्रकारे त्यांच्यात आणि आमच्यात उघड शत्रुत्व निर्माण झालं होतं. हमरस्त्याच्या आसपास कोणताही सशस्त्र गट, तपासणी नाका किंवा तत्सम काही असू नये, अशी आमची भूमिका होती म्हणून आम्ही सगळी मोठी शस्त्रं जमा करत होतो. पण उस्ताद आणि सरकतेब यांच्याजवळची शस्त्रं आमच्या हवाली करायला विरोध करत होते. मुल्ला नकीब आणि सरकतेब यांच्यात उघड वैमनस्य असल्यानं जवळ-जवळ दररोजच त्यांच्याच चकमकी चालत असत. आम्ही (तालिबान) अनेकदा सरकतेबशी बोलून त्यानं आम्हाला सामील व्हावं म्हणून त्यानं मन वळवण्याचे प्रयत्न केले. पण त्यानं प्रत्येक वेळी आमचं म्हणणं धुडकावून लावलं होतं.

आम्ही सरकतेबकडे तीन वेळा निरनिराळे प्रस्ताव देऊन माणसं पाठवली. त्यानं जर त्याची जागा सोडायची तयारी दाखवली, तर आम्ही त्याला काही गाड्या आणि कलाश्निकोव द्यायला तयार होतो. आम्ही त्याला विनाअडथळा जाऊ द्यायची तयारी दर्शवली. पण त्यानं काहीच मान्य केलं नाही. इतकंच नाहीतर त्यानं वाटाघाटींसाठी गेलेल्या आमच्या माणसांना पकडून तुरुंगात डांबलं. आम्ही त्याला सर्व प्रकारे संधी दिली होती. पण तरीही संबंध बिघडतच गेले. एक दिवस आम्हाला खबर मिळाली की, सरकतेबनं मुल्ला मोहम्मद उमर यांना ठार करायचा कट केला आहे. मुल्ला उमर शहरातून घरी परतत असताना तो त्यांच्यावर हल्ला करणार होता. ही खबर आल्यानंतर मुल्ला उमर यांनी त्या रस्त्याचा वापर करणं सोडून दिलं. त्यांच्यासाठी रस्त्यावरचा प्रवास हा फार धोकादायक बनला होता.

कंदाहार प्रांतात तालिबानची चळवळ एकाच वेळी तीन जिल्ह्यांमध्ये उदयास आली होती. त्यामुळे तीन गट सर्वसाधारण स्वतंत्रपणानं काम करू लागले होते. मुल्ला उमरना वाटलं की, चळवळ एकसंध असायला हवी. म्हणून त्यांनी मुल्ला मोहम्मद रब्बानी अखुंड आणि मौलवी अब्दुल रझाक[११] यांना चर्चेसाठी आमंत्रित केलं. दोघांनीही पवित्र कुराणावर हात ठेवून मुल्ला उमर यांचं नेतृत्व मान्य केलं. अशा तऱ्हेनं तालिबानचे तिन्ही गट एकत्र आले.

---

११. नूरझाई जमातीचा नेता असणारा अब्दुल रझाक हा स्पिन बुल्दाक जिल्ह्यातला होता. जिहादच्या दरम्यान हरकतकडून लढणारा तो महत्त्वाचा कमांडर होता. तालिबानच्या राजवटीत तो हेरात प्रांताच्या अर्थखात्याचा कारभार सांभाळत होता. तो अद्याप जिवंत आहे.

एक दिवस अचानक आम्ही पाकिस्तानच्या सरहद्दीजवळ स्पिन बुल्दाक जिल्ह्याच्या मुख्य शहरावर हल्ला चढवला. आम्ही बरेच ट्रक घेऊन थेट मुख्य बाजारात शिरलो. तिथल्या पोलीस मुख्यालयासमोर आम्ही ट्रकमधून धडाधडा उतरलो आणि अवघ्या १५ मिनिटांत जिल्ह्यावर ताबा मिळवला. मुल्ला अख्तरजान[१२] पळून जाण्यात यशस्वी ठरला. त्याची काही माणसं तालिबानमध्ये सामील झाली, तर उरलेली सरळ घरी निघून गेली. दुसऱ्या दिवशी आम्ही घारा आणि रौत इथल्या मोहम्मद नबी[१३] याच्या चौक्या उद्ध्वस्त केल्या. तालिबान आता स्पिन बुल्दाकपासून मील पुलापर्यंत पोहोचले होते. शाह बरान यानं स्वत:च त्याचं तपासणी नाकं बंद करून हशीश ओढणाऱ्या त्याच्या माणसांना तिथून दूर केलं. आम्ही तिथं पोहोचायच्या आत त्यानं हे काम पूर्ण केलं होतं. पण तख्तेपूलपासून बोझो सवकाईपर्यंतचा भाग मन्सूरच्या[१४] ताब्यात होता. त्यानं आमच्याशी लढायची तयारी केली.

मी त्या वेळी हिंदू कोटाई इथं होतो. मला १५ जणांची एक तुकडी घेऊन उस्ताद अब्दुल हलीमच्या ताब्यातल्या भागापाशी म्हणजे नरेदलाई मक्ताबजवळ जाऊन तिथं तयारीत राहाण्याची कामगिरी देण्यात आली. या बाजूनं हल्ला होऊ नये म्हणून मी काळजी घ्यायची होती. खरं तर मला अशा प्रकारची जबाबदारी घ्यायची इच्छा नव्हती. मी ती टाळण्याचा प्रयत्न केला. पण मी जबाबदारी स्वीकारल्यानंतर पहिल्याच दिवशी आमच्यावर तख्तेपूलच्या दिशेनं जोरदार हल्ला सुरू झाला. आता मला प्रत्युत्तर देणं भाग होतं. चकमक सुरू झाल्यानंतर दुपारी अब्दुल हलीम आणि सरकतेब यांनी रणगाडे आणि *दशक*[१५] रवाना केले. त्यांनी हा फौजफाटा महालजातमधून

---

१२. मुल्ला अख्तरखान हा नूरझाई जमातीचा कमांडर जिहादमध्ये हिब्ज-ए-इस्लामीकडून सामील झाला होता. बऱ्हाणुद्दीन रब्बानी सरकारच्या काळात तो स्पिन बुल्दाक जिल्ह्याचा प्रमुख होता, तो अद्याप जिवंत आहे.

१३. मोहम्मद नबी हा नूरझाई जमातीचा असून तो जिहादमध्ये सहभागी असला, तरी त्याचा कोणत्याही पाकिस्तान पुरस्कृत 'मुजाहिद्दीन गटाशी' अधिकृत संबंध नव्हता. त्याच्या चौकीवर अनेक निरपराध नागरिक मरण पावले. पुढे तालिबान सत्तेवर आल्यावर तो पाकिस्तानात पळून गेला.

१४. अचेकझाई जमातीचा मन्सूर हा इस्मत मुस्लीमच्या हाताखाली होता. त्यानं तालिबानला विरोध केल्यानंतर ३० ऑक्टोबर, १९९४मध्ये त्याला जाहीर फाशी देण्यात आली. त्याचा मृतदेह रस्त्यावर लोकांना बघायला टांगून ठेवण्यात आला होता.

१५. दशक हा DshK या रशियन अद्याक्षरांचा एकत्रित उच्चार आहे. ही सोव्हिएत बनावटीची मशिनगन दर मिनिटाला ६०० गोळ्या सोडू शकते आणि तिचा मारा १५०० मीटरपर्यंत करता येतो.

जुन्या शहराच्या बाजूनं तख्तेपूलच्या दिशेनं आणला होता. पण त्या लोकांनी आमची खरी ताकद ओळखलेली नव्हती. उस्तादचे लोक तर अशा वल्गना करत होते, "तुम्हाला *पहज*[१६] हवी असतील तर उद्या या. मेलेल्या तालिबानकडून तुम्हाला हवी तेवढी *पहज* मिळू शकतील!"

त्यांनी दोन रणगाडे आणि एक दशक आणून तुरुंगाच्या समोरच्या बाजूला मोर्चा उभारला. आमच्याजवळ फक्त एक आर.पी.जी. आणि थोड्या कलाश्निकोव रायफली होत्या. त्यांच्याजवळ आमच्यापेक्षा कितीतरी जास्त शस्त्रं होती. आम्हाला तातडीनं जास्त चांगली शस्त्रं आणणं गरजेचं होतं. मी वेगानं हिंदू कोटाईला गेलो. मी तिथं ८२ एम.एम. उखळी तोफ मिळते का ते पाहाणार होतो. मी तिथं पोहोचलो तेव्हा मुल्ला बुर्जान आणि मुल्ला नकीब चर्चा करत बसलेले दिसले. त्यांना अभिवादन केल्यावर मी त्यांना समस्या काय आहे, ते सांगितलं. उस्तादनं दोन रणगाडे आणले आहेत. ८३ एम.एम. उखळी तोफेची गरज असल्याचं मी त्यांच्या कानावर घातलं.

"काही वेळा एखाद्या माणसाच्या अनावश्यक चिंतेचा परिणाम इतरांवर होतो," मुल्ला नकीब म्हणाले. ते हसले, "तालिब! अजिबात चिंता करू नकोस. त्यांनी दोन रणगाडे आणले असतील तर तू तीन ने."

"मुल्लासाहेब! आमच्याजवळ रणगाडे नाहीत."

मुल्ला नकीब हसले. त्यांनी लष्करी साहित्य सांभाळणाऱ्या डिव्हिजनच्या इमारतीकडे बोट दाखवलं. "त्यात भरपूर रणगाडे आहेत आणि ते सगळे तुझ्या दिमतीसाठी हज़र आहेत."

मुल्ला नकीब यांनी त्या वेळी मला प्रोत्साहन देण्यासाठी हे जे शब्द उच्चारले त्याबद्दल मी आजही त्यांचा कृतज्ञ आहे. त्यांचं बोलणं झाल्यावर मी पुन्हा आघाडीवर परतलो.

उस्तादनं आता आमच्याकडे वाटाघाटीसाठी एक शिष्टमंडळ पाठवलं. त्याचं नेतृत्व मोअलिम नावाच्या माणसाकडे होतं. त्यांनी आम्हाला सरळ-सरळ निघून जाण्याचा हुकूम दिला. मी त्यांना समजावून सांगितलं की, माझ्या वरिष्ठांनी मला या भागाचं रक्षण करण्याची जबाबदारी दिली आहे. मी ती पार पाडणारच. जर त्यांना हवं असेल तर ते वरिष्ठांशी बोलू शकतात, असं मी सांगत होतो. पण ते मात्र आम्हाला शिवीगाळ करत, सतत आरडाओरड करत होते. जाताना ते 'आम्ही उद्या तुमच्याकडे बघून घेऊ,' अशी धमकी देऊन निघून गेले.

हे लोक निघून गेल्यानंतर खबरदारी म्हणून आम्ही तख्तेपूलच्या दिशेनं काही

---

१६. 'पहज' हे फेटा बांधण्यासाठी वापरलं जाणारं तलम रेशमी कापड असतं.

हालचाल तर होत नाही ना यावर बारकाईनं लक्ष ठेवलं. रात्रीचे १० वाजले असावेत. एक निरोप्या आमच्याकडे आला. आमच्या लोकांनी तख्तेपूल ताब्यात घेतलं असल्याची खबर त्यानं दिली. कोणीही शहरात सरपूझाच्या दिशेनं घुसण्याचा प्रयत्न केला तर त्यांना अडवावं, असा हुकूम मला मिळाला होता. मध्यरात्रीच्या सुमारास एक गाडी तख्तेपूलच्या दिशेनं आमच्याकडे येताना दिसली. लांबूनच तिचे दिवे आम्हाला दिसले होते. गाडी आमच्याजवळ आली तेव्हा तिचा वेग कमी झाला होता. गाडीमधले लोक 'तालिबान! गोळीबार करू नका! आम्ही बोलणी करायला आलो आहोत!' असं ओरडत होते.

आम्ही शस्त्र खाली घेतली आणि ते कोण आहेत ते पाहिलं. स्वत: उस्ताद अब्दुल हलीम आला होता. तो गाडीतच बसून होता. त्यानं मुल्ला बुर्जान कुठं आहेत याची चौकशी केली.

''ते इथं नाहीत. ते कदाचित हिंदू कोटाईत असतील,'' मी म्हणालो. त्यावर आपल्याला तिथं जाऊन मुल्ला बुर्जान किंवा इतर कोणातरी वरिष्ठ तालिबानशी बोलायचं आहे, असं उस्ताद म्हणाला. यावर या रस्त्यानं कोणालाही जाऊ न देण्याचा हुकूम मला मिळाला आहे, हे मी सांगितलं. ते ऐकून उस्ताद चकित झाला.

''मी उस्ताद आहे! मलादेखील जाऊ देणार नाही की काय?''

''ते मला माहीत आहे. पण कोणालाही जाऊ दिलं जाणार नाही हे नक्की.''

माझं ठाम उत्तर ऐकून उस्ताद प्रथम रागावला. पण आपल्या रागाचा काहीच उपयोग होत नाही, हे समजल्यावर त्यानं आवाज खाली आणून माझ्याशी नीट बोलायला सुरुवात केली. पण त्यानं कितीही काही सांगितलं, तरी मी त्याला जाऊ देणार नव्हतो. अखेर तो परत गेला. पण तासाभरानं पुन्हा आला. आपल्याला तालिबानला काहीतरी महत्त्वाचं सांगायचं आहे आणि आपण तालिबानचे मित्र आहोत, असं तो म्हणाला. इतकंच नाहीतर मी तालिबानचा कुत्रा बनायला तयार आहे, असंही तो सांगू लागला. पण तरीदेखील मी त्याला शहरात जाऊ दिलं नाही.

उस्ताद निघून गेला. त्या वेळी मला जिहादच्या काळात सोव्हिएत महासंघाचं बाहुलं असणारं सरकार काबूलमध्ये होतं, तेव्हाची परिस्थिती आठवली. उस्ताद हा स्वार्थासाठी तालिबान आणि उलेमांच्या विरोधात गेला होता. फक्त शिवीगाळ करतानाच तो आमचं (तालिबान) नाव घेतो, असं आम्ही ऐकलं होतं. तो लोकांना लुटत असे, इतकंच नाहीतर जिहादमध्ये सहभागी होऊ नये म्हणून तो मुजाहिद्दीनांची शस्त्रं पळवत असे. उस्तादनं त्या वेळी अनेकदा सरकारला मुजाहिद्दीनांची माहिती पुरवली होती आणि काही वेळा त्यानं सरकारी बाजूनं मुजाहिद्दीनांच्या विरोधात काम केलं, असंही आम्ही ऐकून होतो. एकूणात उस्ताद

अब्दुल हलीम हा सरकारी हस्तक होता. तो अनेकदा जब्बारला[१७] भेटला होता, हे सगळ्यांनाच माहीत होतं.

सोव्हिएत फौजांशी लढलेल्या सहा तालिबान आघाड्यांनी[१८] एकत्र बसून चर्चा करायचं निश्चित केलं. ही बैठक मुल्ला हाजी मोहम्मद उमर[१९] यांच्या घरी पंजवायीला झाली. बैठकीत आम्ही एकमतानं उस्तादला तातडीनं नि:शस्त्र करण्याचा निर्णय घेतला. ही बैठक कुठं आणि कधी होणार आहे, हे उस्तादला कळलं असावं. आम्ही सगळे बसलो होतो, तिथं म्हणजे मुल्ला हाजी मोहम्मद उमर यांच्या घरी तो आमंत्रणाविना सरळ घुसला.

उस्तादला अशा प्रकारे बेधडकपणे घुसलेलं पाहून सगळे अवाक झाले. तो खाली बसला आणि काहीही औपचारिक न बोलता सरळ बोलू लागला, ''ही आपल्या सर्वांसाठी फार चांगली संधी आहे. इथं सर्व आदरणीय व्यक्ती एकत्र आल्या आहेत. तुम्ही सहाही तालिबान आघाड्यांचे प्रमुख नेते आणि उलेमा इथं हजर आहात. मी तुमचा नम्र सेवक, एक सैनिक आणि तुमचा मुलगाच आहे. तुम्ही मला जो काही हुकूम द्याल तो मी कसलीही तक्रार न करता पाळेन. तुम्ही मला जरी कैदेत टाकणार असलात, तरी माझी काही हरकत नाही. तुम्ही अगदी मला ठार करायचं ठरवलं, तरी माझी त्यालाही तयारी आहे.''

उस्तादचं बोलणं संपल्यावर बैठकीत शांतता पसरली. आम्ही जी चर्चा करत होतो, त्यात अचानक व्यत्यय आला होता. त्यामुळे आमची चर्चा अर्धवटच राहिली होती. उस्तादच्या बोलण्यानंतर काय प्रतिसाद द्यावा, हे कोणालाच कळत नव्हतं. सगळे जण बराच वेळ गप्प होते. याला ही बैठक इथं चालू आहे हे कसं कळलं,

---

१७. जब्बार कर्हमन याचा शब्दश: अर्थ 'नायक जब्बार' असा होतो. नूरझाई जमातीच्या या नेत्यानं जिहादच्या काळात दक्षिण अफगाणिस्तानात मोठं सशस्त्र दल बाळगलं होतं. हा मूळचा स्पिन बुल्दाक जिल्ह्यातल्या कर्दनईचा आहे. तो जिहाद व नंतरच्या काळात अतिशय वाईट म्हणून कुप्रसिद्ध आहे. सध्या तो मॉस्कोत राहतो.

१८. सहा तालिबान आघाड्यांचे नेते आणि कमांडर असे होते : मुल्ला बुर्जान (मुल्ला मोहम्मद सादीक), मौलवी अब्दुल समद (मुल्ला हाजी मोहम्मद), मुल्ला ओबेदुल्ला (फिदा मोहम्मद), हाजी मुल्ला मोहम्मद (हफीजुल्ला अखुंडजादा), मुल्ला अब्दुल सत्तार (लाला मलंग उर्फ अकबर आगा) आणि मुल्ला अब्बास (शहीद रहमतुल्ला जान).

१९. मुल्ला हाजी मोहम्मद उमर हा पश्मोल भागातला प्रसिद्ध कमांडर होता. तो मुल्ला बुर्जान आणि मुल्ला मोहम्मद हसन यांच्या बरोबरीनं जिहादमध्ये सहभागी झाला होता. हा जिहादी तालिबानचा सुप्रसिद्ध नेता मुल्ला उमर याच्यापेक्षा वेगळा होता.

याचा विचार मी करत होतो. त्याला ही खबर कोणी दिली असावी?

आगला कधीही साम्यवादी लोकांशी संबंध नव्हता, असं उस्तादनं आम्हाला खातरीपूर्वक सांगितलं. आपण लोकांना त्रास देत नाही. पण कोणीतरी त्याच्याबद्दल मुद्दाम खोटंनाटं पसरवत असल्याचं, त्याचं म्हणणं होतं. आम्ही सर्वांनी त्याच्यावर विश्वास ठेवला.

त्या दिवशी मध्यरात्री उस्ताद आमच्या इथून शहरात जाण्यासाठी प्रयत्न करत असताना मला त्यानं आम्हाला कसं फसवलं ते आठवत होतं. आम्हाला त्या बैठकीनंतर कळलं की, उस्ताद अफगाण सरकार आणि सोव्हिएत फौजांचा हस्तकच होता. त्याला मोबदला म्हणून काबूलहून नियमितपणे पगारही मिळत असे. त्यानं वाळवंटामधून येऊन हाजी बशर यांच्यावर हल्ला करून गावं उद्ध्वस्त केली होती. त्यानं हे करताना केश्किनाखुदमधल्या सरकारी फौजेची मदत घेतली होती. मी त्या वेळी तिथंच होतो आणि त्यांच्यातील रेडिओवरचं संभाषण मी स्वत: ऐकलं होतं.

त्या रात्री आणखी काही घडलं नाही. सकाळ झाली तेव्हा लक्षात आलं की, रणगाडे आणि सगळे सशस्त्र लोक गायब झाले होते. उस्तादचा कुठंही मागमूस नव्हता. सगळे पळून गेले आहेत, हे लक्षात येत होतं. त्याच रात्री तालिबाननी कंदाहार विमानतळ जिंकला होता. दुसऱ्या दिवशी सकाळी नऊ वाजता आम्ही हेरात गेटमधून कंदाहार शहरात शिरलो. फक्त गुल आगा शेरझाईचे काही लोक तो स्वत: नसला, तरी तालिबानशी शकरपूर बाजारात लढत होते. पण एकही गोळी न झाडता उरलेलं सगळं कंदाहार शहर आमच्या ताब्यात आलं. पण अद्यापही बाग-ए-पूलपासून मिरवाईस मीना इथवरच्या भागामध्ये सरकतेबचा अंमल चालत होता. त्याच्या लोकांनी हाजी मुल्ला बुर्जान अखुंड आणि हाजी अमीर मोहम्मद आगा[२०] यांना पकडून ठेवलं होतं. सरकतेबच्या लोकांनी आमचा पंजवायीकडे जाण्याचा रस्ता रोखून धरला होता.

मला असा निरोप मिळाला की, माझ्या घरातला एक सदस्य आजारी होता. मला ताबडतोब घरी जाणं जरुरीचं होतं. मी माझी जबाबदारी हाजी मुल्ला सत्तार अखुंड यांच्याकडे सोपवली आणि घरी जाण्यासाठी बसमध्ये बसलो. बस मिरवाईस मीनाजवळ आली असताना १० सशस्त्र माणसांनी ती अडवली. त्यांच्याजवळ पी.के. मशिनगन आणि खांद्यांवर गोळ्यांचे पट्टे लटकवलेले दिसले. त्यांनी बस

---

२०. नासर जमातीचा असणारा हाजी अमीर मोहम्मद आगा अर्घंदाब जिल्ह्यातल्या जेलाहोरचा आहे. तो सुरुवातीला हरकतकडून जिहादमध्ये सामील झाला होता. पण नंतर तो सैय्यफच्या इत्तेहाद-ए-इस्लामीला जाऊन मिळाला. मुल्ला मोहम्मद उमरचा तो सासरा असून, अद्याप जिवंत आहे.

अडवून आत शिरून ती तपासायला सुरुवात केली. त्यांच्यामधल्या एकानं ड्रायव्हरला आत कोणी तालिबान नाही ना, असं विचारलं.

मी हादरलो. बसमधले सगळे जण पंजवायीचेच असून त्यात कोणी तालिब नाही, असं ड्रायव्हर सांगत असताना मी सीटखाली लपलो. मी माझा *पहज* काढून टाकला आणि एका प्रवाश्याचा फेटा घेतला. मी त्या वेळी कमालीचा घाबरून गेलो होतो, हे कबूल करायला हवं. देवाची कृपा म्हणून त्या माणसांना मी दिसलो नाही. जर वेळानं बस पुढे पंजवायीकडे निघाली. सरकतेब पराभूत होईपर्यंत मी घरी पंजवायीतच होतो.

मुल्ला नकीब यांनी आपणहून कंदाहार शहर तालिबानच्या ताब्यात दिलं होतं. त्यानंतर हाजी मुल्ला मोहम्मद यांची कंदाहार कॉर्प्सच्या कमांडर पदावर नेमणूक झाली. मुल्ला मोहम्मद हसन[२१] कंदाहाराचे राज्यपाल बनले, तर अख्तर मोहम्मद मन्सूर[२२] हवाईदलाचे कमांडर झाले. नंतर शहीद झालेला मुल्ला अब्दुल सलाम[२३] यांची प्रांतिक सेनेच्या प्रमुखपदी नियुक्ती झाली. निरनिराळ्या सरकारी विभागांची जबाबदारी विविध लोकांवर सोपवण्यात आली. शहर आता शांत झालं होतं. अनाधिकृत तपासणी नाकी, व्यभिचार, तरुण पोरं ठेवण्याची सवय, लुटालूट आणि बंदुकीच्या जोरावर दादागिरी करणारी सरकारी यंत्रणा हे सगळं मागं पडलं होतं. लोक पूर्वीसारखं साधं-सरळ जीवन जगू लागले आणि ते समाधानी झाले होते.

कंदाहार ताब्यात आल्यानंतर तालिबाननी त्यांच्या न्यायव्यवस्थेची संपूर्ण दक्षिण अफगाणिस्तानात अंमलबजावणी सुरू केली. विविध जागी न्यायालयं स्थापन झाली आणि न्यायाधीश नागरिकांमधल्या भांडणतंट्यांचा निवाडा करू लागले. मुल्ला मोहम्मद उमर यांनी माझ्यावर मौलवी पसनाईसाहेब यांना मदत करण्याची जबाबदारी सोपवली. मौलवी पसनाईसाहेबांची अपिलांवर निर्णय घेणाऱ्या न्यायालयामध्ये उच्च पदावर न्यायाधीश म्हणून नेमणूक झाली होती. त्यांची कचेरी कंदाहार शहराच्या

---

२१. मुल्ला मोहम्मद खान हा बाबर जमातीच असून तो हरकतकडून जिहादमध्ये सहभागी झाला होता. हा १९९४मध्ये कंदाहारचा राज्यपाल झाला. हा आणि याच नावाच्या एका माणसाची गफलत होण्याची शक्यता आहे. हा दुसरा मोहम्मद हसनही कंदाहारचा राज्यपाल होता. पण यानंतर राज्यपाल झालेल्या माणसाला एकच पाय होता आणि तो अचेकझाई जमातीचा होता.

२२. इशकझाई जमातीचा मन्सूर हा मूळचा मैवंद जिल्ह्यातील बंद-इ-तैमूरच आहे. तो जिहादच्या काळात मुल्ला फैजुल्ला अखुंड आणि मौलवी ओबेदुल्ला यांच्या साथीनं लढत असे. हा अद्याप जिवंत आहे.

२३. मुल्ला अब्दुल सलाम हा कंदाहार प्रांतातल्या शाहवली कोट जिल्ह्यातला होता. त्याचं गाव चिनारतो हे होतं. तो जिहादच्या काळात जालाखाना या ठिकाणी मुल्ला शिरीन याच्या आघाडीतून लढत होता.

मध्यवर्ती भागात हेरात गेटच्याजवळ विलायतच्या (राज्यपालाचा प्रासाद) मागे अर्ग[२४] या ठिकाणी होती.

मौलवी पसनाईसाहेब हे त्यांच्या नि:पक्षपाती न्यायनिवाड्यासाठी प्रसिद्ध होते. त्यांच्यासमोर न्यायासाठी जरी त्यांचे नातेवाईक किंवा मित्र असे कोणीही आले, तरी ते सर्वांना सारखीच वागणूक देत असत. ते शरिया कायद्यात दिलेल्या देवाच्या हुकमांनुसारच न्यायनिवाडा करत. त्यांच्या न्यायालयासमोर आलेले अनेक खटले मला आठवतात. पण त्यांच्यातले दोन मला ठळकपणानं नमूद करण्याजोगे वाटतात.

पश्मोलजवळ शुकर टेकडी नावाचा भाग आहे. या ठिकाणी खुनाच्या आरोपाखाली शिक्षा झालेल्या लोकांना मृत्युदंड दिला जायचा. डोंगराकडे शिक्षा झालेल्या आरोपीला नेलं की, आम्ही तिथं कडेकोट बंदोबस्त ठेवत असू. एक त्वान उर्फ कुर्बान नावाचा आरोपी होता. मी लहानपणी ज्या चारशाखा गावात राहात होतो. त्या गावात त्यानं अत्यंत थंड डोक्यानं एका माणसाचा गळा चिरला होता. पसनाईसाहेबांच्या न्यायालयानं त्याला या गुन्ह्याबद्दल दोषी ठरवलं होतं. त्याला शिक्षेची अंमलबजावणी करण्यासाठी शुकर टेकडीपाशी नेण्यात आलं. तिथं खूप जण जमले होते. ज्या माणसाचा खून झाला होता, त्याचे वडील आणि इतर कुटुंबीय तिथं हजर होते. त्वानला मोकळ्या जागेत आणल्यानंतर जमलेल्या अनेक जणांनी मृताच्या कुटुंबानं गुन्हेगाराला क्षमा करावी अशी विनवणी सुरू केली. अशा गुन्ह्यांच्या बाबतीत तशी पद्धतच होती.

उलेमांनी क्षमा करण्याची वृत्ती दाखवणं कसं दिलदारपणाचं लक्षण आहे, हे समजावून सांगितलं. काही जणांनी पैसे देऊ केले, तर काही जण शस्त्रं द्यायला तयार होते. तिथं हजर असलेल्या एका कमांडरनं तर आरोपीला सोडण्याच्या बदल्यात ५० कलाश्निकोव देण्याची तयारी दाखवली. पण मृताच्या वडिलांवर त्याचा काहीही परिणाम झाला नाही.

तिथं काम करणाऱ्या एकानं मृताच्या बापाला एक सुरी दिली. मग आरोपीला हात-पाय बांधलेल्या अवस्थेत त्याच्यासमोर ठेवण्यात आलं. मृताचा बाप हळूहळू त्याच्यापाशी गेला. त्यानं बाह्या मागे सरसावल्या. तो मग गुडघ्यावर टेकून बसला आणि मोठ्या आवाजात 'अल्लाहु अकबर' असं म्हणाला. त्यानं मग त्वानच्या गळ्यावर सुरी ठेवली.

मृताच्या बापानं सुरी वर उचलली आणि तो बोलू लागला, "हे बघ! देवानंच मला ही शक्ती दिली आहे. आता तुला देवाशिवाय कोणीच माझ्या तावडीतून सोडवू शकत नाही. काहीही कारण नसताना माझ्या मुलाला निर्दयपणानं मारणारा तूच

---

२४. कंदाहार शहरातला 'अर्ग' हा भाग म्हणजे एकोणिसाव्या शतकाच्या प्रारंभी बांधलेली गढी असून एकेकाळी कंदाहारचे राज्यपाल तिथं राहत असत.

आहेस. शरियानुसार आता मला देवानं तुझ्यावर सूड उगवण्याची संधी दिली आहे किंवा तू माझ्या लाडक्या मुलाला ठार केलं असलंस, तरी मी तुला माफही करू शकतो. देवालाही सूडापेक्षा क्षमाशीलपणा प्रिय आहे. मला देवाची कृपा हवी आहे, तेव्हा मी तुला माफ करतो. आता जेव्हा न्यायनिवाड्याचा अंतिम दिवस उजाडेल तेव्हा देवच तुला योग्य ती शिक्षा देईल!''

त्या माणसानं सुरी फेकून दिली. हे पाहून जमलेले लोक *तकबीर! तकबीर!* असं ओरडू लागले. काही जणांनी हवेत गोळ्या झाडल्या. काही जण पुढे धावले आणि ते त्या माणसाच्या हातांचं चुंबन घेण्यासाठी धडपडू लागले. कोणीतरी पुढे होऊन त्वानचे हात-पाय सोडले. पण तो काही वेळ जागचा हलू शकत नव्हता. त्याची वाचाच बंद झाली होती. अशा प्रकारे अनपेक्षितपणे जीवदान मिळाल्याबद्दल लोक त्याचं अभिनंदन करू लागले. आता त्यानं हे नवीन जीवन देवाच्या प्रार्थनेत आणि इस्लामच्या सेवेत घालवावं, असं काही जणांनी त्याला सांगितलं. ''देवानं तुझ्यावर दया दाखवली आहे. आता केलेल्या कृत्याचा पश्चात्ताप कर आणि पुन्हा तसं काही करण्याचा विचारदेखील मनात आणू नकोस.''

मला वाटतं होतं की, त्वान पुन्हा गुन्हा करणार नाही. पण त्यानं लवकरच पुन्हा खून केल्याचं कानावर आलं. नंतर तो एकदा दरोडा घालण्याच्या प्रसंगात ठार झाला अशी खबर मिळाली.

***

मौलवी पसनाईसाहेबांच्यासमोर आणखी एक खून-खटला आला होता. त्या वेळी एका घरातल्या सर्वांची आणि पाहुण्यांची हत्या झाली होती. मोहम्मद नबी नावाचा एक जण गिर्दी जंगल छावणीमधून त्याच्या *बाजाच्या* (मेव्हणीचा नवरा किंवा साडू) घरी गेला होता. त्याची मेव्हणी आणि तिच्या नवऱ्यानं त्याचं चांगलं स्वागत केलं. नंतर त्या घरी आणखी एक पाव्हणा आला. संध्याकाळी अंधार पडल्यावर जेवण झालं. मोहम्मद नबी आणि तो पाहुणा या दोघांनीही रात्री तिथंच मुक्काम करायचं ठरवलं. त्याप्रमाणे रात्री दोघं एका खोलीत झोपले. *बाजा* आणि त्याचं कुटुंब आपापल्या खोल्यांमध्ये जाऊन झोपी गेले. मध्यरात्री सर्व झोपेत असताना मोहम्मद नबी उठला. तो व्यवसायानं खाटीक होता. त्यानं एक फरशी बाहेर काढली आणि त्याच्या खोलीत झोपलेल्या दुसऱ्या माणसाचं मुंडकं धडावेगळं केलं. मग त्यानं सर्व खोल्यांमध्ये जाऊन एका पाठोपाठ एक सर्वांची हत्या केली. त्या रात्री एकूण ११ जणांची हत्या त्यानं केली होती. त्यात एक स्त्री, दोन पुरुष आणि आठ लहान मुलं होती. एक लहान मूल तर अवघ्या सहा महिन्यांचं होतं. घरातून बाहेर पडण्यापूर्वी त्यानं सर्वांचे तुकडे-तुकडे करून ते एका ठिकाणी रचून ठेवले होते.

त्या माणसाला बलुचिस्तानात पंजवायी छावणीत मुजाहिद्दीनांनी पकडून कंदाहारला आणलं होतं. त्यानं त्याचा गुन्हा कबूल केला होता. पण आपण हे का केलं याबद्दल तो काहीच बोलत नव्हता. *बाजा* आणि त्याचं सगळं कुटुंब त्यानं ठार का करावं, हे कळत नव्हतं. त्याच्या खटल्याची सुनावणी सुरू असताना आणि कोठडीतही तो आपल्याला ठार करा एवढंच बोलत असे. एक-दोनदा त्यानं सांगितलं की, त्याच्या स्वप्नात रक्तात लडबडलेले लहान मुलांचे हातपाय सतत येतात. दररोज रात्री ही दृश्यं डोळ्यासमोर येतात आणि ती मुलं आम्हाला का मारलं, असं विचारतात हे तो वारंवार म्हणत असे. ‘‘मला झोप लागत नाही. माझ्या मनावर दडपण येतं. छाती कोंडल्यासारखी होते. माझ्यावर दया करा आणि मला लवकर मारून टाका.’’ त्यानं अनेकदा न्यायाधीशांना अशी विनंती केली.

त्या माणसाला मृत्युदंडाची शिक्षा झाली. खुश्कक आणि निलगाम यांच्या दरम्यान नदीकाठावर शिक्षेची अंमलबजावणी होणार होती. तिथं ठार झालेल्या *बाजा*च्या कुटुंबाचे नातेवाईक आणि त्यांच्या घरी आलेल्या त्या पाहुण्याचे कुटुंबीय जमले होते. त्यांनी प्रत्येक कुटुंबामधून शिक्षा देण्यासाठी एका माणसाची निवड केली होती. ते दोघंही मृत *बाजा* व त्याचा पाहुणा यांचे भाऊ होते. मोहम्मद नबीला त्यांच्यासमोर आणण्यात आलं. या वेळी कोणीही त्याला माफ करण्याची विनंती केली नाही. मुल्ला किंवा इतर कोणीही काही बोलत नव्हते. खरं तर मौलवी पसनाईसाहेबांनी उलेमांना या माणसावर दया करण्याची विनंती करा, अशी सूचना दिली होती. पण तेदेखील गप्प होते. त्या दिवशी मृतदेह घेऊन जाण्यासाठी मोहम्मद नबीचे कोणी नातेवाईक किंवा मित्र आलेले नव्हते. मी मौलवी पसनाईसाहेबांकडे गेलो आणि निदान मोहम्मद नबीनं दोन वेळा प्रार्थना करावी आणि *कलमा* उच्चाराव्यात यासाठी त्यांची परवानगी मागितली.

मौलवीसाहेबांची परवानगी मिळाल्यावर मी मोहम्मद नबीजवळ गेलो. मृतांचे नातेवाईक तिथं हजर झालेले आहेत आणि ते आता त्याच्या कृत्याचा सूड घेण्याच्या तयारीत आहेत, हे मी त्याला समजावून सांगितलं. आता काबाकडे तोंड करून प्रार्थना म्हणायची अखेरची वेळ झाली आहे, हे मी त्याला सांगितलं. पण मोहम्मद नबी माझ्याकडे रोखून बघत म्हणाला, ‘‘मला ठार मारा. बस्स! ती लहान मुलं माझ्या डोळ्यांसमोर येत आहेत. मी प्रार्थना करू शकत नाही.’’

त्याचं हे बोलणं ऐकून मी चकित झालो. तरीही मी त्याला पुन्हा एकदा त्यानं प्रार्थनेबद्दल विचार करावा, असं सांगितलं. मी त्याला समजावण्याचा आटोकाट प्रयत्न केला. पण तो ‘मला ठार करा,’ एवढंच बोलत राहिला. शेवटी मौलवीसाहेबांनी मला प्रयत्न थांबवायला सांगितलं. पण त्याच्या हातून खून झालेल्या लोकांच्या नातेवाइकांनी त्याला गोळ्या घालून मारण्याच्या अगदी अखेरच्या क्षणापर्यंत मी

प्रयत्न केले होते. पण ते व्यर्थ ठरून तो शेवटी पश्चात्ताप व प्रार्थना न करता किंवा *कलमा* न उच्चारताच मेला.

मोहम्मद नबी ठार झाल्यानंतर बळी पडलेल्या लोकांच्या नातेवाइकांनी आनंदानं आरोळ्या मारायला सुरुवात केली. काही जणांनी फेटे हवेत उडवायला प्रारंभ केला होता. मी मात्र खिन्न झालो होतो. त्याच्यासारखा क्रूर माणूस प्रार्थनाही न करता किंवा धर्माच्या आश्रयाला न येताच मरणार हे मला कळून आलं. जर देवानं मार्गदर्शन केलं नाहीतर कोणीही कधीच योग्य मार्गावर येत नाही, हा धडा मला त्यातून मिळाला होता.

***

काही काळानंतर मी फराह प्रांतातल्या दिलारम या ठिकाणी जायचं ठरवलं. बहुतेक तालिबान दलं ही काबूलच्या दिशेनं चाल करून जात होती. उरलेले तालिबान इस्माईलखानशी लढण्यात अडकून पडले होते. मार्च, १९९५मध्ये पश्चिमेकडून त्यानं अचानक आमच्यावर हल्ला चढवला होता.

इस्माईलखानचा पहिला हल्ला आम्ही थोपवला. मी त्या वेळी संगीलान या ठिकाणी लढत होतो. त्यानं पुन्हा एकदा हल्ला केला. पण तोदेखील आम्ही परतवून लावला. त्याचं खूप नुकसान झालं होतं. आम्ही त्याच्या गटाला दिलारमपासून ते शिनदांड व फराह नदी दरम्यानच्या अब-ए-खुर्मापर्यंत मागे रेटलं. अब-ए-खुर्मा इथं लढताना माझ्या पायाला इजा झाली होती. त्यामुळे मला उपचारांसाठी कंदाहारच्या चिनी हॉस्पिटलमध्ये[२५] पाठवण्यात आलं.

मी बरा होताच हॉस्पिटलमधून बाहेर आलो आणि मौलवी पसनाईसाहेबांच्या न्यायालयात गेलो. मला अजून थकवा जाणवत होता आणि माझी जखमही पुरती भरून आली नव्हती. मी लढाईवरून परत आल्यानंतर मौलवीसाहेबांनी माझी विचारपूस केली नव्हती. मला ते चमत्कारिक वाटलं. ते माझ्या कामावर नाराज असावेत किंवा त्यांना कशामुळे तरी माझा राग आला असावा की काय, असं मला वाटत होतं.

मी न्यायालयात पोहोचलो तेव्हा तिथं मौलवीसाहेबांबरोबर सर्व इतर न्यायाधीश बसलेले दिसले. तिथं हाजीबाबा, मौलवी अहमदसाहेब आणि मौलवी ओबेदुल्लासाहेब[२६]

---

२५. हे हॉस्पिटल कंदाहारच्या मिरवाईस भागात असून चीन सरकारकडून मिळत असलेल्या निधीमुळे ते लोकांमध्ये चिनी हॉस्पिटल म्हणून प्रसिद्ध आहे. या ठिकाणी अगोदर बाग होती. पण अमानुल्ला सरकारच्या काळात हे हॉस्पिटल उभारण्यात आलं.

२६. पुढे तालिबानच्या काळात संरक्षणमंत्री असलेला ओबेदुल्ला आणि हा माणूस वेगळे आहेत. हा ओबेदुल्ला इस्लामी अभ्यासक आणि न्यायाधीश होता. हा अद्याप जिवंत आहे.

होते. मी आत गेलो, तर मौलवी पसनाईसाहेबांनी माझ्याकडे थंडपणानं बघितलं.

"अब्दुल सलाम! तू माझ्याबरोबर दीर्घकाळ काम केलेलं आहे. मी इतर कोणाहीपेक्षा तुझ्यावर जास्त विश्वास टाकला, हे तुला माहीत आहे. असं असतानाही तू हाजी अमानुल्ला याला व्यवसायासाठी परवाना कर दिलास?''

हाजी अमानुल्ला हा एक व्यावसायिक होता. त्याचं व्यवसायावरून त्याचा भाऊ हाजी इब्राहिम याच्याशी वितुष्ट आलं होतं. निरनिराळे बाजार आणि ऑफिसेसच्या इमारती त्यांच्या मालकीच्या होत्या. त्यांचा व्यवसाय कंदाहार, क्वेट्टा, काबूल, पेशावर अशा अनेक ठिकाणी पसरलेला होता. त्यांच्या वादाचा खटला मौलवी पसनाईसाहेबांच्यासमोर आल्यानंतर खटल्याचा निकाल लागेपर्यंत त्यांनी व्यवसाय करण्यास निर्बंध घातले होते. पसनाईसाहेबांची दृष्टी अतिशय अधू झाली होती, इतकी की त्यांना जवळ-जवळ नीट वाचता येत नसे. म्हणून मी त्यांना मदत करत असे. त्यांना निकालपत्र तयार करायला मी भरपूर वेळा मदत करत असे. काही वेळा तर मी स्वत:च सगळं लिहून काढत असे आणि मौलवी पसनाईसाहेब त्यावर सही करत असत. अशा कामात ते इतर कोणावरही विश्वास टाकत नसत.

मी लढाईवर जाणं आणि जखमी होऊन परत येणं, या दरम्यानच्या एक महिना व चार दिवसांच्या कालावधीत मौलवी ओबेदुल्ला माझं काम बघत असे. याच ओबेदुल्लानं हाजी अमानुल्लानं व्यवसाय करावा म्हणून परवाना तयार केला आणि तसं पत्र बनवलं. ते त्यानं मौलवी पसनाईसाहेबांच्या समोर ठेवलं आणि त्यांनी अजाणतेपणानं यावर सही करून शिक्कामोर्तबही केलं. जेव्हा आपल्या भावानं पुन्हा व्यवसाय सुरू केला आहे, हे अमानुल्लाच्या भावाच्या कानावर गेलं तेव्हा त्यानं मौलवी पसनाईसाहेबांकडे तक्रार केली. आपल्या भावाप्रमाणे आपल्यालाही व्यवसायाचा परवाना मिळावा अशी मागणी त्यानं केली.

ही मागणी पुढे आली, पण आपण अमानुल्लाला तसा परवाना दिला आहे, हे मौलवी पसनाईसाहेबांना माहीतच नव्हतं. त्यामुळे त्यांनी हाजी अमानुल्लाच्या भावाला आपण असा परवाना दिला नसल्याचं सांगितलं. पण परवाना तर होताच. म्हणून मग त्यांनी मौलवी ओबेदुल्लाकडे चौकशी केली. त्यानं माझं नाव घेतलं. मीच हा परवाना जारी केल्याचं त्यानं सांगितलं. हे सगळं मी दिलारममध्ये असताना घडलं. मी तिथं नव्हतोच त्यामुळे मला या कशाचीही कल्पना नव्हती. मी हा परवाना दिला नव्हता, हे उघड होतं. तरीही या प्रकाराची व्यक्तिश: शहानिशा करण्यासाठी मौलवी पसनाईसाहेबांनी तो परवाना त्यांच्याजवळ ठेवून घेतला होता. ते मी परतण्याची वाट बघत होते.

मी खरं तर माझ्यावर त्यांनी अविश्वास दाखवावा असं कधीच काही केलं नव्हतं. पण त्या दिवशी मी त्यांच्यासमोर उभा असताना मात्र यात माझीच चूक

आहे, असा त्यांचा समज झाल्याचं माझ्या लक्षात आलं. ते माझं काहीही ऐकून घेण्याच्या मन:स्थितीत नसावेत. त्यांनी मला माझ्यावरच्या आरोपाचं निरसन करण्याची संधी दिली नाही. मी ते पाहून चकित झालो. मी त्यांना म्हणालो, ''मौलवीसाहेब! आपण एकमेकांना गेली कित्येक वर्षं ओळखतो. या दरम्यान तुमच्या नावाला बट्टा लागावा किंवा तुमची मान खाली जावी, अशा प्रकारचं एकही कृत्य मी कधीही केलेलं नाही. मग मी आता असं का करेन? मला या प्रकाराची जराही कल्पना नाही आणि माझा त्या परवान्याशी काहीही संबंध नाही!''

त्यांनी माझ्याकडे रोखून पाहिलं. मग त्यांनी त्यांच्या जवळच्या खास फोल्डरमधून एक कागद बाहेर काढला. तो त्यांनी माझ्या हातात ठेवला, ''बघ! हाच तो दस्तऐवज!''

मी त्या कागदावर नजर टाकली आणि माझ्या सगळं लक्षात आलं. मी एक मोठं भिंग आणलं आणि मौलवी पसनाईसाहेबांना दिलं. त्यामुळे ते स्वत: नीट वाचू शकणार होते. मी हे करत असताना मौलवी ओबेदुल्ला अस्वस्थ झालेला दिसला. ही बाब काही फार महत्त्वाची नाही, तेव्हा मौलवी पसनाईसाहेबांनी हा विषय बाजूला ठेवावा, असं तो म्हणाला. पण हे सगळं माझ्या दृष्टीनं फार महत्त्वाचं होतं.

मौलवी पसनाईसाहेब भिंगामधून परवाना वाचत असताना मी म्हणालो, ''मौलवीसाहेब! तुम्ही माझं हस्ताक्षर गेली दहा वर्षं बघता आहात. अक्षरं आणि शब्दांकडे जरा नीट बघा. हे अक्षर तुम्हाला माझं वाटतं का? हे पत्र मी लिहिलंय की आणखी कोणीतरी?''

मौलवीसाहेबांनी परवाना नीट बघितला. मग ते म्हणाले, ''हे तुझं हस्ताक्षर नाही!''

''हे अक्षर कोणाचं आहे, याची तुम्हाला कल्पना आहे का?''

''नाही!''

मग मी सांगितलं, ''हे काम आत्ता या क्षणी तुमच्या शेजारी बसलेल्या मौलवीसाहेब ओबेदुल्ला यांचं आहे.''

मौलवी पसनाईसाहेब एवढे भडकले की, ते तत्काळ बाजूला वळले आणि ओबेदुल्लाला दणादण ठोसे लगावले. त्यांनी त्याला शिवीगाळ करत लाथा-बुक्क्यांनी तुडवलं आणि ऑफिसच्या बाहेर काढलं.

पुढे ओबेदुल्लानं राजीनामा पाठवून दिला. पण आता मला तिथं मौलवी पसनाईसाहेबांबरोबर काम करावं, असं वाटेना. मला अशा प्रकारे पुन्हा काहीतरी घडून माझं नाव बदनाम व्हावं, असं वाटत नव्हतं. नंतर अनेकदा मौलवी पसनाईसाहेबांनी मला कामावर परत बोलावलं. इतकंच नाही तर माझी समजूत काढण्यासाठी त्यांनी हाजी ओबेदुल्ला अखुंड आणि हाजी सत्तार अखुंड यांनाही पाठवलं. पण मी परत जायचं साफ नाकारलं.

प्रशासन

माझ्या जखमा अद्याप भरून आल्या नव्हत्या. त्यामुळे मी फारसं मोठं काम करू शकत नव्हतो. त्या वेळी तिकडे १९९५च्या सप्टेंबर महिन्यात आमच्या दलांनी इस्माईलखानचा[१] पराभव केला आणि हेरात जिंकून घेतलं. मी मला जमेल तशी मदत व्हावी म्हणून लष्करी साहित्याच्या इमारतीत पडेल, ते काम करत असे. बऱ्याच वेळा मी मुख्यालयामधील रेडिओ सांभाळत असे. एक दिवस मी असाच रेडिओ केंद्रात बसलेला असताना अचानक मुल्ला मोहम्मद उमर यांनी मला त्यांच्या कचेरीत बोलावलं, ‘‘आजच्या आज घरी जाऊन सामानाची बांधाबांध कर. उद्या सकाळी आपण निघणार आहोत.’’

मी कुठं जायचं आहे किंवा किती काळासाठी जायचं आहे, हे काही विचारलं नाही. त्यांनी सांगितल्याप्रमाणे रात्री घरी गेलो, थोडंफार सामान भरलं आणि सकाळी आमच्या मुख्य तळावर परतलो. तिथं चार-पाच जीप्स निघण्याच्या जय्यत तयारीत होत्या. आम्ही लगेच कंदाहार सोडलं.

आम्ही मैवंदमधून पुढे जाऊन अर्घंदाब नदी ओलांडली आणि मग पुढे लष्करगाहच्या[२] दिशेनं निघालो. आम्ही गेरेश्कला पोहोचल्यावर डिव्हिजन मुख्यालयात थांबलो. तिथं मुल्ला मीर हमझा अखुंड[३] यांनी आमचं स्वागत केलं आणि चहा व

---

१. इस्माईलखान हेरातजवळच्या शिनदांड इथला आहे. तो सोव्हिएत सैन्याविरुद्ध लढला होता. आजही हा कमांडर अफगाण राजकारणात सक्रिय आहे.

२. लष्करगाह हे हेलमंद प्रांतामधलं मुख्य शहर असून ते ऐतिहासिकदृष्ट्या महत्त्वाचं आहे. याच ठिकाणी गझनीचा मोहम्मद याच्या काळात प्राचीन गाव होतं. लष्करगाह उत्तम निसर्गसौंदर्य आणि सुती कापडाच्या उत्पादनासाठी प्रसिद्ध होतं.

३. मुल्ला मीर हमझा अखुंड हा नूरझाई जमातीचा असून तालिबान राजवटीच्या प्रारंभी तो गेरेश्क जिल्ह्याचा प्रमुख होता.

खाण्याची सोय केली. आमचं जेवण झाल्यानंतर बाजूच्या मोकळ्या मैदानात दोन हेलिकॉप्टर्स उतरली. मुल्ला उमर एकात बसले, तर दुसऱ्यात मी आणि नंतर शहीद झालेले मुल्ला यार मोहम्मद अखुंड बसलो.

हेलिकॉप्टर्स वायव्य दिशेनं निघाली. हेलमंद आणि फराह ओलांडून हेरातमध्ये पोहोचलो. आम्ही फराहमधल्या बकवा वाळवंटावरून प्रवास केल्यानंतर पश्चिमेकडच्या पठारी भागाकडे गेलो. हेरातच्या कॉर्प्स इमारतीच्या जवळ एका मोकळ्या जागेत हेलिकॉप्टर्स उतरली. मग काही वाहनांमधून आम्ही बाग-इ-आझादी[४] आणि तिथून राज्यपालांच्या गेस्टहाउसमध्ये पोहोचलो. तिथं अगोदरच अनेक जण आमची वाट पाहात बसले होते. आम्ही तिथं पोहोचताच ताबडतोब बैठकीला सुरुवात झाली. या बैठकीत मुल्ला उमरसाहेबांनी हेरातमधल्या सरकारी पदांवर अनेक नेमणुका केल्या.

हाजी मुल्ला यार मोहम्मद[५] यांना राज्यपाल करण्यात आलं. हेरातच्या आर्मी कॉर्प्सची जबाबदारी कमांडर मुल्ला अब्दुल सलाम[६] यांच्यावर सोपवली. तिथल्या लष्कराच्या डिव्हिजनच्या मुख्य पदावर मुल्ला सिराजुद्दीन[७] यांची नेमणूक झाली. नंतर शहीद झालेल्या मुल्ला मझुल्ला यांना हेरातचे पोलीसप्रमुख हे पद देण्यात आलं. मला हेरात प्रांतामधल्या बँकांच्या प्रमुखाची जबाबदारी देण्यात आली.

इस्माईलखान अफगाणिस्तानच्या पश्चिम भागाचा सत्ताधीश होता. तो त्याचा कारभार हेरातमधून चालवत असे. त्या भागात सरकार नव्हतं, तेव्हा त्यानं सत्ता हाती घेतली होती. युद्धखोर नेते, मुजाहिद्दीन कमांडर आणि जमातींचे प्रमुख यांच्यात तो एकमेव असा होता की, त्यानं खरोखरच तिथं व्यवस्थित सरकार चालवलं होतं. त्याला लोक 'प्रिन्स ऑफ द वेस्ट' म्हणजे 'पश्चिमेतला राजा', असं म्हणत असत.

---

४. ही बाग राजा झहीरशाह याच्या कारकिर्दीत तयार झाली. सुरुवातीला तिचं नाव बाग-इ-शाही असं होतं. साम्यवादी सरकारच्या काळात तिचं नामकरण बाग-इ-आझादी झालं, तर तालिबाननं सत्तेत आल्यावर तिला बाग-इ-इस्लामी असं नाव दिलं.

५. हाजी मुल्ला मोहम्मद हा हेरातमध्ये 'मवाळ' म्हणून ओळखला जाई. एकदा स्त्रियांच्या मोर्च्यावर पोलिसांनी पाण्याचे फावारे मारून मोर्चा मोडला. तेव्हा त्यानं पुन्हा असं करू नये म्हणून बजावलं होतं.

६. मुल्ला अब्दुल सलाम हा हेरातमध्ये फारसा लोकप्रिय नव्हता. तो काबूलमधल्या तालिबान राजवटीपासून काहीसा स्वतंत्र राहण्यासाठी प्रसिद्ध होता. त्याला अफूमधल्या एका घटकाच्या (पेन्टाझोसिन) इंजेक्शनचं व्यसन होतं.

७. मुल्ला सिराजुद्दीन हा एक मोठा मुजाहिद्दीन कमांडर होता. नंतर तालिबानच्या काळात तो सीमासुरक्षा दलांचा प्रमुख बनला. हेरातमधले लोक त्याला सर्वांत क्रूर तालिबान म्हणून ओळखतात.

त्यानं सरकार चालवण्यासाठी अनेक संस्था तयार केल्या होत्या. इराणच्या सरहद्दीवर जो व्यापार चालत असे त्यावर कर बसवून त्यानं मिळणारी रक्कम शहर व आजूबाजूच्या प्रदेशाच्या विकासासाठी वापरली होती.

मी हेरात प्रांतातल्या बँकांच्या कारभाराचा ताबा घेतला त्याच्या अगोदर मी उपलब्ध असणारी सगळी रक्कम आणि मालमत्ता यांची व्यवस्थित नोंद करून घेतली. हेरातमध्ये एकूण चार बँका होत्या. त्या एका मध्यवर्ती बँकेच्या अधिपत्याखाली होत्या. या अफगाणिस्तानच्या मध्यवर्ती बँकेचं नाव *पश्तानी तेजराती* असं होतं. ही अफगाणिस्तानची राष्ट्रीय बँक या नात्यानं विकास आणि उद्योगजगताशी संबंधित अर्थपुरवठ्याचं काम करत असे. या बँकेकडे खूप मोठ्या प्रमाणात राखीव संपत्ती होती. मी पाहणी केली तेव्हा हेरातमधली बँक व्यवस्था व्यवस्थित टिकून असल्याचं माझ्या लक्षात आलं. इतकंच नाहीतर ती देशाच्या इतर कोणत्याही भागापेक्षा चांगलीच प्रगत होती. लोक या बँकांचा भरपूर उपयोग करत असत. बँकांकडून कर्ज घेऊन व्यवसाय करणं किंवा गुंतवणूक करणं, हे व्यवस्थित चालू होतं. हेरातमधल्या *पश्तानी तेजराती*च्या मुख्य शाखेत सुमार चार अब्ज अफगाणी आणि काही पाकिस्तानी रुपये एवढी राखीव रक्कम होती. तसेच या बँकेच्या सुरक्षित लॉकरमध्ये आम्हाला जुनी नाणी, सोनं, चांदी आणि थोडं प्लॅटिनम हे सगळं मिळालं.

बँकेमध्ये काम करणारी माणसं साधीसुधी आणि विश्वासू होती. मुख्य म्हणजे हे सगळे मिळून एक बँक उत्तमरीत्या चालवत होते. बँकेमध्ये काही हेरखात्यात काम करणारी माणसंही होती. पण हे लोक प्रामुख्यानं पूर्वीचे साम्यवादी चळवळीतले होते. मी कारभार हाती घेतल्यानंतर सुरुवातीच्या दिवसांत सर्व प्रकारचे कर्मचारी माझ्याकडे येत असत. ते आपलं पद, आपलं काम कोणतं आहे आणि आपल्यावर काय जबाबदारी आहे, याची माहिती मला देत असत. अशा प्रकारे लोकांची माहिती करून घेत असतानाच मला अगदी सुरुवातीलाच इस्माईलखानच्या भावाबद्दल माहिती कळली. तो अद्याप बँकेत काम करत होता. लोकांनी मला सांगितलं की, त्याचा अजूनही त्याच्या भावाशी संबंध आहे आणि तो इस्माईलखानला बातम्या पुरवतो. लोक अर्थातच त्याबद्दल कसलाही पुरावा देत नसत.

इस्माईलखानच्या भावाबद्दल सांगणाऱ्या लोकांचं मला नवल वाटायचं. खरं तर एखादा माणूस भेटायला आला की, त्यानं आपलं नाव सांगावं, आपण कोणत्या पदावर आहोत आणि काय काम करतो हे सांगावं, अशी माझी अपेक्षा होती. पण त्याऐवजी हे लोक एकदम इस्माईलखानच्या भावाबद्दल वाईट-साईट बोलू लागत.

मला इस्माईलखानबद्दल जी काही महिती मिळाली होती, त्यावरून मला तो एखादा राज्यपाल किंवा अधिकारी असण्यापेक्षा राजाच असावा, असं वाटू लागलं

होतं. लोकांसाठी काहीतरी करणाऱ्या आणि त्यांना आवडणाऱ्या या माणसाच्या विरोधात एकदम असं लोकांनी जाणं, हे मला चमत्कारिक वाटलं. मी हेरातमध्ये गेल्यापासून जवळ-जवळ पहिल्या दिवसापासूनच अनेक जण माझी भेट घेऊन मी इस्माईलखानच्या भावाला तुरुंगात टाकावं म्हणून गळ घालू लागले होते.

हे सगळं पाहून या लोकांमध्ये निष्ठा नावाची गोष्ट आहे का नाही, अशी मला शंका येऊ लागली. मी ज्यांच्याबरोबर काम करणार आहे ते लोक विश्वास ठेवण्याजोगे आहेत की नाही, असे विचार माझ्या मनात येऊ लागले. मी इस्माईलखानचा भाऊ मोहम्मद अन्वर[८] याला माझ्या भेटीसाठी बोलावलं.

मोहम्मद अन्वर मला भेटायला आला, पण तो चिंतेत पडलेला दिसला. मी त्याचं स्वागत केलं आणि त्याला चहा पिण्यासाठी निमंत्रण दिलं. मी केवळ त्याचा परिचय करून घेण्यासाठी बोलावलं असून त्याला किंवा त्याच्या घरच्या कोणालाही कसलाही त्रास होणार नाही, याची मी त्याला हमी दिली.

"मोहम्मद अन्वर, तू इस्माईलखानचा भाऊ आहेस हे खरं. पण तू आमचा सर्वांचाही भाऊ आहेस. तुझ्याबद्दल आमच्या मनात काहीही वाईट नाही, यावर विश्वास ठेव. तुझं काम करत राहा. जर तुला काही अडचणी आल्या तर सरळ माझ्याकडे ये. मी तुला जी जमेल ती मदत करेन."

मी हेरातमधल्या बँकांचा प्रमुख म्हणून दोन वर्षं काम पाहिलं. या काळात तो बँकेत काम करत होता. त्याला या दरम्यान चार-चौघांप्रमाणेच राहाता यावं आणि त्याला कोणीही त्रास देणार नाही, याची मी काळजी घेतली.

मला हेरातमध्ये राहाणं आवडलं. इस्माईलखाननं पायाभूत सुविधांच्या वाढीसाठी मोठी गुंतवणूक केली होती. सुरुवातीला जरी लोकांना आमच्याबद्दल भीती वाटत असली, तरी ते नंतर मात्र व्यवस्थित मित्रत्वानं वागले. इथल्या लोकांना देशासाठी काम करायची इच्छा होती. त्यांना शांतता प्रिय होती आणि शिक्षणाचं महत्त्व त्यांना कळत होतं. त्यांना मूल्यांची कदर होती आणि व्यवसाय करण्याची कला त्यांना चांगलीच अवगत होती. इथं वयोवृद्ध माणसांना मानानं वागवलं जाई. आम्ही (तालिबान) त्यांची जितकी शक्य असेल तेवढी सेवा करण्याचा प्रयत्न केला. तिथं आम्ही कायदा-सुव्यवस्था राखली आणि कायद्याचं राज्य प्रस्थापित केलं.

जवळ-जवळ दोन वर्षं हेरातमध्ये जबाबदारी पार पाडल्यानंतर मी घरी परतलो. आमचा मुलगा आजारी आहे, असा निरोप माझ्या बायकोनं पाठवला होता म्हणून मी माझ्या जागी कोणाला तरी नेमून मला घरी जाण्यासाठी मोकळं करावं, यासाठी राज्यपालाकडे गेलो. पण राज्यपालानं कोणाचीही नेमणूक केली नाही, कारण मला

---

८. मोहम्मद अन्वर अद्याप जिवंत असून तो हेरातमध्ये राहतो.

ते जाऊ द्यायला तयार नव्हते. अखेर परवानगी नसतानाही मी तिथून जायचा निर्णय घेतला. मी माझ्या हाताखालच्या अधिकाऱ्याला सर्व जबाबदारी समजावून दिली. मग मी ऑफिसची गाडी घेऊन घरी गेलो. कंदाहारला परत येताच मी गाडी सरकारी कचेरीकडे पाठवून दिली आणि माझ्या सालेहानजवळच्या हाजी खुश्कियार कला या माझ्या गावातल्या घरी परतलो.

मला काही काळ सरकारी विभागांमध्ये काम करणं थांबवायची इच्छा होती. मला माझ्या वडिलांप्रमाणे एखाद्या मशिदीत इमाम बनून इस्लामचा अभ्यास करणं आणि इतरांना तो शिकवणं, यात रस होता. इतकंच नाहीतर आजही मला हे आयुष्य सर्वांत चांगलं वाटतं. मला त्यात सर्वाधिक समाधान मिळतं. कारण या शिकण्या-शिकवण्यात अत्युच्च बौद्धिक आनंद आहे. हे काम करताना इतर जगाशी काहीही संबंध नसतो आणि सत्तेच्या घातकी मोहापासून दूर राहाता येतं. सरकारी विभागात काम करणं म्हणजे सतत भ्रष्टाचार आणि अन्याय हे पाहाणं. माणसाला काय-काय भोगावं लागतं, हे मी तिथं अनुभवलं.

***

हेरातहून परतल्यानंतर मी एक महिना घरी राहाण्याचं ठरवलं होतं. मला आजवर घालवलेल्या वर्षांचा शांतपणे आढावा घ्यायचा होता. माझा भाऊ आता त्याचं शिक्षण पूर्ण करून घरी परत आला होता. माझ्या जागी मशिदीत काम करण्याचं त्यानं मान्य केलं होतं. पण प्रत्यक्षात मी मशिदीत जायच्या अगोदरच मुल्ला उमर यांनी मला नेण्यासाठी गाडी पाठवली होती.

मुल्ला उमर यांचं पद आता बदललं होतं. त्यांना आता अमीर उल मुम्मीनीन असं संबोधण्यात येत होतं. आम्ही त्यांच्या ऑफिसमध्ये बसून बोलू लागलो. त्यांनी अगोदर माझी प्रकृती आणि घरच्या माणसांची ख्यालीखुशाली याबद्दल चौकशी केली. "एखादा महिना सुट्टी घेणं चांगलं आहे. अशी विश्रांती घ्यायला हवी. पण आता तू तुझ्या कामावर परतायला हवं."

काबूल आता तालिबाननं जिंकून घेतलं होतं. आणि अमीर उल मुम्मीनीन झालेल्या मुल्ला उमर यांची अशी इच्छा होती की, मी राष्ट्रीय संरक्षण मंत्रालयाची प्रशासकीय जबाबदारी स्वीकारावी. त्यांनी असं सांगून नेमणुकीचं पत्रदेखील तयार केलं. मला खरं तर आता कोणत्याही सरकारी विभागात काम करायचं नव्हतं, पण मी त्यांचं म्हणणं टाळूच शकत नव्हतो. मी संगीसरला असताना कोणत्याही परिस्थितीत त्यांची साथ देईन, असं वचन दिलं होतं. आता त्यांना जर माझी काबूलमध्ये गरज असेल तर मी जाणं भागच होतं.

मी माझं सामान गोळा केलं आणि घरच्यांचा निरोप घेऊन काबूलकडे निघालो.

मी हेरातला असतानाच तालिबाननं काबूल जिंकलं होतं. मी काबूलला पोहोचलो त्याच्या अगोदरच मुल्ला मोहम्मद रब्बानी आणि अब्दुल रझाक यांनी शहर सुरक्षित केलं होतं. हिज्ब-ए-इस्लामीचा कमांडर गुलबुद्दीन हिकमतयार आणि अहमदशाह मसूद यांच्यात चाललेली लढाई त्यांनी संपवली होती. तालिबानमधल्या माझ्या इतर साथीदारांप्रमाणेच मी आयुष्यात प्रथमच काबूलला गेलो होतो.

तालिबाननं आता सगळीकडे शरियाचा अंमल सुरू केला होता. स्त्रिया आता सरकारी कचेऱ्यांमध्ये काम करत नव्हत्या. संपूर्ण शहरात आता पुरुषांनी दाढी वाढवायला सुरुवात केली होती. काबूलमधलं जीवन आता पूर्ववत झालं होतं. सुरक्षितता वाढत चालल्यानं लोक पूर्वीप्रमाणे बाजारात हिंडू-फिरू लागले होते. शहराच्या काही भागात अधूनमधून संचारबंदी लावावी लागत असली तरी परिस्थिती तशी चांगलीच सुधारली होती. शहरात झालेल्या लढाईचा परिणाम सगळ्या शहरावर झाला होता. पण प्रत्यक्ष नुकसानीपेक्षाही जास्त गंभीर हानी मन:स्वास्थ्याची झाली होती. घडलेल्या गोष्टींचे विपरित परिणाम लोकांच्या मनावर झाले होते. मागच्या प्रशासनाचं जवळपास काहीच शिल्लक उरलेलं नव्हतं. बहुतेक सरकारी विभागांची पूर्ण लूट झाली होती आणि त्यांच्यात संपूर्ण अंदाधुंदी होती. शहरात जागोजागी विध्वंस झाला असल्यानं कितीतरी मंत्रालयांच्या इमारती केवळ ढिगाऱ्यांच्या स्वरूपात होत्या.

सुदैवानं संरक्षण मंत्रालयाच्या इमारतीची फारशी हानी झालेली नव्हती. पण मी तिथं माझं काम सांभाळण्यासाठी गेलो तेव्हा तिथल्या कोणालाच आपल्या मंत्रालयाचा खर्च किती आणि त्यासाठी नेमकी किती तरतूद अंदाजपत्रकात आहे, याची कल्पना नव्हती. बहुसंख्य ऑफिसात कोणीच नव्हतं. या विभागांमधल्या अधिकाऱ्यांचे नॉर्दन अलायन्सशी संबंध होते. हे लोक काबूलमधून पळून गेले होते. उरलेल्या लोकांना मंत्रालयाचं कामकाज पुन्हा सुरू झालं आहे, याचीच कल्पना नव्हती. त्यामुळे बरेचसे कर्मचारी कामावर येतच नसत.

अशा विलक्षण गोंधळाच्या परिस्थितीत मला काम सुरू करणं, हे फारच अवघड जात होतं. एकतर मी या शहरात नवा होतो आणि अद्याप मीच काबूलमध्ये स्थिरस्थावर झालो नव्हतो. मंत्रालयामधल्या अधिकाऱ्यांमध्ये कमालीचे हेवेदावे होते. त्यांच्यामधून वाट काढत जाणं, हे भूसुरुंग पेरलेल्या रणभूमीतून वाट काढण्यापेक्षाही अवघड होतं. पण मी त्या परिस्थितीतही कामाला लागलो.

मी माझ्या कामात नवीन असलो, तरी मला बढती मिळाली. मला संरक्षण उपमंत्री (प्रशासन) हे पद देण्यात आलं. या पदामुळे माझ्यावर मंत्रालयाच्या सर्व कामकाजाची प्रशासकीय आणि आर्थिक जबाबदारी आली. या पदावर काम करत असताना कित्येकदा मी प्रभारी संरक्षणमंत्रीदेखील होतो.

एकदा काबूल प्रांतातल्या मीर बचाकोट या जिल्ह्यामध्ये संरक्षणमंत्री मुल्ला ओबेदुल्ला गंभीर जखमी झाले. त्यांना उपचारासाठी पाकिस्तानात जावं लागलं. त्या वेळी सलग नऊ महिने मी संरक्षणमंत्री होतो. मी संरक्षणमंत्री असताना मुल्ला फझल अखुंड[९] हे लष्कराचे प्रमुख नेते आणि त्यांच्यासह लष्कराची जबाबदारी त्यांचे दोन साहाय्यक मुल्ला खान मोहम्मद अखुंड[१०] आणि मुल्ला मोहम्मद नईम अखुंड[११] हे सांभाळत असत.

आम्ही आमच्या मंत्रालयासाठी दोन अंदाजपत्रकं बनवली होती. आमचं वार्षिक अंदाजपत्रक असायचं. या अंदाजपत्रकातील खर्चासाठी लागणार अफगाणिस्तानच्या मध्यवर्ती बँकेकडून येत असे. त्यातून पगार देणं, प्रशासनाला लागणारा खर्च करणं आणि कधीकधी इतर मंत्रालयांना लागणारा निधी तात्पुरत्या स्वरूपात देणं, अशी कामं केली जात. आमचं दुसरं अंदाजपत्रक हे पहिल्यापेक्षा पूर्ण वेगळं होतं. प्रत्यक्ष आघाडीवर लढणाऱ्या फौजा किंवा इतर ठिकाणच्या फौजांना लागणाऱ्या दैनंदिन गरजेच्या वस्तू, हालचालीसाठी लागणारी साधनसामग्री, इंधन आणि विविध डिव्हिजन्सला लागणाऱ्या इतर कोणत्याही गरजा या सगळ्यांवरचा खर्च या अंदाजपत्रकातून होत असे. यासाठीचा निधी जवळ-जवळ रोख स्वरूपात कंदाहारमधून आमच्याकडे येत असे. अशा प्रकारे प्रत्यक्ष लढणाऱ्या सैन्याला निधी पुरवण्याच्या कामाचं एक उदाहरण मी देतो. कुंदुझ भागात काही तालिबान दलं अडकली होती. त्यांना लागणारं इंधन आणि इतर सर्व रसद विमानांमधून पाठवली जायची. काबूलजवळच्या तगाब, नेजराबपासून ते लाघमान येथपर्यंत लढणाऱ्या फौजांना आणि बाम्यानजवळ असणाऱ्या जलरेज इथल्या आमच्या आघाडीवरच्या दलांना रसद वाहनांमधून रस्ता मार्गानं पाठवली जायची.

१९९८च्या सप्टेंबर महिन्याच्या मध्यापर्यंत बाम्यान भाग तालिबाननं जिंकून

---

९. मुल्ला फझा अखुंड हा काकड जमातीचा असून तो मूळचा उरुझगान प्रांतातील आहे. तो जिहादच्या काळात मुजाहिद म्हणून लढला होता. तालिबान राजवटीत तो आर्मी कॉर्प्सचा प्रमुख होता. तो २००१मध्ये १०,००० तालिबान फौजेसह जनरल दोस्तम याला शरण आला. तेव्हापासून तो अद्याप अमेरिकेच्या ग्वान्टानामो तुरुंगात आहे.

१०. अलीझाई जमातीचा मुल्ला खान मोहम्मद अखुंड हा मूळचा बाघराणचा होता. तो जिहादच्या काळात बाघराण भागात मुजाहिद म्हणून लढला होता. तो २०००मध्ये शेकरदरा जिल्ह्यात मारला गेला.

११. मुल्ला मोहम्मद नईम अखुंड हा मूळचा उरुझगानचा होता. तो बाघराण भागातला मुल्ला गुलाम रसूल याचा मित्र होता. तालिबानचा निर्णायक पराभव झाला, त्या तखार येथील अखेरच्या लढाईत तो मारला गेला.

घेईपर्यंत फौजांसाठी दर आठवड्याचं अंदाजपत्रक ३००,००० अमेरिकन डॉलर एवढं होतं. पण बऱ्याच वेळा आमच्याकडे प्रत्यक्ष येणारा निधी कमी असायचा. पण आम्हाला जे मिळेल त्यातच भागवून घ्यायला लागे.

रक्कम काढण्याची किंवा ती दुसरीकडे पाठवण्याची पद्धत ठरलेली होती. यासाठीच्या परवानगीवर संरक्षणमंत्री (किंवा प्रभारी संरक्षणमंत्री) आणि उपमंत्री यांच्या सह्या आवश्यक असत. प्रत्यक्ष निधी कोणाच्या हातात पडतो, हे समजावं आणि मंत्रालयाच्या आर्थिक कारभारात पूर्ण पारदर्शकता असावी, या हेतूनं आम्ही ही पद्धत तयार केली होती.

***

आम्ही कामकाज नीट चालू शकेल, अशी पद्धत तयार केली असली तरी आमच्या मंत्रालयापुढे बऱ्याच अडचणी होत्या. आपल्याला पुरवठा नीट होत नाही किंवा पुरेसा होत नाही, अशी लष्कराची सतत तक्रार असायची. माझ्या संरक्षण मंत्रालयातील कामकाजात एक प्रसंग चांगलाच माझी परीक्षा बघणारा होता. हा प्रसंग जनरल मलीकनं[१२] तालिबानला भुलवून विश्वासघात केल्याचा होता. त्याचं असं झालं की, आपला बळकट बालेकिल्ला असणाऱ्या उत्तरेतल्या मजार-ए-शरीफ भागात येण्यासाठी जनरल मलीकनं तालिबानला आमंत्रण दिलं. तो हा भाग तालिबानच्या हाती सोपवणार होता. तालिबाननं मोठी फौज तिकडे रवाना केली. जेव्हा तालिबान फौज सलांग[१३] बोगदा ओलांडून पलीकडच्या पूल-ए-खुमरी या ठिकाणी पोहोचली तेव्हा अब्दुल बशीर सलंगीनं विश्वासघात केला

---

१२. जनरल मलीक हा उत्तरेला दोस्तमच्या खालोखाल दुसऱ्या क्रमांकाचा कमांडर होता. त्याचा भाऊ १९९६मध्ये मारला गेल्यानंतर त्यालाही आपल्या जीवाची भीती वाटू लागली. म्हणून त्यानं तालिबानशी वाटाघाटी करून एक तह केला. त्यानुसार तो उत्तर भाग त्यांच्या ताब्यात देणार होता. पण त्यानं शब्द फिरवून तालिबानवर हल्ला चढवला. ॲम्नेस्टी इंटरनॅशनल या संस्थेच्या अहवालात २,००० तालिबान ठार झाल्याचं नमूद केलेलं आहे. मे, १९९७पासून काही काळ उत्तरेत निर्विवाद सत्ता गाजवल्यानंतर नोव्हेंबर महिन्यात तो देश सोडून पळून गेल्याची बातमी आली होती.

१३. सलांग खिंडीच्याजवळ सोव्हिएत अभियंत्यांनी लांब बोगदा तयार केला. तो १९६४मध्ये वापरासाठी खुला करण्यात आला. ११,००० फूट उंचीवर असणारा हा बोगदा २.७ किलोमीटर लांबीचा आहे. त्या काळात हे एक मोठं आश्चर्य मानलं जाई. १९८०-९०च्या दशकात सोव्हिएत फौजांवर या ठिकाणी अनेकदा भीषण हल्ले झाले होते.

आणि त्यानं गुलबहार आणि जबल-अस्-सिराज या ठिकाणी हल्ला चढवला. ही घटना १९९७च्या उन्हाळ्यातली आहे. या हल्ल्याच्या वेळी फौजेचा काही भाग तर सलांगमध्येच माऱ्यात सापडला.

महामार्ग अडवलेला असल्यानं सुमारे ६,००० तालिबान अडकून पडले होते. त्यांना शत्रूनं खेंजान आणि पूल-ए-खुमरी यांच्या दरम्यान पुरतं घेरलं होतं. एका बाजूला मसूदची फौज होती, तर दुसऱ्या बाजूला जनरल मलीक आणि सय्यद मन्सूर नादीरी हे होते. अखेरची गोळी संपेपर्यंत तालिबान फौज लढली. आता जवळ खायलाही काही न उरल्यानं त्यांना बाघलाण भागाकडे माघार घ्यावी लागली.

तालिबान फौजेला आता बशीर बाघलाणी[१४] याच्या आश्रयाला जावं लागलं. स्थानिक जनता आणि एकेकाळी मुजाहिद्दीन कमांडर असणाऱ्या अर्बाब हाशीमखान व अरीफखान यांच्या मदतीनं तालिबान फौजेला कुंदुझकडे जाण्यासाठी छोटी वाट उघडण्यात यश मिळालं. तिथं पोहोचल्यावर पुन्हा तालिबाननं उत्तरेत कुमक पाठवेपर्यंत दीर्घकाळ ही फौज तिथं पाय रोवून बसली होती.

कुंदुझ इथं रसद पाठवण्यासाठी आम्ही मुख्यत: हवाई वाहतुकीचा वापर करत असू. कुंदुझ एक छोटी धावपट्टी होती. आमची विमानं यार्गनाकमधून उडून कुंदुझला उतरत. या धावपट्टीवर सतत हल्ले होत असत. विमान धावपट्टीजवळ आलं की, त्याच्यावर आर.पी.जी. आणि क्षेपणास्त्राचा मारा सुरू व्हायचा. बहुतेक वैमानिकांची विमानं पाडली जायची किंवा त्यांना कसंतरी, कुठंतरी विमान उतरवावं लागायचं. परिस्थिती इतकी बिघडली की, वैमानिकांनी तिथं विमान उतरवायला साफ नकार दिला. कित्येकदा रसद घेऊन जाणारी विमानं तिथं न पोहोचताच काबूलला परतत असत. आम्ही मग कुंदुझला विमान उतरवल्यास वैमानिकाला पाच लाख अफगाणी एवढं बक्षीस जाहीर केलं. आता कितीही कठीण परिस्थिती झाली तरी वैमानिक तिथं उतरू लागले. विमानांमधून होणारा रसद पुरवठा हाच तिथल्या फौजेला जगवत ठेवत होता. रसद पुरवताना तिथं जखमी असलेल्यांना, तसेच मृतांना तिथून विमानातून बाहेर आणलं जाई. कुंदुझला जमिनीमार्गे रसद पुरवण्याचा दुसरा मार्ग होता. पण त्यासाठी शत्रूकडच्या कमांडरना, विशेषत: मसूद आणि मलीकच्या लोकांना लाच चारावी लागायची. तरच ते अन्नपाणी, इंधन आणि इतर वस्तूंचे ट्रक

---

१४. बशीर बाघलाणी हा हिज्ब-ए-इस्लामीचा सक्रिय कमांडर होता. कंदाहार जेलमध्ये काही वर्षं घालवल्यानंतर त्याने तालिबानी कमांडर म्हणून काम पाहिलं. करझाई सरकारच्या काळात, त्याने बदघीस आणि फराह या प्रांताचा गव्हर्नर म्हणून काम केलं. एप्रिल, २००७मध्ये त्याचा हृदयविकाराने मृत्यू झाला.

जाऊ देत. अशाच प्रकारे तखर आणि मजार-ए-शरीफमधल्या कमांडरना लाच देऊन रसद पुरवणं शक्य होतं. कुंदुझला पाठवण्यात येणारी सर्वांत महत्त्वाची वस्तू म्हणजे इंधन. ते पाठवणं सर्वांत गरजेचं असायचं. उत्तरेमधले तालिबान कमांडर कमी दर्जाच्या इतर कमांडरांकडून दारूगोळा मिळवत. तिथं दिवसा तालिबान विरुद्ध लढणारे छोटे-मोठे कमांडर रात्रीच्या वेळी आपल्या तळांवरून गुपचूप बाहेर पडून आम्हाला दारूगोळा विकत. तिथं अशा प्रकारे गोळ्या आणि तोफगोळे वगैरे विकत घेणं खूपच स्वस्त पडायचं. शिवाय या मार्गानं नियमित आणि खातरीशीरपणे दारूगोळा मिळवण्यात तालिबानला कधीच अडचण येत नसे.

प्रत्यक्षात कुंदुझमध्ये तालिबान यशस्वी होण्यामागे मुल्ला दादुल्ला अखुंड यांचं नेतृत्व कारणीभूत होतं. ते तिथले सर्वांत महत्त्वाचे कमांडर होते. त्या वेळची परिस्थिती ज्यांना जवळून माहीत आहे ते एकमतानं सांगतील की, मुल्ला दादुल्ला तिथं नसते तर ६,००० तालिबान नक्कीच मृत्यूच्या दाढेत लोटले गेले असते. केवळ त्यांच्यामुळे मजार-ए-शरीफ सारखी घटना टळली. मुल्ला दादुल्ला कायम प्रत्येक लष्करी मोहिमेत पहिल्या रांगेत राहून नेतृत्व करत असत. शत्रूवर चाल करून जाणारा तो पहिला तालिबान योद्धा असायचा. त्यांचं नेतृत्व एवढं जबरदस्त होतं की, कोणी कामचुकारपणे काम करेल किंवा दिलेली जबाबदारी नीट पार पाडली नाही, असं व्हायचंच नाही. मुल्ला दादुल्लांची शिस्तच अशी होती की, कोणी तसं धाडसच करत नसे. मुल्ला दादुल्ला त्यांच्या माणसांना सांगत, ''तुम्ही मर्दासारखे मेलात तरी हरकत नाही. पण स्वत:ला शत्रूच्या हाती पडू देऊ नका! मजारमध्ये जसं झालं तसं होता कामा नये. स्वत:च्या मर्दपणावर आणि मनात असलेल्या धेय्याच्या निष्ठेवर विश्वास ठेवा. त्यामुळे तुम्ही यशस्वी व्हाल. जर तुम्ही लढायला आला आहात तर लढा. तुम्ही मग माघार घेता कामा नये. जर तुमच्यापैकी कोणी पळून आला तर मी स्वत: त्याला गोळी घालीन.''

मुल्ला दादुल्ला हे जे सांगत ते खरं करून दाखवत हे सर्वांनाच ठाऊक होतं. एकदा त्यांनी पळून माघारी येणाऱ्या एका तालिबच्या पायात गोळी घातली होती. तेव्हापासून कोणी थेट तशी आज्ञा असल्याशिवाय माघार घेत नसे. मुल्ला दादुल्ला हे तरुण आणि अतिशय धाडसी होते. या माणसाला भीती माहीतच नव्हती. कदाचित मुल्ला दादुल्लांसारखे अनेक जण होते. पण केवळ या एका माणसामुळे उत्तर अफगाणिस्तानात मसूदला पामीर पर्वताबाहेर डोकं वर काढता आलं नाही.

***

चळवळीच्या प्रारंभी आम्ही लष्करी मोहिमा मोठ्या प्रमाणात करत होतो हे खरं. पण

त्याचबरोबर इतर कमांडरांशी चर्चा व वाटाघाटी करून शक्यतो संघर्ष टाळणं हा आमच्या व्यूहरचनेचा एक महत्त्वाचा भाग होता. या दोन्ही प्रकारे आमच्या ताब्यामधल्या प्रदेशाची व्याप्ती वाढवणं हे २००१मध्ये आमचा पाडाव होईपर्यंत चालू होतं. मसूदच्या गटाशी शांततेची बोलणी करण्यासाठी जाणाऱ्या गटात माझा दोन वेळा समावेश होता. एकदा तर तो आणि मी समोरासमोर बसून थेट वाटाघाटी केल्या होत्या.

पहिल्या वाटाघाटींच्या वेळी मसूदनं अमील उल मुम्मीनीन म्हणजे मुल्ला उमर यांना फोन करून वाटाघाटी करून आपले वाद मिटवता येतात का ते पाहावं, असं सांगितलं होतं. त्यांचं फोनवरचं बोलणं त्रोटक स्वरूपाचं होतं, पण दोघांनी आपल्या लोकांची भेट झाली पाहिजे, असं मान्य केलं. मसूदशी सविस्तर चर्चा करण्यासाठी मी जावं असं फोनवर बोलतानाच त्यांनी ठरवलं होतं. माझे मित्र आणि कुटुंबीय मी तिकडे जाण्याच्या विरोधात होते. पण तरीही मी जायचं ठरवलं. त्याप्रमाणे मी अगोदर बेग्रामला आणि मग तिथून सर्क-ए-नौ नावाच्या भागाकडे गेलो. या भागात साम्यवादी सरकारच्या काळात नवीन रस्ता बांधण्यात आला होता.

सर्क-ए-नौ हा भाग मसूदच्या ताब्यात होता. अनेक जणांनी मला यापेक्षा वेगळ्या जागी अथवा एखाद्या तटस्थ ठिकाणी भेट ठरवावी, असा सल्ला दिला होता. पण अशा प्रकारे जागा बदलणं शक्य नव्हतं. मसूदनं त्याला साफ नकार दिला होता. अशा ठिकाणी तालिबान आपल्याला पकडायचा किंवा ठार करायचा प्रयत्न करेल, अशी भीती त्याला वाटत होती. मी फोनवर त्याच्याशी बोललो, "मी पंजशीरला यायला तयार आहे आणि इन्शाल्ला (देवाची इच्छा असेल तर) आपल्या शांततेसाठीच्या वाटाघाटी यशस्वी होतील," असं मी त्याला सांगितलं.

बेग्रामजवळ एका ठिकाणी झालेल्या आमच्या वाटाघाटी चार तास चालू होत्या. त्यातला बराचसा वेळ मसूदच्या प्रश्नांना उत्तरं देण्यात गेला होता. त्याला भेटण्यासाठी मी मध्यरात्री काबूलहून निघालो होतो. मी माझ्याबरोबर अगदी थोडे सुरक्षा रक्षक घेतले होते. मसूद आणि त्याची माणसं रस्त्याच्या पलीकडे आमची वाट पाहात बसली होती. आम्ही आमचे पटु[१५] रस्त्यावर पसरले. आम्ही भर रस्त्यात मध्यभागी एका झाडाखाली बसलो होतो आणि त्या वेळी चांदण्यांच्या प्रकाशाखेरीज कसलाही प्रकाश नव्हता.

मसूदनं शांतता प्रक्रियेसाठी काही योजना तयार करून आणल्या होत्या. त्यानं कनिष्ठ पातळीवर लष्करात त्याच्या माणसांना सामावून घ्यायची योजना पुढे

---

१५. 'पटु' म्हणजे अंगाभोवती लपेटून घ्यायची लोकरीची चादर किंवा घोंगडी. हा पारंपरिक अफगाण पोशाखाचा भाग आहे.

मांडली. मसूदला भेटायला जायच्या अगोदर मी आणि मुल्ला उमर यांनी याच मुद्द्याची चर्चा केली होती. मुल्ला उमर यांना याबद्दल चिंता वाटत होती. मसूदला राजकीय अथवा नागरी क्षेत्रात जागा द्यायला त्यांना हरकत वाटत नव्हती. पण लष्करात अशी सत्तेची भागीदारी करणं त्यांना फार धोक्याचं वाटत होतं. मसूदशी समझोता करताना समस्या सुटण्याऐवजी लष्करातील सहभागामुळे त्या आणखीनच वाढण्याची शक्यता होती. पण चर्चेतून मसूद मात्र अशा प्रकारे लष्करात वाटा मागण्याचा सतत उच्चार करत होता. त्याला तो मुद्दा सर्वांत महत्त्वाचा वाटत होता. तो नेहमी या मुद्द्याबद्दल युक्तिवाद करत असे, "जिहादमध्ये आम्हीही लढलो होतोच की,! मग आम्हाला सरकारमध्ये समप्रमाणात वाटा का नको?" पण यावर मुल्ला उमर म्हणत, "हे बघा, तुम्ही लोकही मुजाहिद्दीन आहात. आम्हाला तुमच्याबद्दल आदर आहे. पण लष्करी दृष्टिकोनातून विचार करायला हवा. लष्करात सत्तेची एकच सलग उतरंड असणं आवश्यक आहे."

मी त्या रात्री मसूदला भेटायला जाण्याचं मुख्य कारण म्हणजे कैद्यांच्या अदलाबदलीची चर्चा करणं हे होतं. पण मसूदनं मात्र सर्वच विषयांवर एकदम समझोता करण्यावर भर दिला होता. कैद्यांची अदलाबदल हा मुद्दा सर्व समावेशक तडजोडीचा भाग असेल याबद्दल तो अडून बसला. अर्थात त्यामुळे काहीही निष्पन्न न होता चर्चा संपली. केवळ भविष्यकाळात अशा प्रकारे बोलणी करायला हवीत हे मात्र आम्ही दोघांनी मान्य केलं. मी मसूदचा निरोप घेताना त्याला माझ्या वैयक्तिक भावनाही सांगितल्या. त्यानं जिहादमध्ये घेतलेल्या सहभागाबद्दल एक मुजाहिद म्हणून मलादेखील त्याच्याबद्दल आदर वाटतो, असं मी त्याला म्हणालो.

"आपण सर्वांनीच आपापल्या ताकदीनुसार आपल्या धर्मानंच सांगितलेल्या कर्तव्यासाठी जिहादमध्ये सहभाग घेतला होता. आपण सगळ्यांनीच त्याग केलेला आहे. पण एक मुजाहिद म्हणून मी सांगतो की, आता मुद्दा एकत्र येण्याचा आहे. आपण असं एकत्र येताना कोण नेतृत्व करणार, उत्तर की दक्षिण असे प्रश्न उभे करता कामा नयेत. एकत्र येताना आपण देशाचं हित हेच मध्यवर्ती मानणं, असा त्याचा अर्थ आहे. आपण सर्वांनीच देशाची गरज ही सर्वांत प्राधान्याची मानायला हवी. अन्यथा उत्तम चारित्र्य आणि सचोटी यांसाठी नाव मिळवलेल्या मुजाहिद्दीनांचं नाव बद्दु होईल. मुळात आपली खूपच हानी झाली आहे."

यानंतर कित्येक महिने उलटल्यानंतर पुन्हा मी आणि मसूदचे प्रतिनिधी यांच्यात बोलणी झाली. या खेपेस संबंध जास्तच खराब झाले असल्यानं मसूद स्वत: यायला तयार नव्हता. मुल्ला उमरसाहेबांनी पुन्हा एकदा आमच्या शिष्टमंडळाचं नेतृत्व करण्याची जबाबदारी माझ्यावरच सोपवली होती. मी माझ्यासोबत मौलवी

आगा[१६] मोहम्मद आणि मौलवी अब्दुल हाई[१७] यांना घ्यायचं ठरवलं.

तालिबान आणि मसूद यांच्या दरम्यान सुरू असलेल्या लढाईच्या आघाडीवर दोन्ही फौजांच्या मधल्या भागात आमच्या वाटाघाटी पार पडल्या. मसूदनं वाटाघाटींसाठी मौलवी अताउल्ला[१८] आणि आणखी कोणाला तरी पाठवलं होतं. मला आता त्या माणसाचं नाव आठवत नाही. आमची चर्चा सकारात्मक वातावरणात सुरू झाली. पण चर्चेत या खेपेस एक नवीनच मुद्दा पुढे आला होता. मसूदला आता उलेमांची एक संयुक्त परिषद निर्माण करायची होती. तशी योजनाच घेऊन ते आले होते. परिषदेत योग्य ते संतुलन राहावं म्हणून प्रत्येक बाजूकडून ५० उलेमा असतील अशी त्यांची योजना होती. मसूदला अशी भीती वाटत होती की, हबीबुल्ला कलाकनी[१९] आणि नादीरखान यांच्याबाबतीत जे काही घडलं त्या इतिहासाची पुनरावृत्ती होईल. त्यामुळे मसूदला कोणत्याही परिस्थितीत सत्तेत वाटा हवा होता. मी वारंवार मसूदच्या लोकांना असं काही होणार नाही, याची खातरी देत होतो.

आमचं म्हणणं अगदी सरळ साधं होतं. मसूदला उलेमांची परिषद हवी होती. पण आमच्या मते उलेमांचं काम धार्मिक विषयांची चर्चा करणं, शरियाबद्दल मत देणं हे आहे. मसूदच्या लोकांना मी हे स्पष्टपणानं सांगितलं. उलेमांनी आमच्या इस्लामी राज्यव्यवस्थेत काही त्रुटी असतील तर त्या कशा दूर करता येतील यावर विचार करावा. त्यांनी फक्त आमचं काम शरियानुसार आहे की नाही, यावर मार्गदर्शन करावं, कारण या विषयात त्यांना कळतं, असं आमचं म्हणणं होतं. मसूद ज्या उलेमा परिषदेबद्दल आणि लष्करात भागीदारी करण्याबद्दल बोलत होता त्याचा

---

१६. मौलवी आगा मोहम्मद हा मूळचा कुंदुझचा होता. तालिबान राजवटीत तो संरक्षण मंत्रालयाचा प्रमुख होता. त्या वेळी तो वयानं खूप लहान होता.

१७. मौलवी अब्दुल हाई हा कंदाहार प्रांतामधल्या शोराबकचा होता. तो जिहादच्या काळातला मुजाहिद होता. २००६मध्ये तो मरण पावला.

१८. मौलवी अताउल्ला हा बहुधा पंजशीर प्रांतातला असावा. तो इस्लामी विद्वान असून २००१मध्ये काबूलचा पाडाव झाल्यानंतर काही काळ माहिती आणि संस्कृती खात्याचा मंत्री होता. तो अद्याप जिवंत आहे.

१९. हबीबुल्ला कलाकनी (१८९०-१९२९) उर्फ हबीबुल्ला गाझी हा काही महिने अफगाणिस्तानचा राजा (अमीर) होता. त्यानं गिलझाई टोळ्यांच्या मदतीनं अमानुल्लाखान याला पदच्युत करून सत्ता मिळवली होती. पण लष्करप्रमुख असणाऱ्या मोहम्मद नादीरखान यानं विश्वासघात करून हबीबुल्लाला ठार करून सत्ता मिळवली. या नादीरखानला नादीर-ए-कादर (विश्वासघातकी) म्हणतात. याचा मुलगा झहीरशाह हा दीर्घकाळ राजा होता.

अर्थ याचा शरिया किंवा इस्लामशी काहीही संबंध नसून हे सगळं राजकारण होतं, हे उघड दिसत होतं.

अशा प्रकारे लष्करी बाबतीत सत्ताविभागणी करणं योग्य होणार नाही हे मी पुन्हा एकदा मसूदच्या प्रतिनिधींना पटवून देण्याचा प्रयत्न केला. "लष्करी सत्तेची विभागणी करण्यानं आणखी संघर्ष होईल आणि जास्त रक्तपात होईल. मुल्लासाहेब याला मान्यता देणार नाहीत."

मसूदच्या लोकांनी पुन्हा एकदा कैद्यांची अदलाबदल आणि त्यांची राजकीय आकांक्षा यांची सांगड घातली. मी पुन्हापुन्हा चर्चा या विषयावर आणि कैद्यांना दिल्या जाणाऱ्या वागणुकीच्या संदर्भात चालावी म्हणून प्रयत्न करत होतो. पण त्यांना या विषयावर बोलण्यात फारच थोडा रस होता. राजकीय विषयावर होणारा समझोता आणि कैद्यांची अदलाबदल यांचा गुंता करणं हे अयोग्य आणि क्रूरपणाचं ठरेल, हे माझं मत मी त्यांना सांगितलं. पण तरीही ते काही ऐकून घ्यायला तयार नव्हते.

या दुसऱ्या खेपेच्या भेटीत मी आणि मसूदचे प्रतिनिधी यांच्यात चर्चेच्या दोन फेऱ्या झाल्या. चरीकरच्या मुख्य इमामानं या दुसऱ्या फेरीत भाग घेतला. हा सहभाग एक मध्यस्थ म्हणून होता. पण पुन्हा एकदा या चर्चेमधून काहीच निष्पन्न झालं नाही. भविष्यकाळात वाटाघाटी करण्यात एवढीच काय ती ठरलेली चांगली गोष्ट म्हणावी लागेल.

आमची बोलणी असफल झाली असली तरी एक गोष्ट माझ्या लक्षात आल्यानं मी चकित झालो होतो. लढण्यानं काहीही साध्य होणार नाही आणि समस्या सोडवण्याचा तो योग्य मार्ग नाही, असं दोन्ही बाजूंना वाटत होतं. ही गोष्ट महत्त्वाची होती. अंतर्गत कलह आणि यादवी युद्धामुळे अफगाणिस्तानच्या शत्रूंचाच फायदा होत होता. या कलहामुळे आम्ही आमच्या देशासमोर असणाऱ्या समस्या सोडवू शकत नव्हतो. अफगाण लोकांना आता संघर्ष, रक्तपात आणि लढाई यांचा कंटाळा आला आहे. त्यांना आता शांतता हवी आहे, हे आम्हाला सगळ्यांनाच कळत होतं. पण असं असूनही अंतर्गत संघर्ष सुरूच राहिला. दोन्ही बाजूंकडून मदत करणाऱ्या परदेशी शक्ती होत्या. हे लोकच दोन्ही बाजूंना चिथावत आणि संघर्ष आणखी भडकावा म्हणून प्रयत्न करत. पण यापेक्षाही संघर्ष सुरू राहाण्याचं मुख्य कारण त्यात भाग घेणारे महत्त्वाचे लोक, हे होतं.

मी संरक्षण मंत्रालयात दीड वर्ष काम केलं होतं. पण हे काम करून मी थकलो होतो. मला या कामात ज्या प्रकरणांत रस घ्यावा लागला आणि त्यावर निर्णय घ्यायची जबाबदारी उचलावी लागली, त्यामुळे खूपच अस्वस्थ झालो होतो. मला आमच्या मंत्रालयातल्या सगळ्या जुन्या फायली बघून त्यामधून जुने साम्यवादी लोक

शोधून काढायचे होते. साम्यवादी राजवटीच्या काळात अफगाण नागरिकांना मारल्याबद्दल बऱ्याच जणांना पदकं किंवा बक्षीसं मिळाली होती. मला अशा लोकांना शोधायचं होतं. हे काम मला त्रासदायक ठरलं होतं. याखेरीज आणखी एका गोष्टीची चौकशी केली जात होती. शामली[20] भागात घडलेल्या प्रकाराची चौकशी करण्याचं काम अवघड होतं. हे प्रकरण धसास लावणं ही सोपी गोष्ट नव्हती. याचा परिणाम माझ्यावर होणं अटळ होतं. या सगळ्यानंतर मी माझ्यावर असलेली सगळी जबाबदारीची कामं पूर्ण केली आणि माझ्या पदाचा भार दुसऱ्यांवर सोपवून राजीनामा देऊन मी घरी निघून आलो.

---

२०. सप्टेंबर, १९९७ या दरम्यान तालिबान आणि मसूदच्या फौजांदरम्यान संघर्ष विकोपाला गेला होता. या काळात जवळपास १८०,००० नागरिक विस्थापित झाले. तालिबाननं विहिरी आणि शामाली पठारावरच्या पाणीपुरवठा नाल्यांमध्ये वा कॅनॉलमध्ये विष टाकल्याचं निदर्शनास आलं. या काळात किती नुकसान झालं, याबद्दल मतभेद आहेत. पण त्या वेळी शामाली भागात केलेल्या या प्रकाराबद्दल अगदी थोड्या का होईना, पण काही वरिष्ठ तालिबाननी नाराजी व्यक्त केली होती.

खाण व उद्योग

संरक्षण मंत्रालयामधून राजीनामा देऊन घरी निघून गेल्यानंतर तीन महिने उलटले. मी घरीच होतो. मला त्या वेळी समजलं की, माझा जुना मित्र मतिउल्ला इनाम[१] हा शेरपूर येथे एका सरकारी विभागात काम करत होता. मला त्याच्याबरोबर मिळून काही अभ्यास करायचा असल्यानं मी एक सायकल घेऊन त्याला भेटायला गेलो.

माझ्या जीवनाचा हा काळ अनेक दृष्टीनं खडतर होता. मला फार आर्थिक तंगी जाणवत होती, तरीही मी काबूलच्या मंत्रालयात काम करत होतो त्यापेक्षा मी कितीतरी सुखात होतो. मी आता मुक्त होतो. मला तिथं कोणीही त्रास देत नव्हतं. पण मुळात सरकारमध्ये इतकी वर्षं घालवल्यानंतर पुन्हा साधं जीवन जगणं हे खरोखरच एक आव्हान होतं. मला राजकीय आणि आर्थिक अशा दोन्ही बाबतीत अडचणींचा सामना करावा लागत होता. शिवाय माझी वैयक्तिक सुरक्षा ही वेगळी समस्या होतीच. तरीही मला मनापासून साधं जीवन जगायची तीव्र ओढ होती.

माझे मित्र माझ्या वजीर अकबरखान मशिदीच्या समोर असणाऱ्या घरी मला भेटायला येत असत. कधीकधी ते मला रकमा कर्जाऊ देत. केवळ त्यामुळे आमचं कुटुंब जगू शकत होतं. मी शक्यतो घरीच राहून आपल्या कामात मग्न होतो. मी माझा बराचसा वेळ घरी किंवा मशिदीत अभ्यास करण्यात व्यतीत करत असे.

एकदा मी माझ्या सकाळच्या प्रार्थना संपवून मशिदीतून बाहेर पडत होतो. तेवढ्यात एक तालिब माझ्याजवळ आला. "आज सकाळी नाष्ट्यासाठी मावीनसाहेब तुमच्या घरी येणार आहेत." मावीनसाहेब हे संबोधन आम्ही तालिबानचे क्रमांक

---

१. मुल्ला मतिउल्ला इनाम हा बख्तियार जमातीचा असून मूळचा कंदाहार प्रांतातला होता. तो धार्मिक शिक्षण घेतलेला मुल्ला होता. तो जिहादच्या काळात लढाईत सहभागी झालेला होता.

दोनचे नेते मुल्ला मोहम्मद रब्बानी यांना उद्देशून वापरत असू.

मी घरी गेलो आणि चहा व काही खाद्यपदार्थ तयार करून ठेवले. सूर्योदय होत असतानाच हाजी मुल्ला मोहम्मद रब्बानी 'मावीनसाहेब' माझ्या घरी आले. मावीनसाहेब अतिशय संयमी आणि शांत स्वभावाचे होते. ते फार मृदू बोलत असत. ते बसले आणि त्यांनी माझी व कुटुंबीयांची चौकशी केली. माझी तब्येत आणि काम कसं चाललंय हे त्यांनी प्रेमानं विचारलं. मग त्यांनी मला मी तीन महिन्यांत त्यांना भेटायला का आलो नाही, असं विचारलं.

मी मावीनसाहेबांची क्षमा मागितली. मी अभ्यासात मग्न होतो म्हणून यायला जमलं नाही, असं सांगितलं. शिवाय ते खूप कामात असतात हे मला माहीत असल्यानं मला त्यांचा वेळ वाया घालवावा अशी इच्छा नव्हती, असंही म्हणालो. मावीनसाहेबांनी सांगितलं की, त्यांची आणि मुल्ला मोहम्मद उमरसाहेबांची माझ्याबद्दल चर्चा झाली आहे. त्या चर्चेत मी पुन्हा संरक्षण मंत्रालयातल्या जागेवर परत जायला हवं, असं दोघांनी एकमतानं ठरवलं होतं. हा निर्णय मावीनसाहेबांनी मला सांगितला.

मला मावीनसाहेबांचं म्हणणं धुडकावून लावणं शक्य नव्हतं. मला त्यांच्याबद्दल खूपच आदर होता. तरीदेखील मी संरक्षण मंत्रालयात पुन्हा कामावर जायचा निर्णय घेणं शक्य नव्हतं. त्यांचं बोलणं पूर्ण होईपर्यंत थांबलो. मग मी बराच वेळ गप्प बसून होतो. त्यानंतर मी खूप विचारपूर्वक शब्दांची निवड करून म्हणालो, ‟सन्माननीय हाजी मावीनसाहेब! मला तुमच्याबद्दल फार आदर आहे याची तुम्हाला कल्पना आहेच. पण कामाच्या बाबतीत मला तुम्हाला सत्य सांगणं भाग आहे. मला वाटतं की, सध्या अमीर उल मुम्मीनीन माझ्या कामावर नाराज आहेत. मला त्याचं कारण माहीत नाही आणि मला ते जाणून घेण्याची इच्छाही नाही. पण मी अशा वातावरणात काम करू शकत नाही. मी एखादं पद किंवा पैसा किंवा माझी कारकीर्द घडावी म्हणून काम करत नाही याची तुम्हाला कल्पना आहेच. तेव्हा मला वाटतं की, मीच काय तो निर्णय घेणं योग्य आहे. मी संरक्षण मंत्रालयात काम करत असताना मला अनेक गंभीर अडचणी आल्या होत्या. त्यांच्यावर अजूनही काही उपाययोजना झालेली नाही. मुळात त्यामुळेच तर मी तिथलं काम सोडून दिलं होतं. आता मी थकलो आहे. मला आता माझा अभ्यास पुढे चालू करायचा आहे. मला खरोखरच अशा कोणत्याही गोष्टींमध्ये अडकून पडावं असं वाटत नाही.''

मावीनसाहेबांनी माझं म्हणणं ऐकून घेतल्यावर, मी धीर धरावा असं त्यांनी मला सांगितलं. मला ज्या काही कठीण प्रसंगांना तोंड द्यावं लागलं होतं ते ऐकून त्यांना वाईट वाटत होतं. ‟आपण परत भेटायला हवं,'' असं म्हणून ते जायला निघाले आणि अगदी निघताना म्हणाले, ‟लवकरच भेटू.''

काही दिवस उलटल्यानंतर मावीनसाहेबांनी मला फोन केला. मुल्ला मोहम्मद

उमर यांना भेटण्यासाठी कंदाहारला जायची तयारी करायला त्यांनी मला सांगितलं. मी स्वत: मुल्ला उमर यांच्याशी बोलावं, अशी त्यांची सूचना होती. मला जायचं नव्हतं म्हणून मी बऱ्याच सबबी सांगायचा प्रयत्न केला. पण मावीनसाहेब माझं म्हणणं ऐकून घ्यायला तयार नव्हते. "तू कंदाहारला आपणहून जातोस की मी तुला घेऊन जाऊ?"

दुसऱ्या दिवशी मी आरियानाच्या[२] विमानानं काबूलहून कंदाहारला गेलो. मी कंदाहार विमानतळावर थेट मुल्ला यांना भेटण्यासाठी राज्यपाल निवासाच्या मागच्या बाजूला असणाऱ्या कचेरीत गेलो. मुल्लासाहेब एका खोलीत बसले होते. भोवती त्यांचे अंगरक्षक होते. आम्ही औपचारिकरीत्या एकमेकांची खुशाली विचारली. पण त्यात फार वेळ न दवडता मुल्लासाहेबांनी थेट मुद्द्यालाच हात घातला.

"तू संरक्षण मंत्रालयात तुझ्या जागेवर परत जा."

मी मुल्लासाहेबांना तसं करता येणं शक्य नाही, असं सांगायचा प्रयत्न केला. पण ते माझं बोलणं नीट ऐकून घेत नसावेत किंवा त्याकडे दुर्लक्ष करत असावेत.

"तू मंत्रालयातल्या तुझ्या कामावर परत जाणार आहेस. नाही गेलास तर मी तुला तुरुंगात टाकेन!"

मी यावर उत्तर देण्यापूर्वी क्षणभर विचार केला. मग मी थेट त्यांच्या नजरेला नजर भिडवली आणि मी संरक्षण मंत्रालयातल्या पूर्वीच्या जागी जाणार नाही, हे त्यांना निक्षून सांगितलं. जर त्यांना मला तुरुंगात टाकायचं असेल तर तसं करायला ते मोकळे आहेत, हेदेखील म्हणालो.

मुल्ला उमर माझं बोलणं ऐकून चकित झाले होते. ते माझ्याकडे अतिशय आश्चर्यानं बघत म्हणाले, "ठीक आहे. तुला संरक्षण मंत्रालय नको असेल तर तू एखाद्या नागरी मंत्रालयात पद घे." असं म्हणून त्यांनी माझ्या हातात ४००,००० पाकिस्तानी रुपयांची[३] हुंडी ठेवली. मी खूपच कर्जबाजारी झालो आहे हे त्यांच्या कानावर गेलं होतं. मी कर्जात बुडालो होतो हे खरं. पण मी त्यांची माफी मागितली आणि ती रक्कम त्यांना परत केली. मुल्ला उमर म्हणाले की, मी ताबडतोब परत काबूलला जायचं आहे. तिथं हाजी मावीनसाहेब माझी वाट पाहात होते.

***

---

२. 'आरियाना' ही अफगाणिस्तानची राष्ट्रीय विमान कंपनी आहे. अत्यंत गचाळ सेवा आणि अपुरी देखभाल यामुळे संयुक्त राष्ट्र संघटनेनं या कंपनीवर आंतरराष्ट्रीय प्रवासाची बंदी घातली होती. ती २००२मध्ये उठवण्यात आली.

३. ही रक्कम त्या वेळी खूप मोठी होती. या रकमेतून तेव्हा तीन-चार बेडरूमचं घर विकत घेता येत असे किंवा त्यामधून त्यावेळच्या दोन सर्वांत उत्तम गाड्या मिळू शकत होत्या.

मी काबूलला परतलो खरा, पण मी अजून अस्वस्थ होतो. मला सरकारी विभागात पुन्हा काम करण्याची इच्छा नव्हती. पण तुरुंगात खितपत पडणं हाही नक्कीच चांगला पर्याय नव्हता. मी संगीसरमध्ये असताना कोणतीही परिस्थिती उद्‌भवली तरी मुल्ला उमर यांची साथ न सोडण्याची शपथ घेतली होती. मला ती शपथ विसरून चालणार नव्हतं.

मी कंदाहारहून काबूलला परतल्यावर दोन दिवसांनी माझी खाण व उद्योग मंत्रालयात उपमंत्री म्हणून नेमणूक झाली. अमीर उल मुम्मीनीन यांनी तसा हुकूम जारी केला असल्याची घोषणा रेडिओवरून करण्यात आली. यानंतर माझी मंत्रालयातल्या कर्मचाऱ्यांशी ओळख करून देण्यात आली.

या मंत्रालयाचे प्रमुख म्हणून मौलवी अहमदजानसाहेब होते. ते खाण व उद्योग खात्याचे मंत्री होते, तर वरिष्ठ उपमंत्री पदावर मौलवी मोहम्मद आझम इल्मी[४] हे होते. मी या मंत्रालयात येण्याच्या अगोदरपासून त्यांना ओळखत होतो. ही दोन्ही माणसं चांगली आणि अतिशय धार्मिक वृत्तीची होती.

मला माझ्या नवीन पदावर स्थिरस्थावर व्हायला फारसा वेळ लागला नाही. मला या मंत्रालयात काम करणं आवडत होतं. लवकरच माझ्या मूळच्या खाण व उद्योग खात्याबरोबरच लघुउद्योग खातंदेखील जोडण्यात आलं. या दोन खात्यांच्या एकत्र करण्यानं तयार झालेलं हे मंत्रालय विकासाचं अत्यंत महत्त्वाचं केंद्र बनलं. अफगाणिस्तानच्या पुर्नबांधणीत आणि भविष्यकाळातील विकासात हे मंत्रालय अतिशय महत्त्वाची भूमिका बजावेल अशी अनेकांची कल्पना होती. पण आमचं कार्यक्षेत्र मर्यादित व्हायला अनेक गोष्टी कारणीभूत होत्या. मंत्रालयाच्या प्रांतांमधल्या कचेऱ्यांपैकी अनेक कचेऱ्या त्यांना हवं ते करत होत्या किंवा काही व्यक्ती त्यांचा आपल्या फायद्यासाठी गैरवापर करत होत्या.

प्रांतांमधले सर्वेसर्वा राज्यपाल आणि राजधानीतील विविध खात्यांचे मंत्री व अधिकारी यांच्यात असंख्य वादविवाद चालत. राज्यपाल त्यांच्या-त्यांच्या क्षेत्रातल्या मंत्रालयांच्या कचेऱ्यांवर ताबा मिळवण्याचा सतत प्रयत्न करत. अशा परिस्थितीत काबूलमध्ये सरकारी अधिकारी, मंत्री प्रशासन एक अधिकृत व्यवस्था रुजावी म्हणून झगडत असत. आता देशाचा जवळपास ९० टक्के भाग तालिबानच्या ताब्यात आला असला तरी अजून जागोजागी कोणाच्या हाती सत्ता असावी यावरून अंतर्गत संघर्ष सुरू होते. विविध प्रांतांमधल्या मंत्रालयांच्या विभागीय कार्यालयांमध्ये वादविवाद

---

४. मौलवी मोहम्मद आझम इल्मी हा तोताखेल जमातीचा असून तो मूळचा पाक्तिया प्रांतामधल्या सय्यद करम जिल्ह्यातील होता. तो जिहादच्या काळात फारच लहान वयाचा असल्यानं लढला नव्हता. तो २००६मध्ये सौदी अरेबियात एका अपघातात ठार झाला.

चालत. त्याचप्रमाणे राज्यपालही सत्तेसाठी एकमेकांशी भांडत. इस्लामिक सरकार (तालिबान) २००१मध्ये सत्तेमधून हुसकावून लावलं जाईपर्यंत या समस्यांचं निराकरण झालेलं नव्हतं.

मी काबूलला परत जाऊन मंत्रालयातील माझ्या पदावर रुजू होण्याच्या नंतरचे काही दिवस माझ्यावर नेमकी काय जबाबदारी आहे याची सविस्तर माहिती घेतली. मगच मी कामाला सुरुवात केली. अफगाणिस्तानातले नैसर्गिक संसाधनांचे बहुतेक स्रोत हे देशाच्या उत्तर भागात आहेत. मी रुजू झालो त्या वेळी रासायनिक उद्योग, जलविद्युत प्रकल्प, नैसर्गिक वायू, तेलशुद्धीकरण कारखाने, सिमेंट उद्योग, कोळसा खाणी, संगमरवर आणि मौल्यवान खनिजांच्या खाणी, मिठाच्या खाणी आणि अवजड उद्योग, हे सगळं उत्तर अफगाणिस्तानात होतं. हे सगळे उद्योगधंदे व खाणी निरनिराळे जिहादी कमांडर, आपल्या ताब्यात ठेवून त्यांचा वापर करत असत. सततची लढाई आणि एकूणात दुर्लक्ष यामुळे बरेचसे उद्योग एकतर आजारी होते किंवा बंद पडले होते.

उदाहरणार्थ, मजार-ए-शरीफमधील रासायनिक खताचं उत्पादन करणारा कारखाना फक्त क्षमतेच्या २० टक्के काम करत होता. याच ठिकाणी म्हणजे कुदु बर्क कारखान्यात असणारा वीजनिर्मितीचा प्रकल्पही जवळपास बंद पडलेला होता. या भागावर ताबा असणाऱ्या कमांडरनं तिथं साधी दुरुस्ती आणि देखभाल याकडेही लक्ष दिलेलं नव्हतं. ते फक्त या कारखान्यांचा त्यांच्या फायद्यासाठी उपयोग करून घेत होते. उदाहरणार्थ, जलविद्युत प्रकल्पातून १८ मेगावॉट वीज निर्माण करणं अपेक्षित असताना तिथं फक्त ६ मेगावॉट वीज तयार होत होती. त्याचप्रमाणे खत कारखान्यातून ४,००० पोती खत तयार व्हायच्या जागी फक्त ७०० पोती कशीबशी तयार होत असत. सर-ए-पूलमधील तेलविहिरी हे निष्काळजीपणा आणि बेपर्वाई व दुर्लक्षाचं आणखी एक उदाहरण होतं. स्थानिक कमांडर आळीपाळीनं रात्री जेवढं तेल बाहेर उपसता येईल तेवढं उपसत असत. हे करताना तेल कसं उपसावं, त्यासाठी काय काळजी घ्यावी इत्यादी गोष्टींचा कसलाही विचार ते करत नसत. उत्तर अफगाणिस्तानात अनेक ठिकाणी शेकडो नवीन विहिरी खोदण्यात आल्या. हे करत असताना काय नुकसान होईल, याची जराशीही फिकीर या कमांडरना नव्हती. मी मंत्रालयात पद स्वीकारलं तेव्हा तेलविहिरी अतिशय भयंकर परिस्थितीत होत्या. दोस्तमच्या अनेक कमांडरांनी अनावश्यक उच्च दाबाचं पाणी सोडून तेल बाहेर काढल्यामुळे आत पाणी झिरपायला सुरुवात झाली होती. या पाण्यामुळे अधूनमधून या ठिकाणी जमीन हादरत असे. त्याचप्रमाणे इतर अनेक गोष्टीदेखील अतिशय मोडकळीस आलेल्या परिस्थितीत होत्या. म्हणून मग आम्ही औद्योगिक इमारतींची पुर्नबांधणी सुरू केली. आमच्याजवळ साधनांची कमतरता असूनही आमच्या कामाचे

चांगले परिणाम लवकरच दिसू लागले.

अमीर अल मुम्मीनीन यांनी मला दुसऱ्या क्रमांकाचं आणखी एक महत्त्वाचं पद दिलं होतं. मी उत्तरेकडच्या उद्योगधंद्यांचा महासंचालक होतो. या कामामुळे मला अर्धा वेळ उत्तरेकडच्या औद्योगिक पुनर्निर्माणासाठी देणं भाग होतं. अर्धा वेळ मी माझ्या काबूलमधल्या पदाच्या कामासाठी देत असे.

माझ्या कामामुळे लवकरच मी प्रांतामधल्या सरकारी कचेऱ्या आणि मध्यवर्ती कचेऱ्या यांच्यामधला दुवा बनलो. मी सर्वप्रथम परस्पर संपर्काच्या प्रश्नाकडे लक्ष दिलं. मी माझ्या मंत्रालयाच्या सर्व प्रांतिक कचेऱ्यांना रेडिओ सेट पुरवले. त्यांनी दररोजच्या कामाचा आणि उत्पादनाचा अहवाल मध्यवर्ती कचेरीला कळवणं बंधनकारक केलं.

मी कामावर लक्ष द्यायला सुरुवात केल्यानंतर लवरकच सर-ए-पूल इथल्या कारखान्यांची उत्पादकता आणि वीजनिर्मितीची क्षमता पूर्वीइतकी झाली. विटांचा कारखाना, बर्फ तयार करण्याचा कारखाना आणि पाण्यावर प्रक्रिया करणारं संयंत्र हे सगळं पुन्हा एकदा उभारण्यात आलं. मी अभियंत्यांना पाठवून तेलविहिरींचं सर्वेक्षण करून घेतलं. मग आवश्यक त्या विहिरींची दुरुस्ती केली गेली. शेबेरघानपासून वायू वाहून नेणाऱ्या पाइपचं जाळं मजार-ए-शरीफपर्यंत वाढवण्यात आलं. सिमेंटच्या उत्पादनात वाढ झाली. उत्तर अफगाणिस्तानामधले सगळे उद्योग पुन्हा एकदा नीट काम करू लागले. नवीन तेलशुद्धीकरण कारखान्यांसाठी अनेक परदेशी गुंतवणूकदारांबरोबरच्या कंत्राटांवर सह्या करण्यात आल्या.

***

तुर्कमेनिस्तानातून पाकिस्तानमध्ये नैसर्गिक वायू नेण्यासाठी पाइपलाइन टाकण्याच्या प्रकल्पावर बराच विचार झाला होता. ही पाइपलाइन अफगाणिस्तानातून जाणार होती. पण १९९९मध्ये संयुक्त राष्ट्र संघटनेने निर्बंध लादल्यानंतर ही योजना रेंगाळत गेली. त्यासाठी अफगाणिस्तानात सातत्यानं 'दहशतवाद्यांचा' वावर असल्याचं कारण देण्यात आलं होतं.

आमच्या मंत्रालयाचं काम व्यवस्थित चालू होतं. १९९९पर्यंत आमच्या मंत्रालयानं सरकारी तिजोरीत ३५ लक्ष अमेरिकन डॉलर इतकी भर घातली होती. पूर्वी ही सगळी संपत्ती खासगी लोकांच्या खिशात गडप होत होती.

नैसर्गिक वायू आणि तेलाचे साठे हा अफगाणिस्तानचा फार मोठा ठेवा आहे. अफगाणिस्तानच नव्हे तर सगळ्या जगालाच या दोन गोष्टी हव्या आहेत. विशेषत: कसलाही विचार न करता तेल आणि नैसर्गिक वायूची उधळपट्टी करणाऱ्या पाश्चात्य देशांना आणि त्यांचं पुढारीपण करणाऱ्या अमेरिकेला या दोन्हीची वाढती गरज

भासते. त्यांचं अर्थकारण तेलावरच अवलंबून असतं. युनोकल[५] नावाच्या अमेरिकन कंपनीला अफगाणिस्तान आणि तुर्कमेनिस्तानातल्या तेल आणि नैसर्गिक वायूवर ताबा मिळवायचा होता. या कंपनीची ही कंत्राटं मिळवण्यासाठी ब्रिडास या अर्जेंटिनामधील कंपनीशी स्पर्धा सुरू होती.

ब्रिडास हा नक्कीच जास्त चांगला पर्याय होता. पण या कंपनीला कंत्राटं मिळाली तरी युनोकल व काही युरोपीय कंपन्यांनी आमच्या देशातलं तेल शुद्ध करण्याचा हक्क राखून ठेवण्यात यश मिळवलं होतं. आम्ही आमच्या देशाच्यावतीनं सर्व कंपन्यांशी वाटाघाटी केल्या. माझ्या खाण व उद्योग मंत्रालयाने या कामात पुढाकार घेतला होता. ब्रिडासनं मार्च, १९९७मध्ये काबूलमध्ये आणि नंतर कंदाहारमध्ये कार्यालयं उघडली होती. युनोकलनं कंदाहारमध्ये प्राथमिक कामही सुरू केलं होतं.

अफगाणिस्तानच्या दृष्टिकोनातून विचार करता आम्हाला आमच्या देशाच्या गरजा भागवू शकेल अशा कंपनीशी संबंध ठेवायचे होते. या संबंधांचा उपयोग आमच्या देशाच्या प्रगतीसाठी व्हावा यासाठीच मी प्रयत्न करत होतो. कंत्राट विभागून दोन्ही कंपन्यांना देण्यात आमचं हित आहे, असं आम्हाला सर्वांना वाटत होतं. पण युनोकल कंत्राट त्यांना एकट्याला मिळावं म्हणून प्रयत्न करत होती. मला असं वाटलं की, कंपनीच्या लोकांचा आमच्याबद्दल गैरसमज झाला असावा. अफगाणिस्तानचं इस्लामी सरकार दबावापुढे टिकणार नाही अशी त्यांची कल्पना असावी. पण आम्ही देशाच्या हिताला प्राधान्य देऊन स्वतंत्र वृत्तीनं विचार करायचा निश्चय केला होता. ब्रिडासला आम्ही कंत्राटाचा काही भाग दिला. इतर युरोपीय देशांच्या कंपन्यांनी ब्रिडासकडून उपकंत्राटं घ्यावीत अशी व्यवस्था आम्ही केली.

कंदाहारमध्ये नवीन तेलशुद्धीकरण कारखाना उभारायला सुरुवात झाली. याच सुमारास एका ग्रीक कंपनीनं उपग्रह प्रतिमा वापरून सर्वेक्षण करण्याठी १० लाख डॉलर खर्च केले. त्यांना असं दिसलं की, कंदाहार आणि हेलमंद भागात तेलाचे मोठे साठे आहेत. या सर्वेक्षणाची माहिती जाहीर झाल्यानंतर युनोकलची प्रतिक्रिया काय असेल? त्यांना आपण आधी उगीचच दबाव आणला, असं वाटलं असावं. आता त्यांनी असा विचार केला असावा की इस्लामी सरकारला त्यांच्या मार्गानं जाऊ दिलेलं बरं. कारण आमच्या गलथान कारभारामुळे हे नवीन प्रकल्प लवकरच गाळात जातील अशी त्यांची अपेक्षा होती. त्यातच अमेरिकेनं संयुक्त राष्ट्र संघटनेच्या

---

५. 'युनोकल' ही अमेरिकन कंपनी २००५पर्यंत शेवरॉन कॉर्पोरेशनमध्ये समाविष्ट होण्याअगोदर मोठी कंपनी होती. अमेरिकन सरकारशी सहकार्य करणारे अनेक जण या कंपनीशी निगडित होते. त्यात हमीद करझाई आणि झल्माई खलीलजाद यांचा समावेश होता.

माध्यमातून आमच्यावर नवीन निर्बंध लादल्यानंतर कोणतीही परदेशी कंपनी अफगाणिस्तानात गुंतवणूक करायला येणं शक्यच नव्हतं.

मूळच्या वायूवाहिनीच्या प्रकल्पात सहभागी झालेल्या तुर्कमेनिस्तान, पाकिस्तान आणि अफगाणिस्तान या तिन्ही देशांच्या सीमा लागून असलेल्या इराणनं आमच्या प्रकल्पांना खीळ घालण्याचा प्रयत्न अतिशय निकरानं सुरू केला. इराणनं अफगाणिस्तानात अशांतता असावी आणि स्थैर्य येऊ नये म्हणून, तसंच गुंतवणूकदारांना घाबरवून सोडण्यासाठी जे-जे काही करता येईल ते सगळं केलं. त्यांनी आता तुर्कमेनिस्तानातून पाकिस्तानात जाणारी वायूवाहिनी अफगाणिस्तानऐवजी इराणमधून जावी म्हणून प्रयत्न सुरू केले.

कझाकस्तानचे राष्ट्राध्यक्ष नूर सुलतान नझरबायेव हे इराणमधून वायूवाहिनी टाकायला विरोध करत होते. त्याचप्रमाणे तुर्कमेनिस्तानचे सरकार वायूवाहिनी अफगाणिस्तानमधून जायला अनुकूल होते.

मला नूर सुलतान नझरबायेव यांच्या अतिथीगृहात दुपारी जेवणाच्या वेळी झालेली चर्चा आठवते. आपण अफगाणिस्तानला दोन भेटी देणार आहोत, असं ते म्हणाले. पहिली गोष्ट म्हणजे आमच्या काही प्रांतांना लागणारी वीज ते देणार होते. जरी सुरक्षाव्यवस्था उभी करायला काही वर्षे लागली तरी वायूवाहिनी अफगाणिस्तानातूनच जाणार याबद्दल ते ठाम होते. हे सगळं असं झाल्यानंतर इस्लामी सरकारचा (तालिबान) पाडाव करण्यासाठी इराणनं नॉर्दन अलायन्सला पैसा, शस्त्रास्त्रं आणि सर्व तऱ्हेची मदत पुरवायला सुरुवात केली.

***

मी मंत्रालयाचा कारभार बघत असताना आम्ही काबूल, हेरात, कंदाहार आणि मजार-ए-शरीफ या ठिकाणी औद्योगिक वसाहती उभारल्या. आम्ही त्याच वेळी जलालबादमध्ये अशा औद्योगिक क्षेत्रासाठी प्रकल्पाला मंजुरी दिली. या ठिकाणी लहानमोठे असे ४००पेक्षा जास्त उद्योग उभारले जाणार होते. पण इराण आणि पाकिस्तान यांच्याबरोबर असणारे आमचे नाजूक संबंध हीच मुख्य अडचण होती. अफगाणिस्तानात नव्यानं देशांतर्गत बाजारपेठा विकसित होत होत्या. आम्ही आमच्या येथे तयार होणारी बरीचशी उत्पादनं आमच्या दोन शेजाऱ्यांना निर्यात करत होतो. आम्ही आमच्या येथे काही जुन्या उद्योगांची पुन्हा एकदा उभारणी केली असली तरी, काही नवीन उद्योग सुरू केले असले तरी, कच्च्या मालासाठी इराण आणि पाकिस्तानवरच मोठ्या प्रमाणात अवलंबून होतो. पण या दोन देशांनी त्यांच्या देशातून निर्यात होणाऱ्या मालावर आणि कच्च्या मालावर मोठा कर लावायला सुरुवात केली. त्यामुळे आमच्या देशात तयार होणाऱ्या औद्योगिक क्षेत्रांवर मोठा

परिणाम झाला. आमचे उद्योग निरुपयोगी ठरू लागले. कारण आता अफगाणिस्तानात तयार होणारी उत्पादने फारच महागडी झाली होती. त्यापेक्षा बाहेरून येणारा माल आता स्वस्त मिळू लागला होता.

ही परिस्थिती आणखीनच चिघळत गेली. आम्ही आयात करत होतो त्या वस्तू तयार करण्याची व्यवस्था उभारली की लगेचच पाकिस्तान त्यांच्या कंपन्यांना करसवलती देत असे. साहजिकच आमच्या नव्यानं उदयाला येणाऱ्या कंपन्या बरबाद होत असत. काही उत्पादनांच्या बाबतीत पाकिस्तानी कंपन्या स्वस्तातला कच्चा माल वापरत. त्यामुळे आमच्या वस्तूंपेक्षा त्यांच्या वस्तू बाजारात स्वस्त मिळत. या बाबतीत खतांचं उदाहरण पाहाण्यासारखं आहे.

अफगाणिस्तानात आम्ही आमच्या उत्पादन क्षमतेत वाढ करण्यात यशस्वी झालो होतो. आम्ही खतांच्या बाबतीत मानदंड वापरली जाणारी नायट्रोजनची ४६ टक्केवारी असणारी खतं निर्माण करू लागलो होतो. अशाच गुणवत्तेची ग्वाही देणारी खतं इराण आणि पाकिस्तानातही तयार होत होती. ही खतं स्वस्त असल्यानं बहुतेक अफगाण शेतकरी ही खतं वापरत असत. आम्ही या परदेशी खतांची गुणवत्ता प्रयोगशाळेत तपासून बघितली. या कंपन्या जरी काहीही जाहिरात करत असल्या तरी त्यांची गुणवत्ता कमी आढळली. त्यांच्यात अवघा २० टक्के नायट्रोजन आढळला. या प्रकाराचा फटका अफगाण शेतकऱ्यांना बसला. कमी दर्जाच्या खतांमुळे त्यांची उत्पादकता कमालीची घसरली. अर्थातच त्यामुळे देशामधलं अन्नधान्याचं उत्पादन खूपच कमी झालं.

लवकरच ही परिस्थिती लोकांच्या लक्षात आली. अनेक अफगाण नागरिक तूप, प्लॅस्टिक आणि लोखंड या बाबतीत आयात उत्पादनांबद्दल तक्रार करू लागले. आमच्या देशात लागणारा बहुसंख्य माल खरं तर आम्ही सहज तयार करू शकत होतो. आमच्याजवळ त्यासाठी लागणारा सगळा कच्चा माल होता. पण आमचं मंत्रालय त्यासाठी लागणारी प्रचंड गुंतवणूक करू शकत नव्हतं. आम्ही फक्त कोळसा, मीठ आणि संगमरवर यांच्या खाणींमध्ये प्रगती करू शकलो. आम्ही या वस्तू आंतरराष्ट्रीय किमतीपेक्षा कमी किमतीला विकू शकत होतो. हेलमंद प्रांतातला 'रुखम संगमरवर' पाकिस्तानात पाठवला जाई. तिथं त्याला पॉलिश करून भरपूर नफा घेऊन तो विकला जात असे. आम्ही नंतर कंदाहार, हेरात, काबूल आणि जलालाबाद या ठिकाणी स्वत:चे पॉलिश करायचे कारखाने उभारले.

आमच्या मंत्रालयाजवळ असणारा निधी फारच तुटपुंजा होता. प्राथमिक महत्त्वाच्या उद्योगांना प्रचंड प्रमाणात गुंतवणूक करावी लागते हे लक्षात घेतलं तर या एवढ्या कमी निधीत माझ्या जागी कोणीही असता तरी यापेक्षा जास्त काही करू शकला नसता. आमच्या काळात (तालिबान) सगळ्या देशाचं अंदाजपत्रक दरवर्षी साधारणपणे

८ कोटी अमेरिकन डॉलर इतकं असायचं. लष्करावरचा खर्च फार मोठा होता. तो खर्च वजा जाता जे काही उरायचं त्यामधून माझ्या मंत्रालयाला औद्योगिक विकासासाठी साधारणत: ७० लाख अमेरिकन डॉलर एवढी रक्कम उपलब्ध व्हायची. गंभीरपणानं विकासासाठी लागणाऱ्या रकमेच्या जवळपासही हा निधी येत नव्हता. त्यामुळे आम्ही नवीन विकास करूच शकत नव्हतो. एखाद्या तापलेल्या तव्यावर पाण्याचा थेंब पडला की जसा उडून जातो तशी ही रक्कम बघता-बघता उडून जात असे.

आता पुन्हा एकदा त्या दिवसांकडे बघताना मला असं वाटतंय की, अल्प निधी आणि कमी वेळ हाताशी असताना आम्ही चांगलंच काम केलं होतं. आमचं यश आमच्या मंत्रालयामधल्या सर्व जणांचं होतं. मंत्री, उपमंत्री, खात्याचा संचालक आणि सगळे कर्मचारी मनापासून काम करायला प्रेरित झाले होते. आमच्या जवळचा निधी प्रत्यक्ष प्रकल्पांवर खर्च होत असे. तो खासगी खिशांमध्ये गडप होत नव्हता. सर्व संबंधित मंत्रालयांची मिळून एक परिषद होती. अर्थ मंत्रालय, खाण व उद्योग आणि वाहतूक मंत्रालय यांच्या एकत्रित परिषदेच्या अध्यक्षपदी नियोजन मंत्री असे. ही परिषद सर्व अर्थविषयक कामकाजावर देखरेख करत असे. दर आठवड्याला होणाऱ्या बैठकीत आर्थिक परिस्थिती आणि समस्या यांच्यावर चर्चा व्हायची. तसेच समस्यांवर उपाय शोधण्याचे प्रयत्न व्हायचे.

मी खाण व उद्योग मंत्रालयात अठरा महिने काम केलं. मला माझं काम आवडत होतं. मी माझ्या कामात प्रावीण्य मिळवलं होतं. त्या वेळी जवळ-जवळ प्रत्येक मंत्र्याला मी त्याच्या मंत्रालयात हवा होतो. मला तसं करण्यासाठी अनेक वेळा सूचना केल्या जात होत्या. बरेच जण मला तशी विनंतीही करत असत. माझी बदली व्हावी म्हणून अनेकांनी मध्यवर्ती नेत्यांकडे गळ घालायला सुरुवात केली होती. अखेर अमीर उल मुम्मीनीन यांनी माझी बदली वाहतूक मंत्रालयात करायचं ठरवलं. मी त्या विभागात जाऊन सर्वसाधारण प्रशासनावर देखरेख करायची होती. मला हा कारभार स्वतंत्ररीत्या करायचा होता. अमीर उल मुम्मीनीन यांनी तसा अधिकृत आदेश जारी केला. वाहतूक मंत्रालयाच्या प्रशासनात योग्य वाटेल तसे बदल करायचा अधिकार मला मिळाला होता.

मला माझ्या नवीन पदावर अनेक समस्या सोडवायच्या होत्या. वाहतूक व्यवसाय हा प्रामुख्यानं प्रत्येक शहरात खासगी क्षेत्रावरच आधारलेला होता. या प्रत्येक शहरात त्यावर नियंत्रण ठेवण्यासाठी स्थानिक कचेऱ्या होत्या. काही प्रांतांमध्ये स्थानिक तालिबान सगळा फायदा आपापसात वाटून घेत असत. काही ठिकाणी तर स्थानिक कचेऱ्या चालवण्याचं काम खासगी व्यावसायिकच करत असत. एकूणात या विभागात सरकारी यंत्रणा नीट नव्हती. मी ज्याच्या जागी आलो होतो त्या माणसाला या समस्येवर तोडगा काढता आला नव्हता. जिथं खासगी व्यावसायिक

होते तिथं पैसा वाटपावरून त्यांच्यात आणि तालिबानमध्ये झगडे चालत. तालिबान कमांडर तिथल्या व्यवसायावर नियंत्रण मिळवण्याचा सतत प्रयत्न करत असत. अर्थात जसं इतर कुठंही घडतं, तसंच इथं व्हायचं. सामान्य माणूसच यात भरडला जायचा. ही व्यवस्था इतकी भयंकर होती की, बरेच जण काहीतरी उपाय योजना व्हावी म्हणून गाऱ्हाणं घेऊन मध्यवर्ती नेतृत्वाकडे गेले होते.

प्रशासन अशा अनेक समस्यांनी ग्रस्त असल्याचं सगळ्यांनाच माहीत होतं. मी प्रत्यक्ष तिथं काम करायला लागायच्या आधीपासून मलाही त्यामधील काहींची कल्पना होती. मी नवीन पद स्वीकारताना मनोमन साशंक होतो आणि याला देव साक्षी आहे. माझ्या जागी तिथं अगोदर काम करणाऱ्यांना जे जमलं नाही, ते मला कसं करता येणार होतं? मुख्यत: स्थानिक तालिबान आणि नागरी यंत्रणा यांच्यात समतोल मी कसा साधणार होतो?

मी माझं नवीन पद स्वीकारल्यानंतर माझी प्रशासनाची ओळख होऊ लागली. मी बरेच दिवस निरीक्षण करून समस्यांचे सर्व पैलू समजून घेण्याचा प्रयत्न करत होतो. मी संपूर्ण अफगाणिस्तानात फिरून जागोजागी असणाऱ्या वाहतूक यंत्रणा बघितल्या. मी अनेक युनियनच्या नेत्यांना भेटून त्यांच्याशी चर्चा केली. हे करत असताना समस्या दूर करण्यासाठी काय करता येईल याबद्दल माझ्या कर्मचाऱ्यांच्या कल्पना ऐकून घेतल्या.

मला लवकरच वाहतूक क्षेत्रातील युनियनच्या संदर्भात एक समस्या लक्षात आली. ही सगळी यंत्रणा भ्रष्ट होती. अनेक ड्रायव्हर सतत तक्रार करत होते. वाहतूक संघटनांची पद्धत अशी होती की, आळीपाळीनं प्रत्येक ड्रायव्हरला काम द्यायचं. पण आता वाहतूक व्यवसायातले काही जण फक्त तीन-चार गाड्या वापरत होते. त्यामधून ते आपल्या नातेवाइकांना आणि मित्रांनाच काम मिळेल, असं पाहात होते. त्याचप्रमाणे वाहतुकीचं कंत्राट मिळण्यासाठी लाच देणं हे नित्याचं झालं होतं. तालिबाननं वाहतूक व्यवसायातल्या दलालांना त्यांचे दर सक्तीनं कमी करायला लावले होते. त्यामुळे होणारं नुकसान भरून काढण्यासाठी, जास्तीत जास्त कंत्राटं पदरात पडावी म्हणून व्यावसायिक लाच देऊ लागले होते. खरं तर या सगळ्या कामात सर्वांना समान वागणूक मिळणं अपेक्षित होतं. पण काही जण भरपूर कमाई करत असताना इतरांची पिळवणूक होती होती.

सगळीकडे फिरून पाहणी पूर्ण झाल्यानंतर मी काबूलला परतलो. मी परतल्यावर या समस्यांवर उपाय शोधण्याचा प्रयत्न केला. मी जे काही बघितलं होतं त्या आधारावर मी एक मध्यममार्ग शोधायचा, असं ठरवलं. त्यामुळे वाहतूक व्यावसायिक, कंत्राटं देणारे-घेणारे दलाल यांच्याबरोबरच सामान्य लोकांचाही फायदा होणार होता. यासाठी मी सर्वप्रथम देशातल्या सर्व वाहतूक व्यवसायांचं राष्ट्रीयीकरण केलं.

त्यामुळे संपूर्ण देशामधलं वाहतूक क्षेत्र माझ्या थेट अंमलाखाली आलं. मी प्रत्येक विभागाचं दैनंदिन उत्पन्न मध्यवर्ती बँकेत जमा करण्यासाठी कर्मचारी नेमले. त्याचबरोबर होणाऱ्या खर्चाचा संपूर्ण तपशील मिळायची व्यवस्था केली. त्यामुळे यानंतर ड्रायव्हर लोकांना आळीपाळीनं काम मिळतं आहे की, नाही हे मला बघता येत होतं. या व्यवस्थेमुळे सर्वांना काम मिळू लागलं. शिवाय मी या सगळ्यावर देखरेख करण्यासाठी स्वतंत्र आयुक्त नेमले. या आयुक्तांचं काम नीट चाललं आहे हे पाहाण्याची जबाबदारी तालिबान नेत्यांवर टाकण्यात आली.

हे सगळं झालं तरी काही प्रमाणात वाहतूक दलाल, नवीन कायदे असूनही त्यांच्या उच्च पदांवरील अधिकाऱ्यांच्या संबंधाचा गैरवापर करतच होते. ते अनधिकृतपणे मी केलेल्या कायद्याला चकवत होते. पण आता जवळपास ९० टक्के वाहतूक क्षेत्र माझ्या व्यवस्थेनुसार मार्गी लागलं होतं. वाहतूक व्यवसायात आता शिफारशी, मैत्रीसंबंध, हिंसाचार आणि लाच या प्रकारांना थारा उरला नव्हता.

आता माझ्या नवीन व्यवस्थेच्या नीट अंमलबजावणीसाठी मला वाहतूक व्यवसायाशी संबंधित सर्व विभाग सरकारी नियंत्रणात आणणं गरजेचं होतं. याखेरीज वाहतूक क्षेत्राला भेडसावणाऱ्या इतर समस्यांवर उपाय शोधण्यासाठी मला स्थानिक तालिबान कमांडर आणि त्यांच्यासाठी काम करणारे दलाल यांना सरकारी नियंत्रणाखाली आणायला हवं होतं. हे काम फार अवघड होतं. पण मी ते केलं. त्यानंतर अनेक तालिबान कमांडरांनी तक्रारी केल्या. आपण जो पैसा मिळवतो तो खासगी दलालांकडून आणि लोकांची याबद्दल काही तक्रार नाही असा त्यांचा युक्तिवाद होता. काही तालिबान कमांडरांचं म्हणणं होतं की, आम्ही या देशासाठी लढलो आहोत, तेव्हा आता आम्हाला पैसा मिळवण्याचा हक्क आहे. पण मी तयार केलेली यंत्रणा सर्वांसाठी समान होती. मी तसं ठासून सांगितलं. माझी ही पहिली सुधारणा यशस्वी झाली. सामान्य लोक या व्यवस्थेवर खूश झाले होते.

संपूर्ण वाहतूक व्यवसायावर माझ्या मंत्रालयाचा ताबा पक्का झाल्यानंतर मी पुन्हा एकदा व्यवसायाचं खासगीकरण करण्याची योजना बनवली. कल्पना अशी होती की, आता वाहतूक व्यवसायात कंत्राटं घेणारे नवीन कायद्यानुसार काम करतील, आणि आमच्या प्रशासनाला त्यांच्यावर अंकुश ठेवणं सोपं जाईल.

मी मंत्रालयात असताना माझ्या योजनेचा पहिला टप्पा पूर्ण केला. पण नवीन व्यवस्था नीट काम करायला लागल्यानंतर अवघ्या तीन महिन्यांनी अमीर उल मुम्मीनीन यांनी माझ्यावर नवीन जबाबदारी सोपवली.

अवघड जबाबदारी

ते वर्ष २००० होतं. मी बसवून दिलेली वाहतूक मंत्रालयाची व्यवस्था ठीक काम करते आहे की नाही हे बघण्यासाठी मी जलालाबाद आणि कुनारला जात होतो. आम्ही काबूल नुकतंच सोडलं असताना मी रेडिओवर माझ्या नवीन नेमणुकीची घोषणा ऐकली. माझी पाकिस्तानात राजदूत म्हणून नेमणूक झाली होती. मागच्या खेपांप्रमाणेच या वेळीही अमीर उल मुम्मीनीन यांनी माझ्याशी कसलीही चर्चा केली नव्हती. त्यामुळे मला आश्चर्याचा धक्का बसला.

पुन्हा एकदा अफगाणिस्तानातून बाहेर जायला मी तयार नव्हतो याला देवच साक्षी आहे. माझी नेमणूक झाली त्या वेळी सत्तेत वाटा हवा असणाऱ्या तालिबान नेत्यांमध्ये पाकिस्तानातल्या राजदूतपदासाठी चढाओढ सुरू होती. या पदाचा पगार चांगला होता. विशेष म्हणजे अफगाणिस्तानपेक्षा तिकडे पाकिस्तानातलं जीवनमान नक्कीच जास्त चांगलं होतं. इस्लामाबादमध्ये चांगलं राहणीमान असलं तरी मला अद्यापही उद्‌ध्वस्त अवस्थेत असणारा मायदेश प्रिय होता.

इस्लामाबादमधल्या वकिलातीचं स्थान आमच्या परराष्ट्र मंत्रालयात काही निराळंच होतं. अमेरिकेच्या मागणीवरून संयुक्त राष्ट्र संघटनेने अफगाणिस्तानावर नव्यानं निर्बंध[१] घातले होते. या निर्बंधानंतर इस्लामी राजवट (तालिबान) आणि आंतरराष्ट्रीय

---

१. अफगाणिस्तानवर प्रथम निर्बंध ऑक्टोबर, १९९९मध्ये लावण्यात आले. पण त्यांचा काहीच उपयोग झाला नाही. मग डिसेंबर, २०००मध्ये संयुक्त राष्ट्र संघटनेने (ठराव क्र. १३३३) पुन्हा निर्बंध लादले. त्यात शस्त्रास्त्रांवर बंदीचा समावेश होता. त्याचप्रमाणे जगभरात सर्वत्र तालिबानच्या सर्व विभागांना बंद करण्याचा आदेश देण्यात आला होता.

समुदाय यांच्यामधले मुळातच ताणलेले संबंध जास्तच बिघडले. त्यामुळे जगभरात अफगाणिस्तानचा संपर्क जवळपास तुटला होता. पाकिस्तानामधील वकिलात हा आमचा इतर जगाशी संबंध ठेवण्याचा शेवटचा आणि एकमेव मार्ग उरला होता. आता अफगाणिस्तानात हाताच्या बोटावर मोजण्याइतके परदेशी प्रवासी येत होते. अफगाणिस्तानशी संबंध ठेवणाऱ्या सर्व देशांचे राजदूत इस्लामाबादला येत असत.

फक्त पाकिस्तानचेच अफगाणिस्तानशी राजनैतिक संबंध होते. पाकिस्ताननं काबूलमध्ये वकिलात सुरू ठेवली होती आणि कंदाहार, हेरात व जलालाबाद येथे राजनैतिक व्यवहारासाठी कचेऱ्या उघडल्या होत्या. युनायटेड अरब अमीरात व सौदी अरेबिया यांनी अफगाणिस्तानच्या इस्लामी अमीरातीला (तालिबान) राजनैतिक मान्यता देण्याची तयारी दाखवली होती. पण त्यांनी अद्याप त्यांचे दूतावास सुरू केले नव्हते. ते आमच्या सरकारशी (परराष्ट्र मंत्रालयाशी) संबंध ठेवण्यासाठी, आमच्या अफगाणिस्तानातल्या एकमेव वकिलातीचा उपयोग करत होते. फ्रान्स, ब्रिटन, जर्मनी आणि अमेरिका यांनी त्यांच्या उच्च राजनैतिक अधिकाऱ्यांना इस्लामाबादला पाठवलं होतं. हे अधिकारी त्यांच्या दूतावासामधून आमच्या इस्लामाबादमधल्या वकिलातींशी संबंध ठेवत असत.

पूर्वीचा काहीही अनुभव नसताना आणि अतिशय नाजूक राजकीय परिस्थितीत राजनैतिक मुत्सद्देगिरीच्या क्षेत्रात काम करणं हे माझ्यासाठी अतिशय अवघड काम होतं. परिस्थिती किती नाजूक आहे आणि काय-काय घडामोडी सतत घडत आहेत याची मला कल्पना होती. बदलत्या राजकीय वातावरणात इस्लामाबादमधल्या वकिलातीला किती जोखमीचं काम करावं लागत होतं, हे मला माहीत होतं. त्यामुळे रेडिओवरून माझ्या नावाची घोषणा ऐकताच मी विलक्षण काळजीत पडलो.

काबूलला परतल्यानंतर मी तत्काळ दक्षिण अफगाणिस्तानातल्या माझ्या घरी गेलो. मी तिथं आठ दिवस राहिलो. मी तिथं असताना कोणाशी काही संपर्क न ठेवता विचार करत होतो. नवीन पद नाकारण्यासाठी काही कारणं देता येतील का हे मी बघत होतो. मी मुल्ला मोहम्मद रब्बानी यांना एक पत्र लिहिलं. मी राजदूत होण्यासाठी कसा योग्य नाही हे मी त्यात त्यांना कळवलं होतं. ते मला मदत करतील अशी आशा होती. त्यांच्या मदतीविना अमीर उल मुम्मीनीन यांना समजावणं अशक्यप्राय होतं. मी बरेच प्रयत्न केले. पण मुल्ला मोहम्मद रब्बानी आणि मुल्ला उमर या दोघांनी माझं काहीही ऐकून घेतलं नाही. त्यांनी मला सांगितलं की, आता फार उशीर झाला आहे. नेमणूक झाल्याची घोषणा झाली आहे आणि तसा आदेशही जारी झालेला आहे, तेव्हा आता काही बदल करता येणार नाही. शिवाय ज्या काही अडचणी असतील त्यावर मात करून मी नेहमीप्रमाणे माझ्या कामात यशस्वी होईन, असा विश्वास त्यांनाच वाटत होता.

आता मला पद स्वीकारण्याखेरीज काही पर्याय नाही हे समजल्यावर मी अब्दुल रहमान जाहीद[२] यांना भेटायला परराष्ट्र मंत्रालयात गेलो. त्या वेळी हे गृहस्थ परराष्ट्र खात्याचे उपमंत्री होते. मी भेटायला आलो म्हणून त्यांना फार आश्चर्य वाटल्याचं आणि आपल्याला काहीच माहीत नसल्याचं त्यांनी भासवलं. जाहीद म्हणाले की, कदाचित परराष्ट्रमंत्री असलेल्या मौलवी वकील अहमद मुतवकील यांना कदाचित माझ्या नेणमुकीबद्दल माहिती असेल. माझ्या नेमणुकीच्या वेळी आपण कंदाहारमध्ये होतो, असं ते म्हणाले.

मी अखेर मंत्री असणाऱ्या मौलवी मुतवकील यांना फोन केला. मी त्यांना विचारलं की, माझं नाव या पदासाठी सुचवलं होतं का? त्यांनी उत्तर दिलं की, अवघड परिस्थितीत मी त्या कामासाठी योग्य माणूस आहे, असं त्यांनीच मुल्ला उमर यांना सांगितलं होतं. पण माझ्या नेमणुकीचा अंतिम निर्णय स्वत: मुल्ला उमर यांचाच होता. नंतर माझी भेट झाल्यानंतर मुल्ला उमर यांनीही मला तेच सांगितलं. मला ते ऐकून निराश वाटलं. त्यांनी मला नेमणूक करण्याआधी विचारायला हवं होतं. मी तसं मुल्ला उमर यांना म्हणालोदेखील. माझी वकील व्हायची तयारी आहे का नाही, हे त्यांनी मला विचारल्याखेरीज माझी नेमणूक जाहीर करून टाकली होती. ''मला इस्लामाबादला जायची इच्छा नाही. मी त्या पदासाठी लायक आहे, असं मला वाटत नाही नाही. तुम्ही तुमचा निर्णय बदलला येतो का ते बघा. मी तुमचा ऋणी राहीन.'' मी म्हणालो. पण मुल्ला उमरसाहेबही आता फार उशीर झाला आहे, असंच म्हणाले.

आता मी आणखी कोणाचीही मदत घेऊ शकत नव्हतो. तसा माणूसच आता उरला नव्हता. आता मला अफगाणिस्तान सोडून पाकिस्तानात जावं लागणार हे सत्य पचवावं लागणार होतं. मला आणखी काही पर्यायच उरला नव्हता. दरम्यानच्या काळात पाकिस्ताननं माझी वकील म्हणून नेमणूक मान्य करून मला व्हिसा दिल्याचं जाहीर केलं होतं. मग माझ्या नावानं राजनैतिक पासपोर्ट जारी करण्यात आला. अशा तऱ्हेनं माझं भवितव्य नक्की झालं.

पासपोर्ट मिळाल्यानंतर दुसऱ्याच दिवशी मी संयुक्त राष्ट्र संघटनेच्या विमानातून इस्लामाबादला रवाना झालो. त्या वेळी माझ्याबरोबर विमानात मौलवी नबी मोहम्मदी हे हरकत-ए-इन्किलाब-ए-इस्लामीचे नेते होते. ते नुकतेच लोगारला त्यांच्या तरुण मुलाच्या दफनविधीसाठी जाऊन आले होते. प्रवासात आम्ही भरपूर गप्पा मारल्या. त्यांचे पाकिस्तानातले काही अनुभव त्यांनी मला सांगितले. आम्ही उतरल्यानंतर

---

२. अब्दुल रहमान जाहीद हा मूळचा लोगार प्रांतामधल्या खोरवारचा होता. त्यानं १९८०-९० या दशकात जिहादमध्ये मोहम्मदीच्या हरकतकडून भाग घेतला होता.

त्यांनी मला जेवढी शक्य आहे तेवढी मदत ते करतील, असं आश्वासन दिलं.

***

मी पहिल्यांदाच संयुक्त राष्ट्र संघटनेच्या चार्टर विमानातून जात होतो. तसंच इस्लामाबाद विमानतळावरही मी पहिल्यांदाच उतरत होतो. आमचं विमान उतरल्यानंतर तिथं एक गाडी माझ्यासाठी तयार होती. मला त्यामधून शहरात असणाऱ्या व्हीआयपी गेस्टहाउसमध्ये नेण्यात आलं. पाकिस्तानच्या परराष्ट्र मंत्रालयामधल्या शिष्टाचार विभागातल्या एका अधिकाऱ्यानं माझं स्वागत केलं. अफगाण वकिलातीमधला प्रधान सचिव तिथं हजर होता. चहापाणी झालं. मग राजशिष्टाचार अधिकाऱ्यानं मला इंग्रजीत एक छोटं भाषण दिलं.

त्यानं प्रथम स्वत:ची ओळख करून दिली "युवर एक्सलन्सी! इस्लामिक रिपाब्लिक ऑफ पाकिस्तानात तुमचं स्वागत आहे. तुमचं इथलं वास्तव्य तुम्हाला आवडेल अशी आशा आहे. तुम्हाला काही गरज पडली तर पाकिस्तान सरकारच्या परराष्ट्र खात्याचे लोक तुमच्या सेवेसाठी हजर आहेत. पाकिस्तान हे तुमचं दुसरं घरच आहे असं समजा. तुम्ही आमचे सन्माननीय पाहुणे आहात."

मला आता त्या तरुण राजशिष्टाचार अधिकाऱ्याचं नाव आठवत नाही. फक्त तो पंजाबी होता हे आठवतंय. आमचं चहापाणी झाल्यानंतर त्यानं मला माझ्या घरी, म्हणजे अफगाणिस्तानच्या वकिलाच्या अधिकृत निवासाकडे नेलं. अधिकृत निवासस्थान असलं तरी पहिले काही दिवस मी माझ्या आधी वकील असणाऱ्या मौलवी सय्यद मोहम्मद हक्कानी यांच्या घरच्या खासगी गेस्टहाउसमध्ये राहिलो. त्यांनी अद्याप अधिकृतपणे पद माझ्याकडे सोपवलं नव्हतं. त्यामुळे मीदेखील ताबडतोब वकिलाची जबाबदारी स्वीकारली नाही.

राजशिष्टाचार असा होता की पूर्वीच्या वकिलाकडे मी माझी कागदपत्रं सुपूर्त करायची आणि मग त्या वकिलाच्या जागी माझी नेमणूक व्हायची. पण असं झालं नाही. मौलवी सय्यद मोहम्मद हक्कानी घाईत असावेत. नवीन वकिलाचं अधिकृतपणे स्वागत करून पक्षाची जबाबदारी माझ्यावर सोपवण्या अगोदरच त्यांनी पाकिस्तानचे तत्कालिन राष्ट्राध्यक्ष रफीक तरार यांची भेट घेऊन त्यांचा निरोप घेतला होता. असं केल्यामुळे आता मौलवी हक्कानी कायद्यानुसार अफगाणिस्तानचे प्रतिनिधी राहिले नव्हते, पण त्याच वेळी माझा पाकिस्तानच्या राष्ट्राध्यक्षांशी अधिकृत परिचय करून देण्यात आला नव्हता. असं असलं तरी प्रत्यक्ष पद स्वीकारण्या अगोदर मी माझ्या कामाची माहिती घ्यायला सुरुवात केली होती. मी आमच्या वकिलातीतले राजनैतिक अधिकारी आणि कर्मचारी म्हणून काम करणारे स्थानिक पाकिस्तानी यांच्याशी चर्चा करायला सुरुवात केली होती. सगळे जण स्वागतशील आणि मैत्री बाळगण्याजोगे

वाटले. या लोकांनी मला वकिलातीमधल्या कामकाजाच्या पद्धतीचा परिचय करून दिला.

मी पाकिस्तानच्या राष्ट्राध्यक्षांना एकूण चार वेळा भेटलो. पहिली भेट मी वकील म्हणून आल्याची कागदपत्रं अध्यक्षांना दाखवण्याच्या वेळी झाली. हा परिचयाचा कार्यक्रम अतिशय औपचारिक स्वरूपाचा असतो. अशा प्रकारची भेट घेताना बरेच दिवस अगोदर औपचारिक कळवण्याचा प्रघात असतो. त्यामुळे सर्वांनाच पूर्वतयारीसाठी पुरेसा वेळ मिळतो.

माझ्या परिचयाचा कार्यक्रम व्हायच्या दोन दिवस अगोदर निमंत्रण आलं, त्या वेळी असं वाटलं की सकाळी मी माझ्या कुटुंबासह वकिलातीत जायचं. त्याप्रमाणे सकाळी मी तिथं गेलो. माझ्याबरोबर माझा मुलगा अब्दुल मानन आणि पुतण्या हमीदुल्ला हे होते. त्याचप्रमाणे तिथं वकिलातीत सचिव म्हणून काम करणारे, न्यायाधीश असणारे काझी हबीबुल्ला फौजी[३] हे होते. याखेरीज आमच्याबरोबर वकिलातीचे लष्करी सल्लागार-मिलिटरी अटॅची, मौलवी अब्दुल कादीर[४]साहेबही होते. सकाळी आठ वाजता पाकिस्तानच्या परराष्ट्र मंत्रालयाच्या राजशिष्टाचार विभागाने आम्हाला अध्यक्षांच्या प्रासादाकडे नेलं. तिथं उत्तम सजवलेल्या घोडागाड्या तयार होत्या. मी मधल्या गाडीत होतो. पाकिस्तान आणि अफगाणिस्तान, दोन्ही देशांची राष्ट्रगीतं वाजवली जात होती. समारंभपूर्वक आम्ही आत गेल्यानंतर अध्यक्षांची भेट घेतली. मी माझ्याजवळची अधिकृत कागदपत्रं त्यांना दिली. मी अफगाणिस्तानचा वकील असल्याचं अमीर उल मुम्मीनीन यांचं पत्र त्यात होतं. हे झाल्यावर समारंभ संपला.

राष्ट्राध्यक्षांनी पुन्हा एकदा निरोप घेतला. पाकिस्तानात माझं स्वागत असल्याचं सांगून शुभेच्छा दिल्या. आमच्या दोन देशांमध्ये उत्तम सहकार्य आणि चांगले संबंध राहातील, अशी आशा व्यक्त केली. आता राष्ट्राध्यक्षांच्या मान्यतेनंतर मी अफगाणिस्तानचा अधिकृत वकील बनलो होतो. माझ्या या नेमणुकीचा आनंद साजरा करण्यासाठी मी वकिलातीमधल्या सर्व उलेमांना घरी बोलावलं.

***

मी अफगाणिस्तानच्या इस्लामी अमिरातीचा अधिकृत वकील म्हणून पद

---

३. काझी हबीबुल्ला फौजी हा जिहादी मूळचा गझनीचा आहे. तो जैलानीच्या महज-ए-मिल्लीतर्फे जिहादच्या काळात लढला होता. हा अद्याप जिवंत आहे.

४. मौलवी अब्दुल कादीर हा ननगरहार प्रांतातल्या हेसारक इथला होता. तो जिहादच्या काळात रशियनांविरुद्ध लढला होता. हा माणूस मुल्ला झैफला शिकवणाऱ्या मौलवी अब्दुल कादीरपेक्षा (बरकझाई जमातीचा) वेगळा होता.

स्वीकारल्यानंतर पाकिस्तानच्या परराष्ट्रमंत्र्यांना, अब्दुल सत्तार यांना भेटलो. ही माझी व त्यांची दुसरी भेट होती. माझी तिथं अंतर्गत मंत्री मोईनुद्दीन हैदर यांच्याशी ओळख करून देण्यात आली. मी या दोघांची भेट घेतली. मला त्या वेळी हे माहीत नव्हतं की, मी अगोदर आयएसआय प्रमुख आणि अफगाणिस्तानशी संबंधित त्यांच्या अधिकाऱ्यांची भेट घ्यायला हवी होती.

मला फार उशिरा कळलं की पाकिस्तानच्या सरकारमध्ये आयएसआयची भूमिका फार महत्त्वाची होती. आयएसआयची ताकद प्रचंड प्रमाणात वाढत असल्याचं इतर राष्ट्रांच्या प्रतिनिधींनी मान्य केल्याचं माझ्या लवकरच लक्षात आलं.

आयएसआयच्या अधिकाऱ्यांचे फार पूर्वीपासून अफगाणिस्तानात संबंध होते. त्यांनी सोव्हिएत आक्रमणापूर्वीच अफगाणिस्तानातल्या राजकारणावर प्रभाव पाडला होता. पण आयएसआयचे हात किती दूरवर पसरले आहेत आणि त्यांच्या मनात कोणत्या आकांक्षा आहेत, हे रशियनांनी दाऊदखान याला चिथवून झहीरशाहची सत्ता उलथवून टाकल्यानंतर प्रकर्षानं लक्षात आलं. अफगाणिस्तानात रशियन प्रभाव वाढू लागल्यानंतर आयएसआयला जास्तच धोका जाणवू लागला होता.

सोव्हिएत आक्रमण थोपवण्यासाठी आयएसआयनं काही जिहादी पुढाऱ्यांना हाताशी धरलं. हे जिहादी कमांडर अगोदरच पाकिस्तानात आले होते आणि सोव्हिएत सरकारच्या हातातलं बाहुलं असणारं अफगाण सरकार उलथवून टाकण्यासाठी झगडत होते. एप्रिल, १९७८मध्ये सोव्हिएत सरकारनं एकेकाळी त्यांचा हस्तक असणाऱ्या दाऊदखान याची सत्ता सौर राज्यक्रांतीचं[५] नाटक घडवून उलटवून टाकली. या काळापर्यंत आयएसआयचे सोव्हिएत आक्रमणाला प्रतिकार करणाऱ्या लोकांशी उत्तम संबंध जुळले होते. आयएसआयनं आता मुजाहिद्दीनांना मिळणारा निधी दुप्पट केला होता. त्याचप्रमाणे ही संघटना मुजाहिद्दीनांना लढाईचं प्रशिक्षण देत होती.

अफगाणिस्तानातल्या सोव्हिएत कारवायांबद्दल या क्षेत्राबाहेरच्याही अनेक देशांनी पाकिस्तानशी सहमत होऊन चिंता व्यक्त केली होती. साम्यवादी तत्त्वज्ञानाचा प्रकार रोखण्यासाठी अनेक अरब राष्ट्रांनी पाकिस्तानला पाठिंबा दिला. १९८० या वर्षी आयएसआयच्या देखरेखीखाली अनेक मुजाहिद्दीन गटांनी त्यांच्या शाखा जागोजागी सुरू केल्या. अफगाणिस्तानातली परिस्थिती हाताबाहेर जात आहे हे पाहून मॉस्को सरकारनं रेड आर्मीला प्रत्यक्षपणे अफगाणिस्तानात घुसवण्याचा निर्णय घेतल्यानंतर एकूण परिस्थिती आणखीनच चिघळली. रेड आर्मी घुसल्यानंतर मोठ्या प्रमाणात अफगाण नागरिक देश सोडून आसऱ्यासाठी पाकिस्तानात आले. पुढची काही वर्षे

---

५. २७ एप्रिल, १९७८ रोजी झालेल्या सत्तापालटाला 'सौर राज्यक्रांती' असं म्हणतात.

जवळ-जवळ २० लाख अफगाण निर्वासितांना[६] पाकिस्ताननं आसरा दिला होता. सुरुवातीला निर्वासितांच्या छोट्या छावण्या असत. पण बघता-बघता छावण्यांचं स्वरूप शहरांसारखं झालं. याच काळात मुजाहिद्दीनांना मदत करण्यासाठी आयएसआयनं योजनाबद्ध कार्यक्रम सुरू केला होता. आयएसआयनंच विविध मुजाहिद्दीन गटांसाठी प्रशिक्षणाची व्यवस्था केली आणि त्यांना एकत्रितपणे लढण्यासाठी भाग पाडलं. तालिबान सत्तेवर येईपर्यंत अनेक जिहादी गटांच्या माध्यमातून आयएसआय अफगाण राजकारणात सक्रिय भूमिका बजावत होती. त्या वेळी पाकिस्तानात जे अगदी मामुली ठरले असते असे अनेक कनिष्ठ दर्जाचे अधिकारी अफगाणिस्तानात चांगलं नाव कमावत होते.

मी अफगाणिस्तानातल्या इस्लामी अमिरातीच्या सरकारचा अधिकृत प्रतिनिधी असल्यामुळे मी आयएसआयसारख्या परदेशी गुप्तचर संघटनेशी काहीही संबंध ठेवणं अपेक्षित नव्हतं. पण मी संपूर्णपणे त्यांचा प्रभाव टाळूदेखील शकत नव्हतो. मी त्यांच्याशी अतिशय काळजीपूर्वक वागत असे. मला खाऊन टाकतील इतकं गोड-गोड नाही किंवा मला थुंकून टाकतील इतकं कडूदेखील वाटू नये अशा प्रकारे मी त्यांच्याशी वागत होतो. मी पाकिस्तानात काम करताना लपूनछपून काही करण्यापेक्षा सरळ औपचारिक संबंध ठेवण्याचा मार्ग पत्करला होता. मी चांगले संबंध राखण्यासाठी पाकिस्तानच्या परराष्ट्र मंत्रालयाच्या माध्यमातूनच माझे सर्व व्यवहार करत असे.

एकदा दुपारी भोजनासाठी मला आयएसआय प्रमुख जनरल महमूद[७] यांचं निमंत्रण आलं. हे औपचारिक निमंत्रण होतं. माझ्याबरोबर वकिलातीमधील काही राजनैतिक अधिकारी होते. हा भोजनाचा कार्यक्रम आयएसआयच्या रावळपिंडीमधल्या एका गेस्टहाउसमध्ये पार पडला. जनरल महमूद आणि त्याच्या हाताखालचा अधिकारी जनरल जैलानी हे दोघंही पंजाबी असावेत. त्या दिवशी 'अफगाण डेस्क' सांभाळणारे इतर अनेक अधिकारी हजर होते. त्यात ब्रिगेडियर फरूक, कर्नल गुल, मेजर हमझा आणि मेजर झिया यांचा समावेश होता. अफगाण डेस्क सांभाळणारे अधिकारी पश्तुन वाटत होते.

---

६. माले यांच्या २००२मधील पुस्तकानंतर १९९०-२००० या दशकाच्या प्रारंभी जवळपास ६० लाख अफगाण निर्वासित अफगाणिस्तानाबाहेर होते.

७. जनरल महमूद अहमद त्या वेळी ५० वर्षांचा होता. त्याला इंग्लिश व उर्दू भाषा येतात. आयएसआयचा महासंचालक या पदावरून तो ऑक्टोबर, २००१मध्ये निवृत्त झाला. ११ सप्टेंबर, २००१च्या हल्ल्याच्या दिवशी तो वॉशिंग्टनमध्ये होता. न्यू यॉर्क व वॉशिंग्टनवरच्या हल्ल्यानंतरच्या घडामोडींमध्ये तो अमेरिकन अधिकाऱ्यांबरोबर काम करत होता.

मी आयएसआय अधिकाऱ्यांना भेटायची आणि त्यांच्या तिरस्करणीय अशा ऑफिसात प्रवेश करण्याची ही माझी पहिली आणि अखेरची वेळ होती. नंतर त्यांनी अनेकदा अफगाणिस्तानातल्या समस्यांमध्ये हस्तक्षेप करायचा प्रयत्न केला, पण मी त्यांच्यापासून कायमच दूर राहिलो. मला गुप्तपणे काही उचापती करण्याचा तिटकारा आहे. माझ्या मते हेरगिरी आणि लपूनछपून केलेल्या गोष्टी या अतिशय खालच्या पातळीच्या आहेत. हेरगिरीसारखा घाणेरडा धंदा करायला वेगळ्या प्रकारची माणसं लागतात.

मला आता आठवतंय की, मी काबूलमध्ये संरक्षणमंत्री म्हणून प्रभारी काम करत असताना ते (आयएसआय) लोक माझ्याकडे अनेकदा आले होते. त्यांनी माझ्याशी संबंध ठेवण्याचे बरेच प्रयत्न केले होते. त्यांनी मला कितीतरी प्रलोभनं दाखवली होती. पण एकदाही त्यांचा विचार केला नव्हता. संरक्षण मंत्रालयात असताना मी त्यांना एकदाच मला भेटायची परवानगी दिली होती. ती जमातींमधल्या संघर्षांच्या संदर्भात होती. आयएसआयकडून माझ्याकडे निरोप आला की तातडीनं काहीतरी करायची गरज आहे, कारण पक्तिया प्रांतात अफगाणिस्तान-पाकिस्तान सीमारेषेजवळ दोन जमातींमध्ये संघर्ष उफाळला होता. मी ही समस्या सोडवली. जमातींमध्ये अंतर्गत पातळीवर समझोता करण्यात आला. पण त्या वेळी माझ्या लक्षात आलं की हे निमित्त होतं. आयएसआयला पक्तिया भागात आपली सीमारेषा पुढे घुसवायची होती. पण मी हा प्रकार होऊ दिला नाही. सीमारेषा होती तशीच राहिली.

मी वकील असताना कधीही आयएसआयच्या बरोबर नव्हतो किंवा विरुद्धही नव्हतो. मी नेहमी माझ्यावर कोणतीही बंधन येणार नाहीत याची काळजी घेऊन त्यानुसार बोलत असे. माझ्या बोलण्यातून निश्चित अर्थ काढता येणार नाही याची मी काळजी घेत असे. चांगले संबंध राखणं हे दोन्ही देशांच्या हिताचंच होतं. तणावाचं वातावरण निर्माण झालं असतं तर त्याचा दोघांवरही वाईट परिणाम झाला असता. युद्ध आणि अंतर्गत कलह यामुळे डबघाईला आलेल्या माझ्या देशाच्या दृष्टीनं पाकिस्तानशी उत्तम संबंध राखणं फार महत्त्वाचं होतं.

कोणत्याही देशाशी संबंध ठेवताना फायदा-तोटा याचं गणित सर्वांत महत्त्वाचं मानायला हवं. समान सांस्कृतिक पार्श्वभूमी, समान राजकीय व आर्थिक उद्दिष्टं आणि भौगोलिक परिस्थिती यांचा विचार प्राधान्यानं करून परस्परांमधल्या मतभेदांना कमी महत्त्व देणं गरजेचं असतं. माणसांमधील वादविवाद दोन देशांना एकमेकांचे मित्र किंवा शत्रू बनवतात. पण मागच्या काळात घडलेल्या अशा वादविवादांचा परिणाम पुढील काळातील संबंध ठेवताना होता कामा नये. विशेषत: शेजारी देशांबरोबर संबंध ठेवताना देशहित हाच सर्वांत महत्त्वाचा मुद्दा मानायला हवा. अशा परस्परसंबंधांमध्ये

सांस्कृतिक व आर्थिक विकास, स्वतंत्रपणा आणि परस्परांबद्दल आदर हे मुद्दे आधारासाठी वापरायला हवेत.

थोडक्यात सांगायचं तर कोणत्याही देशावर तो मित्र किंवा शत्रू असा शिक्का मारता कामा नये. एकमेकांशी वागताना नैतिकतेवर आधारलेलं सौम्य धोरण बाळगायला हवं. वकील असताना राजकीय व्यवहारात आणि माझ्या खासगी आयुष्यात कायमच माझं वागणं इस्लामच्या तत्त्वांना अनुसरलेलं आणि इतरांचा आदर करणारं असेल, याची मी काळजी घेतली आहे. माझ्या परराष्ट्र धोरणांची तत्त्वंही अशी होती.

राजनैतिक तत्त्वं

दोन शेजारी देशांमध्ये जे सर्वसामान्य संबंध आणि परस्परांशी वागणूक असते त्यापेक्षा अफगाणी वकिलात आणि पाकिस्तानचं परराष्ट्र मंत्रालय या दोन्हीतले संबंध कितीतरी वेगळ्या पावतळीवरचे होते. कारण पाकिस्तान व अफगाणिस्तान हे नुसते दोन शेजारी नाहीत तर दोन्हीत समान संस्कृती, धर्म, वांशिक साधर्म्य आणि भाषा या सर्वांचा समान धागा आहे.

सोव्हिएत महासंघाच्या आमच्यावरच्या आक्रमणानंतर आम्ही आणि पाकिस्तान जास्तच जवळ आलो. त्यातच जवळपास ३० लाख अफगाण नागरिक सरहद्द ओलांडून पाकिस्तानात आसऱ्यासाठी आले. निर्वासितांची ही प्रचंड संख्या आमची वकिलात आणि पाकिस्तानचे परराष्ट्र मंत्रालय या दोघांसाठीही मोठीच समस्या बनली होती. कायदा व सुव्यवस्था राखणं, राहाण्याची व्यवस्था करणं आणि गुन्हेगारांना शासन करणं ही कामं अतिशय जिकीरीची बनली होती. याखेरीज पाकिस्तान आणि इराणमधून विविध वस्तूंची आयात करणाऱ्या व्यापाऱ्यांचा वेगळाच प्रश्न होता. त्यातच पाकिस्तान व अफगाणिस्तान यांच्या सरहद्दीवरून चालणारा अन्नधान्य, फळं आणि इतर वस्तूंचा व्यापार यामुळे आणखीनच समस्या निर्माण होत होत्या.

पाकिस्तानच्या परराष्ट्र मंत्रालयाशी संबंध राखताना मला काहीच अडचण येत नव्हती. कारण आमच्या वकिलातीसाठी प्रत्येक औपचारिक व्यवहारासाठी हे मंत्रालय हीच पहिली पायरी असायची. कोणतीही बाब असली किंवा इतर कोणत्याही मंत्रालयाशी संबंधित काम असलं की आम्ही प्रथम परराष्ट्र मंत्रालयामधल्या अधिकाऱ्यांकडे जायचो. मग ते योग्य त्या विभागाकडे आमचा संपर्क साधून देत असत.

परराष्ट्र मंत्रालयात जरी अफगाण डेस्क असलं आणि आमचा सर्व लेखी

पत्रव्यवहार याच डेस्कमार्फत चालत असला तरी बऱ्याच वेळा मी अजीझखान[१] याला भेटत असे. हा माणूस आशियाई डेस्कचा संचालक होता. मूळचा पश्तुन असलेल्या या अधिकाऱ्यानं पूर्वी आमच्या देशात काम केलं होतं. त्यामुळे त्याला आमच्या समस्या माहीत होत्या. तसेच त्याला अफगाणिस्तानात काम करण्याचा अनुभव असल्यानं अडचणींचं स्वरूप किती जटील आहे हे माहीत होतं.

कधीकधी एखादी विशिष्ट समस्या असेल तर मी परराष्ट्र खात्याचा उपमंत्री किंवा मंत्री यांची भेट घेत असे. काही वेळा अजीझखान माझ्याकडे येऊन मला सांगायचा की काही काही गोष्टींच्या बाबतीत मी थेट आयएसआयबरोबर संपर्क केला तर जास्त चांगलं होईल. पण बहुतेक वेळेस मला अजीझखानच्या या सांगण्यामागचं कारण कळत नसे.

एकदा अजीझखाननं मला त्याच्या ऑफिसमध्ये येण्यासाठी निरोप पाठवला. मी तिथं पोहोचल्यावर त्यानं मला सांगितलं की एका माणसाला माझ्याशी बोलायचं आहे. त्या माणसाचं नाव अब्दुल समद हमीद असं होतं. दोन दिवसांपूर्वी अब्दुल समद हमीद पाकिस्तानात आल्याचं मला कळलं होतं. त्यांचा मुक्काम इस्लामाबादच्या मॅरिएट हॉटेलमध्ये होता. मी त्यांच्या खोलीचा नंबर अगोदरच मिळवला होता. मी तिथं जाऊन त्यांना माझ्या घरी जेवणासाठी आमंत्रित करणार होतो. मला त्यांना भेटायची इच्छा होती कारण ते अफगाणिस्तानातलं एक वजनदार आणि सन्माननीय व्यक्तिमत्व होतं. पण अजीझखान याच्याकडून असा निरोप आल्यानंतर मात्र माझा विचार बदलला.

मी अब्दुल समद हमीद[२] यांना ओळखत नसल्याचा बहाणा केला आणि ते कोण आहेत असं उलट अजीझखानलाच विचारलं. ते कोण आहेत? एखादा मंत्री की एखादा मोठा अधिकारी? अजीझखान चकित झाला. "म्हणजे? तुम्हाला अब्दुल समद हमीद कोण ते माहीत नाही...! ते पूर्वी अफगाणिस्तानचे उपपंतप्रधान होते. ते अफगाणिस्तानात प्रसिद्ध व्यक्ती आहेत!" असं बोलल्यानंतर अजीझखाननं मला अफगाण राजकारणाचं पुरेसं ज्ञान नाही, अशी टीका केली.

"मिस्टर अजीझखान! ते कोण आहेत हे अर्थातच मला माहीत आहे. कदाचित ते मलाही ओळखत असतील," मी शांतपणानं सांगितलं, "माझं माझ्या देशाबद्दलचं

---

१. अजीझखान हा परराष्ट्र सेवेमधील अधिकारी आहे. याच नावाची दुसरी व्यक्ती आहे. ती म्हणजे जनरल अजीझखान. हा अधिकारी १९६६ ते २००४ या दरम्यान पाकिस्तान लष्करात होता.

२. अब्दुल समद हमीद हा झहीरशाहच्या काळात उपपंतप्रधान होता. २००१नंतरच्या काळात रोममध्ये चाललेल्या वाटाघाटींमध्ये त्याचा सहभाग होता. पण तो नंतर त्यातून बाहेर पडला. तो अद्याप जिवंत असून अतिशय वृद्ध झालेला आहे.

ज्ञान अपुरं नाही. पण त्यांनी माझ्याशी थेट संपर्क का केला नाही? त्यांना आपल्या देशाची वकिलात कुठं आहे हे ठाऊक आहे. असं असताना त्यांना माझ्यापर्यंत येण्यासाठी तुमची गरज का भासली? ते प्रसिद्ध आणि आदरणीय आहेत, यात काहीच शंका नाही. पण ते अफगाण आहेत!''

अजीझखानशी बोलणं झाल्यानंतर मी अब्दुल समद हमीद यांना भेटायचं नाही, असंच ठरवलं. ज्याला राजनैतिक व्यवहार कसे चालतात याची माहिती नसलेला एखादा माणूस पाकिस्तानच्या परराष्ट्र मंत्रालयामार्फत माझ्याकडे येण्याचा प्रयत्न करणं हे मी समजू शकत होतो. पण त्यांच्या बाबतीत त्यांना भेटण्यासाठी मला अजीझखानच्या मध्यस्थीची गरज नव्हती. एखाद्या अफगाण नागरिकानं माझी अशी ओळख करून घेणं योग्य नव्हतं.

मी पाकिस्तानचे परराष्ट्रमंत्री अब्दुल सत्तार यांना अनेक वेळा भेटलो. ते अतिशय धार्मिक वृत्तीचे आणि सच्च्या मनाचे होते. ते अनेक वेळा माझ्याजवळ त्यांना अफगाणिस्तानबद्दल वाटणारी काळजी व्यक्त करत असत. अनेक देशांना अफगाणिस्तानबद्दल शंका आहेत, असं त्यांनी मला सांगितलं. ''तुम्ही लोकांनी राजनैतिक प्रयत्न वाढवायला हवेत,'' अब्दुल सत्तार म्हणत, ''विशेषत: अमेरिकेच्या संदर्भात ज्या काही विशिष्ट समस्या आहेत त्यांच्याकडे लक्ष द्यायला हवं. त्यांच्याप्रमाणेच सर्वच देशांच्या राजनैतिक अधिकाऱ्यांना भेटून त्यांच्याशी चर्चा करायला हवी. म्हणजे मग त्यांच्या मनातल्या शंकांचं निरसन होईल.''

अब्दुल सत्तार असं अनेकदा म्हणत असले तरी काही वेळा त्यांनादेखील अफगाणिस्तानच्या प्रश्नांबद्दल काय करावं हे कळत नसे. एकदा रशियन राजदूतानं त्यांच्याशी संपर्क साधून माझ्याशी बोलायची इच्छा व्यक्त केली. त्याला माझी गाठ पाकिस्तानच्या परराष्ट्र मंत्रालयात घ्यायची होती. अर्थात तसं मला अब्दुल सत्तार यांनी सांगितलं नाही, पण तिथं जाऊन भेटणं मला योग्य वाटलं नाही. मी अजीझखानला कळवलं की रशियन राजदूताला एखाद्या त्रयस्थ ठिकाणी भेटायला मला आवडेल. हवं तर एखाद्या दुभाष्याची सोय करता येईल, असंही मी सुचवलं. पण अजीझखाननी ही भेट त्यांच्याच मंत्रालयात व्हावी असा आग्रह सोडला नाही. मग मी मला अशा तऱ्हेनं भेटण्यात रस नाही, असं सांगितलं. अर्थातच ही भेट कधीच झाली नाही.

अफगाणिस्तान, पाकिस्तान आणि अमेरिका यांच्यामधल्या त्रिपक्षीय वाटाघाटींना पाकिस्ताननं नेहमीच खीळ घालण्याचा प्रयत्न केला. इतकंच काय मला अशा काही वाटाघाटी चालू व्हायच्या आहेत हेच मुळी कळवलं नव्हतं. साहजिकच मी त्याला मान्यता देणं किंवा न देणं हा प्रश्नच उद्‌भवत नव्हता. पाकिस्ताननं अमेरिकन राजनैतिक अधिकाऱ्यांना सांगितलं की, मी तिथं हजर नाही यावरूनच तालिबानला वाटाघाटीत रस नाही हे दिसतं! पण प्रत्यक्षात अशी त्रिपक्षीय चर्चा करण्यासाठी जी

बैठक झाली त्यानंतर माझ्या खबऱ्यांकडून कितीतरी दिवसांनी त्याबद्दल कळलं.

मी अनेकदा अमेरिकन राजदूताला सांगितलं की, त्यांनी माझ्याशी किंवा अफगाणिस्तानच्या वकिलातीशी थेट संपर्क साधावा. त्यांना ज्या काही समस्या असतील, त्याबद्दल त्यांनी पाकिस्तान सरकारची मध्यस्थी घेण्याचा प्रयत्न करू नये. मी सांगितलं, "पाकिस्तान मध्यस्थ म्हणून कधीच प्रामाणिक नाही. ते लोक नेहमीच कोणत्याही चर्चेला आपल्या फायद्यासाठी वापरण्याचा प्रयत्न करतात." मी माझं हे म्हणणं इतर देशांच्या राजदूतांना आणि संयुक्त राष्ट्र संघटनेच्या अधिकाऱ्यांनाही कळवण्याची व्यवस्था केली.

माझ्याकडे कोणी पाकिस्तानमार्फत आलं, तर मी त्यांना सरळ उत्तर कधीच देत नसे. ज्या कोणी पत्र पाठवलं असेल त्यांना अधिकृत उत्तर हवं असेल, तर त्यांनी थेट माझ्याशी बोलावं, असं मी सर्वांना कळवत असे. अनेकदा काही विशिष्ट प्रश्नांच्या बाबतीत इतर देश पाकिस्तानच्या मध्यस्थीनं माझ्याकडे येत असत. पण माझी अशी मध्यस्थी स्वीकारायची तयारी नसल्यानं हे प्रश्न आहेत, तसेच राहात असत. त्याबाबतीत काहीच प्रगती होत नसे.

एकदा एका फ्रेंच पत्रकाराला अफगाणिस्तानात अटक झाली. फ्रान्स सरकारनं त्याच्या सुटकेची मागणी केली. पण आमच्याकडे थेट न येता त्यांनी पाकिस्तानच्या परराष्ट्र मंत्रालयाच्या लोकांना पाठवलं. मी या प्रतिनिधींना सांगितलं की, फ्रान्स सरकारनं थेट माझ्याशी बोलायला हवं. पण फ्रेंच राजदूतानं माझ्याशी बोलायला तीन दिवस लावले. त्यानं माझ्याशी चर्चा केल्यानंतर मी त्या फ्रेंच पत्रकाराला अफगाणिस्तान-पाकिस्तान सरहद्दीजवळ त्यांच्या ताब्यात देण्याची व्यवस्था केली.

पाकिस्तानी परराष्ट्र मंत्रालयामधील अधिकाऱ्यांना राजनैतिक व्यवहार सर्वसामान्यपणे कोणत्या तत्त्वांवर चालतात याची माहिती होती. पण आम्ही अतिशय साधं जीवन जगत असल्यानं आम्हाला काही कळत नाही, असं त्यांना वाटत असावं. त्यामुळे ते आमच्याशी असं वागत असावेत. शिवाय अमेरिका सतत पाकिस्तान व इतर देशांवर आमच्याशी संबंध ठेवू नये, यासाठी दडपण आणत होती. आमच्या इस्लामी अमिरातीच्या (तालिबान) सरकारला राजनैतिक वर्तुळात एकटं पाडण्याचा तो डाव होता.

कधीकधी मी पाकिस्तानी अधिकाऱ्यांशी एकट्यानंच बोलत असताना अमेरिकन चोरून आपलं बोलणं ऐकत तर नाही ना याची सतत भीती वाटे. ते अतिशय सावधगिरी बाळगून बोलत आणि अमेरिकन लोकांबद्दल कायमच आदराची भाषा वापरत. ते त्या हरामखोर अध्यक्ष बुश याचा उल्लेख 'माननीय मिस्टर बुश' असा करत किंवा 'कॉलिन पॉवेलसाहेब' असं म्हणत. हे ऐकून मला होणारा त्रास मला आजही आठवतो.

***

पाकिस्तानशी होणारा आमचा व्यवहार सर्वसामान्यपणे परराष्ट्र मंत्रालयामार्फतच होत असला, तरी बऱ्याच वेळा आम्हाला अंतर्गत व्यवहार मंत्रालयाशी संबंध ठेवावा लागत असे. अफगाणिस्तानातून फार मोठ्या प्रमाणात निर्वासित पाकिस्तानात आल्यामुळे अफगाण निर्वासित, कायदा व सुव्यवस्था राखण्याचा प्रश्न, गुन्हेगारी, स्थानिक पोलिसांचं बेताल वागणं आणि सरहद्दीवरून चालणारा व्यापार हे प्रश्न गंभीर बनले होते. लष्करातले जनरल मोईनुद्दीन हैदर हे अंतर्गत व्यवहार खात्याचे मंत्री होते. हे शिया पंथाचे होते. त्यांच्याकडे पाकिस्तानातल्या सर्व पोलीस खात्यांची आणि अंतर्गत सुरक्षा राखण्याची जबाबदारी होती.

अनेक अफगाण निर्वासित वकिलातीत येऊन पोलिसांनी केलेल्या छळाच्या व लुटीच्या तक्रारी सांगत असत. अनेकदा तर वकिलातीत भेटायला येणाऱ्या लोकांना त्रास दिला जायचा. अफगाणिस्तानच्या वकिलातीकडे येणाऱ्या रस्त्यांवर पोलीस मुद्दाम रेंगाळत. तिथं जाणारी माणसं मिळाली की, ते लांडग्यांच्या टोळीप्रमाणे त्यांच्यावर तुटून पडत.

मी या असल्या प्रकारांबद्दल अंतर्गत व्यवहार मंत्रालयाकडे आणि परराष्ट्र मंत्रालयाकडे अनेकदा तक्रारी केल्या. पण परिस्थितीत काही फरक पडला नाही. माझ्या तक्रारीवर त्यांच्याकडून ठरावीक उत्तर यायचं. ''पाकिस्तानी पोलिसांनी अफगाण निर्वासितांना त्रास दिला नाही. उलट ते त्यांचं रक्षण करत होते!'' वेगळ्या शब्दांत सांगायचं, तर ते माझ्या तक्रारीला काहीही किंमत देत नव्हते.

एकदा मी अफगाण निर्वासितांच्या छावण्यांमधल्या उलेमांना आणि वृद्ध वजनदार व्यक्तींना समस्यांवर चर्चा करण्यासाठी वकिलातीत बोलावलं होतं. हे लोक वकिलातीकडे येत असताना पोलिसांनी त्यांना अडवलं. त्यांच्याकडे अफगाण निर्वासित म्हणून ओळखपत्रं होती. तरीही पोलिसांनी त्यांच्याकडून रकमा उकळल्या आणि मगच त्यांना जाऊ दिलं. हे लोक माझ्याकडे आल्यावर त्यांनी नुकताच काय प्रकार घडला, हे माझ्या कानावर घातलं. ते संतापले होते. त्यांना झालेला मनस्ताप पाहून मलाही राग आला. हे लोक अफगाण समाजात आदरणीय मानले जात. मी रागानं ताबडतोब त्यांच्यामधल्या एकाला घेऊन वकिलातीतून निघालो.

आमच्या लोकांना पोलिसांनी जिथं अडवलं होतं, तिथं मी सरळ गाडी नेली. तो पोलीस अधिकारी अजून तिथंच होता. तो नवीन सावज मिळतंय का, ते पाहात उभा होता. मी गाडी त्याच्या अगदी जवळ उभी केली आणि त्याला गाडीत बसायला सांगितलं. त्यानं नकार देऊन निसटण्याचा प्रयत्न केला. पण मी त्याची गचांडी पकडून त्याला जबरदस्तीनं गाडीत बसवलं. मग त्यानं नुकतेच अफगाण उलेमांकडून उकळलेले पैसे मी त्याला परत द्यायला भाग पाडलं. हे झाल्यावर मी गाडी सरळ अंतर्गत व्यवहार मंत्रालयाकडे वळवायला सांगितली.

मी गाडीत घालून त्याला नेत असताना तो गयावया करत होता. आपल्याला आता केल्या गोष्टीचा पश्चात्ताप झाला आहे आणि आपण पुन्हा कोणाही अफगाण माणसाला त्रास देणार नाही, असं त्याचं म्हणणं होतं. पण मी त्याचं काहीही न ऐकता त्याला अंतर्गत व्यवहार मंत्रालयाच्या ताब्यात दिलं. मी करत होतो ते आरोप बिनबुडाचे नव्हते, हे मला त्यांना दाखवून द्यायचं होतं. अफगाण निर्वासितांना दररोज काय प्रसंगांना तोंड द्यावं लागतं हे त्यांना समजावं, अशी माझी इच्छा होती. पण परराष्ट्र मंत्रालय व अंतर्गत व्यवहार मंत्रालय या दोघांनीही माझ्यावर कडक टीका केली. मी राजनैतिक व्यवहाराच्या तत्त्वाचं उल्लंघन केल्याचा आरोप त्यांनी केला.

ज्या कोणा अफगाण नागरिकाला परदेशी जाऊन वैद्यकीय उपचार घ्यायची गरज असेल, अशांना मदत करण्याची जबाबदारी वकील म्हणून माझ्यावर होती. त्यांना आवश्यक ती ओळखपत्रं देणं आणि व्हिसा मिळण्यासाठी मदत करणं, हे माझं काम होतं. आमच्या संरक्षण मंत्रालयात काम करणारे एक कमांडर मुल्ला सिराजुद्दीन उपचारांसाठी जर्मनीला जायला म्हणून पाकिस्तनात आले होते. त्यांना उपचारासाठी लागणारी १,००० डॉलरची रक्कम त्यांच्यापाशी होती. ते ज्या गेस्टहाउसमध्ये राहात होते, तिथल्या कॅशियरकडे ही रक्कम देऊन ते स्थानिक मशिदीत प्रार्थनेसाठी गेले. त्यांच्याजवळ एवढी रक्कम असल्याचा सुगावा लागलेले स्थानिक पोलीस आले आणि त्यांनी मुल्ला सिराजुद्दीनना गाडीत घालून पळवून नेलं. त्यांच्याबरोबर असणाऱ्या इतर तालिबानकडून मला ही बातमी समजली. पोलिसांचे गणवेश घातलेली काही माणसं मशिदीबाहेर वाट बघत उभी होती. त्यांनी मुल्ला सिराजुद्दीनना जबरदस्तीनं नेल्याचं त्या लोकांनी मला सांगितलं.

मला त्यांच्याबद्दल काळजी वाटत होती, याला देवच साक्षी आहे. त्यांच्या एखाद्या शत्रूनं त्यांना पकडून त्यांचा छळ तर केला नाही ना किंवा त्यांना ठार तर केलं नाही ना, अशा शंका-कुशंका माझ्या मनात येऊ लागल्या. मी ताबडतोब परराष्ट्र मंत्रालय आणि अंतर्गत मंत्रालय यांच्याशी संपर्क साधला. पण पुढे काही घडायच्या आतच मुल्ला सिराजुद्दीन परत आले. पोलिसांनी त्यांना पकडून रक्कम मिळते का ते पाहिलं होतं. त्यांना भरपूर त्रास दिल्यानंतर अखेर त्यांनी मुल्ला सिराजुद्दीन यांना शहराबाहेर कुठेही सोडून दिलं होतं. हा दहशतवादाचा प्रकार होता. मी ही बाब खूपच गांभीर्यानं घेतली आणि तक्रारीचा पाठपुरावा केला. मी परराष्ट्र मंत्रालय आणि अंतर्गत व्यवहार मंत्रालयाकडे केलेल्या चौकशीच्या मागणीची खबर वर्तमानपत्रांना लागली. त्यानंतर बऱ्याच वर्तमानपत्रात छापून आलं की, मुल्ला सिराजुद्दीन एका पाकिस्तानी मुलाबरोबर गैरव्यवहार करत होते. वर्तमानपत्रामधून याबद्दल सतत काही ना काही आरोप होत राहिले. दिवसेंदिवस या खोट्यानाट्या आरोपांचं स्वरूप संतापजनक होतं चाललं होतं. शेवटी हे सगळं एवढ्या थराला

गेलं की आम्ही हे प्रकरण पुढे वाढवायचं नाही, असं ठरवलं. कारण झाल्या प्रकाराची नीट चौकशी न करता मंत्रालयानं पोलिसांचा अहवाल खरा असल्याचं शिक्कामार्तब केलं. त्यांनी आपल्या पोलिसांच्या कृत्यावर पांघरूण घातलं होतं. आता आपण काहीही केलं तरी आपलं सरकार आपल्याला शिक्षा करत नाही हे पाहून पोलिसांनी अफगाण नागरिकांना त्रास देणं सुरूच ठेवलं.

एक तरुण अफगाण व त्याची बायको जर्मनीला जात होते. ते दोघं टॅक्सीमधून विमानतळाकडे जात असताना पोलिसांनी त्यांच्या टॅक्सीचा पाठलाग केला. त्याच्याजवळ किती रोकड होती, याची माहिती मिळाली नाही. पण त्याच्या बायकोच्या अंगावर भरपूर किमती दागिने होते. पोलिसांनी तिच्या गळ्यातले आणि हातातले दागिने पाहून त्यांना लुटायचं ठरवलं असणार.

पोलिसांनी टॅक्सी थांबवल्यावर जबरदस्तीनं त्या माणसाला खाली उतरवलं. मग त्याला पोलिसांच्या गाडीत बसवलं. त्याच्या पाठोपाठ पोलीस अधिकारी बसलेले पाहाताच काय घडतंय, हे त्याच्या लक्षात आलं. त्यानं चालत्या गाडीतून उडी मारली. त्याचं डोकं रस्त्यावर आपटून तो गंभीर जखमी झाला. हे पाहून पोलिसांनी त्याच्या बायकोला धरलं; तिचे दागिने काढून घेतले आणि ते तिथून पसार झाले.

टॅक्सी ड्रायव्हर आणि पोलीस संगमनमतानं लुटालुट करतात असं पाकिस्तानात सररास बोललं जातं. उदाहरणार्थ, समजा एखाद्या टॅक्सी ड्रायव्हरला आपल्या उतारूंजवळ भरपूर पैसे आहेत असं वाटलं की, तो टॅक्सी मुद्दामहून विशिष्ट पोलीस चौकीसमोरून नेतो. जाताना तो तिथल्या पोलिसांना इशारा देतो. मग ते येऊन त्या माणसाला पकडून लुटतात.

आपला नवरा रक्तबंबाळ होऊन रस्त्यावर पडलेला पाहून तिनं मदतीसाठी आरडाओरडा सुरू केला. अखेर कोणीतरी त्यांना हॉस्पिटलमध्ये नेलं. तिथं तो माणूस मरण पावला. त्याच्या बायकोनं वकिलातीकडे संपर्क साधला. मग आम्ही परराष्ट्र मंत्रालय व अंतर्गत व्यवहार मंत्रालयाकडे अधिकृत तक्रार नोंदवली. त्यानुसार त्यांनी त्या माणसाला लुटणाऱ्या पोलीस अधिकाऱ्याला काही काळ डांबून ठेवलं. पण नंतर काहीही कारवाई न करता सोडून दिलं. त्यांना कसलीही शिक्षा झाली नाही. इतकंच नाहीतर त्यांना फिद्या[३] देखील द्यावी लागली नाही.

अशा प्रकारचे प्रसंग संपूर्ण पाकिस्तानात वारंवार घडत असत. इस्लामाबाद आणि रावळपिंडी यांच्या दरम्यान निर्वासितांच्या अनेक छावण्या होत्या. पोलीस तिथं

---

३. या अरेबिक शब्दाचा अर्थ मोबदला किंवा 'विशिष्ट रक्कम दान करून जबाबदारीमधून मुक्त होण्याची प्रक्रिया' असा आहे. गुन्ह्याचा बदला घेण्याऐवजी काही रक्कम देऊन सुटका करून घेण्यासाठी शरियानुसार ही सवलत इस्लामनं दिलेली आहे.

मशिदींच्या बाहेर सावज हेरण्यासाठी टपून बसत. त्यांना कोणाजवळ पैसाअडका आहे असं वाटलं की ते त्या माणसाला पकडून त्याच्याकडून खंडणी वसूल करत.

अफगाण नागरिकांची सुरक्षा हा माझ्यापुढचा एकमेव प्रश्न नव्हता. अफगाण व्यापाऱ्यांना आणि व्यावसायिकांना अडचणी येत होत्या. अफगाणिस्तानला समुद्रकिनारा नाही त्यामुळे सर्व वस्तू पाकिस्तान किंवा इराणमधूनच आणाव्या लागतात. ज्या देशांमधून फक्त तात्पुरती वाहतूक होणार आहे त्या देशांनी मालावर कर लावू नये, असा आंतरराष्ट्रीय संकेत आहे. पण पाकिस्ताननं आंतरराष्ट्रीय कायदा पायदळी तुडवून कितीतरी वस्तूंवर बंधनं घातली. अफगाण व्यापाऱ्यांचा माल कराची बंदरात अडवला जायचा. तिथं तो पडून राहिल्यानं खराब व्हायचा किंवा त्यांची उपयुक्त दिवसांची मर्यादा संपून जायची. त्यामुळे लक्षावधी डॉलरचं नुकसान व्हायचं.

आम्ही तूप व इतर काही खाद्यपदार्थ यांना बंदीमधून वगळण्यासाठी केलेले प्रयत्न यशस्वी ठरले. पण पाकिस्तानी पोलीस या वस्तूंच्या यादीचा उलट लाच मिळवण्यासाठी गैरवापर करत होते. वस्तूंवर बंधनं आहेत असं सांगून अफगाण व्यापारांच्या मालाला अडकवून ठेवणं हा त्यांचा नेहमीचा धंदा होता. लाच मिळाली की मग ते माल सोडून देत असत. या सर्व प्रकारात पाकिस्तानची तक्रार अशी होती की अफगाणिस्तानात जाणारा सगळा माल तिथं वापरला जात नाही, तर तो उलटा परत पाकिस्तानात चोरट्या मार्गानं येतो. काळ्या बाजारात येणाऱ्या अशा प्रचंड मालामुळे पाकिस्तानी उद्योगांवर परिणाम होऊ लागला असल्याचं पाकिस्तानचं म्हणणं होतं.

व्यापारासंबंधी तंटे दररोजच उद्‌भवत असत. काही तंट्यांबाबत मी योग्य मार्ग काढत होतो. पण मी वकील असताना काही समस्यांचं मला निराकरण करता आलं नाही. उदाहरणार्थ, पाकिस्तानी पोलिसांनी अफगाण नागरिकांना मारहाण करणं किंवा त्यांच्यावर हल्ला करणं यात वाढ होत होती. हे इस्लामाबादच नाही तर सगळ्या पाकिस्तानात घडत होतं. अगदी बलुचिस्तानातही याचं प्रमाण खूप वाढलं होतं.

जरी माझ्या वकिलातीला तसे काही कायदेशीर अधिकार नसले तरी अफगाण निर्वासितांना आम्ही मदत करण्याची अपेक्षा असे. अशाच कामासाठी मी एकदा पेशावरच्या राज्यपालाची भेट घेतली. त्या प्रांतातल्या निर्वासितांच्या समस्यांबद्दल मला चर्चा करायची होती. मी पेशावरला जाऊन त्याच्या घरी त्याची भेट घेतली. त्यानं माझं स्वागत चांगलं केलं. पण मी निर्वासितांबद्दल तक्रार करू लागताच त्यानं माझं बोलणं तोडलं. ''अफगाणिस्तानात आता सरकार आहे. तिथं सुरक्षा यंत्रणादेखील आहे. तुमच्या लोकांना आता आपल्या देशात राहाणं शक्य आहे. तेव्हा आता त्यांनी परत गेलेलं बरं. आम्ही यापुढे त्यांची जबाबदारी घेऊ शकत नाही.''

राज्यपालाची भाषा फार कडवट होती. तो एखाद्या लष्करी अधिकाऱ्याप्रमाणे कडक बोलत होता. तो जे काही बोलत होता ते अतिशय बेजबाबदारपणाचं होतं.

शिवाय तो पाकिस्तानच्या अधिकृत धोरणापेक्षा वेगळी भाषा वापरत होता.

निर्वासितांवरच्या हल्ल्याचं प्रमाण वाढतच गेलेलं पाहून मी पुन्हा एकदा अंतर्गत व्यवहार मंत्रालयात गेलो आणि तिथं तक्रार नोंदवली. मी थेट मंत्र्याची भेट घेतली आणि पाकिस्तानातल्या अफगाण निर्वासितांची स्थिती किती वाईट झाली आहे याबद्दल तक्रार केली. पोलिसांच्या गैरवर्तनाबद्दल मी त्यांच्या कानावर माझी चिंता घातली. मी जवळ-जवळ एक तास बोलत होतो. त्यावर मंत्र्यांनी दिलेलं उत्तर मला सर्वस्वी अनपेक्षित होतं.

"आमचे पोलीस फक्त अफगाण निर्वासितांनाच त्रास देतात, असं नाही. ते इतरांच्या बाबतीतही सगळीकडे चालू आहे. ते मुद्दाम एखाद्या गटाला हेरून त्रास देत नाहीत. ज्यांच्याजवळ काही रक्कम आहे आणि जे स्वत:चं रक्षण करू शकत नाहीत अशांनाच ते त्रास देतात. ही एक सार्वत्रिक समस्या आहे. तिचा अफगाण निर्वासितांशी विशिष्ट संबंध नाही."

मी चकित होऊन विचारलं, "पण तुम्ही तर सर्व पोलीसदलांचे प्रमुख आहात. तुम्हीच मला सांगता आहात की या बाबतीत काहीच करता येणार नाही! तर मग मी माझी तक्रार तरी कुणाकडे करू?"

याच भेटीदरम्यान अंतर्गत व्यवहारमंत्र्यांनी मला एक यादी सोपवली. या यादीतले लोक पाकिस्तानला हवे होते. हे लोक अफगाणिस्तानात आहेत, असं त्यांचं म्हणणं होतं.[४] या यादीच्या सुरुवातीलाच सैफुल्ला अख्तर[५] आणि मौलवी मोहम्मद कासीम ही नावं होती. मी मग सगळी नावं वाचली आणि म्हणालो, "माफ करा जनरल! पण तुम्ही ही यादी हे लोक ज्यांच्याजवळ आहेत त्यांना द्यायला हवी."

जनरल मोईनुद्दीननी माझ्याकडे पाहिलं. त्यांच्या काहीच लक्षात आलेलं नसावं. "तुम्हीच तर अफगाणिस्तानचे इथले प्रतिनिधी आहात. या यादीतील लोक अफगाणिस्तानातच आहेत. तुम्हाला नाही तर ही यादी मी कोणाला देणार?"

"जनरल, मी बोलतोय त्याचा राग मानू नका. तुमच्या सरकारच्या आत आणखी एक सरकार आहे. ही माणसं तिथं आहेत. ही यादी तुम्ही आयएसआयकडे द्यायला हवी."

जनरल मोईनुद्दीन चकित झाले. "या यादीचा आणि आयएसआयचा काहीही

---

४. ६ जानेवारी, २००१ रोजी पाकिस्तानी राजदूतानं १८-१९ जानेवारी रोजी एका परिषदेत भाषण करण्यासाठी टिपण काढलं होतं. या टिपणात १९८०-९० या जिहादच्या काळातले जे लोक उरले होते, त्यांची यादी होती. यात ५० चेच्चेन, १०० उईघुर, १००० उझ्बेक, १०० ताजिक, १०० बंगाली, १०० मोरो आणि ५००० पाकिस्तान्यांचा समावेश होता.

५. सैफुल्ला अख्तर हा कुप्रसिद्ध गुन्हेगार पाकिस्तानी नागरिक होता.

संबंध नाही! आणि माझ्याशी तुम्ही हे असं कसं काय बोलू शकता?''

''जनरल!'' मी म्हणालो, ''कारण काल सैफुल्ला अख्तर माझ्या इस्लामाबादमधल्या वकिलातीत आला होता, आणि मौलवी मोहम्मद कासीम याने काल आय-७ भागातल्या एका मदरश्यात दस्तरबंदी[६] कार्यक्रमात सहभाग घेतला होता. बरोबर पाच अंगरक्षक होते. शिवाय मौलवींनी भाषणही केलं. मी हे सगळं स्वत: पाहिलं आहे. तेव्हा मला सांगा की तुम्ही ही माणसं ताब्यात द्या असं मला कसं काय सांगू शकता? आणि ही माणसं इस्लामाबादमध्ये सशस्त्र मोकळी फिरत असताना अफगाणिस्तानच्यावतीनं मी त्यांना कसा काय ताब्यात देणार? तेव्हा तुमच्याबद्दल आदर बाळगून मी विचारतो की तुम्ही अफगाणिस्तानकडे केलेली मागणी न्याय्य आहे का?''

जनरल मोईनुद्दीनना प्रचंड धक्का बसला होता. त्यांच्या कपाळावरून घाम वाहू लागला. ''हे खरं नाही!''

''हे खरंच आहे. माझ्यावर विश्वास ठेवा.'' मी म्हणालो.

आमचं हे संभाषण झाल्यानंतर जनरल मोईनुद्दीन हैदर यांनी परत कधी त्या यादीचा विषय माझ्यापाशी काढला नाही.

आपला देश दुटप्पी आहे, याची मोईनुद्दीन हैदर यांना कल्पना नसावी. त्यांनी मंत्रिपद घेतलं तेव्हा त्यांच्यासमोर शियांना त्रास देणाऱ्या घटकांना शोधून त्यांचा बंदोबस्त करायचं महत्त्वाचं काम होतं. पण पाकिस्तान सरकारमधल्याच काही गटांनी त्यांना पटवून दिलं की ते ज्या लोकांचा शोध घेत आहेत त्यामधले बहुसंख्य जण अफगाणिस्तानात गेले आहेत. मोईनुद्दीन हैदर हे अंतर्गत व्यवहार खात्याचे मंत्री असल्याने नागरी गुप्तचर यंत्रणा व सर्व पोलीसदले त्यांच्या हाताखाली होती. तरीही आश्चर्याची गोष्ट म्हणजे त्यांना पाकिस्तानात काय चाललंय याची फार थोडी कल्पना होती.

आम्ही एकदा कंदाहारला विमानानं एकत्र जात होतो. आम्ही सर्व प्रकारच्या राजकीय आणि धार्मिक विषयांवर भरपूर चर्चा केली. हैदर म्हणाले की बऱ्याचदा मुल्ला मनाला वाटेल ते सांगतात. त्यांच्या म्हणण्याला शरिया किंवा कुराणाचा आधार नसतो. मुल्ला लोकांवर विनाकारण फार कठोर नियम लादतात, असं त्यांचं म्हणणं होतं. मी त्यांना उदाहरण म्हणून काहीतरी सांगा, असं म्हणालो. ते म्हणाले की माझं म्हणणं स्पष्ट करण्यासाठी वजूचं[७] उदाहरण घेऊ या. अशा प्रकारे स्वच्छता

---

६. एखादा विद्यार्थी (तालिब) इस्लामी शिक्षण पूर्ण करून बाहेर पडत असताना हा कार्यक्रम केला जातो. बहुतेक प्रसंगी शिक्षण पूर्ण केलेल्या विद्यार्थ्याच्या डोक्यावर फेटा बांधला जातो.

७. वजू : स्वत:ची स्वच्छता कशी करावी, याबद्दल कुराणमध्ये काही नियमावली दिली आहे, त्याला 'वजू' म्हणतात.

करण्याबद्दल कुराणात काहीही लिहिलेलं नाही तरीही मुल्ला लोक त्याची सक्ती करतात, असं त्यांचं म्हणणं होतं.

मी हैदरसाहेबांना विचारलं की, त्यांनी पवित्र कुराण वाचलं आहे का आणि त्याचा अर्थ त्यांना समजला आहे का?

"होय, अर्थातच!" हैदरसाहेब म्हणाले, "मी मुस्लीम आहे आणि चांगला शिकलेला आहे."

"मी तुमच्या शिक्षणाबद्दल बोलत नाही," मी म्हणालो, "पण तुमच्या बोलण्यावरून मला असं वाटतं की तुम्हाला पवित्र कुराणाबद्दल फारशी माहिती नसावी. एक मुस्लीम म्हणून माझा तुम्हाला असा सल्ला आहे की, अल्ला आणि प्रेषित यांच्याबद्दलच्या गोष्टी पुरेशा गांभीर्यानं घ्यायला हव्यात."

मी जरी असं सांगितलं तरी त्यांना ते फारसं पटलं नसावं. मग मी वैमानिकाला त्याच्याजवळ कुराण आहे का ते विचारलं. त्यानं मला त्याच्याजवळची प्रत दिली. मग मी ज्या ठिकाणी अल्लानं मुस्लिमांना *वजू* करण्याची आज्ञा दिली असल्याचा भाग आहे तो दाखवला. शिवाय मी त्यांना हे सांगितलं की वादाचा विषय *वजू* करणं हा नाहीच. या बाबतीत शिया आणि सुन्नी यांच्यात मतभेद आहेत. सुन्नी म्हणतात की पाय धुवायला हवेत. उलट शिया कुराणातल्या एका शब्दाचा अर्थ असा लावतात की पाय ओले झाले तरी पुरे किंवा पाय हातानं पुसले तरी चालण्याजोगं आहे. हे सांगितल्यावर मी त्यांना म्हणालो की, त्यांनी त्यांचे आक्षेप सांगण्यापूर्वी पवित्र कुराणाचा नीट अभ्यास करावा.

जनरल मोईनुद्दीन हैदर सरळ स्वभावाचे होते. काही बाबतीत ते अतिशय गांभीर्यानं काम करत. पण काही बाबतीत त्यांना पाकिस्तानच्या आतलं गुंतागुंतीचं राजकारण नीट समजत नसल्यानं त्यांचा गोंधळ उडायचा. ते बऱ्याच वेळा माझं म्हणणं ऐकून घेतही आणि त्यांना ते पटतही असे. याचं एक उदाहरण म्हणजे अफगाण कैद्याचा प्रश्न. आम्ही दोघांनी ठरवलं की एका संयुक्त अफगाणिस्तान-पाकिस्तान आयोगाची स्थापना करावी. या आयोगानं पाकिस्तानमधल्या सर्व अफगाण कैद्यांची भेट घेऊन, त्यांच्या फायली वाचून त्यांचा अभ्यास करावा. जर कोणी निरपराध असतील तर त्यांना मुक्त करण्यात यावं. जे गुन्हेगार आढळतील त्यांचं काय करायचं यावर स्वतंत्र विचार करता येईल, असं आम्ही ठरवलं. पण ११ सप्टेंबर, २००१ नंतर इतर अनेक योजनांप्रमाणे ही योजना बारगळली.

***

वकील म्हणून पाकिस्तान सरकारशी संबंध ठेवणं हा माझ्या कामाचा एक भाग होता. इस्लामी अमिरातीच्या सरकारचे हितसंबंध जपण्यासाठी मी मंत्रालयाच्या

पलीकडे जाऊन विविध राजकीय पक्ष, इतर राजनैतिक अधिकारी आणि प्रसिद्ध व्यक्तींशी संपर्क ठेवत असे. फक्त पाकिस्तान सरकारच नव्हे तर इतरांशीही चर्चा करून मला राजकीय प्रक्रियेत भाग घेणं गरजेचं होतं. त्यामुळे मला अफगाण निर्वातिसांचा प्रश्न आणि अफगाणिस्तानविषयक सर्व समस्यांवर काही निश्चित भूमिका बजावता येणार होती.

अफगाणिस्तानचे इतर देशांशी संबंध सुरळीत व्हावेत म्हणून मी जगभरातल्या अनेक देशांच्या राजदूतांशी आणि राजनैतिक अधिकाऱ्यांशी नियमित चर्चा करत असे. मी धर्मादाय संस्था आणि संयुक्त राष्ट्र संघटनेच्या इतर संस्थांना भेटी देत असे. पत्रकार परिषदा घेत असे. त्याचप्रमाणे मी पाकिस्तानातले उलेमा, व्यापारी, राजकीय पक्षांचे नेते आणि महत्त्वाच्या व्यक्तींना भेटून त्यांच्याशी अफगाणिस्तानच्या हितासाठी चर्चा करत असे.

मी वकील असताना शिया पंथियांच्या धार्मिक संघटना, विविध राजकीय गट आणि संघटनांच्या प्रतिनिधींच्या संपर्कात होतो. त्यामध्ये बरेलवी,[८] पश्तुनख्वा,[९] जमात-ए-उलेमा-ए-इस्लाम,[१०] सिपाह-ए-साहेबा[११] यांचा समावेश होता. पण मी कधीही त्यांच्या अंतर्गत राजकारणात किंवा वादांमध्ये ढवळाढवळ केली नाही की त्यांच्यात सहभागही घेतला नाही. जर काही चर्चेमध्ये विषय त्यांच्या परस्परांमधल्या संबंधाकडे गेला तर मी त्यांना त्याबद्दल संयम बाळगायला सांगत असे. मी किंवा इस्लामी अमिरातीला त्यांच्या परस्परसंबंधात कसलाही रस नाही हे मी त्यांना सांगायचो.

आमच्या वकिलातीनं पाकिस्तानी समाजाच्या सर्व स्तरांमधल्या लोकांना संपर्कात

---

८. बरेलवी ही सुन्नी इस्लामची एक शाखा असून १९व्या शतकातील अहमद रेझाखान याच्याशी या पंथाचा संबंध जोडला जातो. बरेलवी मुस्लीम व देवबंद मुस्लीम यांच्यात ऐतिहासिक काळापासून वितुष्ट आहे.

९. अफगाणिस्तान आणि पाकिस्तानातल्या पश्तुन लोकांना एकत्र करून त्यामधून पश्तुन लोकांचं स्वतंत्र राष्ट्र करण्यासाठी सुरू असलेल्या चळवळीला ‘पश्तुनख्वा’ म्हणतात.

१०. जमात-ए-उलेमा-ए-इस्लाम हा पाकिस्तानातला एक राजकीय पक्ष आहे. त्याची स्थापना १९४५मध्ये जमात-ए-उलेमा-ए-हिंद या पक्षात फूट पडून झाली. या पक्षाचे लोक देवबंद पंथाचे आहेत. सध्या मौलाना समीउल-हक आणि मौलाना फझल उर-रहमान हे या पक्षाचे महत्त्वाचे पुढारी आहेत.

११. सिपाह-ए-साहेबा ही सुन्नी मुस्लिमांची संघटना असून तिची स्थापना १९८५मध्ये झाली. जमात-ए-उलेमा-ए-इस्लाममध्ये फूट पडून ही नवी संघटना अस्तित्वात आली. ही संघटना सुन्नी मुस्लिमांच्या प्रश्नांबद्दल अतिशय आक्रमक आहे. शिया पंथियांच्या विरोधातल्या हिंसाचाराच्या अनेक घटनांशी या संघटनेचा संबंध आहे.

राहाणं गरजेचं होतं. साहजिकच वेगवेगळ्या स्तरांमधल्या गटांशी असणारे आमचे संबंध वेगवेगळ्या प्रकारचे असत. आमची राजवट उलेमा-ए-इस्लाम, पीपल्स पार्टी[१२] आणि मुस्लीम लीग यांच्या अधिक जवळ होती. त्यांचे भाषा व स्थानिक प्रश्नांबद्दलचे दृष्टिकोन आमच्यासारखेच होते.

आम्ही सर्वांशीच चांगले संबंध राखण्याचा आटोकाट प्रयत्न केला. आमचे बरेचसे उलेमा आणि तालिबानचे सदस्य हे पाकिस्तानातच शिकलेले आहेत. त्यांचे पाकिस्तानातल्या उलेमांशी मैत्रीचे संबंध अद्यापही टिकून आहेत. आमच्या सरकारला कायम विरोध एकाच पक्षानं केला. महमूदखान[१३] यांच्या पश्तुनख्वा या पक्षानं उलेमांशी सतत संघर्ष केला. वलीखान[१४] यांची अवामी नॅशनल पार्टी हा पक्ष जरी प्रामुख्याने पश्तुनख्वासारखाच असला तरी आम्ही अधूनमधून भेटून चर्चा करत असू.

एकदा मला अवामी नॅशनल पार्टीच्या काही जणांनी एका समारंभात भाग घेण्यासाठी आमंत्रित केलं होतं. तिथं मला तालिबानबद्दलच्या प्रश्नांना उत्तरं द्यायची होती. आम्ही बैठकीत भरपूर चर्चा केली. मला स्वत:ला अनेक प्रश्न पडले होते कारण बहुतेक प्रश्न पश्तु आणि पश्तुन याबद्दलच होते. हे प्रश्न कधीच संपणार नाहीत, असं मला वाटत होतं. मी त्यांना समजावण्याचा प्रयत्न केला की आमच्या मनात पश्तुन ही ओळख असली तरी तालिबानखेरीज तिथं अफगाणिस्तानमध्ये इतर बरंच काही आहे.

तालिबानचा वकील या नात्यानं मी आणि माझे सहकारी मुस्लिमांमध्ये बंधुभाव वाढवण्याचा प्रयत्न करत होतो. मुस्लीम म्हणजे सर्व मुस्लीम. यात आम्ही कोणताही भेदभाव मानत नाही. मुस्लीम कोणत्याही जमातीचे किंवा देशातील असले किंवा वेगळ्या पंथाचे असले तरी तालिबानच्या दृष्टीनं त्यांच्यात काहीच फरक नाही. जे लोक संकुचित वृत्तीनं पाहातात ते कधीच मोठे होऊ शकत नाहीत. बहुतेक तालिबान एकाच वंशाचे आहेत त्यामुळे अनेक जणांची अशी समजूत आहे

---

१२. पाकिस्तान पीपल्स पार्टी (पी.पी.पी.) या पक्षाची स्थापना नोव्हेंबर, १९६७मध्ये झुल्फिकार अली भुट्टो यांनी केली. या पक्षाचा नेता नेहमीच भुट्टो कुटुंबातील असतो.

१३. महमूदखान (जन्म १९४८) हा पश्तुन राष्ट्रीय पक्षाचा पुरस्कर्ता असून तो पाकिस्तानातल्या क्वेट्टाचा आहे. हा नेता अचेकझाई जमातीचा आहे.

१४. अस्फंदियार वलीखान (जन्म १९४९) हा नेता पेशावरजवळच्या चारसट्टा येथील आहे. सध्या तो अवामी नॅशनल पार्टीचा नेता आहे. हा पक्ष पश्तुन लोकांच्या एकत्रीकरणाचा पुरस्कर्ता असून तो निधर्मी मताचा आहे. या पक्षाचा तालिबानला विरोध असून त्यांच्यावर तालिबान नेत्यांच्या हत्त्येचे प्रयत्न केल्याचे आरोप नेहमीच केले जातात. ऑक्टोबर, २००८मध्ये झालेल्या आत्मघाती बॉम्बहल्ल्याबद्दल अस्फंदियार वलीखान याला जबाबदार धरले जाते.

की, आमच्या दृष्टीनं जमातीची ओळख ही सर्वांत महत्त्वाची आहे. पण प्रत्यक्षात हा निव्वळ योगायोग आहे. तालिबान चळवळीची सुरुवात जमातीच्या भागात झाली इतकंच. जमातीनं चळवळीला सुरुवातीला खूप मदत केली हे खरंच आहे, पण नंतर कधीच तालिबानमध्ये कसलीही भूमिका बजावली नाही.

११ सप्टेंबर, २००१ नंतर अफगाणिस्तान-पाकिस्तान संयुक्त संरक्षण परिषदेचं आयोजन करण्यात आलं होतं. इस्लामाबादमधल्या या परिषदेला पाकिस्तानातल्या सर्व राजकीय पक्षांचे प्रतिनिधी हजर होते. त्यात पीपल्स पार्टी आणि मुस्लीम लीग या दोन मोठ्या पक्षांचाही समावेश होता. आम्ही जरी थेट एकमेकांची भेट घेत नसलो तरी राजकीय पक्षांचे वरिष्ठ नेते आणि आमचे प्रतिनिधी यांच्यात वारंवार भेटीगाठी होत असत. आम्ही चौधरी सुजात हुसेन[१५] व हजाज उल-हक[१६] यांच्यासारखे वरिष्ठ नेते यांच्याही संपर्कात असायचो.

वेगळ्या शब्दात सांगायचं तर आमचे सर्व इस्लामी व धार्मिक पक्षांशी उत्तम संबंध होते. विशेषत: जिहादच्या नावानं स्थापन झालेल्या किंवा जिहादला पाठिंबा देणाऱ्या गटांशी आमचे जास्त जवळचे संबंध होते. आम्ही फझल रहमान[१७] यांच्या जमात-ए-उलेमा-ए-इस्लाम आणि मौलाना समी उल-हक[१८] यांच्या जमात-ए-उलेमा-ए-इस्लामखेरीज काझी हुसेन अहमद[१९] यांच्या जमात-ए-इस्लामी या पक्षांशी

---

१५. चौधरी सुजात हुसेन (जन्म १९४६) हे पाकिस्तानच्या मुस्लीम लीग पक्षाचे नेते असून ते जून-ऑगस्ट, २००४मध्ये पंतप्रधान होते.

१६. मोहम्मद इजाझ उल-हक (जन्म १९५३) हा पाकिस्तानचे माजी राष्ट्राध्यक्ष जनरल झिया उल-हक यांचा मुलगा आहे. तो २००४-२००७ दरम्यान मुस्लिमांसबंधीच्या खात्याचा मंत्री होता. तो मुस्लीम लीग या पक्षाचा आहे.

१७. मौलना फझल रहमान (जन्म १९४३) हा जमात-ए-उलेमा-ए-इस्लाम या पक्षाच्या एका गटाचा नेता असून तो दीर्घकाळ राजकारणात सक्रिय आहे. तो मुशर्रफ यांच्याविरुद्ध उभा होता.

१८. मौलाना समी उल-हक (जन्म १९३७) हा पाकिस्तानातल्या प्रसिद्ध हक्कानिया मदरश्याचा प्रमुख आहे. त्याच्या वडिलांच्या मृत्यूनंतर तो या पदावर आला. त्याला अनेकदा 'तालिबानचा पिता' असं संबोधतात कारण फार मोठ्या प्रमाणात अफगाण तालिबान त्याच्या हाताखाली शिकून तयार झाले आहेत. तो जमात-ए-उलेमा-ए-इस्लाम या पक्षाच्या एका गटाचा प्रमुख नेता आहे.

१९. जमात-ए-इस्लामी हा पाकिस्तानातला एक मोठा राजकीय पक्ष आहे. त्याची स्थापना १९४१मध्ये लाहोर येथे सय्यद अब-अल् मौदुदी यानं केली. हा पक्ष पाकिस्तान हे इस्लामी राष्ट्र असावं, या मताचा आहे. काझी हुसेन अहमद (जन्म १९३८) हा या पक्षाचा प्रमुख नेता आहे.

जवळीक राखून होतो. त्याचप्रमाणे डॉ. असरर अहमद व शाह अहमद नूरानीसाहेब[२०] यांच्या पक्षाशी आम्ही संबंध राखून होतो. या सगळ्या परस्पर सहकार्यामुळे तालिबान पाकिस्तानात लोकप्रिय होते.

मला असं वाटतं की, त्या वेळी पाकिस्तानातल्या ८० टक्के लोकांचा अफगाणिस्तानातल्या तालिबान सरकारला पाठिंबा होता. पण पाकिस्तानचा सर्वेसर्वा असणाऱ्या मुख्य कार्यकारी अधिकारी जनरल परवेझ मुशर्रफ याच्या हुकुमशाही सरकारला आमच्या काही कामांवर आक्षेप होता. आमचे पाकिस्तानातल्या विविध पक्षांशी आणि गटांशी जवळचे संबंध आहेत हे त्याला आवडत नव्हतं. आम्हाला लोक पाठिंबा देत आहेत हे पाहून सरकारी अधिकारी अस्वस्थ होत होते.

काही वेळा सरकारी अधिकारी उघडपणानं त्यांचे आक्षेप नोंदवत असत. पण आम्ही आमचं सगळं काम कायद्याच्या चौकटीत राहूनच करत होतो. आम्ही कोणा एका व्यक्तीच्या किंवा देशाच्या विरोधात नव्हतो. मी पाकिस्तानात मुक्तपणानं आमंत्रणं स्वीकारून सगळ्या देशभर जात असे. मी कराची, लाहोर, क्वेट्टा, आणि पेशावर अशा शहरांमध्ये जात होतो. बऱ्याचदा मी उलेमा, राजकीय पक्ष, धार्मिक संघटना आणि निरनिराळ्या जमातींमधल्या वजनदार लोकांना अनौपचारिकपणेही भेटत असे. विशेषत: पाकिस्तानातल्या ज्या भागामध्ये पश्तुन जास्त संख्येने राहातात तिथं मी बऱ्याचदा जाई. मी कधीकधी काश्मीरमधल्या उंचीवरच्या प्रदेशातही प्रवास करत असे.

मी कुठं जातो आहे हे मी कधीच कोणाला कळू देत नसे. पाकिस्तानी सरकारच्या मनात संशय येऊ नये किंवा काही अडचणी निर्माण होऊ नयेत म्हणून मी माझ्या प्रवासाचे बेत गुप्त ठेवण्याची दक्षता घेत असे. पाकिस्तानातल्या मुस्लिमांना माझी आणि तालिबानच्या इतर प्रतिनिधींची भेट घेण्यात खूप रस होता. त्यांना अफगाणिस्तानातल्या इस्लामी अमिरातीच्या (तालिबान) सरकारबद्दल अधिक जागृत होण्यात खूपच उत्सुकता वाटत होती. मी त्यांना आमची मतं आणि दृष्टिकोन समजावून देण्यासाठी भरपूर वेळ देत असे. निरनिराळ्या राजकीय पक्षांनी व धार्मिक संघटनांनी आयोजित केलेल्या परिषदांमध्ये मला ते आमंत्रित करत असत. उदाहरणार्थ, जगभरातले लक्षावधी मुस्लीम एकत्र आलेल्या

---

२०. शाह अहमद नूरानी (१९२६-२००४) हे इस्लामच्या बरेलवी पंथाचे असून ते 'नूरानी मियाँ' या नावानंही ओळखले जात. त्यांनी जमात-ए-उलेमा-ए-पाकिस्तान या पक्षाची स्थापना केली. त्याचप्रमाणे मुत्तहिदा मजलीस-ए-अमल या संघटनेच्या स्थापनेतही त्यांचा सहभाग होता.

कर्तबा[२१] आणि देवबंद[२२] अशा आंतरराष्ट्रीय संमेलनांमध्ये मला बोलावण्यात आलं होतं. मी अशा संमेलनांमध्ये व परिषदांमध्ये अफगाणिस्तानातल्या परिस्थितीबद्दल माहिती देत असे आणि सर्व मुस्लिमांमध्ये बंधुभाव वाढावा म्हणून प्रयत्न करत असे.

मी तालिबानना त्यांच्या मानाचा फेटा बांधण्याच्या कार्यक्रमांना (दस्तरबंदी) हजर राहात असे. पाकिस्तानात वकील म्हणून काम करत असताना हजर राहिलेल्यांपैकी एक परिषद मला चांगली आठवते. मला त्यात बराच रस वाटला होता. ही देवबंदांची परिषद मौलान फझल रहमान यांच्या प्रयत्नामुळे झाली होती. या परिषदेला जवळपास पाच लाख मुस्लीम हजर होते. मी फक्त शेवटच्या दिवशी तिथं हजर राहू शकलो. मी तिथं अफगाणिस्तानातल्या आमच्या इस्लामी अमिरातीच्या सरकारचा प्रतिनिधी म्हणून भाग घेतला. अमीर उल मुम्मीनीन (मुल्ला उमर) यांचा ध्वनिमुद्रित केलेला संदेश परिषदेत ऐकवण्यात आला. माझ्यासह तिथं अफगाणिस्तानातले अनेक महत्त्वाचे नेते हजर होते. मौलवी अब्दुल कादीर[२३] यांनीही या परिषदेसाठी यायला पाकिस्तानानं परवानगी दिली नाही. मलादेखील पाकिस्तान सरकार बऱ्याचदा लांबवरच्या, सरहद्दीवरच्या किंवा दुर्गम भागातल्या गावांमध्ये जाऊ नये असा सल्ला

---

२१. कर्तबा संमेलन दर वर्षी लाहोरजवळ मानशेरा येथे भरतं. तीन दिवसांच्या या संमेलनाचं आयोजन जमात-ए-इस्लामी हा पक्ष करतो. या संमेलनात राजकीय आणि धार्मिक विषयांवर चर्चा होते.

२२. देवबंदांची परिषद ८ ते ११ एप्रिल, २००१ या दरम्यान पेशावर येथे आयोजित करण्यात आली होती. मौलान फझल रहमान याच्या जमात-ए-उलेमा-इस्लाम या पक्षानं या परिषदेचं आयोजन केलं होतं. त्याला जवळ-जवळ पाच लाख जण हजर होते. सौदी अरेबियात अमेरिकन लष्कराच्या अस्तित्वाबद्दल या परिषदेत चिंता व्यक्त करण्यात आली होती. या परिषदेत कर्नल गद्दाफी, मुल्ला उमर आणि ओसामा बिन लादेन यांचे संदेश वाचून दाखवण्यात आले होते.

२३. मौलवी अब्दुल कादीर हा सफे जमातीचा असून तो झादरानचा आहे. तालिबान राजवटीच्या काळात तो जलालाबादचा राज्यपाल आणि पूर्व विभागाचा लष्करी सेनापती होता. संयुक्त राष्ट्र संघटनेनं ज्यांच्यावर 'प्रवासबंदी' घातली आहे, त्यांच्या यादीत त्याचा समावेश आहे. या यादीतल्या नोंदीनुसार त्याचा जन्म १९५८ ते १९६३ दरम्यान झाला. त्याला अमेरिकेनं पाकिस्तानात जुलै, २००५मध्ये पकडल्याचं वृत्त प्रसारमाध्यमांनी दिलं, पण तसं घडलं नसावं. मुल्ला उमरच्या एका निवेदनात तो पूर्व विभागाचा तालिबान कमांडर (कुनार, लाघमान, ननगरहार व नुरीस्तान) असल्याचं म्हणलं आहे. २००९मध्ये मक्का येथे सौदी राजानं दिलेल्या इफ्तार मेजवानीत तो सामील झाल्याचा आरोप केला जातो.

देत असे. तिथं माझ्या सुरक्षिततेची हमी देता येणार नाही, असं त्यांचं म्हणणं असे. ११ सप्टेंबर, २००१ नंतर आणि अमेरिकेनं माझ्या देशावर निर्घृण हल्ले चढवल्यानंतर पाकिस्तानी अधिकारी स्पष्टपणानं मला प्रवास करायला प्रतिबंध करू लागले होते.

***

पाकिस्तान आणि अफगाणिस्तान यांच्यात ज्या काही समस्या उद्भवल्या त्याचं मूळ कारण होतं परवेझ मुशर्रफ. लष्करी उठाव करून १९९९मध्ये सत्ता काबीज केल्यानंतर त्यानं सुरुवातीला अफगाणिस्तानशी चांगले संबंध राखण्याचा मनोदय जाहीर केला होता. त्यानं मुल्ला उमर यांच्या नंतरचे आमचे दुसऱ्या क्रमांकाचे नेते मुल्ला मोहम्मद रब्बानी यांना पाकिस्तानात बोलावून त्यांचं चांगलं स्वागत केलं. या अधिकृत सरकारी भेटीदरम्यान पाकिस्तानचा अफगाणिस्तानला पाठिंबा असेल याची ग्वाही दिली. त्यांच्या निरोप समारंभाच्या वेळी परवेझ मुशर्रफनं मुल्ला रब्बानींची उत्तम शासक म्हणून स्तुती केली आणि पाकिस्तानच्या सहकार्याचं वचन दिलं. त्याच्या बोलण्यात आणि कृतीत किती प्रामाणिकपणा होता हे देवच जाणे.

प्रत्यक्षात पाकिस्तानातल्या अंतर्गत राजकारणाच्या दबावामुळे प्रारंभी मुशर्रफला तालिबानशी चांगले संबंध ठेवण्याची गरज होती. त्याच्या राजवटीत आयएसआयची ताकद प्रचंड वाढली होती. तालिबानच्या सरकारला पाकिस्तानची अधिकृत मान्यता होती. त्याचवेळी पाकिस्तानतल्या जनतेचा तालिबानला पाठिंबा होता. सत्तेवर राहायचं असेल तर आयएसआय आणि जनता या दोन्हीच्या पाठिंब्याची मुशर्रफला आवश्यकता होती. काही जण म्हणतात की नवाझ शरीफ यांची सत्ता उलथवून टाकणारा लष्करी उठाव मुशर्रफला करता आला याचं कारण तालिबान हे होतं. हे सगळं असं असल्यामुळेच मुशर्रफनं मुल्ला मोहम्मद रब्बानींचं स्वागत केलं होतं. असं करून त्याला तालिबान आणि जनता यांचा पाठिंबा मिळेल अशी अपेक्षा होती.

मुल्ला मोहम्मद रब्बानींचं स्वागत करण्यामागे मुशर्रफच्या मनात इतरही काही कारणं असू शकतील. मुशर्रफ हा धार्मिक वृत्तीचा माणूस अजिबात नाही. त्याच्या दृष्टीनं इस्लाम हे सत्तेवर राहाण्याचं एक राजकीय साधन आहे. तालिबानकडेही तो याच उपयुक्ततेच्या दृष्टीनं बघत असावा. तालिबान ही चळवळ इस्लामी राज्याची स्थापना करण्यासाठी आहे, असं त्याला कधीच वाटलं नही. तालिबान हा एक काही जणांचा गट असून तो धर्माचा वापर राजकीय फायद्यासाठी करतो आहे अशी त्याची समजूत झाली होती.

भारत आणि पाकिस्तान यांच्यामधले खालावलेले संबंध हेदेखील मुशर्रफच्या तालिबानविषयक धोरणामागचं एक कारण असू शकेल. त्याला एकाच वेळी दोन्ही बाजूला शत्रू असणं परवडण्यासारखं नसावं. पाकिस्तान पूर्वेकडे 'जिहादमध्ये' गुंतलं

होतं. मुशर्रफ पूर्वेकडच्या (भारत) मुस्लिमांना मदत करत होता.

पण मुशर्रफचा तालिबानकडे बघण्याचा दृष्टिकोन फार लवकर बदलला. सुरुवातीला मुशर्रफनं अमीर उल मुम्मीनीन यांना पाकिस्तान भेटीचं निमंत्रण दिलं. ते त्यांनी नाकारलं. त्यांना पाकिस्तानात येणं अयोग्य वाटलं. मग मुशर्रफनं आपल्याला कंदाहारमध्ये भेटीसाठी बोलवावं म्हणून प्रयत्न केला. त्याला तिथं जाऊन अमीर उल मुम्मीनीन बरोबर वाटाघाटी करायच्या होत्या. या वाटाघाटींचा विषय ओसामा बिन लादेनला[२४] अमेरिकेच्या स्वाधीन करण्याबाबत असणार होता. अमीर उल मुम्मीनीन यांना या विषयावर चर्चा करायची नव्हती. शेजारी देशांमधल्या सुरक्षा विषयक संबंधांची किंवा आर्थिक संबंधाची चर्चा करायची असेल तर कंदाहारला स्वागत आहे, असा निरोप अमीर उल मुम्मीनीन यांनी पाठवला. बिन लादेन हा प्रश्न अफगाणिस्तान आणि अमेरिका यांच्यातील आहे. त्याचा पाकिस्तानशी काही संबंध नाही, असं अमीर उल मुम्मीनीन यांनी कळवलं होतं. बिन लादेनशी चर्चा करून अफगाणिस्तान व पाकिस्तान यांच्यामधले संबंध बिघडले असते अशी आमची भूमिका होती. साहजिकच मुशर्रफनं त्याची अफगाणिस्तानची भेट रद्द केली.

पाकिस्तान आणि अफगाणिस्तान यांच्यामधले संबंध बिघडायला आणखी एक कारण ठरलं. पाकिस्ताननं काही पाकिस्तानी नागरिक पळून जाऊन आमच्या इथं लपले आहेत, असं सांगितलं आणि त्यांना पकडून देण्याची मागणी केली. या विषयावर चर्चा करण्यासाठी मोईनुद्दीन हैदर काबूल व कंदाहारला गेले व त्यांनी अमीर उल मुम्मीनीन यांची भेट घेतली. पण त्यांना हात हलवत परत यावं लागलं. पाकिस्तान जो प्रश्न सोडवण्यासाठी आमच्याकडे आला होता तो प्रत्यक्षात त्यांच्या देशांतर्गत मामला होत. त्याचा आमच्याशी काहीही संबंध नव्हता. जे लोक अफगाणिस्तानात लपून बसले आहेत असं त्यांना वाटत होतं ते प्रत्यक्षात पाकिस्तानात बिनधास्त फिरत होते. काही जणांकडे तर मोईनुद्दीन हैदर यांच्या सहीनं मिळालेली परवानाधारक शस्त्रं होती. पण हे सगळं माहीत असूनही अमीर उल मुम्मीनीन यांनी थेट सांगितलं नाही. त्यांनी नम्रपणानं सांगितलं की, पाकिस्तानला हव्या असणाऱ्या लोकांना आमच्या देशानं आसरा दिलेला नाही.

पाकिस्ताननं अफगाणिस्तानकडे २७ जणांची यादी सोपवली होती. हे लोक त्यांना आमच्याकडून हवे होते. पण ते आमच्या देशात नाहीत, असं आम्ही

---

२४. ओसामा बिन लादेनच्या सप्टेंबर, २००१मधल्या हल्ल्याबाबत आजी व माजी तालिबान नेत्यांची वेगळी मतं आहेत. त्याचप्रमाणे आपल्याला त्याच्या हल्ल्यामधल्या सहभागाबद्दल माहिती नव्हती, असं हे लोक सांगतात. अन्यथा त्यांनाही त्याबद्दल जबाबदार धरलं जाईल, याची धास्ती वाटते. मुल्ला झैफही याच मताचा आहे.

कळवलं. शिवाय पाकिस्तानी नागरिक असले तरी त्यांना पाठवण्याच्या बदल्यात पाकिस्ताननं आम्हाला हवे असलेले लोक सोपवणं गरजेचं होतं. अशी ही अदलाबदल करायला द्विपक्षीय कराराची चौकट असावी लागते. ही चौकट तयार करावी म्हणजे दोन्ही देशांना त्या कराराचा फायदा होईल कारण आमच्या इथले काही गुन्हेगार पाकिस्तानात दडून बसले आहेत, असं आम्ही पाकिस्तानला कळवलं. पाकिस्ताननं या बाबतीत करारच नव्हे तर त्याबद्दल चर्चा करायलाही तयारी दर्शवली नाही.

दोन देशांमधल्या संबंधात तणाव येण्याचा आणखी एक प्रसंग घडला. मुशर्रफनं बाम्यानमधल्या बुद्ध मूर्तींचा विध्वंस थांबवण्याचा प्रयत्न केला या संबंधीची चर्चा मोईनुद्दीन हैदर यांच्यामार्फत झाली. अशा प्रकारे विध्वंस करणं इस्लामला धरून नाही आणि तसं पूर्वी घडलेलं नाही, असा त्यांचा युक्तिवाद होता. त्यांनी इजिप्तमधले पिरॅमिड नष्ट न केल्याचं उदाहरण दिलं. मुशर्रफनी या प्रश्नावर तोडगा काढण्यासाठी एक शिष्टमंडळ कंदाहारला पाठवलं. पण तोपर्यंत खूपच उशीर झाला होता.

२००१च्या सुरुवातीला अमीर उल मुम्मीनीन यांच्याकडून आमच्या वकिलातीकडे एक पत्र आलं. ते राष्ट्राध्यक्ष मुशर्रफला उद्देशून होतं आणि ते समक्ष नेऊन देण्याची सूचना करण्यात आली होती. मी लगेच पाकिस्तानच्या परराष्ट्र मंत्रालयाला कळवलं की अमीर उल मुम्मीनीन यांच्याकडून एक गोपनीय पत्र आलेलं आहे. त्या पत्रात काय लिहिलं आहे याची मला तेव्हा कल्पना नव्हती. मी ते सूचनेप्रमाणे स्वत: जाऊन मुशर्रफला दिलं. मी तिथं पत्र नेऊन दिल्यानंतर दुसऱ्या दिवशी परराष्ट्र मंत्राल्याकडून ते माझ्याकडे परत आलं. ते पत्र पश्तु भाषेत होतं. त्याच्याबरोबर इंग्लिश किंवा उर्दू भाषेतलं भाषांतर देण्यात आलं नव्हतं. मुशर्रफला पश्तु येत नसल्यानं आम्ही वकिलातीत पत्राचं इंग्लिश भाषांतर करून पाठवलं.

पत्रामध्ये अमीर उल मुम्मीनीन यांनी राष्ट्राध्यक्ष मुशर्रफनी पाकिस्तानात इस्लामी राज्य स्थापन करावं असा आग्रह धरला होता. त्यांनी इस्लामसाठीची कर्तव्यं सांगून इस्लामी सरकारनं काय भूमिका बजावायला हवी ते नमूद केलं होतं. हे पत्र वकिलातीकडे भाषांतरासाठी परत का पाठवलं हे कोडं मला अजूनही उलगडलेलं नाही. पाकिस्तान हा काही पाश्चिमात्य देश नाही. ऐंशी लाखापेक्षा जास्त पश्तुन लोक पाकिस्तानात राहातात. त्यातील कितीतरी जण सरकारी कार्यालयांमध्ये काम करतात. तेव्हा पाकिस्तानला पश्तु भाषा नवीन आहे असं नाही. तरीही ते पत्र त्यांनी भाषांतरासाठी माझ्याकडे का पाठवावं? मी पत्राचं भाषांतर आणि मूळ पत्र दोन्ही पुन्हा परराष्ट्र मंत्रालयाकडे पाठवून दिली.

पत्राचा खूप मोठा परिणाम झाला. मुशर्रफनं प्रसार माध्यमांना बोलावून या पत्राबद्दल अधिकृत निवेदन दिलं. मुशर्रफला आता तालिबान म्हणजे निव्वळ काही

लोकांचा राजकीय स्वार्थासाठी एकत्र आलेला गट नाही हे कळून चुकलं होतं. आम्ही खरोखरच इस्लामी राज्याची स्थापना करण्यासाठी धडपडत होतो हे त्याच्या लक्षात आलं असावं.

मी वकील म्हणून पाकिस्तानात काम करत असताना चार वेळा मुशर्रफला भेटलो. पहिली भेट मी वकील म्हणून पद धारण केलं तेव्हा झाली. दुसऱ्या वेळेस मी भेटलो तेव्हा मी अमीर उल मुम्मीनीन यांचं पत्र सुपूर्त केलं होतं. तिसरी भेट कराचीला झाली. तिथं पाकिस्तानच्या लष्करी साधनसामग्रीचं आणि शस्त्रास्त्रांचं प्रदर्शन भरलं होतं. त्यात पाकिस्ताननं त्यांची घौरी[२५] क्षेपणास्त्रंही ठेवली होती. हे प्रदर्शन पाहाण्यासाठी जगभरातल्या अनेक देशांचे राजनैतिक अधिकारी आणि वकील हजर होते. प्रदर्शनाच्या शेवटी पाकिस्तानच्या एका क्षेपणास्त्राचं प्रक्षेपण करण्यात आलं. त्यानंतर राज्यपालाच्या घरी मोठी मेजवानी झाली.

माझी मुशर्रफची चौथी आणि शेवटची भेट कराचीला झाली. तो त्या वेळी खूपच थकलेला वाटला. त्याचे डोळे खोल गेलेले होते आणि चेहरा निस्तेज वाटत होता. त्याचा खोट्या बंधुभावाचा बुरखा गळून पडला होता. त्याचे खरे दात आता दिसू लागले होते. त्याच्या मनातल्या सैतानी तिरस्कारामुळे अफगाणिस्तानचं नुकसान झालं आहे, पण त्याचा तोटा भविष्यात पाकिस्तानलाही सहन करावा लागणार आहे.

मुशर्रफनं स्वतःच आपल्या ढोंगीपणाची आणि तालिबानशी क्रौर्यानं वागल्याची कबुली दिली आहे. त्यानं 'पाकिस्तान बिफोर एव्हरीथिंग' या आपल्या २००६मध्ये प्रसिद्ध झालेल्या पुस्तकात आपण तालिबान व इतर मुस्लिमांना कसं निर्दयपणानं वागवलं हे नमूद केलं आहे. त्यानं त्याच्या मुस्लीम बांधवांचा, विशेषतः अफगाण मुस्लिमांचा धंद्यासाठी वापर केला. ११ सप्टेंबर, २००१ नंतर त्यानं पैशाच्या मोबदल्यात मुस्लीम बांधवांना धर्मभ्रष्ट लोकांना विकून टाकलं. त्यामध्ये बहुसंख्य जण ग्वान्टानामोत सडत पडले. मुशर्रफ हा पाकिस्तानच्या इतिहासाला लागलेला काळा डाग आहे. इस्लामशी गद्दारी करणाऱ्या या माणसाच्या राजवटीबद्दलचा पाकिस्तानी जनतेचा असंतोष आता स्पष्ट दिसू लागला आहे.[२६] सच्च्या पाकिस्तानी नागरिकांना त्याचं खरं रूप कळलं आहे. आपण केलं ते बरोबरच होतं अशी प्रौढी मिरवणाऱ्या मुशर्रफच्या पुस्तकामुळे लोकांमध्ये संताप उसळला आहे. हे पुस्तक म्हणजे मुशर्रफच्या हिडीस राजवटीचा जिवंत पुरावा आहे.

---

२५. 'घौरी' या मध्यम पल्ल्याच्या क्षेपणास्त्राची पहिली चाचणी एप्रिल, १९९९मध्ये झाली.

२६. मुल्ला झैफनं पुस्तकात उल्लेख केला आहे की, त्या वर्षी पाकिस्तानात मुशर्रफ राजवटीविरुद्ध लोकक्षोभ उफाळून आला होता. त्यानंतर मुशर्रफ सत्तेवरून पायउतार झाले.

वाढता तणाव

पाकिस्तान हा देश ११ सप्टेंबर, २००१पर्यंत आतून पोकळ झालेला होता. सरकारच्या आत निराळंच सरकार देश चालवत होतं. हे आतलं सरकार फार ताकदवान बनलं होतं. मुशर्रफनं देशाचं नेतृत्व करायचा प्रयत्न केला खरा, पण तो देशांतर्गत सत्तासंघर्षात चांगलाच गुंतून पडला होता.

आत्ताप्रमाणेच तेव्हादेखील आयएसआय ही संस्था मनाला वाटेल ते करत होती. त्यांना गरज भासेल तेव्हा मनमानी करून ते लोकांनी निवडून दिलेल्या सरकारला पायदळी तुडवत होते. आयएसआय ही गुप्तचर संस्था पाकिस्तानच्या लष्करी अधिकाऱ्यांच्या मर्जीनुसार काम करते. ही संस्था लष्करी आणि नागरी अशा दोन्ही क्षेत्रांमध्ये हेरगिरी व गुप्त कारवाया करते. लोकांना पकडणं, त्यांचा छळ करणं, हवं तर त्यांना सोडून देणं किंवा खून पाडणं ही सगळी काळी कृत्यं आयएसआय बिनदिक्कतपणे करत असते. ही संस्था पाकिस्तानातच नव्हे तर देशाबाहेर अफगाणिस्तान, भारत आणि इराणमध्येही कारवाया करते. प्रत्येक देशात आयएसआयच्या गुप्तहेरांचं मोठं जाळं असून गुप्त कारवाया करण्यासाठी स्थानिक लोकांची भरती केली जाते. आयएसआयचे लोक त्यांच्या कामात अतिशय तरबेज आहेत. त्यांना हेरगिरीप्रमाणेच स्फोटकं हाताळणं वगैरे अनेक गोष्टींचं प्रशिक्षण दिलं जातं. परदेशांमध्ये विविध पेशांमध्ये वरकरणी साधी वाटणारी माणसं पेरली जातात. मुल्ला, तब्लीघी,[१] व्यापारी किंवा व्यावसायिक अशा पेशांमध्ये आयएसआयचे

---

१. मौलाना मोहम्मद इलियास खंदलवी संस्थापक असलेली 'तब्लीघी जमात' ही एक मुस्लीम धार्मिक संघटना आहे. या संघटनेचे सभासद राजकारणापासून दूर राहतात. त्यांचे दरवर्षी पाकिस्तान, अफगाणिस्तान व इतरत्र प्रचंड मेळावे भरतात.

हस्तक वावरतात. आयएसआयचे हात देशामध्ये आणि देशाबाहेरही खूप दूरवर पसरलेले आहेत.

लांडगा आणि मेंढ्या एकाच झऱ्याचं पाणी पीत होत्या असं वाटू शकतं. पण जिहादच्या अगदी सुरुवातीपासूनच आयएसआयनं संपूर्ण अफगाणिस्तानात आपली मुळं खोलवर रुजवली आहेत. कर्करोग जसा शरीरात सगळीकडे पसरतो तशी ही संस्था पसरली. अफगाणिस्तानातल्या प्रत्येक राजवटीनं याबद्दल तक्रार केल्या, पण कोणालाही या संस्थेच्या कारवाया थांबवता आल्या नाहीत.

आयएसआय पद्धतशीरपणे समाजातल्या सर्व स्तरांमधल्या लोकांना आपल्या जाळ्यात ओढते. आयएसआयचे हस्तक मंत्रालयांमध्ये, स्थानिक प्रशासनांमध्ये व वकिलातींमध्येही असतात. मी सरकारच्या विविध खात्यांमध्ये काम करत असताना मला त्यांचा अनुभव आला होता. आयएसआय अफगाणिस्तानच्या सरकारमध्ये जे जाळं विणत होती त्यात मी कधीच अडकलो नाही. मी त्यांच्यापासून सतत दूर राहाण्याचा प्रयत्न केला. मी शक्यतो त्यांच्याशी संघर्ष होणार नाही याची काळजी घेतली. नाहीतर त्यांनी मला लक्ष्य केलं असतं. मी वकिलातीत काम करत असताना माझ्याकडे अनेक जण येत. काही जण उलेमा असत. हे लोक वरकरणी आपण खूपच धार्मिक वृत्तीचे आहोत असं भासवत, पण त्यांचा खरा उद्देश मला आयएसआयसाठी काम करायला प्रवृत्त करणं हाच असायचा.

मी माझ्या कामाशी प्रामाणिक राहिलो. आयएसआयच्या जाळ्यात ओढू बघणाऱ्या लोकांचा सहवास मी टाळत असे. मला अनेकदा आयएसआयशी संबंधित लष्करी अधिकाऱ्यांकडून आमंत्रणं येत. पण मी काही ना काही सबबी सांगून त्यांना टाळत असे. माझा अगोदरच काहीतरी कार्यक्रम ठरला आहे किंवा माझी प्रकृती बरी नाही, असं काहीतरी मी त्यांना सांगायचो. पण काही वेळा वकील या नात्यानं मला त्यांची भेट घ्यावीच लागायची. अशा वेळी मी अतिशय सावधगिरी बाळगत असे.

मी आयएसआयसाठी काम करावं म्हणून मला अनेकदा मोठी प्रलोभनं दाखवण्यात आली. पण मी कधी एक रुपयाही घेतला नाही. एकदा का त्यांच्या जाळ्यात अडकलं की आयुष्यभर त्यातून सुटका नाही, याची मला कल्पना होती. जो कोणी एकदा जरी सीआयए, केजीबी, आयएसआय किंवा तत्सम गुप्तचर यंत्रणेच्या कचाट्यात सापडतो तो कायमचा त्यांच्या हातात राहातो. अशा माणसाचा मग ते त्यांना पाहिजे तसा उपयोग करून घेतात हे आपल्या सर्वांनाच माहिती आहे. अशा तावडीत सापडलेल्या माणसांना या लोकांच्या इशाऱ्यावर आजही नाचावं लागतं. तसं घडताना आपण बघतो आहोत. अशा माणसांनी या जगात तर सर्वस्व गमावलेलंच असतं, पण पुढे मृत्यूनंतरही त्यांना शांती लाभत नाही.

मी वकील असताना पाकिस्तान सरकारच्या इतर मंत्रालयांमधून आणि खात्यांमधून

अनेकदा अधिकारी माझी भेट घेण्यासाठी येत असत. त्यांना त्या वेळी कंदाहार आणि पाकिस्तानातल्या वकिलातींच्या संदर्भात चालू असलेल्या विविध घडामोडींच्या संदर्भात चर्चा करायची असे. पाकिस्तान सरकार किंवा मुशर्रफ यांच्या बाबतीत कोणत्याही प्रश्नाबाबत आपण मदत करू असं आयएसआय मला उघडपणानं सांगत असे. अफगाणिस्तानच्या हितासाठी आणि माझ्या वैयक्तिक हितासाठीही मी त्यांच्याबरोबर काम करणं आवश्यक असल्याचं मला ते वारंवार सांगत होते. पण मी कायमच त्यांच्याकडे दुर्लक्ष केलं. मी पाकिस्तानच्या सरकारशी असणारे माझे सगळे संबंध परराष्ट्र मंत्रालयामार्फतच राहातील याची दक्षता घेतली.

अफगाणिस्तानात राजनैतिक अधिकारी म्हणून वावरणाऱ्यांमध्ये आयएसआय हस्तकांची संख्या फार मोठी होती. पाकिस्तानमधून अफगाणिस्तानात पाठवण्यात आलेल्या तीन शिष्टमंडळांबरोबर मी गेलो होतो. पहिल्या खेपेस मोईनुद्दीन हैदर यांच्याबरोबरचं शिष्टमंडळ कंदाहारला गेलं होतं. त्या वेळी त्यांनी पाकिस्तानला हवे असणारे काही गुन्हेगार अफगाणिस्तानात दडून बसले आहेत, त्यांना अफगाणिस्ताननं आपल्या हवाली करावं अशी मागणी केली होती. शिवाय ओसामा बिन लादेनचा मुद्दा होताच. दुसरं शिष्टमंडळ गेलं तेव्हा बाम्यान इथल्या बुद्ध मूर्तींच्या विध्वंसाचा प्रश्न गाजत होता. वाटाघाटींसाठी वेळ मिळावा म्हणून हैदर हा विध्वंस लगेच होऊ नये म्हणून प्रयत्न करत होते. तिसऱ्या वेळेस अमीर उल मुम्मीनीन यांची भेट होण्यासाठी पाकिस्तानमधून उलेमांचं एक शिष्टमंडळ गेलं होतं.

हैदर यांच्याबरोबर गेलेल्या शिष्टमंडळात जनरल महमूद अहमद या आयएसआयच्या अधिकाऱ्याचा समावेश असायचा. तो चर्चेच्या वेळी हजर असला तरी त्यानं कधीच चर्चेत भाग घेतला नाही. तो पडद्यामागून काही सूत्रं हलवत असला तर मला ते माहीत नाही, पण प्रत्यक्ष चर्चा सुरू असताना तो गप्प बसून राहात असे. मला बुद्धमूर्ती नष्ट करण्यासंबंधी चाललेली चर्चा आठवते. त्या वेळी अमीर उल मुम्मीनीन यांनी विध्वंस काही काळ स्थगित करावा म्हणून त्यांचं मन वळवण्याचा प्रयत्न मोईनुद्दीन हैदर करत होते. जनरल महमूद अहमद त्या वेळी माझ्या शेजारीच बसला होता.

मोईनुद्दीन हैदर हे पाकिस्तान सरकारची अधिकृत भूमिका मांडत आहेत हे स्पष्ट दिसत होतं. पण त्याचवेळी जनरल अहमदच्या मनात काहीतरी निराळीच गुप्त योजना असावी, असं मला वाटलं. मोईनुद्दीन हैदर अतिशय काळजीपूर्वक शब्द निवडून, पण तरीही स्पष्टपणानं आपलं म्हणणं अमीर उल मुम्मीनीन यांच्यासमोर मांडत होते.

हैदर यांनी अमेरिकेच्या संभाव्य हालचालींबद्दल त्यांना वाटणारी चिंता आमच्या कानावर घातली. "निर्णय तुम्ही घ्यायचा आहे. पण तुम्ही एका गोष्टीचा काळजीपूर्वक विचार करावा. अमेरिका तुमच्यावर हल्ला करणार असं मला जवळ-जवळ खातरीनं

वाटतं. तुम्ही स्वत:चं रक्षण करू शकाल की नाही याचा विचार करायला हवा. जर तुम्ही स्वत:चं रक्षण करायचा विचार करत असाल तर ते नेमकं कसं करणार हे लक्षात घ्यायला हवं. मला स्वत:ला तुम्ही ते कसं करणार हे समजत नाही!''

त्या दिवशी चर्चा सुरू असताना मला असं जाणवलं की फक्त हैदर यांनाच ही काळजी वाटत होती. बाकी कोणालाही ओसामा बिन लादेनचा मुद्दा फार महत्त्वाचा वाटत नव्हता. हैदर बोलत असताना जनरल अहमद माझ्या बाजूला झुकला आणि हलक्या आवाजात म्हणाला, ''हे मूर्ख गाढव काय बोलतंय?'' मी यावर काहीच बोललो नाही. पण हैदर आणि हा माणूस यांच्यात किती फरक आहे हे माझ्या लक्षात आलं.

पाकिस्तान आणि आयएसआय यांचे तालिबानशी घनिष्ठ संबंध होते हे खरं असलं तरी त्याचवेळी ते आमच्या विरोधकांशीही संबंध राखून होते. ११ सप्टेंबर, २००१च्या अगोदर आणि त्यानंतरही आम्हाला विरोध करणाऱ्या निरनिराळ्या कमांडरांना आयएसआय मदत करत असे. ते त्यांना राजकारणात स्थिरावण्यासाठी आणि आमच्याशी लढण्यासाठी शस्त्रास्त्रांचा पुरवठा करत असत. हमीद करझाई, अब्दुल हक,[२] मुल्ला मलंग आणि गुल आगा शेरझाई असे अनेक कमांडर थेट अमेरिकेच्या संपर्कात होते. हे सरळ-सरळ सीआयए आणि एफबीआयसाठी काम करत होते. या लोकांना अमेरिकेच्या दूतावासामधून आर्थिक व इतर सर्व मदत मिळत असे. या कमांडरांना त्या वेळी पाकिस्तानात बरंच स्वातंत्र्य होतं. त्यांना हव्या त्या सुख-सुविधादेखील पुरवल्या जात होत्या. ते त्या वेळी आणि त्यामधले काही आत्तादेखील महत्त्वाचे कमांडर आहेत. पण अमेरिकेच्या मदतीखेरीज त्यांच्या अस्तित्वाला काहीही अर्थ नव्हता.

एफ १०-३ या पत्त्यावर एक जुना वजनदार मुजाहिद कमांडर राहात असे. याच रस्त्यावर आमच्या वकिलातीचं गेस्टहाउस होतं. आम्ही त्याच्यावर बारीक नजर ठेवून होतो. त्याला येणारे फोन आणि त्यानं केलेले फोन यावर लक्ष ठेवायला आम्ही खास उपकरणं बसवून घेतली होती. आम्ही त्याच्यावर आणि त्याच्या सर्व लोकांवर पाळत ठेवली होती. त्याच्या घरी सतत कोणी ना कोणी येत असे. दर दोन-तीन दिवसांनी त्याला भेटायला आयएसआयचे हस्तक येत असत. काही वेळा तिथं इतरही काही कमांडर येत असत. आम्हाला विरोध करणाऱ्या नॉर्दन अलायन्सच्या कमांडरशी हा मुजाहिद नेता चर्चा करत असे. त्याचप्रमाणे त्याच्याशी सल्लामसलत

---

२. अब्दुल हक हा अहमदझाई जमातीचा असून तो मूळचा ननगरहारचा होता. तो जिहादमध्ये सामील झाला होता. त्याचा संबंध हिज्ब-ए-इस्लामी या पक्षाशी होता. तालिबानला विरोध करताना ऑक्टोबर, २००१मध्ये तो ठार झाला.

करायला हिज्ब-ए-इस्लामीचे कमांडरही येत असत. या पाळतीमधून अहमदशाह मसूदच्या नॉर्दन अलायन्सला पैसा कशा प्रकारे पुरवला जातो हे आमच्या लक्षात आलं.

आयएसआय आणि नॉर्दन अलायन्स यांच्या गाठीभेटी नेहमीच होत असत. त्यांच्या दोन वेळा गाठीभेटी झाल्या होत्या. एकदा आयएसआयच्या पेशावरमधल्या कचेरीत आणि एकदा इस्लामाबादमधल्या आयएसआयच्या गेस्टहाउसमध्ये. मी सगळ्या गोष्टी वेळच्या वेळी माझ्या सरकारला कळवत होतो. एकदा आयएसआयच्या मध्यस्थीनं तालिबानचा पाडाव करण्यासाठी अमेरिका, इराण आणि नॉर्दन अलायन्स यांच्यात गुप्त समझोता झाला असल्याचं मला समजलं. मी जरादेखील वेळ न दवडता कंदाहारला गेलो.

मी सगळी परिस्थिती मुल्लासाहेबांच्या कानावर घातली. अफगाणिस्तान आणि पाकिस्तान यांच्या दरम्यान वाढत चाललेल्या कटुतेचा अंत व्हायला हवा हे माझं मत मी त्यांना सांगितलं. पाकिस्तान आपल्या राजवटीविरुद्ध इराण, नॉर्दन अलायन्स आणि अमेरिका यांच्याशी हातमिळवणी करत असल्याचं स्पष्ट दिसत आहे हे मी त्यांना सांगितलं.

पाकिस्तान सरकारचे बेत समजावेत म्हणून मी पाकिस्तान सरकारमधल्या काही जणांना हाताशी धरलं. मला वेळीच माहिती कळावी म्हणून मी त्यांच्याशी संधान बांधलं. मी माझं हे जाळं पाकिस्तानमधील बहुतेक सर्व मंत्रालयात आणि सरकारी खात्यांमध्ये पसरवण्यात यशस्वी झालो असलो तरी पाकिस्तानचे सर्वच गुप्त बेत आम्हाला कळत नव्हते असं लक्षात आलं.

वकिलातीमधल्या ज्या कर्मचाऱ्यांचे आयएसआयशी संबंध आहेत असा मला संशय होता त्यांच्या जागी मी नवीन माणसं आणली. तालिबानमधल्या कोणा कमांडरचे आयएसआय किंवा सीआयए हस्तकांशी संबंध येऊ नयेत म्हणून मी सर्वतोपरी प्रयत्न केले. त्यांनी जर आयएसआयशी संबंध ठेवून आमच्याशी दगाबाजी केली तर ते मला कळेल याची त्यांना भीती वाटावी अशी मी व्यवस्था केली. आम्ही त्यांच्या हालचालींवर बारकाईनं नजर ठेवून आहोत हे त्यांना समजावं अशीच माझी इच्छा होती.

वाहनांना अफगाणिस्तानात जाण्यासाठी परवाना देण्याचं काम आयएसआय करत असे. सरहद्द ओलांडून कोण-कोण जातं हे मला कळावं म्हणून मी हे परवाने वकिलातीमार्फत देण्याची योजना आखली. या योजनेमुळे सरहद्द पार करणाऱ्या प्रत्येक अफगाण नागरिकाला वकिलातीकडे अर्ज करावा लागत होता. त्या वेळी आम्ही त्यांच्या कागदपत्रांच्या प्रती काढून ठेवत होतो. या प्रती मी कंदाहारला पाठवत असे.

अफगाणिस्तान-पाकिस्तान संबंधातल्या तणावात दररोजच काही ना काही भर पडत असतानाच आमच्यासमोर वेगळाच राजनैतिक पेचप्रसंग उभा राहिला. 'नैतिकतेचा

प्रसार आणि अनैतिक वर्तनाला प्रतिबंध' करण्यासाठीच्या आमच्या मंत्रालयाचे मंत्री मौलाना अब्दुल वली[३] यांनी बाम्यान इथल्या जगप्रसिद्ध प्राचीन बुद्धमूर्ती नष्ट करण्याचा हुकूम जारी केला. कसं ते माहीत नाही पण इस्लामी अमिरातीचा हा बेत जगाला कळला. जगभरात सगळीकडे आमच्या राजवटीच्या या निर्णयाला विरोध सुरू झाला. या निर्णयाचा निषेध करण्यासाठी इस्लामाबादच्या माझ्या वकिलातीत जगातल्या अनेक देशांचे राजदूत आणि राजनैतिक अधिकारी येऊ लागले. इतकंच नाही तर आमच्या वकिलातीच्यासमोर राजनैतिक अधिकाऱ्यांनी निदर्शनं करण्याची अभूतपूर्व घटना घडली.

प्राचीन स्थळांचं जतन करण्यासंबंधीची संयुक्त राष्ट्र संघटनेची घटकसंस्था युनेस्को हिनं आमच्या कृतीला आक्षेप घेणारी ३६ निवेदनं पाठवली. या संबंधात ज्या काही घटना घडल्या त्यात चिनी, जपानी आणि श्रीलंकन राजदूतांचा मोठा सहभाग होता. आमच्या राजवटीनं मूर्ती उद्ध्वस्त करण्याची तयारी ताबडतोब थांबवावी अशी मागणी चीननं केली. श्रीलंकेनं या मूर्ती अफगाणिस्तानच्या बाहेर नेण्याची तयारी दर्शवली. श्रीलंकेमधल्या बौद्ध धर्माच्या संघटनेचा प्रमुख इस्लामाबादला येऊन मला भेटला. त्याला अफगाणिस्तानला जायचं होतं. पण त्याला तशी परवानगी मिळाली नाही.

जपान सरकारनं या संबंधात बरंच काही केलं. त्यांनी आमच्यापुढे दोन योजना मांडल्या. जपानच्या शिष्टमंडळाचं नेतृत्व स्वत: तिथल्या पंतप्रधानांनी केलं. शिष्टमंडळात सांस्कृतिक खात्याचे मंत्री आणि इतर सहा मंत्री होते. हे सर्व जण इस्लामाबादला येऊन मला भेटले. त्यांची एक सूचना श्रीलंकेनं मांडलेल्या योजनेसारखीच होती. मूर्तींचं छोट्या तुकड्यात विभाजन करून ते हे सगळे तुकडे जपानमध्ये नेऊन मूर्ती पुन्हा उभ्या करणार, अशी त्यांची योजना होती. त्यांची दुसरी सूचना अशी होती की, मूर्तींना अशा प्रकारे झाकून टाकायचं की इथं पूर्वी मूर्ती होत्या याचा वरून काहीही मागमूस लागणार नाही. मूर्ती नष्ट न करता अशा प्रकारे जतन कराव्यात अशी त्यांची कल्पना होती.

तालिबाननं आपली योजना मान्य केल्यास जपान सरकार अफगाणिस्तानला भली मोठी आर्थिक मदत द्यायला तयार होतं. तालिबाननं हवी तेवढी किंमत मागावी, पण मूर्ती नष्ट करू नयेत म्हणून जपानी शिष्टमंडळ प्रयत्न करत होतं. शिष्टमंडळाबरोबरची माझी बैठक दोन-तीन तास सुरू होती. या चर्चेदरम्यान जपानी लोक म्हणाले की, अफगाणिस्तानातल्या लोकांनी फार पूर्वी बौद्ध धर्माचा स्वीकार

---

३. मौलाना अब्दुल वली हा कंदाहार प्रांतातला सियाचुई इथला होता. तो जिहादमध्ये सामील झालेला नव्हता. पुढे २००६मध्ये कॅनडाच्या सैनिकांशी लढताना तो पश्मोल भागात मारला गेला.

केला होता आणि नंतरच्या काळात हा धर्म त्यांनी स्वीकारला. तेव्हा मूळचे बौद्ध धर्मीय असल्यानं अफगाण लोकांनी या प्राचीन वारशाचं जतन करायला हवं.

मी किंचित गंमतीनं त्यांना म्हणालो की त्यांचा मुद्दा विचार करण्याजोगा आहे. अफगाण लोकांनी बौद्ध धर्माला उत्तेजन दिलं होतं म्हणून आमचा त्या धर्माशी काहीतरी संबंध आहे असा त्यांच्या युक्तिवाद होता. पण मी त्यांना सांगितलं की त्यानंतर आमची प्रगती झाली आहे. आम्हाला इस्लामचा प्रकाश दिसल्यामुळे बौद्ध धर्म हा पोकळ आणि निरुपयोगी आहे याची जाणीव झाली. आम्ही आधी बौद्ध होतो आणि मग त्यांनी आमचं अनुकरण केलं, असं त्यांचं म्हणणं होतं. हेच त्यांना दाखवून मी त्यांना म्हणालो की मग खऱ्या धर्माचा (इस्लामचा) स्वीकार करण्याच्या आमच्या कृतीचं त्यांनी अनुकरण का केलं नाही?

जपानी शिष्टमंडळाला मी पुढे असं सांगितलं की, बुद्धमूर्ती या माणसांनी दगडांमधून घडवल्या आहेत. त्यांना खऱ्या धर्माच्या दृष्टीनं काहीच महत्त्व नाही. असं असताना त्यांनी त्या मूर्तींचं जतन करण्याचा आग्रह का धरला आहे? शिष्टमंडळाला माझे दोन्ही प्रश्न आवडले नाहीत.

मक्केमधील काबादेखील मानवनिर्मित असून ती इमारतही दगडाचीच आहे, असं असेल तर मग त्या इमारतीला प्रदक्षिणा घालण्यासाठी जगभरातून लक्षावधी मुस्लीम तिथं कशासाठी जातात? मुस्लीम या वास्तूचा आदर करून तिकडे बसून प्रार्थना का करतात? असं ते म्हणाले. मी या विषयावर त्यांच्याशी आणखी वादविवाद केला नाही. मी त्यांचं म्हणणं अफगाणिस्तानमध्ये योग्य त्या व्यक्तींच्या कानावर घालीन, असं आश्वासन त्यांना दिलं.

अखेर बुद्ध मूर्ती नष्ट करण्यात आल्या. तिथं फक्त दगडधोंड्यांचा ढिगारा तयार झाला. हा काळ माझ्या दृष्टीनं विलक्षण अडचणीचा होता. मी इस्लामाबादमध्ये जमलेल्या राजनैतिक प्रतिनिधींचं समाधान करू शकत नव्हतो. स्फोटकं लावून बाम्यानच्या मूर्ती नष्ट करण्यामुळे अफगाणिस्तानचे जगातल्या अनेक राष्ट्रांशी संबंध आणखीनच ताणले गेले. या मूर्तींचा नाश करायचा जो काही निर्णय झाला त्यात माझा सहभाग नव्हता. माझ्याशी कोणी या निर्णयाबद्दल चर्चाही केली नव्हती. मूर्ती नष्ट करणं हे शरीयानुसार योग्य आहे हे मला मान्य होतं. पण हा मुद्दा निव्वळ धार्मिक दृष्टीनं पाहाण्याजोगा नाही, असं माझं मत होतं. मूर्ती नष्ट करणं अनावश्यक होतं आणि त्या नष्ट करण्याची वेळही अयोग्य ठरली.

बुद्धमूर्ती नष्ट केल्यानंतर लवकरच आमच्या राजवटीला फार मोठा धक्का बसला.

अफगाणिस्तानच्या इस्लामी अमिरातीच्या राजवटीत अमीर उल मुम्मीनीन यांच्या खालोखाल हाजी मुल्ला मोहम्मद रब्बानी यांचं स्थान होतं. जिहादच्या

काळात त्यांनी हिज्ब-ए-इस्लामीच्या आघाडीमधून संघर्ष केला होता. शौर्य आणि धर्मावरची श्रद्धा यामुळे रशियनांविरुद्ध झाबूल आणि कंदाहारमध्ये लढणाऱ्या मुजाहिद्दीनांमध्ये त्यांना आदराचं स्थान होतं. ते लढाईत स्वत:पुढे राहून नेतृत्व करत असत. १९९४ नंतर रब्बानी तालिबान चळवळीशी संलग्न झाले आणि लवकरच त्यांना तालिबानमध्ये मानाचं स्थान मिळालं. तालिबाननं काबूलला वेढा घातला तेव्हा स्वत: नेतृत्व करून वार्दाक प्रांतामधून शहराचा ताबा घेण्यासाठी मुसंडी मारली होती.

काबूल ताब्यात आल्यानंतर रब्बानी यांची *सरपरस्ती शूरा*च्या नेतेपदी नेमणूक झाली होती. पुढे १९९९मध्ये त्यांची प्रकृती बिघडली. त्यांना उपचारांसाठी सौदी अरेबियात नेणं भाग पडलं. त्यांच्यावर छोटी शस्त्रक्रिया करण्यात आली. त्यांना यकृताचा कर्करोग झाल्याचं या वेळी लक्षात आलं. लंडनहून या विषयामधले तज्ज्ञ बोलावण्यात आले. त्यांनी शस्त्रक्रिया केली. ही शस्त्रक्रिया यशस्वी झाली असली तरी कर्करोगाच्या सर्व पेशी नष्ट करण्यात यश आलं नव्हतं. या आजारातून रब्बानी कधीच पूर्ण बरे झाले नाहीत. त्यांना दर आठवड्याला वेदनाशामक इंजेक्शन घ्यावं लागत होते. या एका इंजेक्शनची किंमत ३,५०० पाकिस्तानी रुपये इतकी होती.

शस्त्रक्रिया झाल्यानंतर रब्बानी अडीच वर्षे दुबईत राहात होते. एक दिवस त्यांची प्रकृती अचानक बिघडली. ते तातडीनं इस्लामाबादला आले. त्यांच्याबरोबर त्यांचा भाऊ मौलवी अहमद रब्बानी आणि जवळचा मित्र हाजी वहीदुल्ला हे होते. मी त्यांना घेण्यासाठी विमानतळावर गेलो. तिथं पाकिस्तानी सुरक्षा अधिकारी होतेच. विमानतळावरून आम्ही त्यांना थेट हॉस्पिटलमध्ये दाखल केलं.

मी हॉस्पिटलमध्ये साधारण एक तास होतो. मग मी वकिलातीत गेलो आणि ताबडतोब सौदी अरेबियाच्या दूतावासाला फोन केला. तिथं तातडीनं वैद्यकीय उपचार व्हावेत म्हणून मी त्यांची मदत मागितली. त्याचप्रमाणे मी मदतीसाठी ब्रिटन आणि अमेरिकेच्या दूतावासाशी संपर्क साधला. सौदी अरेबियाच्या दूतावासाकडून तत्काळ प्रतिसाद मिळाला. ते रब्बानींना उपचारासाठी पाठवायला तयार होते. त्यांनी ताबडतोब एक ॲम्ब्युलन्स विमान पाठवत असल्याचं सांगितलं. त्यांचा काहीतरी गैरसमज झाला होता. मी मुल्लासाहेब, त्यांचा भाऊ आणि मित्र यांचे पासपोर्ट, व्हिसा मिळण्यासाठी त्यांच्या दूतावासाकडे पाठवले. तेव्हा त्यांच्या लक्षात आलं की वरिष्ठ नेते मुल्ला[४] आजारी नसून मुल्ला मोहम्मद रब्बानी आजारी आहेत. राजदूतानं मला पुन्हा फोन केला. ज्या डॉक्टरांनी मुल्लासाहेबांवर दुबईत उपचार केले होते त्यांनाच

---

४. हा घोटाळा मुल्ला मोहम्मद रब्बानी आणि जमात या राजकीय पक्षाचे नेते बुऱ्हाणुद्दीन रब्बानी यांच्यामधील नामसाधर्म्यामुळे झाला होता.

इस्लामाबादमध्ये पाठवण्याची व्यवस्था आपण करू, असं त्यांनी सांगितलं. दुसऱ्या दिवशी हे डॉक्टर इस्लामाबादला आले. त्यांना विमानतळावरून थेट हॉस्पिटलकडे नेण्यात आलं. त्यांनी मुल्लासाहेबांना तपासलं आणि मग ते मॅरिएट हॉटेलवर गेले. तिथून त्यांनी मला फोन केला.

कर्करोग आता पसरला असल्याचं डॉक्टरांनी सांगितलं. अडीच वर्षांपूर्वी त्यांनी शस्त्रक्रिया केली त्या वेळीच रोगाचा फैलाव झाला असल्याचं आणि रोगावर काही काळच नियंत्रण ठेवणं शक्य असल्याचं रब्बानीसाहेबांनी सांगितलं होतं. त्यांनी सांगितलं की, आता हा रोग इतर अवयवांमध्ये पसरून त्यांचं काम बंद पाडत आहे. रब्बानीसाहेबांची फुफ्फुसं आणि इतर अवयवांवर गंभीर परिणाम झाला होता. यकृताचं काम तर जवळ-जवळ बंदच पडलं होतं. त्यांनी असा सल्ला दिला की रब्बानीसाहेबांना हलवू नये. त्यांचे आता फारतर सात-आठ दिवस उरले असल्याचं त्यांचं मत होतं. आता सौदी अरेबियाच नाही तर कोणत्याही देशात उपचार करून फायदा होणार नव्हता. ही गोष्ट मी त्यांना रब्बानीसाहेबांच्या भावाला सांगायची विनंती केली कारण ही गोष्ट रब्बानीसाहेबांना सांगायचं धैर्य माझ्यात नव्हतं.

ब्रिटन आणि अमेरिकेनं माझ्या विनंतीला उत्तरच दिलं नाही. जरी दुबईमधल्या डॉक्टरांनी सांगितलं असलं की आता कुठेच उपचार होणार नाहीत तरीही आम्ही इतर देशात जिथं कुठं प्रायोगिक उपचार उपलब्ध असतील तिथं मुल्लासाहेबांना न्यायची तयारी सुरू केली. पण त्यांनीच याला नकार दिला. "तुम्ही लोक विनाकारण त्रास घेऊ नका. मी यामधून वाचणार नाही याची मला स्वत:ला कल्पना आहे."

जनरल महमूद अहमद, आयएसआयप्रमुख आणि त्याच्या हाताखाली असणारा उपसंचालक जनरल जैलानी आणि काही अधिकारी रब्बानीसाहेबांना भेटण्यासाठी गेले. त्यांची प्रकृती किती खालावलेली आहे हे त्यांना शौकत खानुम हॉस्पिटलच्या डॉक्टरांनी सांगितलं होतं. प्रकृती दररोज खालावत चालली असून आता रब्बानीसाहेब वाचणार नाहीत हे स्पष्ट दिसत होतं. त्यांच्या शरीराच्या आतल्या भागात पाणी साचत चाललं होतं. डॉक्टरांनी भाकित केल्याप्रमाणे त्यांचे अवयव एका पाठोपाठ एक निकामी होत गेले आणि आठव्या दिवशी सकाळी साडेआठला त्यांचा मृत्यू झाला.

"आम्ही तर परमेश्वराचेच आहोत आणि त्याच्याकडेच परत जाणार आहोत."

– सुरत-उल-बक्र २ (१५६)

रब्बानीसाहेबांनी मरण पावण्याच्या आदल्या रात्री मला जो सल्ला दिला तो कायम माझ्यावर कोरलेला आहे. मी त्यांच्यापाशी असताना संध्याकाळच्या प्रार्थनेची

वेळ झाली होती. माझा फोन वाजला. त्यांना त्रास होऊ नये म्हणून मी बाहेर गेलो. मला अपेक्षेपेक्षा परतायला वेळ लागला. मी जवळ-जवळ अर्धा तास फोनवर बोलत होतो. मी रब्बानीसाहेबांच्या खोलीत परतलो तेव्हा लक्षात आलं की तिथल्या सर्वांनी मिळून प्रार्थना पुरी केली होती. मरणाच्या दारात असतानाही मुल्ला रब्बानीसाहेबांनी सर्वांबरोबर प्रार्थना करण्याचा प्रघात चुकवला नव्हता. मला खोलीत परत आलेलं पाहून त्यांनी मला खुणेनं त्यांच्याजवळ बोलावलं. ते बोलू लागले पण त्यांचा आवाज खूपच क्षीण झाला होता. त्यांना बोलताना फारच त्रास होत होता.

"तू आमच्याबरोबर प्रार्थना का केली नाहीस?"

मी त्यांना फोनला जास्त वेळ लागला आणि सगळे मिळून प्रार्थना करणार आहेत याची मला कल्पना नव्हती, असं सांगितलं.

त्यांनी माझ्याकडे रोखून बघितलं, "जेव्हा प्रार्थनेची वेळ असेल तेव्हा इतर कोणत्याही कामात अडकायचं नाही. देवाच्या कामाला इतर सर्व कामांपेक्षा प्राधान्य द्यायलाच हवं!"

एवढं बोलल्यावर रब्बानीसाहेबांनी हादीस[५] मधलं एक वचन मला सांगितलं, "जो अल्लाची आज्ञा पाळत नाही त्याची आज्ञा पाळायची जरुरी नाही."

हे मुल्लासाहेबांचे शेवटचे शब्द होते. ते मरण पावले तेव्हा मी घरी होतो. कोणीतरी मला फोन करून कळवलं. मी हॉस्पिटलमध्ये पोहोचलो त्याच्या अगोदरच त्यांचा मृतदेह शीतगृहात हालवण्यात आला होता. पण तिथली यंत्रणा नीट काम करत नसावी. कारण मुल्लासाहेबांचं शरीर अजून उबदार वाटत होतं. मी धार्मिक पद्धतीनुसार त्यांच्या शरीराची सफाई केली. हे करताना मला दिसलं की त्यांच्या संपूर्ण शरीरावर रशियन गोळ्या लागल्याच्या असंख्य खुणा होत्या. जिथं जखमेचा व्रण नाही असा एकही भाग शिल्लक नव्हता. देवानंच त्यांना वाचवलं होतं, पण आता कर्करोगाचं निमित्त करून त्यानंच त्यांना आपल्याकडे बोलावून घेतलं होतं.

त्याच दिवशी उशिरा मुल्ला रब्बानीसाहेबांचा मृतदेह संयुक्त राष्ट्र संघटनेच्या विमानानं कंदाहारला नेण्यात आला आणि तिथं त्याचं दफन करण्यात आलं.

---

५. 'हादीस' हा मुस्लीम साहित्याचा प्रकार असून प्रेषित मोहम्मद यांच्या जीवनातील प्रसंग, वचने, आणि कृती यांचा संग्रह त्यात केलेला आहे. हे संग्रह बरेच असून शिया व सुन्नी पंथीय यांच्यात कोणता संग्रह वापरावा याबद्दल मतभेद आहेत. सुरुवातीच्या काळात इसवी सन आठव्या शतकात इब्न शाहीब अल्-झुरी याने केले असल्याचे मानले जाते. त्याचप्रमाणे उमर इब्न अब्द अल्-अजीझ या खलिफाच्या सांगण्यावरून अबू बक्र इब्न मुहम्मद इब्न हज्म यानेही संग्रह केला होता.

ओसामा

संयुक्त राष्ट्र संघटनेचे पाकिस्तानमधील मुख्यालय इस्लामाबादमध्ये होते. अफगाणिस्तान सीमेपलीकडल्या विविध हालचाली व कामं यांच्यात समन्वय साधण्याची जबाबदारी याच मुख्यालयावर होती. त्या वेळी या ठिकाणी फ्रान्सेस व्हेन्ड्रेल[१] यांच्यावर होती. हा माणूस संयुक्त राष्ट्र संघटनेचे सरचिटणीस कोफी अन्नान यांचा विशेष दूत म्हणून काम बघत होता.

यूएनएचसीआर ही मानवतेच्या दृष्टिकोनातून मदत करणारी संघटना व संयुक्त राष्ट्र संघटनेच्या इतर घटकसंस्थाची कार्यालयेही याच ठिकाणी होती. त्या वेळी इस्लामाबादहून अफगाणिस्तानला जाणारी एकच विमानसेवा होती. या विमानसेवेचं नियंत्रण संयुक्त राष्ट्र संघटनेकडे होतं. इस्लामी अमिरातीचे प्रतिनिधी याच विमानसेवेचा वापर करत असत. परंतु संयुक्त राष्ट्र संघटनेचे अधिकारी अफगाणिस्तानशी चांगले संबंध राखण्यासाठी आटोकाट प्रयत्न करत असत. ते आमच्या वकिलातीत नेहमी येत. परदेशातून एखादा महत्त्वाचा वरिष्ठ अधिकारी पाकिस्तानात येत असेल तर त्याच्या कार्यक्रमात आमच्या वकिलातीच्या भेटीचा समावेश व्हावा म्हणून ते धडपड करत असत. पण आता त्या दिवसांकडे मागे वळून बघताना मला असं वाटतं की त्यांच्या सतत येण्यामुळे आमच्यावर येणारं दडपण वाढत गेलं.

मला फ्रान्सेस व्हेन्ड्रेल यांच्याशी त्यांच्याच कचेरीत झालेली एक भेट आठवते.

---

१. फ्रान्सेस व्हेन्ड्रेल हे स्पॅनिश राजनैतिक सेवेतील अधिकारी होते. संयुक्त राष्ट्र संघटनेच्या अफगाणिस्तानातील स्पेशल मिशनचे ते २००१-२००१मध्ये प्रमुख होते. त्यानंतर ते २००२-२००८ दरम्यान युरोपीय युनियनचे विशेष प्रतिनिधी म्हणून काम पाहात होते. आता ते निवृत्त झाले आहेत.

ते त्या वेळी अतिशय उत्साहानं ओसामा बिन लादेनला अमेरिकेच्या हवाली करण्याबद्दल बोलत होते. संयुक्त राष्ट्र संघटनेच्या या निर्णयाचा तालिबाननं आदर करायला हवा, असं त्यांचं म्हणणं होतं. पण एखाद्या माणसाला अशा तऱ्हेनं अमेरिकेच्या स्वाधीन करण्याचा निर्णय संयुक्त राष्ट्र संघटनेचा नव्हता. तसं करण्याचा त्यांना अधिकारही नव्हता. तरीही अमेरिकेच्या दडपणामुळे ते तसं म्हणत होते. मी त्यांना सांगितलं की ओसामा बिन लादेनच्या संदर्भात काहीही ठरवणं हे माझ्या अधिकाराच्या बाहेर आहे. हे सांगून मग मी कुतूहल म्हणून त्यांना विचारलं की इस्लामी अमिरातीनं (तालिबान) ओसामाला अमेरिकेच्या हवाली का करावं? तो अमेरिकेला हवा होता हे खरं. पण अफगाणिस्तान व अमेरिका यांच्या दरम्यान गुन्हेगारांच्या हस्तांतरणाचा कोणताही करार झालेला नाही. तेव्हा त्याला अमेरिकेच्या स्वाधीन करायला अफगाणिस्तान बांधील नाही, असं मी म्हणालो. शिवाय संयुक्त राष्ट्र संघटना ही जगातल्या सर्व राष्ट्रांनी निरपेक्षपणे काम करणारी संघटना असणं अपेक्षित असताना ही संघटना अशा बेकायदेशीर मागणीला पाठिंबा कसा काय देऊ शकते?

पण व्हेन्ड्रेलनी माझ्या प्रयत्नांना उत्तरं दिली नाहीत. उलट ते एवढंच म्हणाले, "ऐका! हा निर्णय झालेला आहे. तुम्ही ओसामाला हवाली केलं नाहीत तर अमेरिका जबरदस्तीनं त्याला पकडून नेईल."

अमेरिका अफगाणिस्तानवर हल्ला करण्याची तयारी करत आहे आणि संयुक्त राष्ट्र संघटना त्यांच्याच बाजूनं आहे, याबद्दल माझ्या मनात कसलीही शंका नव्हती. फक्त हा हल्ला अमेरिका केव्हा करेल हे समजत नव्हतं. "अमेरिका आमच्याविरुद्ध युद्ध जरूर करेल," मी म्हणालो, "पण असं करून अमेरिका कधीच आपलं उद्दिष्ट गाठू शकणार नाही. युद्धामुळे अमेरिकेचं सरकार दुर्बल होईल आणि आमचंही नुकसान होईल. दोन राष्ट्रांमधील तेढ वाढेल, रक्तपात होईल आणि मग अफगाणिस्तानात पुन्हा अंतर्गत संघर्ष उफाळेल. या सगळ्याचा जगावर परत एकदा भयंकर परिणाम होईल."

मी असं सांगूनही संयुक्त राष्ट्र संघटनेच्या लोकांनी माझ्याकडे कधी लक्ष दिलं नाही. व्हेन्ड्रेल अनेकदा अफगाणिस्तानात जाऊन आले. त्यांनी कंदाहारला जाऊन अमीर उल मुम्मीनीन यांच्याशी चर्चा केली. कोफी अन्नान इस्लामाबादला आले तेव्हा ते मॅरिएट हॉटेलवर उतरले होते. तिथं त्यांची व अफगाणिस्तानचे परराष्ट्रमंत्री मुतवकील यांची भेट झाली. या भेटीच्या वेळी माझ्या वकिलातीचे लोकही हजर होते. कोफी अन्नान तिथं ओसामाचीच चर्चा करायला आले होते. ओसामाला अमेरिकेच्या हवाली करण्याचा आग्रह त्यांनी धरला होता. त्याला अमेरिकेच्या हवाली केल्यानंतर अमेरिका त्याच्यावर खटला चालवेल, असं त्यांचं म्हणणं होतं. संयुक्त राष्ट्र संघटनेची ही नेहमीचीच भूमिका होती. आपण नि:पक्षपाती आहोत असं

भासवून प्रत्यक्षात ही संघटना कायमच अमेरिकेची पोपटपंची करून अफगाणिस्तानला दोषी ठरवत होती.

संयुक्त राष्ट्र संघटनेच्या पूर्वग्रहदूषित वागणुकीचं एक उदाहरण मी देतो. हे उदाहरण अफगाणिस्तानातल्या मादक द्रव्यांबद्दलचं आहे. या संबंधीचा संयुक्त राष्ट्र संघटनेच्या आमसभेत सादर करण्यात आलेला एक अहवाल पूर्णपणे निराधार असून तो अफवांवर आधारलेला होता. त्यात अनेक बेछूट आरोपही करण्यात आले होते. तालिबाननं प्रयत्न करून अफगाणिस्तानच्या अफूच्या लागवडीला संपूर्ण प्रतिबंध करण्यात यश मिळवलं होतं. संपूर्ण अफगाणिस्तानात अफूचं उत्पादन बंद झालं होतं. पण या अहवालात मात्र असं लिहिलं होतं की, तालिबाननं अगोदरच अफूचे मोठे साठे करून ठेवले आहेत आणि तालिबाननं मुद्दामच जागतिक बाजारपेठेत अफूचे दर वाढावेत म्हणून प्रयत्न केले आहेत. अशा प्रकारे कृत्रिमरीत्या दर वाढवून फायदा कमावण्याचा आरोप या अहवालात करण्यात आला होता. या अहवालामुळे सगळ्या जगात तालिबानची प्रतिमा डागाळली. आजवरच्या इतिहासात कधीही न घडलेली अफू उत्पादनाच्या बंदीची तालिबानची यशस्वी कामगिरी या अहवालामुळे झाकोळली गेली.

बऱ्याचदा संयुक्त राष्ट्र संघटना विषय सोडून किंवा संदर्भांची मोडतोड करून तालिबानला दोषी ठरवत असे. अफगाणिस्तानातलं तालिबान सरकार इस्लामी कायद्यांनुसार शिक्षा देत असे. पण संयुक्त राष्ट्र संघटना मात्र याचा क्रूरपणा किंवा निर्घृण खून असा अपप्रचार करत असे. इस्लामी कायद्यात ज्याचा बळी पडला आहे त्याच्या नातेवाइकांनी बदला घेण्याची पद्धत ही कायदेशीरच आहे. विशेषत: खुनाच्या संदर्भात ही प्रथा महत्त्वाची आहे. इस्लामी कायद्यानुसार ज्याचा खून झाला आहे त्याच्या नातेवाइकांखेरीज इतर कोणी गुन्हेगाराला क्षमा करू शकत नाही. गुन्हेगार स्त्री आहे की पुरुष याचा विचार न करता गुन्हेगाराला शरियानुसार शिक्षा दिली जाते.

अफगाणिस्तानच्या तालिबान राजवटीच्या काळातील न्यायव्यवस्थेबद्दल केल्या जाणाऱ्या अपप्रचाराचं एक उदाहरण मी देतो. एक झमीना नावाची गुन्हेगार स्त्री होती. तिनं स्वत:च्या हातांनी नवऱ्याचा खून केला होता आणि तिनं आपल्या गुन्ह्याची कबुलीही दिली होती. तिच्या शिक्षेची अंमलबजावणी सार्वजनिकरीत्या काबूलच्या एका स्टेडियममध्ये करण्यात आली. या प्रसंगाचं चित्रीकरण कोणी व कसं केलं आणि ती चित्रफीत संयुक्त राष्ट्र संघटनेकडे कशी आली हे मला आजवरही न उलगडलेलं कोडं आहे. पण या प्रकरणात न्यायालयात खटला झाला आणि त्या स्त्रीनं केलेल्या गुन्ह्याबद्दल तिला शिक्षा सुनावण्यात आली होती, याचा जराही संदर्भ न देता तालिबाननं तिला ठार केल्याचा आरोप करण्यात आला होता.

आणखी एका प्रसंगी एका अहवालात तालिबान लहान मुलांना लष्करात भरती करून घेतात आणि आघाडीवर त्यांना पाठवून त्यांचा एखाद्या ढालीसारखा वापर करतात, असा आरोप झाला. संयुक्त राष्ट्र संघटनेचा प्रतिनिधी एरिक डी म्यूल याला प्रत्यक्ष आघाडीवर नेण्यात आलं. पण त्याला तिथं लहान वयाचा एकही मुलगा आढळला नाही. या भेटीनंतर त्यानं दुसरा अहवाल लिहिला. त्यात त्यानं पहिला अहवाल कसा लिहिला त्याचं स्पष्टीकरण दिलेलं आहे.[२]

तालिबाननं हवाईदलाचा वापर केला की प्रत्येक वेळी संयुक्त राष्ट्र संघटना त्यांनी नागरिकांना ठार केल्याचा आरोप करत असे. आयएसआय आणि नाटो यांनी केलेल्या बॉम्बहल्ल्यांमध्ये असंख्य अफगाण नागरिक ठार झाल्याच्या पार्श्वभूमीवर संयुक्त राष्ट्र संघटनेचा हा आरोप खरोखरच हास्यास्पद आहे. त्याचप्रमाणे एकदा ख्रिश्चन धर्माचा प्रसार केला म्हणून तालिबाननं सहा परदेशी नागरिकांना अटक केली. आपण अफगाणिस्तानात असताना कोणत्याही धार्मिक अथवा राजकीय कामकाजात भाग घेणार नाही असं या लोकांनी व्हिसासाठी केलेल्या अर्जात लिहून दिलेलं असल्यानं त्यांच्यावर स्पष्ट बंधनं होती. आपणच दिलेली लेखी वचनं मोडणाऱ्या अवघ्या सहा परदेशी लोकांसाठी संयुत्त राष्ट्र संघटनेनं जवळ-जवळ तीन कोटी नागरिकांच्या देशावर निर्बंध लादले. या सहा जणांमध्ये दोन अमेरिकन होते. साहजिकच अमेरिकेनं त्यांना बेकायदेशीर अटक केल्याचा आरोप ताबडतोब केला. अशा प्रकारे अनेक प्रसंग घडले आणि त्यांच्याबद्दल असंख्य अहवाल लिहिले गेले. ही सगळी तयारी युद्धाच्या दिशेनं जाण्यासाठीच होती. प्रत्येक प्रसंगी चिथावणी अमेरिकेनंच दिलेली असायची. पण त्यामधून तालिबानचं नाव मात्र खराब होत होतं.

संयुक्त राष्ट्र संघटना आता कमालीची बदलली आहे. जगातील काही राष्ट्रं या संघटनेचा वापर इराक आणि अफगाणिस्तानसारख्या इस्लामी देशांविरुद्ध वापरण्याचं हत्यार अशा प्रकारे करत आहेत. आज आपण हे जे काही घडताना बघतोय ते पूर्वी कधीच घडलेलं नाही. अमेरिका सध्या इराक आणि अफगाणिस्तानातली गावं उद्ध्वस्त करत आणि हजारो निरपराध नागरिकांची निर्घृण हत्या करत चालली आहे. जगभरातल्या मुस्लिमांना अटक करून त्यांची मानखंडना करणं आणि लोकांना ठार करणं याचा हक्क अमेरिकन लोकांना कोणी दिला? दहशतवादाच्या विरोधी लढाईच्या नावानं जगभरातल्या मुसलमानांना ठार करण्याची मुभा त्यांना कोणी दिली? न्यायालयासमोर उभं न करता हजारो जणांना वर्षांनुवर्षं अटक करून ते कसं

---

२. हे अहवाल वाचण्यासाठी पुढील वेबसाइट वापरता येईल.
http://www.unwire.orgunwire/19991202/6099-story.asp आणि
http://www.global-policy.or/security/issues/afgnst.htm

काय डांबून ठेवू शकतात?

मी स्वत: तिथं तसा डांबून ठेवलेला होतो. माझे अनेक मित्र अद्यापही तिथं आहेत. आम्हाला कसलेच अधिकार नव्हते कारण मुळात ग्वान्टानामो येथील तुरुंगात मानवाधिकार ही संकल्पनाच नाही! तिथं कशाचंही स्पष्टीकरण मिळत नाही. तिथं कैद्यांना भेटायला मित्र किंवा नातेवाईक येऊ दिले जात नाहीत. तिथे माणसाच्या मनाचं अध:पतन केलं जातं आणि स्वत्व, आशा-आकांक्षा चिरडण्याशिवाय बाकी काहीही होत नाही. ही कैद कधीच संपणार नाही असंच तिथं मनावर बिंबवलं जातं. अफगाणिस्तानवर कठोर निर्बंध घालणारी संयुक्त राष्ट्र संघटना सगळ्या जगासमोर उघड-उघड हे असं करणाऱ्या अमेरिकेच्या बाबतीत मात्र गप्प आहे.

***

अफगाणिस्तानवर निर्बंध वाढल्यानंतर आणि एका पाठोपाठ एक पेचप्रसंग घडत गेल्यानंतर काबूल किंवा कंदाहारला भेटीसाठी परवानगी मागणाऱ्या परदेशी राजनैतिक अधिकाऱ्यांची संख्या सततच घटत गेली. त्यामुळे माझ्या वकिलातीत आता परराष्ट्र मंत्रालयाची इतकी कामं करावी लागली की जणू हे परराष्ट्र मंत्रालयच आहे की काय असं वाटू लागलं. जगातल्या बहुसंख्य देशांनी अफगाणिस्तानातल्या (तालिबान) इस्लामी अमिरातीच्या राजवटीला अधिकृत मान्यता दिलेली नव्हती. तरीही कोणतीही समस्या उद्‌भवली तर परदेशी राजदूत नेहमीच आमच्याकडे चर्चा करण्यासाठी येत असत. माझ्या वकिलातीत नियमितपणे येणाऱ्या या राजनैतिक अधिकाऱ्यांकडून मला बरंच काही शिकायला मिळालं.

रशियन राजदूताचा अपवाद वगळता मी जगातल्या इतर देशांच्या कित्येक राजदूतांना भेटत असे. त्यांची माझी वैयक्तिक ओळख झाली होती आणि काही तर माझे मित्रही झाले होते. बहुतेक जण त्यांच्या कामात अतिशय कुशल आणि नम्र वागणारे होते. काही राजदूतांच्या बाबतीत मात्र माझ्या स्मृती तितक्याशा चांगल्या नाहीत. जर्मनी, बेल्जियम, कुवेत आणि सौदी अरेबिया या देशांचे राजदूत माझे मित्र नव्हते. पाकिस्तानचा राजदूत हा अतिशय हुशार आणि चांगल्या स्वभावाचा माणूस होता.

जर्मनी आणि बेल्जियमचे राजदूत अतिशय गर्विष्ठ, उद्धट आणि अहंकारी होते. हे दोघं शरीरयष्टीनंही धिप्पाड आणि उंचबिंच होतं. त्यांची दृष्टी नेहमी पूर्वग्रहदूषित होती. ते प्रत्येक वेळी स्त्रियांना वाईट वागणूक दिली जाते याचीच चर्चा करत असत.

कुवेतचा राजदूत अतिशय गर्विष्ठ स्वभावाचा होता. प्रत्येक वेळी माझ्याशी बोलताना मला त्याचं आत्मकेंद्री व्यक्तिमत्त्व जाणवलं. त्याला अफगाण लोकांची जरादेखील पर्वा नव्हती. कुवेती लोक नेहमीच अमेरिकेची भलावण करत असत.

आपलं आयुष्य जणू अमेरिकेवर अवलंबून आहे अशा प्रकारे ते बुशचा उल्लेख करत.

सौदी अरेबियाचा राजदूत कमी वयाचा भासायचा. तो उतावळ्या स्वभावाचा असून तो सतत काही ना काही मागण्या करत असे. तो बऱ्याच वेळा ओसामा बिन लादेनचा विषय काढायचा. एकदा मी हज यात्रेसाठी जाणाऱ्या अफगाण नागरिकांच्या समस्यांबद्दल चर्चा करण्यासाठी त्याच्या कचेरीत गेलो होतो. पण आम्ही चर्चा करू लागल्यानंतर मी तिथं कशासाठी गेलो होतो त्याकडे त्यानं साफ दुर्लक्ष केलं. मी त्याच्या वागण्यानं चकित झालो. मी तिथं ओसामाबद्दल चर्चा करण्यासाठी आलेलो नाही, हे मी त्याला दोन-तीन वेळा सांगितलं. ओसामाचा विषय हा माझ्या अखत्यारीमधला नाही. याबद्दल जे काही ठरवायचं आहे ते ठरवण्याचा अधिकार इतरांकडे आहे, हे मी सांगितलं. पण तो ऐकायला तयार नव्हता.

ज्याच्याबद्दल पाहून कणव वाटावी असा एकच राजदूत होता. तो म्हणजे पॅलेस्टाईन या सतत युद्धाच्या धगीनं होरपळणाऱ्या देशाचा. इस्लामी देशांचे राजदूत हे नम्र स्वभावाचे आणि चांगलेच होते. पण पॅलेस्टाईनचा हा राजदूत फारच मृदू स्वभावाचा, अतिशय सज्जन माणूस होता. जे देश इस्लामी नव्हते त्यांचे राजदूत अनेक समस्या असतानाही राजनैतिक व्यवहाराची तत्त्वे उत्तम रितीने पाळत असत. त्या देशांनी अफगाणिस्तानातल्या सरकारला अधिकृत मान्यता दिलेली नसतानाही ते माझ्या वकिलातीशी चांगले संबंध राखण्याचा प्रयत्न करत असत.

चीन, फ्रान्स, ब्रिटन किंवा इतर देशांच्या राजदूतांशी मी विशिष्ट प्रश्नांच्या संदर्भात चर्चा करत असे. एकदा आरियाना या अफगाण विमान कंपनीचं विमान पळवून ब्रिटनमध्ये नेण्याची घटना घडली. ब्रिटनच्या राजदूतानं माझ्याकडे येऊन विमान पळवणाऱ्या चाच्यांना ब्रिटनमध्ये न्यायालयासमोर खेचण्याची परवानगी मागितली. पण आमच्या सरकारनं ही विनंती मान्य केली नाही. या विमानाच्या वैमानिकांनी साक्ष द्यावी म्हणून ब्रिटननं प्रयत्न केले. पण त्यांची ही मागणीही आमच्या सरकारनं मान्य केली नाही. ओसामा बिन लादेनच्या प्रश्नाबाबत ब्रिटन अमेरिकेच्या बाजूनं असल्यानं आमच्या व त्यांच्या संबंधांवर ताण येऊ लागला होता.

चीनचा राजदूत हा सर्वांपेक्षा वेगळा होता. त्यानं वकिलातीशी व एकूणच अफगाणिस्तानशी उत्तम संबंध राखले होते. त्यानं अफगाणिस्तानला जाऊन अमीर उल मुम्मीनीन यांची भेट घेण्यासाठी परवानगी मागितली. मी त्याच्या या प्रवासासाठी आवश्यक ती सगळी तयारी करून दिली. प्रथम तो काबूलला गेला. तिथं त्याचं अतिशय प्रेमानं स्वागत करण्यात आलं. मग तो कंदाहारला जाऊन मुल्ला उमर यांना भेटला. चीनच्या राजदूतानं सांगितलं की, मध्यवर्ती सरकारशी लढणाऱ्या जिनजियांग प्रांतामधल्या फुटीरतावादी मुस्लीम गटांना तालिबान सरकार मदत करत असल्याबद्दल चीनला चिंता वाटत होती.

मुल्ला उमर यांनी चीनच्या राजदूताला अफगाणिस्तानला चीनच्या अंतर्गत कारभारात ढवळाढवळ कधीच करू द्यायची नव्हती किंवा तसा इरादाही नाही, हे सांगितलं. चीनमधल्या कोणत्याही फुटीर गटाला आपण आपल्या भूमीचा वापर करून देणार नाही किंवा त्यांना कसलीही मदत देणार नाही, असं स्पष्ट शब्दांत सांगितलं. त्यांच्या या आश्वासनामुळे चीनच्या राजदूताचं समाधान झालं. कोणत्याही इस्लामेतर देशांच्या एखाद्या राजदूतानं मुल्ला उमर यांना भेटण्याची ही पहिलीच वेळ होती.

चीनचा राजदूत भेटून गेल्यानंतर फ्रान्सेस व्हेन्ड्रेल यांनीही मुल्ला उमर यांची भेट घेतली. प्रचंड अडचणी असूनही आम्ही दोघांनी अफगाणिस्तानचे जगाशी संबंध सुधारण्यासाठी खूपच मेहनत घेतली. पण आम्ही निकराने प्रयत्न करत असूनही परिस्थिती दिवसेंदिवस बिघडतच चालली होती. निर्बंधांचा वाईट परिणाम जाणवू लागला होता आणि निर्बंधांचं स्वरूप जास्तच कडक झालं होतं. परस्परसंबंध वाईटातून अधिक वाईट अशा दिशेनं बिघडत चालले होते. आम्ही पूर्वी केलेले सर्व प्रयत्न वाया जावेत असे संबंध बिघडवणारे प्रसंग एका मागोमाग एक असे दररोजच घडत होते. ११ सप्टेंबर २००१ या दिवशी जगात प्रचंड उलथापालथ घडण्याच्या प्रसंगापर्यंत ही सबंधांमधील घसरण सतत चालूच होती.

आमचे अमेरिकेशी संबंध इतर कोणत्याही देशाच्या संबंधांपेक्षा सर्वांत खराब होते. पण त्या देशाच्या प्रतिनिधींना भेटण्याचा प्रसंग वारंवार येत असे. ओसामा बिन लादेन याच्या संदर्भातल्या चर्चा या नेहमीच अतिशय कठीण असायच्या. त्यांच्या मागण्यांमुळे सतत नवनवीन अडचणी उद्‌भवत असत. आम्ही त्यांच्या किंवा आमच्या वकिलातीत भेटत असू.

मी अफगाणिस्तानचा वकील म्हणून सूत्रं हाती घेतली तेव्हा विल्यम मिलम[३] हा अमेरिकन राजदूत होता. त्या वेळी पॉला थेडी या बाई राजकीय सल्लागार म्हणून काम बघत होत्या. जॉर्ज बुश सत्तेवर आल्यानंतर नवीन अमेरिकन राजदूताची नेमणूक झाली. त्याचप्रमाणे इस्लामाबादमधल्या अमेरिकन दूतावासातले वरिष्ठ अधिकारीही बदलण्यात आले. खलीलजाद[४] यांच्याप्रमाणे अफगाण-अमेरिकन असलेला

---

३. विल्यम मिलम हे अमेरिकन राजनैतिक सेवेमधले वरिष्ठ अधिकारी असून ते २००१मध्ये निवृत्त झाले. ते १९९८ ते २००१ दरम्यान पाकिस्तानात राजदूत होते. निवृत्तीनंतर ते वॉशिंग्टन डीसीमध्ये वुड्रो विल्सन सेंटरमध्ये वरिष्ठ संशोधक म्हणून काम बघतात.

४. झल्माई खलीलजाद (जन्म १९५१, मजार-ए-शरीफ) हे २००३-२००५ दरम्यान अमेरिकेचे अफगाणिस्तानमधले राजदूत होते. ते आजही अफगाणिस्तानच्या संदर्भात कार्यरत आहेत.

कबीर मोहबत यांची अमेरिकन दूतावासात नेमणूक झाली. मोहबत[५] यांचं काम मध्यस्थ म्हणून चर्चा सुरळीत ठेवणं हे होतं. त्यांच्याकडे विशिष्ट काळापुरती विशेष राजदूतपदाची वेगळी जबाबदारी देण्यात आली होती. अमेरिकेनं ओसामा बिन लादेनला एक तर त्यांच्या हाती सोपवावं किंवा जो देश त्याला आसरा द्यायला तयार असेल अशा एखाद्या देशात त्याची हकालपट्टी करावी, अशी अमेरिकेची मागणी होती.

तालिबानचं म्हणणं वेगळं होतं. ओसामा बिन लादेनचा योग्य मान राखला जाईल अशा प्रकारे त्याच्यावर खटला चालवला जावा, असा आमचा युक्तिवाद होता. ओसामा बिन लादेनमुळेच अमेरिका आणि अफगाणिस्तान यांच्यातील संबंध कमालीचे बिघडले होते.[६]

एकदा मी ओसामा बिन लादेनच्या प्रश्नाबद्दल अमेरिकन राजदूताशी अमेरिकन दूतावासात चर्चा करत होतो. त्या दिवशी रात्र झाली तरी चर्चा चालू होती. आमच्या सरकारनं अमेरिकेपुढे तीन पर्यायांचा एक प्रस्ताव ठेवला होता. हे तिन्ही पर्याय दोन्ही बाजूंना मान्य होण्याजोगे होते. मी त्या दिवशी रात्री या तिन्ही पर्यायांचं अमेरिकन राजदूताला सविस्तर स्पष्टीकरण दिलं. ते असं होतं :

पहिली महत्त्वाची गोष्ट म्हणजे नैरोबी आणि टांझानिया येथील अमेरिकन दूतावासांवरच्या हल्ल्यांमध्ये ओसामा बिन लादेनचा हात असल्याचा पुरावा अमेरिकेजवळ असेल तर तो पुरावा अमेरिकेनं अफगाणिस्तानच्या सर्वोच्च न्यायालयासमोर सादर करावा, म्हणजे मग अफगाण सरकार ओसामा बिन लादेनवर समन्स बजावेल. जर ओसामा बिन लादेन दोषी असल्याचं सिद्ध झालं तर त्याला शरियानुसार योग्य ती शिक्षा देण्यात येईल.

दुसरा मुद्दा असा की, जर अमेरिका अफगाणिस्तान सरकारला मान्यता देत नाही म्हणून किंवा अफगाणिस्तानातलं सर्वोच्च न्यायालय स्वतंत्र आणि नि:पक्षपणानं काम करतं यावर अमेरिकेचा विश्वास नाही म्हणून त्यांना पहिला पर्याय मान्य नसेल तर हा दुसरा पर्याय आहे. अफगाणिस्तानच्या इस्लामी अमिरातीचं असं म्हणणं आहे की एका नवीन न्यायालयाची

---

५. कबीर मोहबत यांच्याकडे अमेरिका व अफगाणिस्तानचं दुहेरी नागरिकत्व होतं. त्यांची अमेरिकन वकिलातीमधील नेमणूक तात्पुरत्या स्वरूपाची असून त्यांचं काम ओसामाच्या संदर्भातल्या विशिष्ट निरोपांची देवाणघेवाण करणं इतकंच होतं.

६. अमेरिकेच्या दूतावासानंतर दोन ठिकाणी बॉम्बहल्ले झाल्यानंतर अमेरिकेनं जारी केलेल्या 'टॉप टेन वॉन्टेड' गुन्हेगारांच्या यादीत ओसामाचा समावेश होता. हे बॉम्बहल्ले झाल्यानंतर तत्कालीन राष्ट्राध्यक्ष बिल क्लिंटन यांनी अफगाणिस्तानातल्या काही ठिकाणी क्रूझ क्षेपणास्त्रं डागली होती.

स्थापना करावी. या न्यायालयात तीन इस्लामी देशांचे ॲटर्नी जनरल असतील आणि या न्यायालयाचं कामकाज चौथ्या इस्लामी देशात चालवलं जाईल. या न्यायालयात अमेरिका ओसामा बिन लादेनविरुद्धचा सर्व पुरावा सादर करू शकेल. अफगाणिस्तानचा या न्यायालयाच्या कामकाजात सहभाग असेल. या न्यायालयात आपल्या विरुद्धच्या पुराव्यांना उत्तर देण्यासाठी ओसामा हजर राहील याची संपूर्ण खातरी अफगाणिस्तान सरकार देईल. या न्यायालयात ओसामाला स्वत:चा बचाव करण्याची संधी मिळेल. जर तो आपला बचाव करण्यास असमर्थ ठरला तर त्याला त्याच्या गुन्ह्यांसाठी शिक्षा होईल.

तिसरा पर्याय, जर अमेरिकेला ही तीन इस्लामी देशांच्या एकत्रित न्यायालयाची कल्पना मान्य नसेल किंवा अमेरिकेची अफगाणिस्तानच्या सर्वोच्च न्यायालयाला मान्यता नसेल तर, सुचवलेला आहे. आम्ही ओसामाच्या सर्व हालचालींवर नियंत्रण आणू. त्याच्याजवळ असणारी दूरसंचाराची सगळी साधनं काढून घेण्यात येतील. त्यामुळे एक निर्वासित म्हणून अफगाणिस्तानात राहाताना तो फक्त आहे तिथंच राहू शकेल. ओसामा बिन लादेन अफगाणिस्तानच्या भूमीचा इतर कोणत्याही देशाच्या विरोधात कारवाया करण्यासाठी वापर करणार नाही याची खातरी इस्लामी अमिरातीचं सरकार देईल.

परंतु अमेरिकेनं आमचे तीनही प्रस्ताव अमान्य केले. उलट आम्ही बिनशर्त ओसामा बिन लादेनला अमेरिकेच्या हवाली करावं असा त्यांचा आग्रह होता. आपण ओसामावर अमेरिकेत खटला चालवू. या नि:पक्षपाती खटल्यात जर तो दोषी ठरला तर त्याला आपण शिक्षा देऊन, असं त्यांचं म्हणणं होतं. आम्ही अमेरिकेची ही मागणी का मान्य करू शकत नाही याची कारणं मी अमेरिकन राजदूताला सांगितली. सगळ्यात महत्त्वाचं कारण असं होतं की, अमेरिका आणि अफगाणिस्तान यांच्यात गुन्हेगारांच्या हस्तांतरणाचा कोणताही करार झाला नसल्यानं अफगाणिस्तान सरकार अशा हस्तांतरणाला कायदेशीररीत्या जबाबदार नव्हतं. जेव्हा अशा तऱ्हेचा करार नसतो तेव्हा एखाद्या माणसाला ज्या देशात पकडलं आहे किंवा ज्या देशात तो आहे त्याच ठिकाणी त्याच्यावर खटला चालवावा लागतो, असा सर्वसामान्य आंतरराष्ट्रीय संकेत आहे.

मी हे सगळं सांगूनही अमेरिकेचा हट्ट कायम होता. ओसामावर अमेरिकेतच खटला चालवला जाईल हे त्यांचं म्हणणं ते सोडत नव्हते. खटला चालवण्यासाठी इतर कोणत्याही देशाचं नावदेखील कधी चर्चेत आलं नाही. इतकंच नाही, हॉलंडमधील द हेग येथील संयुक्त राष्ट्र संघटनेचं आंतरराष्ट्रीय न्यायालयही अमेरिकेला अमान्य होतं. कारण इथं निदान काही प्रमाणात तरी नि:पक्ष चौकशी होण्याची शक्यता होती.

त्यामुळे दोन्ही देशांचा मान राखला गेला असता. पण हा पर्यायही अमेरिकेनं धुडकावून लावला.

अमेरिकेच्या मागणीवर अफगाणिस्तानच्या इस्लामी अमिरातीचे दोन मुख्य आक्षेप होते. आम्ही ओसामा बिन लादेनला अमेरिकेच्या हवाली करणं याला विरोध करण्याचं महत्त्वाचं कारण असं होतं की, त्यामधून जगभरात वेगळा संदेश जाणार होता. अशा प्रकारे अमेरिका ज्या माणसाची मागणी करेल त्याला जर प्रत्येक देश सोपवू लागला तर अमेरिका या जगावर राज्य करत आहे असा त्याचा अर्थ होणार होता. अशा प्रकारे जगातल्या कोणत्याही देशाचं सार्वभौमत्व धोक्यात येण्याची शक्यता होती. दुसरा आक्षेप अमेरिकेनं आमच्या सरकारनं पुढे ठेवलेले तिन्ही प्रस्ताव धुडकावण्याच्या संदर्भात होता. इस्लाममध्ये गुन्हेगारांना शिक्षा करण्याची तरतूद नाही किंवा इस्लाममधल्या न्यायव्यवस्थेवर जगाचा विश्वास नाही, असा अर्थ त्यामधून निघत होता. इस्लामला लोकांना न्याय देण्याचा अधिकारच नाही असं अमेरिका भासवत होती.

ओसामाचा हा प्रश्न अखेरपर्यंत सोडवता आलाच नाही. हा प्रश्न सुटावा म्हणून इतर अनेक पर्यायांवर चर्चा झाल्या. पण इस्लामी अमिरात व अमेरिका या दोन्ही देशांनी त्याबद्दल अधिकृतपणे काहीही मान्य केलेलं नाही. एक पर्याय असा होता की, अमेरिका आणि काही इस्लामी देशांचं मिळून एक संयुक्त न्यायालय स्थापन करावं. त्याचप्रमाणे हा खटला द हेग येथेच चालवला जावा, अशीही सूचना करण्यात आली होती. पण अमेरिका तिची मूळ मागणी मागे घ्यायला तयारच नसल्यानं या सर्व पर्यायांवर गंभीरपणानं विचार होऊ शकला नाही. कोणत्याही परिस्थितीत ओसामा बिन लादेनला अमेरिकन न्यायव्यवस्थेसमोरच खेचण्याचा अमेरिकेचा निर्धार होता. जर त्याला अमेरिकेच्या हवाली केलं नाही तर अमेरिका बळाचा वापर करेल हे त्यांनी स्पष्ट केलं होतं.

एकदा दक्षिण विभागातल्या कामकाजाची जबाबदारी असलेली अमेरिकन परराष्ट्र खात्यामधली अधिकारी ख्रिस्तीना रोका[७] ही इस्लामाबदला जाता-जाता थांबली होती. तिनं मला भेटण्याची इच्छा व्यक्त केली. आमची भेट २ ऑगस्ट, २००१ रोजी इस्लामाबादमधल्या अमेरिकन दूतावासात झाली. ही बाई ओसामा बिन

---

७. ख्रिस्तीना रोका यांच्याकडे २००१मध्ये दक्षिण विभागातल्या धोरणांची जबाबदारी सोपवण्यात आली होती. या बाई सीआयए या गुप्तचर संस्थेसाठी १९८२पासून काम करत असल्याचा आरोप केला जातो. इतकंच नाही तर जिहादच्या काळात १९८०-९० या दरम्यान सोव्हिएत महासंघाच्या विरोधी लढ्याला पैसा पुरवण्यात त्यांचा सक्रिय सहभाग होता, असं म्हणलं जातं.

लादेन सोडून दुसऱ्या कोणत्याही विषयावर बोलायला तयार नव्हती. राजनैतिक व्यवहारांमधील सगळी तत्त्वं तिनं संपूर्णपणे पायदळी तुडवली होती. तिचं प्रत्येक वाक्य हे उघड-उघड किंवा छुपी धमकी देणारं होतं. तिच्या संपूर्ण भेटीदरम्यान अतिशय कठोर भाषा वापरण्यात आली होती.

ओसामा बिन लादेनच्या प्रश्नाबाबत मी एकूण चार वेळा अमेरिकन राजदूताची भेट घेऊन चर्चा केली. एकाही चर्चेतून काहीही निष्पन्न होऊ शकलं नाही. अमेरिकन राजदूत आणि माझ्यात वैयक्तिक पातळीवर चांगले संबंध होते. आम्ही दोघांनी आमच्या देशांमधील संबंध सुधारावेत म्हणून आटोकाट प्रयत्न केले. पण आम्हा दोघांनाही निर्णय प्रक्रियेत काहीच अधिकार नव्हते. आम्ही एकमेकांना भेटत असलो तरी आमची निवेदनं आणि निर्णय हे ठरवणारी माणसं निराळीच होती आणि ते नकारात्मक विचार करत होते.

एकदा सकाळी अचानक अमेरिकन राजदूताचा फोन आला. त्यानं त्याच दिवशी माझ्याशी भेटून चर्चा करण्याची इच्छा व्यक्त केली. काही वेळा अमेरिकन कसल्याही क्षुल्लक कारणावरून त्रस्त होत असत. मी त्या वेळी खूप दमलेला होतो आणि घरी विश्रांतीसाठी निघालो होतो. पण अमेरिकन राजदूताला शक्य तितक्या लवकर माझी भेट हवी होती. संध्याकाळची प्रार्थना झाल्यावर राजदूत माझ्या घरी आला. त्याच्याबरोबर पॉल थेडी या राजकीय सल्लागारदेखील होत्या.

अमेरिकन राजदूत अतिशय चिंताक्रांत दिसत होता. खोलीत येताच तो म्हणाला, "आमच्याकडे गुप्तहेरांनी अहवाल पाठवला आहे. ओसामा अमेरिकेवर मोठा हल्ला करण्याची योजना आखत असल्याची खबर मिळाली आहे. म्हणून आम्ही अशा प्रकारे तातडीनं भेटायला आलो आहोत. तुम्ही अफगाणिस्तानातल्या अधिकाऱ्यांना कळवून हा हल्ला थांबवायला हवा!"

मी ताबडतोब ही माहिती अमितरातीला थेट कळवली. खरं तर माझी माहिती परराष्ट्र मंत्रालयामार्फत कळवायला हवी होती. पण या माहितीचं महत्त्व लक्षात घेऊन मी नियमितपणे केल्या जाणाऱ्या पत्रव्यवहाराला बाजूला ठेवलं होतं. शिवाय मला अफगाणिस्तानात झहीरशाह याची सत्ता होती तेव्हाचा सांगितला जाणारा एक किस्सा[८] आठवत होता. मी माहिती कळवल्यानंतर २३ तासांनी कंदाहारमधून

---

८. १९७०-८० या दशकात एकदा एक पाकिस्तानी लढाऊ विमान अफगाणिस्तानच्या हवाई हद्दीत शिरलं. अफगाण सरहद्दीवरच्या कमांडरनं प्रोटोकॉलचं पालन करायचं ठरवलं. त्यानं तातडीनं काबूलला पुढे काय करावं याची सूचना करावी म्हणून पत्र लिहिलं. सहा महिन्यांनंतर काबूलहून उत्तर आलं : 'विमान पाडा!' चेष्टा करण्यासाठी म्हणून हा किस्सा सांगितला जातो.

माझ्यासाठी पत्र आलं. हे पत्र अमेरिकन राजदूताला उद्देशून लिहिलं होतं. ''अफगाणिस्तानची अमेरिकेचं नुकसान करण्याची इच्छा नाही आणि भविष्यातही तसा उद्देश नाही. आम्ही अमेरिकेवर होणाऱ्या कोणत्याही हल्ल्याला समर्थन देणार नाही. अफगाणिस्तानच्या भूमीचा हल्ल्यासाठी किंवा तशा प्रशिक्षणासाठी कोणालाही वापर करू दिला जाणार नाही.''

या पत्रामध्ये इस्लामी अमिरातीची भूमिका नि:संदिग्धपणे मांडण्यात आली होती. पत्रात स्पष्ट शब्दात आश्वासन देण्यात आलं होतं. मी पत्राचं स्वत: भाषांतर केलं आणि ते अमेरिकन राजदूताला दिलं. बरोबर मी मूळ पत्रही दिलं होतं. पण या पत्रानंतरही अमेरिकेच्या मनातली संशयाची भावना कमी झाली नाही.

अमेरिकन राजदूताची आणि माझी शेवटची भेट झाली त्या वेळी तो माझा निरोप घेण्यासाठी आला होता. आपल्या दोघांमध्ये चांगले संबंध होते आणि आपण राजनैतिक व्यवहार सचोटीनं केल्याबद्दल त्यानं समाधान व्यक्त केलं. भविष्यकाळात संकटं येणार म्हणून त्याला वाटत असणारी चिंता त्यानं बोलून दाखवली. ओसामा अमेरिकेच्या विरोधात कारवाया करत राहाणार आणि साहजिकच त्याचा धोका कायम राहाणार, असं त्याचं मत होतं. अमेरिका यापुढे कधीच त्याच्या धमक्यांना भीक घालणार नाही आणि त्याचे हल्लेही सहन करणार नाही हे निश्चित असल्याचं तो म्हणाला. हा सगळा पेचप्रसंग हाताबाहेर जायच्या आत त्यावर काहीतरी करायला हवं, असं त्याला वाटत होतं. अमेरिकेनं अफगाणिस्तानवर संयुक्त राष्ट्र संघटनेच्या माध्यमांतून निर्बंध लादले होते आणि अफगाणिस्तानला जास्तीत जास्त एकटं पाडण्याचा प्रयत्न चालवला होता. या सगळ्यामागे ओसामा हाच मुख्य मुद्दा होता, हे नक्की होतं. ओसामाचा मुद्दा असंख्य खासगी पार्टी व संमेलनांमध्ये चर्चेत असायचा. जर ओसामाला हवाली केलं तर अमेरिका इतर सर्व मागण्या सोडून द्यायला आणि इस्लामी अमितरातीच्या राजवटीला मान्यता द्यायला तयार होती.

११ सप्टेंबर, २००१ रोजी वर्ल्ड ट्रेड सेंटर आणि पेंटागॉनवर हल्ले झाल्यानंतर जगभरात प्रचंड उलथापालथ झाली. त्यामुळे वाटाघाटींच्या प्रक्रियेला खीळ बसली. त्यानंतर काय-काय घडलं ते आपण बघितलंच आहे.

९/११चे परिणाम

त्या वेळी संध्याकाळचे सात किंवा आठ वाजले असावेत. मी जेवण वाढलं जाण्याची वाट बघत बसलो होतो. अचानक रहमतुल्ला घरात आला. तो चिंताक्रांत दिसत होता. त्याचा चेहरा पांढराफटक पडला होता.

"झैफसाहेब, तुम्ही टीव्ही बघितला नाही का?"

"नाही, काय झालंय?"

"टीव्ही सुरू करा. तिकडे अमेरिकेत काय चाललंय ते बघा," रहमतुल्ला म्हणाला, "अमेरिका पेटली आहे."

त्या वेळी माझ्याकडे स्वत:चा टीव्ही नव्हता. वकिलातीत एक टीव्ही होता. प्रसारमाध्यमांमध्ये काय चालू आहे, हे बघण्यासाठी त्याचा वापर केला जात असे. माझ्या घरी स्वत:चा टीव्ही नसला तरी मी वर्तमानपत्रांमधल्या बातम्यांची कात्रणं आणि अहवाल यांच्या माध्यमातून जगातल्या घडामोडींवर लक्ष ठेवून असे.

रहमतुल्ला हा हमीद करझाईच्याच पोपलझाई जमातीचा असून तो अहमद रतीब पोपल याचा भाऊ होता. तो माझ्या घरासमोरच्या घरात राहात असे. तो आणि मी मग रहमत फकीर याच्या घरी गेलो. तिथं बरेच जण आले होते. त्यात माझ्या वकिलातीत काम करणारे माझे सहकारीही होते. आम्ही बघत असतानाच न्यू यॉर्कमधल्या वर्ल्ड ट्रेड सेंटरच्या एका टॉवरला आग लागून त्यातून काळ्या धुराचे प्रचंड लोट उठताना दिसले. काही वेळातच दुसरं विमान येऊन दुसऱ्या टॉवरवर आदळलं. त्या पाठोपाठ इमारतीचे भाग सर्व बाजूंना उडू लागले. आग लागली होती. त्याच्या वरच्या मजल्यांवर अडकलेल्या लोकांनी खाली उड्या टाकायला सुरुवात केली. ते या अतिउंच इमारतीवरून एखाद्या दगडासारखे जमिनीवर पडत होते. ते दृश्य भयानक होतं. मी अविश्वासानं समोर दिसणारी दृश्यं बघत होतो.

मी न्यू यॉर्कमध्ये चाललेला हा विध्वंस बघत असताना माझ्या मनात वेगानं विचार येत होते. या हल्ल्याचे परिणाम काय होऊ शकतील? त्याक्षणी मला वाटलं की अमेरिकेत आत्ता जे काही घडतंय त्याची किंमत अफगाण जनतेला चुकवावी लागणार. अमेरिका सूड घेणार हे नक्की आणि त्यासाठी ते आम्हालाच लक्ष्य करणार हे उघड होतं.

हे विचार मनात आल्यानं माझ्या डोळ्यात पाणी आलं. पण त्या वेळी तिथं माझ्याबरोबर बसलेल्या अनेकांना माझं आश्चर्य वाटलं. मला वाईट का वाटतंय असं त्यांनी विचारलही. अगदी खरं सांगायचं तर त्यांच्यामधल्या काही जणांना आनंद झाला होता. ते हस्तांदोलन करून एकमेकांचं अभिनंदन करत होते.

खोलीत चालू असलेला आनंदोत्सव पाहून मी आणखीनच चिंताग्रस्त झालो. लोक इतका वरवरचा विचार कसा काय करू शकतात? असा विध्वंस होताना पाहून त्यांना आनंद कसा काय होऊ शकतो? त्याक्षणी ते आनंदानं नाचत असले तरी त्याचे काय परिणाम होणार आहेत याची त्यांना जरादेखील कल्पना नसावी?

मी मग इतरांकडे वळलो आणि त्यांना विचारलं, "अमेरिका आणि जग या घटनेमुळे कोणाला जबाबदार धरेल असं तुम्हाला वाटतं? त्यांच्या क्रोधाची झळ कोणाला लागेल?"

या घटनेबद्दल कोणाला दोषी ठरवलं जाईल हे आपल्याला माहीत नाही, असं उत्तर अनेक जणांनी दिलं. पण आपण त्याची पर्वा का करायची, असं त्यांचं म्हणणं होतं. आमच्या देशावर निर्बंध घालणारी आणि आमच्यावर क्षेपणास्त्रांचा मारा करणारी अमेरिका त्यांच्या दृष्टीनं शत्रू होती. त्यांच्या दृष्टीनं या महासत्तेच्या ताकदीचं प्रतीक उद्ध्वस्त होताना पाहून त्यांना आनंद वाटत होता..

मला तिथं जमलेल्या लोकांशी फार बोलायची इच्छा नव्हती. पण तरीही मला काय वाटतं ते त्यांना सांगणं आवश्यक आहे, असं मी ठरवलं. मी माझे अश्रू पुसले आणि म्हणालो, "मी तुम्हाला काहीही पटवून देणार नाही किंवा तुम्हाला हे अयोग्य आहे असंही सांगायचा प्रयत्न करणार नाही. पण आज हा क्षण तुम्हा सर्वांच्या कायमचा लक्षात राहील हे नक्की. कारण आत्ता जे काही घडलं त्याची किंमत आपल्या सगळ्यांनाच चुकवावी लागणार आहे. तुम्हाला ठाऊक आहेच की ओसामा बिन लादेन हा आपल्या अफगाणिस्तानचा पाहुणा आहे. अमेरिका त्याला दोषी ठरवून अफगाणिस्तानवर हल्ला करेल. अमेरिका आत्ता जे काही दु:ख भोगत आहे आणि त्यांना जी असुरक्षितता वाटू लागलीय हे बघता अमेरिका फार लवकर आपल्यावर हल्ला करणार हे नक्की.

"ओसामा बिन लादेन हा अमेरिकेचा पहिल्या क्रमांकाचा शत्रू आहे. मागे घडलेल्या अनेक छोट्यामोठ्या घटनांबद्दल अमेरिका त्याला दोषी मानते. इस्लामी जगतातल्या एका मुख्य व्यक्तीला दोषी ठरवून त्याला शिक्षा करण्याच्या बहाण्यानं अमेरिकेला इस्लामी राष्ट्रांमध्ये शिरकाव करायची संधी मिळणार आणि याला सर्व

जग पाठिंबा देणार. आपल्या मनातले इतर हेतू साध्य करण्यासाठी अमेरिका ओसामा बिन लादेनला बळीचा बकरा बनवणार. ओसामासारख्या माणसाचा वापर करून अमेरिका आपलं अपयश झाकण्याचा आणि जगाला चुकीची माहिती देण्याचा प्रयत्न करणार. आपणच हा हल्ला चढवला असं जाहीर करून ओसामा अमेरिकेला हवं ते देणार याची मला धास्ती वाटते. ओसामाचा या हल्ल्यात काही हात आहे की नाही हे मला माहीत नाही, पण तो स्वत:च्या तोंडावर नियंत्रण ठेवू शकत नाही. अमेरिका कधीच त्यांच्या बाबतीत घडणाऱ्या अशा घटनांच्या बाबतीत शांत बसत नाही. ते काहीतरी कारवाईही करतातच.''

खोलीत जमलेल्या लोकांना मी दुसऱ्या महायुद्धाचं उदाहरण दिलं. जपाननं अचानक पर्ल हार्बर बंदरावर हवाई हल्ला केला. सुरुवातीला अमेरिकन नौदलाचं खूप नुकसान झालं. अनेक जणांचा या हल्ल्यात बळी गेला. पण अमेरिका गप्प बसली नाही. त्यांनी मागचापुढचा विचार न करता हिरोशिमा आणि नागासाकी या शहरांवर अणुबॉम्ब टाकले आणि पर्ल हार्बरचा वचपा काढला. या हल्ल्यात हजारो जण अक्षरश: आगीत जळून भस्मसात झाले. मी खोलीत जमलेल्या लोकांना म्हणालो, ''अमेरिका इतक्याच त्वेषानं आपल्या देशावर हल्ला चढवणार. अगोदरच अमेरिकेच्या डोळ्यात अफगाणिस्तानातली इस्लामी अमिरातीची राजवट खुपत होतीच. आता त्यांना जगातल्या इतर राष्ट्रांचा पाठिंबा मिळेल.'' माझ्या डोळ्यांत पाणी आलं, असं मी सांगितलं.

पण मला जी काळजी वाटत होती ती तिथं जमलेल्या अनेकांना समजत नव्हती. उलट माझं म्हणणं चुकीचं आहे, असं अनेक जणांनी ठासून सांगितलं. त्यांनी एक पश्तुन म्हण माझ्या तोंडावर फेकली. हा हल्ला कुठं झाला आहे ते पाहा, असं ते म्हणाले. आता अमेरिकेच्या भूमीवर युद्ध जाऊन पोहोचलं आहे म्हणून त्यांना आनंद होत होता. अमेरिका खूप लांब आहे त्यामुळे तो देश प्रत्युत्तर देऊ शकणार नाही अशी त्यांची समजूत झाली होती.

मी घरी परतलो. पुढील काळात काय होणार याची चिंता मला भेडसावत होती.

***

घरी आल्यानंतर मी माझ्या वकिलातीचा मुख्य राजकीय सल्लागार सोहेल शाहीन[१] याला फोन केला. आम्ही जे घडलंय त्यावर चर्चा केली आणि याबद्दल अधिकृतपणे

---

१. सोहेल शाहीन हा तोताखेल जमातीचा असून तो मूळचा सय्यद करम जिल्ह्यातील आहे. तो जिहादच्या काळात मुजाहिद म्हणून लढला होता. तो अद्याप जिवंत असला तरी आता खूप वृद्ध झालेला आहे.

कोणती भूमिका प्रसारमाध्यमांसमोर घ्यायची हे ठरवलं. आम्ही दुसऱ्या दिवशी सकाळी प्रसारमाध्यमांना उद्देशून एक छोटं निवेदन जारी करायचं ठरवलं. मी रात्री खूप उशिरा अंथरुणावर पडलो. पण काळजीनं मला झोप येईना. काही महिन्यांपूर्वी अमेरिकन राजदूताशी झालेली भेट मला पुन्हापुन्हा आठवत होती. अफगाणिस्तानातून अमेरिकेवर मोठा हल्ला होणार आहे अशी खबर त्यांना मिळाल्याचं तो सांगत होता. पण मी त्याच्या बोलण्यावर विश्वास ठेवला नव्हता.

मला राजदूताशी बोलल्याचा दिवस पुन्हापुन्हा आठवून झोप लागत नव्हती. मी आढ्याकडे बघत पडून राहिलो होतो. एक वाजला असावा. अचानक माझा फोन वाजला. कंदाहारमधल्या इस्लामी अमिरातीच्या कचेरीमधून तैय्यब आगा[२] बोलत होता. त्यानं मला सांगितलं की, अमीर उल मुम्मीनीन मुल्ला मोहम्मद उमर यांना माझ्याशी बोलायचं आहे. काही वेळापूर्वी जी काही घटना घडली होती त्यामुळे तिथं कंदाहारमध्येही ते लोक झोपू शकले नव्हते.

तैय्यब आगानं मला मुल्ला उमर यांच्याशी फोन जोडून दिला. सुरुवातीची चौकशी चटकन आटोपून मुल्लासाहेबांनी मला हल्ल्याबद्दल विचारलं. मला त्याबद्दल काय-काय माहिती मिळाली आहे हे त्यांना जाणून घ्यायचं होतं. मी टीव्हीवर काय बघितलं ते सांगून मला वाटणारी चिंता त्यांच्या कानावर घातली. त्यानंतर इस्लामी अमिरात या बाबतीत कोणती अधिकृत भूमिका घेणार आहे, हे मुल्लासाहेबांनी सांगितलं. त्यानंतर सुमारे १५ मिनिटं आम्ही बोलत होतो. फोन संपल्यावर मी झोपण्यासाठी पलंगावर पडलो.

मी सकाळी लवकर उठून वकिलातीत गेलो आणि या घटनेबद्दल माहिती गोळा करण्यासाठी नेमलेल्या माझ्या सहकाऱ्यांना टीव्हीवरच्या बातम्यांवर बारकाईनं लक्ष ठेवण्याच्या सूचना दिल्या. 'द डॉन' आणि 'द नेशन' या पाकिस्तानातल्या दोन प्रमुख वृत्तपत्रांनी हल्ल्याबद्दलची बातमी देताना जगभरामधून उमटलेल्या प्रतिक्रियांवर लेख छापले होते.

मी १० वाजता पत्रकार परिषद बोलावली होती. ही परिषद सुरू व्हायच्या अगोदर परराष्ट्रमंत्री वकील अहमद मुतवकील यांचा फोन आला. परदेशांमधल्या अमिरातीच्या प्रतिनिधींनी कोणती अधिकृत भूमिका घ्यायची आहे, हे त्यांनी सांगितलं. त्याला अनुसरून मी एक छोटं निवेदन जारी केलं.

---

२. तैय्यब आगा हा मूळचा नासर/सैय्यद जमातीचा असून तो मुल्ला उमरच्या हाताखाली काम करत असे. त्यानं हरकत आणि हिज्ब-ए-इस्लामी यांच्यासमवेत जिहादमध्ये सहभाग घेतला होता. प्रसिद्ध कमांडर लाला मलंग हा त्याचा भाऊ होता.

बिसमिल्ला अर-रहमान-अर रहीम. अमेरिकेत वर्ल्ड ट्रेड सेंटर आणि पेंटागॉन यांच्या बाबतीत जे घडलं त्याचा आम्ही कडक शब्दात निषेध करतो. या प्रकारात ज्यांचे प्रिय नातेवाईक मृत्युमुखी पडले आहेत, आम्ही त्यांच्या दुःखात सहभागी आहोत. या घटनेला जे कोणी जबाबदार आहेत त्यांना न्यायालयासमोर खेचायलाच हवं. पण अमेरिकेनं या बाबतीत संयम बाळगावा आणि कोणतीही कृती करण्यापूर्वी विचार करावा.

मी या निवेदनाची प्रत इस्लामाबादमधल्या अमेरिकन दूतावासाकडे पाठवली. पण अगोदरच बराच उशीर झाला होता. जे घडलं त्यामुळे चिडलेली अमेरिका सूड घेण्यासाठी कामाला लागली होती.

***

हल्ल्यानंतर दुसऱ्या दिवशी जॉर्ज बुश टीव्हीवर बोलत होता तेव्हाच परिस्थिती चिघळणार याचे संकेत मिळत होते. जॉर्ज बुशच्या बोलण्यात विलक्षण संताप आणि तिरस्कार दिसत होता. तो स्वत: घाबरलेलाही दिसला. त्यानं एखाद्या सैनिकाप्रमाणे अंगात चिलखत घातलं होतं. कोणतीही चौकशी न करता आणि कसलाही पुरावा न देता त्यानं या कृत्यासाठी ओसामा बिन लादेन जबाबदार असल्याचं जाहीर केलं. आपण आता ओसामा बिन लादेनला जिंदा किंवा मुर्दा पकडणार अशी घोषणा त्यानं केली. अफगाणिस्तानातली इस्लामी अमिरातीची राजवट ओसामाला आश्रय देत असल्यानं ओसामाच्या गुन्ह्यात या राजवटीचाही हात असल्याचं बुश म्हणाला.

बुशच्या या वक्तव्यावर नाराजी व्यक्त करणारं निवेदन आमचे परराष्ट्रमंत्री मुतवकील यांनी काही दिवसांनी जारी केलं. पण त्याला उशीर झाला होता. असे हल्ले आणखी होतील याची भीती अमेरिकेला वाटत होती. भीतीचा पगडा एवढा होता की अमेरिकन अध्यक्षांसाठी असलेल्या 'एअरफोर्स वन' या खास विमानातून बुश सतत आकाशात घिरट्या घालत होता. फक्त अतिशय तातडीच्या बैठकी किंवा पत्रकार परिषदांपुरतं विमान जमिनीवर उतरायचं. हे विमान कुठं उतरलंय किंवा पत्रकार परिषद कुठं झाली हे अमेरिकन गुप्तचर यंत्रणा कोणालाही कळू देत नव्हत्या. परंतु प्रत्येक वेळी टीव्हीवर आला की बुशचं भान सुटत जातंय हे जाणवायचं. संयुक्त राष्ट्र संघटनेनं अमेरिकेच्या बाजूनं उभं राहाण्याचा निर्णय घेतल्यानंतर अफगाणिस्तानसाठी परिस्थिती फारच जिकिरीची बनली. ओसामा बिन लादेनला अमेरिकेच्या हवाली करावं, अशी मागणी संयुक्त राष्ट्र संघटनेने केली.

नेमकं काय घडलं याची नीट कारणमीमांसा न करता जगातली इतर मुस्लीम

राष्ट्रं अमेरिकेच्या रोषापासून स्वत:ला वाचवण्यासाठी दूर झाली. जगानं अमेरिकेची बाजू घेतली आणि अफगाणिस्तान संपूर्णपणे एकाकी पडला. या हल्ल्यासाठी जबाबदार असल्याचा आरोप होत असला तरी इस्लामी अमिरातीनं आपली भूमिका बदलली नाही. या हल्ल्याला कोण जबाबदार आहे हे ठरवण्यासाठी पुरावे द्यावेत, अशी अमिरातीनं मागणी केली. नैरोबी आणि दार-अस-सलाम येथे १९९८मध्ये अमेरिकन दूतावासावर हल्ले झाले होते तेव्हादेखील इस्लामी अमिरातीनं पुरावे देण्याची मागणी केली होती.

अफगाणिस्तानवरचे निर्बंध आणखी जाचक झाले. युद्ध होण्याची शक्यता दिवसागणीक वाढू लागली. आपल्याला पाठिंबा मिळावा म्हणून अमेरिका जगभरातल्या अनेक देशांकडे शिष्टमंडळं पाठवत होती. त्या वेळी पाकिस्तानचा पाठिंबा मिळवण्यासाठी किमान दोन वेळा अमेरिकन अधिकारी इस्लामाबादला आले. पण त्यांनी आमच्याशी संपर्क साधण्याचा प्रयत्न केला नाही. अफगाणिस्तानला एकटं पाडण्याच्या अमेरिकेच्या धोरणाला अनुसरून हे घडत होतं. अमेरिकेच्या मागण्यांची यादी सतत वाढतच चालली होती. सुरुवातीला त्यांनी ओसामाला स्वाधीन करावं असा लकडा लावला होता. पण आता ते अफगाणिस्तानात एक सर्वांना समावून घेणारं लोकशाही सरकार असावं, अशी मागणी करू लागले होते. अफगाणिस्तानात मानवाधिकार आणि स्त्रियांना अधिकार असावेत, असं त्यांचं म्हणणं होतं. शिवाय अमेरिकन सैन्याला आमच्या देशात कुठंही शोध घेण्यासाठी मुभा मिळावी, अशी त्यांची आणखी एक मागणी होती.

मी राजकीय साधनांचा वापर करून चर्चा आणि वाटाघाटी यांच्या माध्यमातून युद्ध टाळण्याचा आटोकाट प्रयत्न केला. माझ्याजवळ राष्ट्राध्यक्ष बुशचा वैयक्तिक आणि व्हाइट हाउसचा ई-मेल ॲड्रेस होता. मी पूर्वी त्याला राष्ट्राध्यक्ष म्हणून निवडून आल्यानंतर ई-मेल पाठवून त्याचं अभिनंदन केलं होतं. मी अभिनंदन केलं असलं तरी तो निवडून आला म्हणून मला काही आनंद झाला असं मात्र नव्हतं. ज्या माणसाची वर्तणूक आणि व्यक्तिमत्त्व संशयास्पद आहे अशा माणसाला मी तेव्हा अभिनंदनाचा संदेश का पाठवला याचा मला आजही खेद वाटतो.

माझं वैयक्तिक मत काहीही असलं तरी ११ सप्टेंबरनंतर मी व्हाइट हाउस आणि बुशशी संपर्क साधण्याचा प्रयत्न करून चर्चा घडवण्याचा प्रयत्न सुरू केला. अमेरिकेशी संवाद साधण्याचा एखादा मार्ग मोकळा करणं फार गरजेचं होतं. राष्ट्राध्यक्ष असताना बिल क्लिंटन यानं अफगाणिस्तानशी वागण्याची विशिष्ट पद्धत रुजवली होती. त्यानंच आमच्यावर क्रूझ क्षेपणास्त्रांनी हल्ला करून मग अफगाणिस्तानवर निर्बंध लादले होते

अफगाण जनतेच्यावतीनं मी राष्ट्राध्यक्ष बुश आणि व्हाइट हाउस यांना उद्देशून एक लांबलचक पत्र पाठवलं. आमच्या देशासमोर असणारे गरीबी, भूक, दुष्काळ

आणि निर्वासित यांचे प्रश्न मी त्यात मांडले. सतत युद्ध चालल्यानं अफगाण जनतेला काय-काय भोगावं लागत होतं, हे मी विस्तारपूर्वक सांगितलं. दीर्घकाळ चाललेल्या युद्धामुळे अंतर्गत कलह, युद्धात पडणारे बळी आणि कायदा-सुव्यवस्थेची दुरावस्था यांच्याकडे मी लक्ष वेधलं. बुशनी काळजीपूर्वक पावलं टाकावीत आणि युद्धाचे काय परिणाम होतील याचा नीट विचार करावा, असं मी लिहिलं. शिवाय मागील काळात झालेल्या चुका टाळायचा प्रयत्न करावा, हे मी नमूद केलं. असं असताना जे काही घडेल त्याला अमेरिकाच सर्वस्वी जबाबदार असेल, असं मी लिहिलं.

"ज्याप्रमाणे अमेरिका ही जगातली एकमेव महासत्ता आहे हे खरं आहे. तितकंच दोन दशकांच्या युद्धानं अफगाणिस्ताननं सर्वस्व गमावलं आहे हे तितकंच खरं आहे. आमच्याजवळ आर्थिक किंवा राजकीय अशी कोणतीच ताकद नाही. पूर्वेकडच्या बिघडत्या परिस्थितीला आटोक्यात आणण्यासाठी आमचं लष्कर गुंतून पडलं आहे. आमचं लष्कर अमेरिकेच्या विरोधात उभं ठाकण्याची सुतराम शक्यता नाही. आमची तेवढी ताकदच नाही. मुख्य म्हणजे अगोदर सोव्हित महासंघाविरुद्ध जिहाद आणि मग जवळपास दशकभराच्या यादवी युद्धामुळे आम्ही पार होरपळून गेलो आहोत. आम्हाला आता कोणाशीही लढायची इच्छा नाही किंवा आमच्याजवळ तशी ताकदही नाही."

हे सगळं मनाशी बाळगून मी बुशला युद्धाची भाषा बोलण्याऐवजी चर्चा करायला पुढं यावं, असं सुचवत होतो. मी माझ्या या पत्राच्या प्रती इस्लामाबादमधल्या अमेरिकन दूतावासाकडे आणि अमेरिकन सिनेट व काँग्रेस सदस्यांनाही पाठवल्या. युद्ध झालं तर त्याचे किती भयंकर परिणाम अफगाणिस्तान आणि अमेरिका या दोन्ही देशांवर होतील या गोष्टीकडे त्यांचं लक्ष वेधायचा माझा प्रयत्न होता.

मी त्याचबरोबर अफगाण वंशाचा आणि राष्ट्राध्यक्ष बुश यांचा सल्लागार म्हणून काम बघणाऱ्या झल्माई खलीलजाद याच्याशी संपर्क साधला. तो मूळचा अफगाण असल्यानं त्यानं हा पेचप्रसंग युद्धापर्यंत जाऊ नये म्हणून प्रयत्न करावेत, असं मी सुचवलं. खलीलजादशी बोलण्यासाठी मी नेहमी जलालाबादला जात असे. म्हणजे मग पाकिस्तानी अधिकारी माझा फोन चोरून ऐकतील याची चिंता राहात नसे. अमेरिकेनं अफगाणिस्तानशी थेट बोलावं. त्यांनी पाकिस्तानला मध्यस्थी करू नये, कारण तालिबान पाकिस्तानचं ऐकत नाहीत किंवा त्यांचे निर्णयही मान्य करत नाहीत, असं मी सांगितलं. मध्यस्थ म्हणून पाकिस्ताननं काम करणं अमेरिकेच्या हिताचं नाही आणि त्याचा अफगाणिस्तानलाही उपयोग नाही हे मी स्पष्ट सांगितलं होतं. पण बुशचा उद्दामपणा कायमच राहिला. तो कोणतीच गोष्ट समंजसपणानं ऐकून घ्यायला तयार नव्हता.

पाकिस्तान सर्वस्वी एका हुकूमशहाच्या ताब्यात असूनही आमची वकिलात बंद

झाली नाही ही आश्चर्याची गोष्ट होती. हल्ले झाले त्याच दिवशी मुशर्रफ ती सहज बंद करू शकत होता. पण अमेरिका आणि संयुक्त राष्ट्र संघटनेला अफगाणिस्तानशी संपर्क साधण्याचा एकमेव मार्ग बंद करायचा नव्हता.

मी अलीकडेच मुशर्रफचं आत्मचरित्र[३] वाचलं. त्यानं त्यात आपण एका वीराप्रमाणे लढणारे लष्करी अधिकारी आहोत अशी प्रौढी मिरवली आहे. आपण धाडसी वृत्तीचे असून आपण फक्त देवाखेरीज इतर कोणालाच घाबरत नाही, असं त्यानं लिहिलं आहे. केवळ सर्वशक्तिमान अल्लाच आपल्याला मारू शकतो असंही तो लिहितो. आता हे बघा, ज्या मुस्लिमाची अल्लावर श्रद्धा आहे त्या प्रत्येकाला हे माहीत आहे की जीवन देणारा आणि ते काढून घेणारा तोच एक सर्वशक्तिमान अल्ला आहे. याच पुस्तकात मुशर्रफ एका जागी म्हणतो की हल्ले झाल्यानंतरच्या काळात बुशनं म्हणे त्याला धमकावलं होतं. मुशर्रफच्या म्हणण्यानुसार तेव्हा बुशनं अशी धमकी दिली होती की, जर पाकिस्ताननं सहकार्य केलं नाही तर पाकिस्तान अश्मयुगात ढकललं जाईल. एक तर मुशर्रफनं आमच्याबरोबर यावं नाहीतर त्याला विरोधी मानलं जाईल, असं बुशनं दरडावून सांगितलं होतं म्हणे. म्हणून आपण पाकिस्तानातले लष्करी तळ आणि विमानतळं अमेरिकेला वापरण्याची परवानगी दिली, असं मुशर्रफनी नमूद केलं आहे. याच विमानतळांचा वापर करून अमेरिकेनं माझ्या देशाच्या पवित्र भूमीवर बॉम्बहल्ले केले आणि माझ्या लोकांची घरं जमीनदोस्त केली. जो माणूस आपण फक्त देवालाच घाबरतो असं म्हणतो तो बुशला कसा काय घाबरला? क्षेपणास्त्रं आणि बॉम्ब टाकून अफगाण स्त्रिया आणि लहान मुलं किंवा वृद्ध अशा नागरिकांचा बळी जाणार हे माहीत असताना त्यानं अशी परवानगी दिलीच कशी?

अमेरिकेवर हल्ले व्हायच्या काही महिने अगोदरच आयएसआयनं माझ्याशी अनेक वेळा संपर्क साधला होता. एकदा आयएसआयचे दोन अधिकारी वकिलातीत आले. त्यांना इस्लामी अमिरातीच्या सरकारमधल्या विविध राजकीय गटांची माहिती काढायची होती. वरवर बघता त्यांना कोणत्या पदावर कोण आहे हे हवं होतं. पण मला त्यांचा उद्देश लक्षात आला होता. मीदेखील काहीच न कळल्यासारखं भासवून त्यांना प्रशासन नेमकं कसं आणि त्यातली अधिकाऱ्यांची उतरंड कशी आहे सांगितलं. त्यांनी मला लष्करी रचनेबद्दल खोदून-खोदून विचारायला सुरुवात केली. पण मला त्या विषयात काही कळत नाही आणि लष्करासंबंधात बोलायला मी सक्षम माणूस नाही, असंच मी बोलत राहिलो. ते निघून गेले.

---

३. परवेझ मुशर्रफ यांच्या २००६मध्ये प्रसिद्ध झालेल्या आत्मचरित्राचं नाव 'इन द लाइन ऑफ फायर' असं आहे. लंडनमधल्या सायमन ॲन्ड शूस्टर कंपनीनं ते प्रकाशित केलं आहे.

दुसऱ्या खेपेस त्यांनी मला त्यांच्या मुख्यालयात बोलावलं. मी त्यांना नकार दिला. पण आवश्यक असेल तर मी परराष्ट्र मंत्रालयात येऊन भेट घेईन, असं मी कळवलं. तिथं हवं त्या विषयावर बोलता येईल, असं मी सांगितलं होतं. पण सुरुवातीची त्यांची विनंतीची भाषा बदलली. त्यांनी मला त्यांच्या गेस्टहाउसवर भेटायला यायलाच हवं असं जणू फर्मानच काढलं. मी ही मागणीही धुडकावून लावली. मग जनरल महमूद, जनरल जैलानी आणि ब्रिगेडियर फरुक माझ्या घरी अचानक आले. मी त्यांचं स्वागत केलं.

पण हे तिघं जण चांगल्या मूडमध्ये नव्हते. जनरल महमूदनं एकदम बोलायला सुरुवात केली, ''पुढच्या काळात काय होणार आहे याची तुम्हाला पक्की कल्पना आहे, हे आम्हाला माहीत आहे. अफगाणिस्तानच्या विरोधात पाकिस्तान अमेरिकेच्या बाजूनं उभा राहाणार आहे, हेदेखील माहीत आहेच. असं करणं हे इस्लामच्या विरोधात आणि चांगल्या शेजारधर्माच्या तत्त्वांना भंग करणारं आहे असं तुम्हाला वाटत असणार. कदाचित म्हणूनच तुम्ही संशय घेऊन आमच्या मुख्य कचेरीत आला नाहीत. पण आज आम्ही इथं दोन गोष्टी स्पष्टपणानं बजावायला आलो आहोत. पहिली गोष्ट म्हणजे तुम्ही राष्ट्राध्यक्ष मुशर्रफ यांची हत्या करण्याचा कट रचला आहे अशी खबर आमच्याकडे आली आहे. असा कोणताही कट यशस्वी होणार नाही. तेव्हा मी आग्रहाचा सल्ला देतो की जर असं काही घडत असेल तर त्या कटाचा ताबडतोब बीमोड झाला पाहिजे. दुसरी गोष्ट म्हणजे आता अमेरिका अफगाणिस्तानवर हल्ला करण्याची शक्यता खूपच वाढली आहे हे आपल्या दोघांनाही माहीत आहे. पण तुम्ही लोक अमेरिकेविरुद्धच्या जिहादमध्ये एकटे असणार नाही, आम्ही तुमच्याबरोबर आहोत याची खातरी बाळगा.''

मी त्या दिवशी त्या तिघांचं म्हणणं शांतपणानं ऐकून घेतलं. त्यांचं बोलणं संपल्यावर मी स्वत:वर संयम ठेवत त्यांना म्हणालो, ''जर कोणी मुशर्रफना ठार करायचा कट रचत असेल तर जनरल, हा पाकिस्तानचा अंतर्गत मामला आहे. माझा त्याच्याशी काहीही संबंध नाही. माझं याबद्दलचं मत काय आहे हे हवं असेल तर सांगतो. मला अशी हत्या करायची गरज वाटत नाही आणि हत्या करण्याची क्षमताही माझ्याजवळ नाही.'' मग मी खवचटपणानं त्यांना म्हणालो, ''तुम्ही तुमच्याच कटांमध्ये उगाच अमिरातीचं नाव गोवण्याचा प्रयत्न करू नका.

''दुसरी गोष्ट म्हणजे जर अमेरिका अफगाणिस्तानवर हल्ला करणार असेल तर असा हल्ला करण्यासाठी कोणत्या विमानतळांचा आणि भागांचा वापर केला जाईल, हे माझ्यापेक्षा तुम्ही जास्त चांगलं सांगू शकाल. या युद्धात किती अफगाण शहीद होतील ते आपण नंतर बघणारच आहोत. पण जनरल, या रक्तपाताला तुम्ही जबाबदार असाल, कारण तुम्ही हा रक्तपात घडवणाऱ्या अमेरिकेशी हातमिळवणी

करता आहात. केवळ आत्ताच नाही तर मृत्यूनंतरच्या जगातही तुम्हीच जबाबदार धरले जाल. तेव्हा जनरल, तुम्ही अफगाणिस्तानचा शत्रू क्रमांक एक मानले जाल!''

मी माझं बोलणं अद्याप पुरं केलं नव्हतं. पण अचानक जैलानी माझं वाक्य तोडत मोठमोठ्यानं किंचाळू लागला. मी त्याच्याकडे दुर्लक्ष केलं आणि जनरल महमूदला उद्देशून पुढे बोलू लागलो, ''थांबा! जनरल महमूद, तुम्ही पुरवलेल्या गुप्तचर माहितीच्या आधारावर अमेरिका तुमच्या हवाई हद्दीमधून आमच्यावर बॉम्बहल्ले करत असताना तुम्ही मात्र अमेरिकेच्याविरुद्ध जिहादची भाषा बोलता? तुम्हाला जर निव्वळ जिहाद हा शब्द उच्चारताना लाज वाटायला हवी! तुम्हाला हे असं वागताना अल्लाची भीती वाटत नाही का? मला एक सांगा, जिहाद करायला आम्ही अफगाणच कशाला पाहिजेत? तुम्ही तुमच्या देशात जिहाद का सुरू करत नाही? जिहाद करणं ही काय फक्त अफगाणिस्तानची जबाबदारी आहे? तेव्हा जनरल, तुम्ही प्रत्यक्षात ज्या गोष्टीच्या विरुद्ध आहात ती माझ्यासमोर बोलू नका!''

त्या वेळी मी संतापानं बेभान होऊन बोलत होतो. माझं बोलणं संपल्यावर मी बघितलं तर जनरल महमदूच्या गालावरून अश्रू ओघळत होते. जनरल जैलानी तर ढसाढसा रडू लागला. त्याने स्त्रीसारखे माझ्या गळ्यात हात टाकले होते. राजनैतिक व्यवहारात न बसणारं हे कृत्य बघून मी थक्क झालो होतो. पण काही क्षणातच त्यांनी स्वत:ला सावरलं आणि थोडंफार बोलून ते निघून गेले.

पाकिस्तानमधून मिळणारे संदेश कमालीचे संशयास्पद होते. इकडे अफगाणिस्तानवर हल्ला आता अटळ आहे, असं जनरल महमूद सांगत असताना पाकिस्तानचा कंदाहारमधला राजनैतिक प्रतिनिधी मात्र अमेरिका हल्ला करणार नाही याची ठासून ग्वाही देत होता. युद्धाच्या अफवा आणि बुशनं मोठ्या आवाजात पुन्हापुन्हा गर्जना करणं हे केवळ अमेरिकन लोकांच्या संतापाची दखल घेण्यासाठी आहे, असं त्यांचं म्हणणं होतं. पाकिस्तानच्या सरकारमध्ये आणि लष्करात असलेले काही वरिष्ठ मुस्लीम अधिकारी आम्हाला योग्य ती माहिती पुरवत होते. त्यातून खरी परिस्थिती काय आहे हे मला कळत होतं. आम्हाला माहिती देणारे काही जण तर मुशर्रफला सल्ला देणारे अत्यंत उच्च पदावरचे अधिकारी होते. शिवाय विविध सरकारी खात्यात काम करणाऱ्या कर्मचाऱ्यांकडून वस्तुस्थिती कळत होतीच.

त्या दिवसांमध्ये मी पाकिस्तानात चालू असलेल्या घडामोडींची जेवढी जमेल तेवढी माहिती जमा करण्याचा आटोकाट प्रयत्न करत असे. परराष्ट्र मंत्रालयातल्या माझ्या एका मध्यस्थाला गाठून मी त्याच्यामार्फत मुशर्रफची भेट मिळावी म्हणूनही प्रयत्न केला. पण मुशर्रफनं भेटायला नकार दिला.

अमेरिकेची युद्धाची योजना आणि त्यासाठी मित्रराष्ट्रांची एक आघाडी तयार करण्याचा अमेरिकेचा प्रयत्न याबद्दल मला विशिष्ट अशी माहिती मिळाली. ही

माहिती फार गंभीर स्वरूपाची होती. युद्ध सुरू करताच पहिल्याच फटक्यात मुल्ला उमर आणि ओसामा बिन लादेन, या दोघांना ठार मारण्याची कल्पना होती. त्यासाठी पाकिस्तानच्या गुप्तचर यंत्रणेच्या सहकार्यानं त्या दोघांच्या घरावर क्रूझ क्षेपणास्त्रं डागण्याची योजना अमेरिकेनं आखली होती. या पाठोपाठ अमेरिकन नौदल आणि हवाईदल मिळून एकदम प्रचंड मोठ्या प्रदेशावर जबरदस्त हल्ले करणार होते. या योजनेनुसार जमिनीवरची लढाई करण्याची जबाबदारी अमेरिकेच्या बाजूनं असणाऱ्या अफगाण गटांकडे सोपवली जाणार होती. आपल्या या अफगाण हस्तकांना अमेरिका प्रचंड आर्थिक मदत, साधनसामग्री आणि सल्ला पुरवणार होती. अमेरिकेच्या बाजूनं गेलेल्यांमध्ये बहुतेक कमांडर हे उत्तर अफगाणिस्तानातले होते.

या शत्रूंना आम्ही चांगलंच ओळखत होतो. या कमांडरांच्या भरवश्यावरच अमेरिका होती. पूर्व बाजूला असणारे अब्दुल हक आणि मलीक झरीन[४] हे अमेरिकेच्या गोटात सामील झाले होते. अब्दुल हक हा ननगरहार प्रांतातला मुजाहिद कमांडर त्याच्या तालिबानविरोधी भूमिकेसाठी प्रसिद्ध होता. आग्नेय भागात कारवाया करणारा पादशाहखान झदरान[५] हा पश्तुन पुढारी अमेरिकेच्या बाजूनं गेला होता. याखेरीज काही छोटेमोठे कमांडर अमेरिकेनं त्यांच्या गोटात सामील करून घेतले होते. हमीद करझाई, गुल आगा शेरझाई, हमीद आगा[६] आणि इतर काही कमांडरांनी दक्षिण भागातून अमेरिकेला मदत द्यायचं कबूल केलं होतं. फक्त अफगाणिस्तानच्या दक्षिण-पश्चिम भागात अमेरिकेला मित्र मिळाले नव्हते.

मी कंदाहारला मुल्ला उमरना भेटण्यासाठी त्यांच्या नवीन घरी गेलो. अमेरिका जी मोठी लष्करी कारवाईची योजना बनवत होती त्याबद्दल मला मिळालेली सगळी माहिती मी अमीर उल मुम्मीनीन यांच्यासमोर ठेवली. पण मी एवढी तपशीलवार माहिती सांगत असूनही मुल्लासाहेबांचा त्यावर विश्वास बसत नव्हता. अमेरिका निश्चित कारण असल्याखेरीज हल्ला करणार नाही असं त्यांना वाटत होतं. अमेरिकेनं

---

४. मलीक झरीन हा अफगाणिस्तान व पाकिस्तानचं दुहेरी नागरिकत्व असणारा एका जमातीचा पुढारी प्रामुख्यानं कुनार भागातला कमांडर होता.

५. पादशाहखान झदरान हा झदरान जमातीचा कमांडर मूळचा पक्तिया भागातला होता. त्याला 'आग्नेय अफगाणिस्तानातला दोस्तम' असं म्हणलं जातं. तो तालिबान सरकारच्या पाडावानंतर हमीद करझाईंच्या सरकारचा घटक होता. पक्तिया प्रांताचा राज्यपाल म्हणून २००१-२००२मध्ये काम केल्यानंतर त्याची २००५मध्ये संसदेवर निवड झाली.

६. हमीद आगा हा सय्यद जमातीचा असून सोव्हिएत महासंघाविरुद्धच्या जिहादच्या काळात तो ३००-४०० जणांच्या आघाडीचा कमांडर होता.

लादेन व इतरांविषयीचे पुरावे सादर करावेत आणि अमेरिकेनं जबाबदारीनं गुन्ह्यांचा तपास करून ती माहिती आपल्याला द्यावी अशी मागणी आपण वॉशिंग्टनकडे केली आहे. तेव्हा या बाबत नीट विचार केल्याखेरीज अमेरिका पुढे पाऊल टाकणार नाही, असा त्यांचा युक्तिवाद होता.

एकूणात अमेरिका फक्त धमक्या देत राहील. धमकावण्याच्या पलीकडे किंवा गर्जना करण्याच्या पुढे जाणार नाही असं मुल्ला उमरसाहेबांना वाटत होतं. अमेरिकेचा हल्ला होणार नाही याबद्दल त्यांना जवळ-जवळ खातरी वाटत होती. पण मला जी माहिती मिळाली आहे त्यावरून अमेरिकेची हल्ला करायची तयारी चालू आहे हे मी त्यांना सांगत होतो. आता युद्ध अटळ आहे असं मला खातरीनं वाटत असल्याचं मी पुन्हापुन्हा सांगितलं. पाकिस्तान आणि अमेरिका यांच्यात एक करार झाला असून त्यातून आमच्या देशाचं भवितव्य पणाला लागणार होतं, हे माझं मत मुल्लासाहेबांच्या कानावर घातलं.

साम्यवादी राजवटीमधल्या जनरल हुद्द्यांवरच्या अधिकाऱ्यांशी आणि तेव्हाच्या मुजाहिद्दीन कमांडरांशी संपर्क साधण्यासाठी पाकिस्तान जिवाचं रान करत होता. त्याचवेळी इस्लामी अमिरातीविरुद्धच्या लढाईत आपण अमेरिकेचे उत्तम साथीदार होऊ शकतो असं आयएसआय पटवून देण्याचा प्रयत्न करत होती. कमांडरांचं सहकार्य मिळवण्यासाठी अमेरिका अमाप खर्च करायला तयार होती. त्यांनी सॅटेलाइट फोन, लक्षावधी डॉलरची साधनसामग्री आणि रोख रकमा खर्च केल्या. अमेरिकेनं या कामात किती संपत्ती लोटली याची कल्पनाही करणं अवघड आहे. अमेरिका अफगाणिस्तानातल्या बातम्या मिळवण्यासाठी वकिलातीच्या लोकांनाही हवा तेवढा पैसा पुरवत होती. अमेरिका अशा प्रकारे सढळ हातानं खर्च करते आहे म्हणल्यावर पाकिस्तानला आणखी काय हवं होतं? त्यांनी दोन्ही हातांनी जमेल तेवढी साधनसामग्री आणि पैसा हडप केला.

पाकिस्ताननं सिंध आणि बलुचिस्तान प्रांतातले विमानतळ अमेरिकेला वापरण्याची मुभा दिली. मग काय, बघता-बघता अफगाणिस्तान विरुद्ध लढाईसाठी तिथं शस्त्रास्त्रं आणि दारूगोळ्याची कोठारं भरून वाहू लागली. अमेरिकन गुप्तचर यंत्रणा आणि आयएसआय हे एकमेकांना अफगाणिस्तानविषयक गुप्त माहितीची देवाणघेवाण करू लागले. त्यात निरनिराळ्या अफगाण लष्करी तळांवर कोण अधिकारी आहेत आणि अफगाण लष्कराचं नेतृत्व कोण कसं करतं याबद्दलची खास माहितीही समाविष्ट होती.

अमेरिका आणि पाकिस्तान यांच्यात हे असं सगळं सहकार्य चालू असताना अफगाणिस्तानात फायदा मिळवण्यासाठी आयएसआय स्वत:चा वेगळा गुप्त कार्यक्रमही चालवत होती. पूर्वी जिहादच्या काळात लढलेल्या कमांडरना त्यांनी एकत्र करून नवी रचना करायला सुरुवात केली. असे बरेच कमांडर अफगाण-पाकिस्तान सीमेजवळ आणि पाकिस्तानात इतरत्रही राहात होते. जिहाद संपल्यानंतर त्यामधल्या

बऱ्याच जणांनी पुढील काळात अफगाणिस्तानातल्या राजकारणात सहभाग घेतलेला नव्हता. त्यांनी या अगोदरच अफगाण लष्करात अनेक जणांना घुसवलं होतं. वेळ येताच आमचं सरकार उलथवण्यासाठी आयएसआय या हस्तकांचा वापर करणार होती. ही आयएसआयची दुसरी योजना पहिल्या योजनेला समांतर होती. याखेरीज पाकिस्तान गुप्तपणानं नॉर्दन अलायन्सच्या कमांडरशी चर्चा करून आमचा पाडाव केल्यावर अफगाणिस्तानात काय करता येईल याची चाचपणी करतच होता. पाकिस्तान नॉर्दन अलायन्सच्या कमांडरकडे अफगाणिस्तानचे भावी राज्यकर्ते म्हणून बघत होते. अफगाणिस्तानातल्या कोणत्याही सत्तेत वाटा हवा होताच. शिवाय हे कमांडर अमेरिकेलाही सोईस्कर होते. अमेरिकेला पुढच्या काळात या लोकांवर अवलंबून राहावं लागणार हे उघड होतं.

***

ऑक्टोबर महिन्यातल्या एका सकाळी एका उच्चपदस्थ पाकिस्तानी अधिकाऱ्याचा मला फोन आला. त्या रात्री अफगाणिस्तानवर आक्रमण सुरू होणार असल्याची खबर त्यानं दिली. पाकिस्तानच्या हवाईदलाच्या तळांवर अमेरिकन सैन्य जमा झालं होतं. अमेरिकन हवाईदलाची विमानं आमच्या हवाई हद्दीपाशी गस्त घालत सज्ज होती. शेकडो विमानं आणि क्रूझ क्षेपणास्त्रांनी सुसज्ज अशी एक अमेरिकन विमानवाहू नौका पर्शियन आखातात नांगर टाकून हल्ल्याच्या तयारीत उभी होती. त्यांचे संगणकाच्या मदतीनं चालणारे ड्रोन आमच्या हद्दीत पाहिजे तसे उडत हेरगिरी करत होतेच. नुकताच एक ड्रोन मजार-ए-शरीफमध्ये कोसळला होता.

मी असं ऐकलं की, अमेरिकेच्या पाकिस्तानातल्या राजदूत वेंडी जे. चेंबरलीन यांनी परवेझ मुशर्रफकडे एक गुप्त फाइल सोपवली होती. तालिबान आणि अल्-कायदाचा ११ सप्टेंबरच्या हल्ल्यात हात असल्याचे पुरावे म्हणे त्यात देण्यात आले होते. त्याचा फायदा उठवून जनरल मुशर्रफ आपल्या जनतेला आपण अमेरिकेला सहकार्य का करतो आहोत हे सांगू लागला होता. आमच्या सरकारनं या बाबतीत असणारे पुरावे स्पष्ट शब्दांत मागितले असताना ते अफगाणिस्तानला न देता ते अमेरिकेनं पाकिस्तानला का द्यावेत, हे मला आजवर न सुटलेलं कोडं आहे. मुळात हे कथित पुरावे म्हणजे अली नावाच्या एका पकडलेल्या माणसानं फार पूर्वी दिलेला फक्त कबुलीजबाब होता. या अरबाचा दार-अस-सलामवरच्या हल्ल्यात हात असल्याचं त्यात म्हटलं होतं. हा असा कबुलीजबाब देणारा अली गायब झाला होता. त्याला कसलं तरी इंजेक्शन दिल्यामुळे वेडा झालेला अली वास्तव जगात कधीच परतू शकणार नव्हता. ही घटना घडल्यानं मुशर्रफ चांगलाच तोंडावर आपटला. त्याचं नाव आणखीनच खराब झालं.

मी मला मिळालेली माहिती तत्काळ अफगाणिस्तानमध्ये पाठवली. आज रात्री होणाऱ्या हल्ल्यासाठी तयार असावं म्हणून मी सूचना केली होती. दिवस हळूहळू संपत चालला होता. मी दिवसभर चिंतेत होतो आणि मनावर ताण आला होता. काय घडतंय यावर नजर ठेवून मी बसलो होतो. रात्री १० वाजता कंदाहार कॉर्प्स या लष्कराच्या विभागाच्या मुख्य सेनाधिकाऱ्याचा, मुल्ला अख्तर मोहम्मद उस्मानी[७], यांचा फोन आला. त्यांनी सांगितलं की, त्याक्षणी कंदाहार विमानतळावर क्षेपणास्त्रांचा मारा होत आहे. "अमीर उल मुम्मीनीन यांना कळवण्यात आलं आहे का?" असं मी विचारलं. त्यावर कमांडर उस्मानी "होय" म्हणाले आणि मग म्हणाले, "थांबा! आता अमीर उल मुम्मीनीन यांच्या घरावर क्षेपणास्त्रं पडत आहेत," त्यांना आणखी काहीतरी सांगायचं असावं. पण अचानक फोन बंद पडला.

माझं मन एकदम प्रक्षुब्ध झालं. मुल्ला उमर ठार झाल्याची चिंता सर्वांत जास्त त्रास देत होती. काही पाकिस्तानी अधिकाऱ्यांनी मुल्ला उमर यांना सांगितलं होतं की अमेरिका हल्ला करणार नाही. त्यामुळे बहुधा ते बेसावधपणे आपल्याच घरात राहिले असावेत. त्यांनी मी दिलेल्या माहितीकडे फारसं लक्ष दिलं नव्हतं. मुल्ला उमर यांना बेसावध ठेवून हवाई हल्ल्यात ठार करण्यासाठी म्हणून मुद्दाम पाकिस्तानी अधिकारी हल्ला होणार नाही, असं वारंवार सांगत होते.

माझ्या मनात या सगळ्याबद्दल विचार चालले असतानाच पुन्हा एकदा फोन वाजला. या वेळी फोन काबूलहून आला होता. संरक्षण मंत्रालयाच्या दूरसंचार विभागातला अधिकारी मुल्ला अब्दुल गफार[८] फोनवर बोलत होता. "काबूलच्या हवाईदलाच्या तळावर क्षेपणास्त्रांचा मारा होत आहे." मग त्यानं मला संरक्षणमंत्री मुल्ला ओबेदुल्ला यांच्याशी फोन जोडून दिला. मी मला कळलेली युद्धाची योजना त्यांनाही कळवली होती. त्यांनी माझा सल्ला मानला होता. त्या दिवशी मी अतिशय त्रोटक शब्दांत त्यांच्याशी बोललो, "ही उत्तम प्रासादात राहाण्याची किंवा ऐशारामात झोपायची वेळ नाही! ताबडतोब सुरक्षित जागी रवाना व्हा. अल्लाची इच्छा असेल तसं घडेल." एवढं बोलून मी फोन बंद केला.

---

७. मुल्ला अख्तर मोहम्मद उस्मानी हा वरिष्ठ तालिबान नेता तालिबानचा खजिनदार होता आणि तालिबानमधला अत्यंत खतरनाक मानला जाई. सॅटेलाइट फोनवरून त्याचा माग काढून अमेरिकन हवाई दलानं त्याला डिसेंबर, २००६मध्ये हेलमंद भागात ठार केलं.

८. मुल्ला अब्दुल गफार हा मूळचा हेलमंद प्रांतातल्या संगीनचा असून तो पोपलझाई जमातीचा आहे. मंत्रालयात काम करत असताना तो खूपच लहान वयाचा असल्यानं त्याचा जिहादशी काहीही संबंध असणं शक्य नाही.

मी बराच वेळ डोकं हातात धरून सुन्नपणानं बसून होतो. आता पुढे काय होणार हा विचार त्रस्त करत होता. अफगाणिस्तान पुन्हा या आगीत किती काळ होरपळत राहाणार आहे, असे विचार मनात येत असले तरी मी स्वत:ला सावरलं. निव्वळ बसून आणि चिंता करून काहीही उपयोग नव्हता. त्यापेक्षा कामाला लागायला हवं, असं मी मनाशी म्हणालो.

फोन सारखा वाजत होता. लोकांना आणि पत्रकारांना उत्तरं हवी होती. पण मी त्यांचा कुणाचाच फोन घेतला नाही. उलट मी आमच्या वकिलातीतला राजकीय व्यवहारविषयक सल्लागार सोहेल शाहीन याला फोन केला. "युद्ध सुरू झालयं. सर्व पत्रकारांना एकदम बोलाव. आपण त्यांच्याशी एकदमच बोलू."

त्या रात्री जवळ-जवळ मध्यरात्री माझ्या घराच्या बागेत मी पत्रकार परिषद घेतली.

युद्धाची ही केवळ सुरुवात होती.

***

अमेरिकेनं आमच्यावर हल्ला करण्याआधी मला जे आयएसआय अधिकारी भेटले होते त्या सर्वांना तिथून हलवण्यात आलं होतं. जनरल जैलानीला पंजाबमधल्या मैवाली इथं बदलीवर पाठवण्यात आलं होतं. जनरल उमर हा जनरल महमूदच्या जागी आयएसआय प्रमुख म्हणून आला. पण जनरल महमूदचं काय झालं याचा मला कधीच पत्ता लागला नाही.

एका गुप्त अहवालानुसार अमेरिकेला अफगाणिस्तानच्या संदर्भात जी कागदपत्रं हवी होती ती आयएसआयनं जाळून टाकली. अमेरिकेचा मुख्य हेतू मुल्लासाहेबांना ठार करणं हा आहे, असंही आयएसआयनं कळवलं होतं. मुल्लासाहेबांनी सुरक्षित जागा शोधावी असा सल्लाही त्यांनी दिला होता. याबद्दलचा सगळा पत्रव्यवहार आयएसआयनं नंतर नष्ट करून टाकला.

अफगाणिस्तानवर हल्ला झाल्यानंतर दोन दिवसांनी जनरल उमर माझ्याकडे आला. त्याच्या दोन मुख्य मागण्या होत्या. पहिली मागणी अशी होती की, वरिष्ठ नेता आणि तालिबानचा प्रतिनिधी या नात्यानं मी त्यांना 'कडवे' आणि 'मवाळ' तालिबान यांच्यात फरक करायला मदत करावी. त्याच्या मते असं केल्यानं तालिबानलाच फायदा होईल आणि चळवळ जिवंत राहू शकेल. प्रत्यक्षात जनरल उमरचा उद्देश तालिबानमध्ये फूट पाडून त्यांना कमकुवत करणं हा होता. त्याच्या योजनेनुसार मी मवाळ तालिबानचा नेता बनून अमीर उल मुम्मीनीन यांच्या विरोधात उभं राहायचं होतं. मला सर्व प्रकारची आर्थिक आणि साधनांची मदत मिळेल, असं आश्वासन जनरल उमरनं दिलं.

अमेरिकेत राष्ट्राध्यक्ष म्हणून बराक ओबामा निवडून आल्यानंतर याच प्रकारच्या

योजनेवर प्रशासन विचार करत आहे. बुश सत्तेवर असताना ब्रिटन व हमीद करझाईच्या मदतीनं अमेरिकेनं सात वर्षे असाच प्रयत्न करून पाहिला. मी इस्लामाबादमध्ये असताना मला जनरल उमर याच योजनेची सुरुवातीची आवृत्ती सांगत होता. या सगळ्यांना वाटतं की तालिबान हे पैसा किंवा सत्ता या दोन्हीसाठी म्हणून उभे आहेत. साहजिकच अशा लोकांना पैसा व सत्ता वापरून नष्ट करता येईल असं वाटणं स्वाभाविक आहे. पण वास्तव हे आहे की तालिबान ही चळवळ इस्लामी तत्त्वज्ञानावर आधारित असून ती इस्लामच्या तत्त्वांसाठी व पवित्र जिहादसाठी अस्तित्वात आहे. अशा लोकांचं 'मूलतत्त्ववादी' किंवा 'मवाळ' अशा प्रकारे वर्गीकरण करणं पूर्णपणे निरर्थक आहे.

जनरल उमरनं मला दुसरी गोष्ट बजावली की, मी पत्रकार परिषदा घेऊ नयेत आणि प्रसारमाध्यमांशी बोलणं टाळावं. त्यानं मला सांगितलं की, जर मला एखादी गोष्ट प्रसिद्धीला द्यायची असेल तर मी ती अगोदर पाकिस्तान सरकारकडे पाठवायची. म्हणजे मग त्यांना हवे ते बदल करून ते प्रसिद्धीपत्रक किंवा दस्तऐवज पत्रकारांकडे देता येईल. बोलणं संपवून जनरल उमर आणि त्याच्याबरोबर आलेली माणसं निघून गेली. मी त्यांचं म्हणणं फक्त ऐकून घेतलं होतं. मी त्यांच्या दोन्ही मागण्यांवर जरादेखील प्रतिसाद दिला नव्हता. मी माझं काम आहे तसंच चालू ठेवलं. त्यांनी मला तालिबानमध्ये एक गट तयार करायला का सांगावं हे मला समजलं नाही. असा गट तयार झाला तर त्याचा तालिबानवर आणि मुल्लासाहेबांवर काय परिणाम होईल हे माझ्या लक्षात येत नव्हतं. काहीही असो. मी हे सगळं माझ्याजवळच ठेवायचं असं ठरवलं.

***

अफगाणिस्तानात काय घडतंय हे जगाला कळावं म्हणून मी दररोज दुपारी चार वाजता पत्रकार परिषद घेत असे. एकूण परिस्थिती कशी आहे किंवा एखाद्या विविक्षित घटनेमधील वस्तुस्थिती काय आहे हे सांगण्याखेरीज मी पत्रकारांच्या प्रश्नांना उत्तरंही देत असे.

दररोज दुपारी तीन वाजेपर्यंत मी संपूर्ण अफगाणिस्तानमधून बातम्या गोळा करत असे. दुपारी साडेतीन वाजता मी प्रिंट काढत असे. मग मी आयएसआयच्या माणसाकडे एक प्रत देत असे. पण तो त्याच्या कचेरीत पोहोचायच्या आतच चार वाजता मी पत्रकार परिषदेला सुरुवात केलेली असायची. अशा प्रकारे पाकिस्तानला हस्तक्षेप करायची संधी न देता मी माझ्याजवळची माहिती जगासमोर आणण्यात यशस्वी होत असे.

माझी ही चलाखी आयएसआयला कळत नव्हती असं मात्र नाही. त्यांनी मला तीन वेळा तर अधिकृतपणे इशाराही दिला. आपल्या हातात माहिती पडत असतानाच तिकडे पत्रकार परिषद सुरू होते, याबद्दल त्यांनी स्पष्ट शब्दात नाराजी व्यक्त केली

होती. मी काहीतरी सबबी सांगायचो. काही वेळा माहिती साडेतीनपर्यंत मिळाली नाही म्हणून उशीर झाला अशी काहीतरी कारणं सांगायचो. काही वेळा माहिती अपुरी होती, माझा अनुवादक आला नाही किंवा टायपिंग करणारा उशिरा आला वगैरे सांगून वेळ मारून नेत असे.

मला सतत धमकावलं जात असतानाही मी माझं काम चालूच ठेवलं. ९ नोव्हेंबर रोजी मजार-ए-शरीफ नॉर्दन अलायन्सच्या हातात पडलं तेव्हा आयएसआयचे लोक माझ्याकडे आले. मी संरक्षणमंत्री ओबेदुल्ला आणि कंदाहार प्रांताचे राज्यपाल असणारे मुल्ला मोहम्मद हसन अखुंड या दोघांशी संपर्क साधावा, अशी त्यांची मागणी होती. त्या दोघांनी पाकिस्तानात यावं, असं मी त्यांना सांगायचं होतं. मी आयएसआयच्या माणसांना सांगितलं की असं मी करू शकत नाही. कारण दोघांचा दर्जा माझ्यापेक्षा वरचा आहे, शिवाय जर हे दोघं पाकिस्तानात आले तर आयएसआय त्यांना अटकेत टाकेल असं मला वाटत असल्याचंही मी सांगून टाकलं.

पण त्या लोकांनी मागणी लावूनच धरली होती. दर काही मिनिटांनी त्यांचा फोन येत होता. मी त्या दोघांशी बोललो की नाही असं विचारायला हा फोन येत होता. अखेर मी सांगितलं की माझं बोलणं झालं आहे. तुम्ही लोकांनी पाकिस्तानच्या भूमीवर पाऊल टाकताच तुम्हाला पकडण्यात येईल असा सल्ला मी दिला. पाकिस्तान सांगत असलेल्या एकाही गोष्टीवर माझा विश्वास बसत नव्हता.

त्या काळात इस्लामाबादमध्ये राहून काम करणं अतिशय कठीण जात होतं. पाकिस्तानच्या जाचक अटींचा भंग होऊन माझ्यावर पूर्ण बंदी येणार नाही याची काळजी घेत आणि माझं नाव खराब होणार नाही याची दक्षता घेत मी काम करत होतो. माझं मुख्य काम हे सतत अफगाणिस्तान आणि जगभरात घडणाऱ्या घडामोडीवर नजर ठेवणं हेच होतं.

मी इस्लामाबादमध्ये असताना मला भेटलेला आयएसआयचा शेवटचा माणूस कर्नल इमाम[९]. हा माणूस अफगाण लोकांना चांगलाच परिचयाचा होता. रशियाविरुद्धच्या जिहादच्या वेळेपासून लोक त्याला ओळखत होते. तो हेरातमधल्या पाकिस्तानच्या कचेरीत राजनैतिक अधिकारी म्हणून काम बघत असे. अमेरिकेनं हल्ला सुरू केल्यावर अफगाणिस्ताननं त्याची हकालपट्टी केली होती. तालिबानचा त्याच्यावर जराही विश्वास नव्हता. त्यानं कंदाहारमध्ये लपून बसण्याचा प्रयत्न केला, पण तालिबाननं त्याला देशाबाहेर हाकललंच.

---

९. कर्नल इमाम हा पाकिस्तानी नागरिक रशियाविरुद्धच्या जिहादच्या काळात प्रसिद्धीस आला. अमेरिका-सौदी अरेबिया आणि आयएसआय यांच्यामार्फत मुजाहिदीनांना दिली जाणारी सर्व प्रकारची मदत त्याच्या यंत्रणेमधून मिळत असे.

कर्नल इमामनं माझ्या भेटीसाठी वेळ मागितली. मी त्याची आमच्या वकिलातीत भेट घेतली. सुरुवातीची औपचारिकता पार पडल्यावर अचानक कर्नल इमामला रडू आलं. त्याच्या गालावरून आणि पांढऱ्या दाढीमधून अश्रू ओघळू लागले. जरा वेळानं स्वत:ला सावरल्यानंतर त्याला बोलता येऊ लागलं. मग तो म्हणाला "अफगाणिस्तानात काय घडतंय हे सर्वशक्तिमान अल्लानंच ठरवलं असणार हे खरं. पण तरीही पाकिस्तान दोषी आहे. आपल्या शेजाऱ्याला पाकिस्तान किती क्रूरपणाची वागणूक देतो आहे! आणखी काय-काय होणार आहे कोण जाणे!" कर्नल इमामनं मुर्शरफला दोष दिला. गेली दोन दशकं पाकिस्तान-अफगाणिस्तान यांनी निभावलेली मैत्री या माणसानं मोडीत काढून सगळ्यावर पाणी फिरवलं, असं तो म्हणाला. पण यानंतर मुर्शरफ नाही, तर पाकिस्तानला शरम वाटेल असं घडत असल्याचं त्याचं म्हणणं होतं. तो पुन्हा रडू लागला आणि वारंवार मुशर्रफ नाही, तर पाकिस्तानी जनतेवर हा दोष लादला जाणार असं म्हणू लागला. अखेर स्वत:ला सावरून तो निघून गेला. यानंतर मला पकडायला आलेल्या अधिकाऱ्यांशिवाय मी कोणाही आयएसआय अधिकाऱ्याला भेटलो नाही. पण त्यांची माझ्यावर नजर होती. मी जिथं कुठं जाईन तिथं तीन मोटरसायकली आणि एक गाडी माझ्या मागोमाग येत असे. माझ्या घरासमोर आणि वकिलातीसमोर हा ताफा दिवसरात्र उभा असे.

हे सगळं करणारं पाकिस्तान सरकार होतं. पण लोक मात्र पूर्णपणानं निराळे वागत होते. संपूर्ण पाकिस्तानात अमेरिकेच्या विरोधात हिंसक निदर्शनं होत होती. निदर्शक आणि पोलीस यांच्यात दररोज चाललेल्या धुमश्चक्रीत अनेक जण मरण पावत होते. पाकिस्तान सरकार निदर्शनं आणि आंदोलनं चिरडण्याचा आटोकाट प्रयत्न करत होतं. त्यांनी अनेकांना, विशेषत: धार्मिक संघटनांच्या नेत्यांना अटकेत टाकलं, पण तरीही आंदोलनं सुरूच राहिली.

अमेरिकेविरुद्ध युद्धात भाग घेण्यासाठी स्वयंसेवक म्हणून यायला हजारो जण तयार होते. माझ्या वकिलातीसमोर दररोज हजारो जण जमा होत असत. बलुचिस्तान आणि सरहद्दीलगतच्या प्रदेशातून इतर हजारो जण बलुचिस्तानात स्वयंसेवक म्हणून लढायला जात होते. मिरमशाह इथं जवळ-जवळ १०,००० जणांच्या एका स्वयंसेवक दलानं ड्युरंड रेषा ओलांडली होती.

पाकिस्तान सरकारनं लोकांनी अशा प्रकारे जाऊ नये म्हणून खूप प्रयत्न केले. पण पाकिस्तान मुळापासून हादरत होता. परिस्थिती आता सरकारच्या हाताबाहेर चालली होती. मलादेखील स्वयंसेवकांना आवर घालण्यासाठी एकदा टीव्हीवर बोलावं लागलं. लोकांनी अशा प्रकारे प्रत्यक्ष येण्याची गरज नाही, तर आता आर्थिक जिहादची आवश्यकता आहे, असं मी सांगितलं. पण त्याचा काही उपयोग झाला नाही. इस्लामनं प्रेरित झालेल्या लोकांचे लोंढे येतच राहिले.

कटू सत्य

युद्ध सुरू झाल्यानंतरच्या दोन महिन्यांमध्ये मी चार वेळा टीव्हीवर भाषण दिलं. प्रत्येक वेळी मी बोललो त्याचा मुख्य भाग असा होता :

माझ्या प्रिय मुस्लीम बंधू व भगिनींनो! अमेरिकेनं आपल्यावर हल्ला केला आहे, हे तुम्ही जाणताच. त्यांनी खूप दूर अंतरावरून आपल्यावर क्षेपणास्त्रं डागली आहेत आणि ते बॉम्बवर्षाव करत आहेत. त्यामुळे मोठ्या संख्येनं एकत्र जमून काही उपयोग नाहीच, उलट त्यामुळे आपण त्यांचं लक्ष्य होतो आणि आणखी जण बळी पडतात. एकत्र येण्यानं फार हानी होते. म्हणूनच आणखी हानी टाळण्यासाठी आपण जास्त जणांना अफगाणिस्तानात पाठवणं थांबवायला हवं. त्याऐवजी आपल्याला आता आर्थिक मदतीची गरज आहे.

अरब जगतात आणि इतर इस्लामी देशांमध्ये लोकांच्या भावना उचंबळून येत होत्या. माझ्याकडे वकिलातीत खूप जण येत असत. त्यांना अफगाणिस्तानात स्वयंसेवक म्हणून लढायला जायचं असे. आम्ही अशा लोकांना तिकडे जाण्यापासून परावृत्त करायचा आटोकाट प्रयत्न करत होतो. तरीदेखील हजारो जण अफगाणिस्तानची सरहद्द ओलांडून आत शिरतच होते. माझ्याकडे येणाऱ्यांची संख्या एवढी मोठी होती की, दररोज ५,००० जणांना तिकडे पाठवू शकलो असतो. हजारो जण अफगाणिस्तानसाठी काहीही करायला तयार होते.

अफगाणिस्तानसाठी सर्वस्व पणाला लावण्याची इच्छा बाळगून माझ्याकडे येणाऱ्या लोकांच्या भावनांचा अपमान न करता त्यांना तिकडे जाण्यापासून परावृत्त करणं ही सोपी गोष्ट नव्हती. अशा प्रकारे इस्लामसाठी मरायला तयार असणाऱ्या तरुणांची मोठी फौज असती तर किती बरं झालं असतं असं मला वाटे. त्यांच्या

भावनांची कदर करून त्यांच्या मनातल्या इच्छा पूर्ण करतानाच त्यांनी इस्लामी श्रद्धांचं रक्षण केलं असतं. पण इस्लामी जगातल्या फौजाच इस्लामच्या विरोधात वापरल्या जाताना पाहाणं फार क्लेशजनक आहे.

अमेरिकेनं अफगाणिस्तानवर हल्ले सुरू केल्यानंतर लगेचच आमच्या राजवटीला मदत करण्यासाठी लोकांनी पैसा गोळा करायला सुरुवात केली. पाकिस्तानात सर्व शहरांमध्ये लोक या कामासाठी देणग्या देऊ लागले. काही जण अफगाणिस्तानमध्ये थेट मदत पाठवत होते. तर काही जण आमच्या लाहोर, क्वेट्टा, कराची आणि पेशावर यांमधल्या कचेऱ्यांकडे येत असत. खूप मोठ्या प्रमाणात रकमांचा ओघ वाहू लागला. शिक्षण, निर्वासित किंवा अनाथ मुलं अशा ज्या कामांसाठी देणगी दिली असेल तशी पावती आम्ही करून देत असू. ज्या विशिष्ट कामासाठी देणगी दिली आहे त्याचसाठी ती वापरली जायची.

देणग्या लहानमोठ्या अशा असायच्या. काही जण १०० पाकिस्तानी रुपये देत तर काही जण १० लाखांपेक्षाही जास्त रकमा देत. आमच्या दृष्टीनं हे सगळे समानच होते. प्रत्येक जण एकजूट दाखवण्याच्या भावनेने त्याला जे जमेल ते देत होता. अनेक मुस्लीम भगिनी त्यांचे दागदागिने किंवा इतर मौल्यवान चीजा देत असत. सोनं तर किलोंच्या प्रमाणात जमा झालं होतं. लवकरच आमच्या ब्लँकेट, बूट व इतर उपयोगाच्या अनेक वस्तूंच्या देणग्या मिळू लागल्या.

आमच्या मुस्लीम बंधू-भगिनींच्या मनातली मदतीची भावना किती तीव्र होती, हे आजही मला आठवतंय. एकदा एका तरुण माणसानं मला भेटायची इच्छा व्यक्त केली. तो पाकिस्तानातल्या वायव्य सरहद्द प्रांतातला होता. माझ्याकडे आल्यावर मी त्याला बसायला सांगितलं. पण तो म्हणाला की, त्याची बायकोही त्याच्याबरोबर आली असून तिलाही मला भेटायची इच्छा आहे. मी मान्य केलं. काही वेळानं तो तिला आत घेऊन आला. तिनं अतिशय नम्रपणानं मला अभिवादन केलं. तिनं बुरखा परिधान केलेला असल्यानं मला तिचा चेहरा दिसला नाही. पण तिच्या आवाजावरून तिचा गळा दाटून आल्याचं जाणवत होतं. ''माझ्याकडे घरी खूप वस्तू आहेत. मी त्या अल्लाच्या कामासाठी देऊ शकते. पण मला मुल्लासाहेबांकडून कळलं आहे की, सर्वांत मौल्यवान चीजवस्तू देणं हे योग्य मानलं जातं. माझ्या वडिलांनी आणि नवऱ्यानं जे दागदागिने मला दिले आहेत, ते सर्व माझ्यासाठी सर्वांत किमती आहेत. म्हणून मी हा सोन्याचा हार तुम्हाला देत आहे. तुम्ही आता तो मुजाहिदीनांसाठी वापरू शकता.''

बोलणं संपताना तिनं तिचा सोन्याचा हार माझ्या हातात ठेवला होता. तिच्या नवऱ्यानं हातातलं अत्यंत मौल्यवान असं सोन्याचं रोलेक्स घड्याळ काढलं आणि ते हातावर ठेवलं. माझ्या या पश्तुन भगिनीचा हा त्याग पाहून मी एवढा भारावून

गेलो होतो की मला काय बोलावं ते कळेना. मी या दोन्ही देणग्या स्वतंत्र ठेवल्या. माझा ज्या मुजाहिद्दीनांवर विश्वास होता त्याला मी त्या दिल्या. अल्लानं माझ्या या पश्तुन भगिनीला आणि तिच्या नवऱ्याला स्वर्गात जागा द्यावी. *आमीन!*

एकदा मी माझ्या कचेरीत गाडीनं जात असताना मला एक तरुण व तरुण स्त्री हात हालवून इशारा करताना दिसले. मी गाडी थांबवायला सांगितली. मग काच खाली करत मी त्यांना काय हवं आहे, असं विचारलं. "आम्ही तुम्हाला भेटायचा गेले दोन दिवस सतत प्रयत्न करतो आहोत. पण तुमच्या कचेरीसमोर थांबूनही भेट होऊ शकली नाही. खूप जण असल्यानं आम्हाला आत शिरताच आलं नाही."

मी त्या दोघांना आत बोलावलं. आत येताच ती तरुण स्त्री रडू लागली. पाठोपाठ तिचा नवराही रडू लागला. त्यांच्या चेहऱ्यावरचा दुःखाचा भाव पाहून मलाही भावना आवरता आल्या नाहीत. जरा वेळानं तो तरुण बोलू लागला, "मुशर्रफ सरकारनं आमच्या देशाच्या नावाला एवढा मोठा कलंक लावला आहे की, तो सहजासहजी पुसला जाणार नाही. आमच्या देशानं जिहादच्या काळात जी बंधुत्वाची भावना निर्माण केली होती किंवा ज्या प्रेमानं अफगाण निर्वासितांना आसरा दिला होता, ते सगळं आमच्या सरकारनं नष्ट करून टाकलं आहे. एक पाकिस्तानी म्हणून मी तुमच्या नजरेला नजर देऊ शकत नाही, इतकी आम्हाला शरम वाटते. आम्हाला माफ करा, पण हा निर्णय आमचा – लोकांचा नाही. तो सरकारचा आहे. पण आम्ही मात्र सच्चे मुस्लीम आहोत."

त्या दोघांनी ते लाहोरमध्ये राहात असल्याचं सांगितलं. त्यांनी त्यांच्याकडच्या सर्व चीजवस्तू विकल्या होत्या. त्याच्या बायकोनंही तिचे सगळे दागिने विकले होते. "आम्ही सर्व वस्तू विकून २,५०,००० पाकिस्तानी रुपये आणले आहेत. आम्ही हे एवढेच देऊ शकतो. हे देण्यासाठीच आम्ही इथं आलो आहोत."

मग त्या माणसाची बायको बोलू लागली, "मला १० वर्षांची एक मुलगी आहे. मी तिच्यासाठी सोनाराकडे कानातल्या रिंगा करायला टाकल्या होत्या. दागिने विकताना मी त्याबद्दल विसरून गेले होते. पण आम्ही इकडं यायला निघालो तेव्हा मला तिच्या कानातल्या रिंगा दिसल्या. मी त्या आणल्या आहेत. कृपया अल्लाच्या कामासाठी त्यांचा स्वीकार करावा."

मी त्या रिंगा परत घ्या आणि मुलीला द्या म्हणून खूप आग्रह केला. पण त्या स्त्रीनं काहीही ऐकलं नाही. ती तशीच निघून गेली.

***

११ नोव्हेंबर, २००१ रोजी काबूल पडल्यानंतर मी कंदाहारला जायचं ठरवलं. पण

त्या दिवशी इस्लामाबादहून क्वेट्टाला जायला विमान नव्हतं. म्हणून मी पेशावरला गेलो. तिथून मी विमानानं क्वेट्टाला पोहोचले. प्रवासात विमानातले कर्मचारी आणि इतर प्रवासीही माझ्याशी बोलायला उत्सुक होते.

बरेच जण भेटून जात असताना एक स्त्री भेटण्यासाठी ताटकळत थांबली आहे, हे मला जाणवलं. अखेर ती माझ्यापाशी आली. तिनं माझ्याशेजारी बसलेल्या माणसाला जागा देण्याची विनंती केली. मग ती माझ्या शेजारी बसली. तिनं मला तिचं नाव सांगितलं खरं, पण आता मला ते आठवत नाही.

"मिस्टर झैफ," ती बोलू लागली, "मी एक डॉक्टर आहे. माझे दोन दवाखाने आहेत. एक पेशावरमध्ये आणि दुसरा क्वेट्टामध्ये. मी या दोन्ही ठिकाणी काम करते. मला नवरा आणि एक मुलगी आहे. माझ्या सर्व उत्पन्नाचे मी तीन भाग करते."

ती सांगत होती, त्यावरून मी तिच्या उत्पन्नाचा अंदाज केला. तिचं उत्पन्न लक्षावधीच्या घरात असणार, हे माझ्या लक्षात आलं.

"मी माझ्या उत्पनाचा अर्धा भाग अल्लाच्या कामासाठी तालिबानला देते. उरलेल्या अर्ध्या उत्पन्नाचे मी दोन भाग करते. एक भाग मी माझ्या वैयक्तिक खर्चासाठी ठेवते आणि दुसरा अर्धा भाग मी गरजू रुग्णांसाठी खर्च करते. मी अगदी लहान असल्यापासून कधीही प्रार्थना चुकवलेली नाही. अगदी एकाही दिवशी नाही. मी दररोज सकाळी पवित्र कुराणाचं पठण करते. हे सगळं असूनही माझ्या मनात शंका आहेत. तुम्ही मला त्याबद्दल मदत कराल का?"

"का नाही? मला शक्य असेल ते मी करेन!"

"मी असा विचार करत असे की, तालिबानच फक्त अल्लाची सेवा करून त्याचा धर्म पाळण्यासाठी प्रयत्न करत आहेत. त्यांनी अफगाणिस्तानात शरिया लागू केला. पण अमेरिकेनं हल्ला केल्यानंतर आता त्यांचा पराभव होऊ लागला आहे. हजारो जण शहीद होत आहेत. आता काबूलही पडलं आहे. तेव्हा माझ्या मनात विचार येतो की अल्ला आहे तरी कुठं? तो तालिबानला मदत का करत नाही? तो त्यांच्याशी असा का वागतो आहे? आणि मग मला प्रार्थना करावीशी वाटत नाही. मला माझ्या श्रद्धेचा भंग झाल्यासारखं वाटतं. मनात नाना प्रकारचे विचार घोळू लागतात. मला काय करावं ते कळेनासं झालंय."

मी तिचं सगळं बोलणं ऐकून घेतलं. मला तिच्याबद्दल खूप वाईट वाटलं. मी तिला माझ्या परीनं जमेल तसं समजावण्याचा प्रयत्न केला. पण माझ्या लक्षात आलं की, तिच्याप्रमाणे अनेकांना वाटत असणार. अल्ला आमची परीक्षा बघत होता. मी तिला तसं सांगून तिला शांत करायचा प्रयत्न केला. पण तिच्यासारख्या अनेक जणांच्या मनात प्रश्न होते. अनेकांनी मला त्यांच्याबद्दल सांगितलं. ते सगळं मी लिहून ठेवायला हवं होतं. पण आता त्यातला बराचसा भाग माझ्या स्मृतीमधून

पुसट झाला आहे.

खरा पाकिस्तान हा असा होता. हाच देश नाहीतर इस्लामी जगात सगळीकडेच लोकांचे विचार असेच होते. लोकांना चिंता वाटत होती. ते आम्हाला जमेल त्या प्रकारे व जमेल तशी आर्थिक मदत देत होते.

अफगाणिस्तानातलं युद्ध नोव्हेंबरच्या दुसऱ्या आठवड्यातही सुरूच होतं. मी अनेक देशांच्या राजदूतांना सतत भेटत होतो. पण आता सौदी अरेबिया आणि संयुक्त अरब अमिरातीनं तालिबान सरकारला असणारी मान्यता काढून घेतली होती. त्यांनी आमच्या वकिलांची त्यांच्या देशांमधून हकालपट्टी केली होती.

अद्याप फक्त एकट्या पाकिस्ताननं अफगाणिस्तानातल्या इस्लामी अमिरातीच्या सरकारला मान्यता देणं चालू ठेवलं होतं.

***

रमझान सुरू व्हायच्या दोन दिवस अगोदर म्हणजे १५ नोव्हेंबरला मी पुन्हा कंदाहारला गेलो. अफगाणिस्तान आणि अमेरिका यांच्या दरम्यान वाटाघाटी होण्याची शक्यता अजमावून पाहाण्यासाठी मला अमीर उल मुम्मीनीन यांची भेट घ्यायची होती. युद्ध थांबवण्यासाठी तालिबान व अमेरिका यांच्यात बोलणी व्हावीत यासाठी कतारनं मध्यस्थीची तयारी दर्शवली होती.

मी माझ्या लॅन्डक्रूझर गाडीमधून इस्लामाबादहून निघालो. माझ्या गाडीचा पाकिस्तानी गुप्तचर पाठलाग करतच होते. मी चमनपाशी सरहद्द ओलांडली खरी, पण पाकिस्तान मला परत येऊ देणार नाही, असं मला वाटत होतं.

मी कंदाहारला पोहोचलो तेव्हा तिथं गोंधळाची परिस्थिती होती. त्या अगोदर दोनच दिवसांपूर्वी काबूल हातातून गेल्यामुळे कंदाहारमध्ये दुःखाची छाया होती. मी सरळ शहरातल्या नव्यानं उभारलेल्या मुख्य कचेरीत गेलो. मला मुल्ला उमर यांना भेटायचं होतं. पण ते तिथं नव्हते. मी जरा वेळ तिथं वाट पाहिली. मग मी तिथून निघालो. पण मी तिथून निघाल्यानंतर काही वेळातच त्या ठिकाणी अमेरिकन हवाईदलानं जोरदार बॉम्बहल्ला केला असल्याचं मला समजलं. तिथल्या इमारती जमीनदोस्त झाल्या होत्या.

मी मुख्य कचेरीतून निघणं आणि पाठोपाठ तिथं हल्ला होणं, हे पाहून माझा माग काढला जात असावा, असं मुल्ला उमरना वाटलं. मला भेटणं धोकादायक आहे, असा विचार त्यांच्या मनात आला.

मी मुल्ला उमर यांच्या जुन्या घराकडे जाऊ लागलो. हे घर जिहादी मदरश्याच्या मागच्या बाजूला होतं. मी तिकडे जात असताना पुन्हा हवाई हल्ला झाला. हल्ला माझ्या गाडीच्या अगदी जवळ झाला होता. क्रूझ क्षेपणास्त्र माझ्या गाडीच्या एवढ्या

जवळ पडलं की, त्यामधून निर्माण झालेल्या धक्क्याच्या लाटेत माझा थुराया[१] सॅटेलाइट फोन नष्ट झाला. आता माझा माग काढला जात असल्याचा मुल्ला उमर यांचा संशय खरा असल्याचं माझ्याही लक्षात आलं. बहुधा हा माग माझ्या फोनवरून काढला जात असणार. कारण फोन नष्ट झाल्यानंतर पुन्हा असा अगदी जवळ हल्ला झाला नाही. माझा संशय खरा ठरल्याचं लगेच कळलं. माझ्या गाडीजवळ हल्ला झाल्यानंतर काही मिनिटांतच रशियाच्या न्यूज एजन्सीनं, इतार-तासनं बातमी दिली की, कंदाहारमध्ये झालेल्या क्रूझ क्षेपणास्त्राच्या हल्ल्यात तालिबानचा पाकिस्तानातील वकील ठार झाला!

मी मुल्ला उमरसाहेबांना भेटू शकलो नाही. पण मी त्यांच्या हाताखाली काम करणाऱ्या तय्यब आगा यांच्यामार्फत त्यांना माझा संदेश पाठवला. रमझान सुरू झाल्यानंतर तिसऱ्या दिवशी मी कंदाहारमधून परत निघालो. माझे काही तालिब बंधू मला निरोप देण्यासाठी अर्घेस्तान पुलापर्यंत आले होते. मी गाडी थांबवली. मी खाली उतरून कंदाहारच्या दिशेनं बघितलं आणि म्हणालो :

आम्ही बालकं म्हणून जिथं खेळलो त्या माझ्या सुंदर शहरा! आपण एकमेकांना पुन्हा केव्हा पाहू हे अल्लालाच माहीत. हे शहरा, तुझं किंवा माझं काय होईल कोण जाणे. पण मला तुझा वियोग दीर्घकाळ सहन करावा लागणार, अशी भीती वाटते. या इथल्या बागा आणि घरं हे सगळं युद्धाच्या वणव्यात होरपळणार असं वाटतंय.

माझ्याबरोबर असलेले तालिब हसू लागले. मी एवढा गंभीर आणि भावूक कसा झालो, असं ते विचारू लागले. पण मी त्यांना काहीही सांगितलं नाही. ते मग कंदाहारला परतले आणि मी स्पिन बुल्दाकजवळ असणाऱ्या सरहद्दीकडे निघालो.

वेश या ठिकाणी पाकिस्तानमध्ये प्रवेश करण्यासाठी मला बराच वेळ ताटकळत राहावं लागलं. मला प्रवेशासाठी लागणारा व्हिसा रात्री नऊ वाजेपर्यंत मिळाला नाही. त्यामुळे मी उशिरानं क्वेट्टाला पोहोचलो. तिथं आमच्या कचेरीत मुक्काम करून मग दुसऱ्या दिवशी सकाळी विमानानं मी इस्लामाबादला परतलो.

मी इस्लामाबादला उतरताच पत्रकारांच्या एका घोळक्यानं मला घेरलं. मी वेळ काढून त्यांच्या प्रश्नांना उत्तरं दिली. माझ्याजवळ त्या वेळी राजनैतिक अधिकाऱ्यांसाठी

---

१. थुराया ही सॅटेलाइट फोन सेवा पुरवणारी महत्त्वाची कंपनी आहे. तिची सेवा आशिया, उत्तर आफ्रिका, युरोप, मध्य आशिया व ऑस्ट्रेलिया एवढ्या मोठ्या क्षेत्रात पुरवली जाते.

असणारा पासपोर्ट होता. तरीदेखील पोलिसांनी माझी झडती घेतली. त्यांना कोणालाही झडती न घेता सोडायचा हुकूम होता. पाकिस्तानातली परिस्थिती खरोखरच फार बिघडली होती.

मी २० नोव्हेंबरला इस्लामाबादला येताच मला पाकिस्तानच्या परराष्ट्र मंत्रालयाकडून अधिकृत पत्र आलं. 'पाकिस्तान आता अफगाणिस्तानमधील इस्लामी अमिरातीच्या राजवटीला मान्यता देत नाही,' असं त्यात नमूद केलं होतं. पण पाकिस्ताननं मला म्हणजे अमिरातीच्या वकिलाला तिथंच राहाण्याची परवानगी दिली होती. अफगाणिस्तानातील आणीबाणीची परिस्थिती संपुष्टात येईपर्यंत राहाण्यास परवानगी असं त्यात लिहिलं होतं. 'योग्य काळापर्यंत राहाण्याची परवानगी' असे शब्द मला आजही स्पष्टपणे आठवतात.

प्रसारमाध्यमांशी बोलायचं नाही, अशी सक्त ताकीद पाकिस्तानच्या सरकारनं मला दिली. माझ्यावर गुप्तचर यंत्रणांचा सतत पहारा होताच. मी जिथं जाईन तिथं ते असायचेच. माझ्या दारासमोर एक लॅन्डक्रूझर आणि एक मोटरसायकल सतत उभी असायची. मी कुठंही गेलो तरी ही दोन वाहनं माझ्यामागे यायचीच. माझ्यावर असा कडक पहारा असला तरी माझ्याकडे लोक येतच होते.

***

अमेरिकेनं बॉम्बहल्ले सुरू केल्यानंतर दुसऱ्या दिवशी एक पश्तुन डॉक्टर माझ्याकडे आला. घराभोवती उभ्या असलेल्या पहारेकऱ्यांना त्यानं मीच त्याला बोलावलं असल्याचं सांगितलं. मी आजारी आहे म्हणून त्याला मी बोलावलं असल्याचा बहाणा करून तो आत आला होता. त्यानं मला सांगितलं की, मी आता तिथून निघून जायची वेळ आली आहे. मी गुपचूप तिथून नाहीसं व्हावं, असा सल्ला त्यानं मला दिला.

''सरहद्दीजवळ माझी एक बाग आहे. तिथ मी एक घरही बांधलं आहे. मी तुम्हाला तिथं घेऊन जातो. तिथं तुम्ही काही काळ राहू शकता.'' असं म्हणून त्यानं मी पाकिस्तान सरकारवर विश्वास ठेवू नये असं कळकळीनं सांगितलं. ''पाकिस्तान आता अमेरिकेपुढे एवढा लाचार झाला आहे की, ते लोक तुम्हाला अमेरिकेच्या हवाली करायला जरादेखील मागे-पुढे पाहाणार नाहीत.''

मी त्यानं मोठ्या मनानं देऊ केलेल्या मदतीबद्दल त्याचे आभार मानले, पण मी त्याच्या प्रस्तावाला नकार दिला.

मी आता चिंतेत पडले होतो. मी सौदी अरेबिया, संयुक्त अरब अमिरात, कतार आणि पाकिस्तान या चार देशांना मला राजकीय आश्रय द्यावा, यासाठी विनंती केली होती. पण एकाही देशानं मला उत्तर दिलं नव्हतं. मी ब्रिटिश आणि फ्रेंच राजदूतांना

भेटून तिथं राजकीय आश्रय मिळावा म्हणून प्रयत्न केले होते. पण त्यांनी माझ्या विनंतीला उत्तर पाठवलं नव्हतं.

इतकंच नाही तर मी स्वत: यूएनएचसीआर[२]मध्ये जाऊन माझं नाव नोंदवून आलो. त्यांनी मला दिलेली कागदपत्रं एक महिना चालणारी होती. मला काही अडचण आल्यास मदत करण्याचं आश्वासन त्यांनी दिलं. त्यांनी असं म्हणलं असलं तरी माझ्या अडचणींची मला चांगली कल्पना होती. मला पकडण्यापेक्षा मला ठार केलं जाण्याची धास्ती वाटत होती. कारण मला पकडण्यापेक्षा मला ठार करणं पाकिस्तान सरकारला अगदी सहज शक्य होतं. शिवाय हत्येची जबाबदारी दुसऱ्या कोणावर टाकून त्यांना नामानिराळं राहाता आलं असतं. पाकिस्तानमध्ये ही नित्याची बाब आहे. म्हणूनच पाकिस्तान सरकार मला अमेरिकेपुढे एखादं हाड टाकावं तसं टाकेल, असं खरोखरच वाटत नव्हतं. शिवाय मला पाकिस्तानातच राहणं गरजेचं होतं. नॉर्दन अलायन्सनं पकडलेल्या तालिबान कैद्यांच्या सुटकेसाठी चाललेल्या वाटाघाटींमध्ये माझी भूमिका महत्त्वाची होती.

पाकिस्तानमधली माझी परिस्थिती दररोज खराब होत चालली होती. लीबियाच्या स्वातंत्र्यदिनाच्या निमित्तानं त्यांच्या दूतावासानं २४ डिसेंबर रोजी समारंभ ठेवला होता. मला त्याचं निमंत्रण होतं. मी मॅरिएट हॉटेलवर गेलो. तिथं परवेझ मुशर्रफ होता. मी तिथं पोहोचलो तेव्हा मला मुशर्रफच्याभोवती अनेक राजदूत व राजनैतिक अधिकाऱ्यांचा घोळका दिसला. मी त्याला अभिवादन न करता तसाच पुढे गेलो आणि वेगळ्या ठिकाणी जाऊन बसलो.

इस्लामी देशांचे अनेक राजदूत माझ्यापाशी येऊन चौकशी करून गेले. इराणचा राजदूत माझ्याशेजारी येऊन बसला होता. त्या सर्व जणांनी मला अफगाणिस्तानबद्दल अनेक प्रश्न विचारले. विविध विषयांवर माझी मतं विचारली. मी जेवण उरकलं आणि तिथून निघालो.

त्या वेळी इस्लामाबादमध्ये मोठ्या संख्येनं पत्रकार जमा झाले होते. विशेषत: मॅरिएट हॉटेलात तर खूपच जण जमा झालेले होते. मी बाहेर पडण्यासाठी म्हणून दरवाज्यापाशी गेलो तर तिथं शेकडो पत्रकारांनी मला घेरलं. माशांचा थवा एकदम अंगावर यावा, असं झालं होतं. पण मी शिताफीनं मागे वळलो आणि पुन्हा हॉटेलच्या आत शिरलो. तर सगळा घोळका माझ्यामागे आत आला. मुख्य समारंभ जिथं सुरू होता त्या मुख्य हॉलमध्ये माझ्या पाठोपाठ पत्रकार घुसले. पत्रकारांचा आणि इतर बघ्यांचा हा जमाव आत घुसताना पाहून जमलेले राजदूत भांबावले.

---

२. United Nations High Commissioner for Refugee (यूएनएचसीआर) ही संयुक्त राष्ट्र संघटनेची संस्था असून ती निर्वासितांसाठी कार्य करते.

अर्घीस्तान पूल, कंदाहार

मुशर्रफ तर उठून अंगरक्षकांच्या कवचात वेगानं आत निघून गेला. पोलीस लवकरच आले. त्यांनी मला हॉटेलच्या मागच्या दारानं बाहेर काढलं. मी माझ्या गाडीत बसून घरी परतलो.

दुसऱ्या दिवशी पाकिस्तानच्या परराष्ट्र मंत्रालयातला एक जण माझ्याकडे आला. तो आदल्या दिवशी समारंभाच्या वेळी मुशर्रफच्या बरोबर होता. त्यानं मला सांगितलं की, पाकिस्तान सरकार माझ्याविरोधात काहीतरी कट रचत आहे.

''ते तुम्हाला तुरुंगात फेकतील किंवा हत्या करतील,'' तो म्हणाला, ''हत्या करण्याची शक्यता जास्त आहे कारण काल मुशर्रफनी तुमच्या मागे येणारा घोळका पाहिला आणि त्यानंतर ते 'हे खपवून घेतलं जाणार नाही,' असं म्हणाले.''

मुशर्रफ जे काही म्हणाला त्याचा अर्थ मला कळला नाही. पण तो माणूस सांगत होता ते आश्चर्यजनक मात्र नव्हतं, कारण मॅरिएट हॉटेलमधला तो प्रसंग व्हायच्या आधीही मी मुशर्रफला ठार करण्याचा कट रचत असल्याचे आरोप माझ्यावर अनेकदा करण्यात आले होते. आयएसआयनं त्यांच्याजवळ तसा पुरावा असल्याचं मला सांगितलं होतं. मी म्हणे त्या हत्येच्या कटाची चर्चा कोणाबरोबर तरी केली होती म्हणे. मला ही बातमी नवीनच होती! मी कधी कोणाबरोबर चर्चा करणं शक्यच नव्हतं कारण कधी आयुष्यात कुणाच्या हत्येचा विचारही कधी माझ्या मनात आलेला नाही.

मी ७०० उलेमांच्या एका फतव्याची[३] माहिती आंतरराष्ट्रीय प्रसार माध्यमांना दिली होती. तेव्हापासून मी मुशर्रफच्या डोळ्यात सलत होतो. उलेमांनी जारी केलेल्या फतव्याचा काही भाग असा होता : "जो कोणी अमेरिकेला अफगाणिस्तानवर आक्रमण करण्यात मदत करेल किंवा मुस्लिमांच्या विरोधात कसल्याही प्रकारचं सहकार्य करेल तो पापी ठरेल. असा माणूस *मुबाहू-द-दम*[४] ठरतो, म्हणजेच अशा माणसाला ठार करणं अयोग्य ठरत नाही."

मी ज्या पत्रकार परिषदेत या फतव्याबद्दल सांगितलं तिथं एका पाकिस्तानी पत्रकारनं मला विचारलं, "राष्ट्राध्यक्ष परवेझ मुशर्रफ ही पाकिस्तानातली सर्वांत महत्त्वाची व्यक्ती आहे. त्यांनी अमेरिकेला लष्करी तळ उपलब्ध करून दिले आहेत. त्यांनीच गुप्तचर यंत्रणांनी अमेरिकेला माहिती पुरवावी म्हणून आदेश दिलेले आहेत. तेव्हा हा फतवा त्यांना लागू होतो का?"

"कोणताही फतवा सर्वसामान्य पातळीवरचा असतो. तो कोणाही एका माणसासाठी नसतो किंवा त्यातून कोणालाही वगळलेलं नसतं," मी म्हणालो. पुढे मी आणखी सांगितलं, "कोणाही एका माणसाच्या इच्छेसाठी शरिया बनवला जात नाही. लोकांनी फतव्याला अनुरूप वर्तन करायचं असतं. उलट होऊ शकत नाही.

मी हे असं बोलल्यानंतर पाकिस्तानात राहाणं माझ्यासाठी दिवसन्‌दिवस फारच धोकादायक बनत चाललं होतं.

***

कंदाहारचा पाडाव झाला आणि अमिरातीचा शेवटचा प्रतिकार संपुष्टात आला तेव्हा मी इस्लामाबादमध्येच होतो. तालिबानच्या नेत्यांचं काय झालं किंवा माझे मित्र कुठं आणि कसे आहेत याबद्दल मला काहीच कळत नव्हतं. त्यांच्याशी संपर्क साधण्याचा कोणताच मार्ग माझ्याजवळ नव्हता. कोण ठार झालं, नॉर्दन अलायन्स किंवा दोस्तमसारख्या कमांडरच्या हाती कोण पडलं वगैरे कळण्यासाठी मी प्रयत्न करत होतो. पण मला काहीच माहिती मिळत नव्हती.

मी इस्लामाबादमध्ये एकाकी पडलो होतो. माझ्या तिथल्या काही मित्रांना मी

---

३. फतवा म्हणजे हुकूम. जेव्हा एखादा प्रश्न मुस्लीम विद्वानापुढे किंवा एखाद्या अधिकाऱ्यापुढे येतो तेव्हा त्यानं दिलेला निर्णय म्हणजे फतवा. तो मुस्लीम समाजावर बंधनकारक समजला जातो.

४. या शब्दाचा अर्थ 'कायद्यानं मान्य केलेला रक्तपात'. तथापि याबद्दल विद्वानांच्यात मतभेद आहेत. जर कोणी इस्लामविरुद्ध काम करत असेल तर त्याला, मग तो मुस्लीम का असेन, ठार करता येईल असा अर्थ आहे.

सल्ला विचारला. त्यांनी मला यूएनओसीएचए या संयुक्त राष्ट्र संघटनेच्या मानवाधिकारांसंबंधी काम करणाऱ्या संस्थेत जायचा सल्ला दिला. मी राजकीय आश्रय मागावा, असं त्यांचं म्हणणं होतं. त्याप्रमाणे मी यूएनओसीएचएच्या कचेरीत गेलो. माझं नाव नोंदवून घ्यायच्या अगोदर तिथल्या एका माणसानं आणि बाईनं मला अनेक प्रश्न विचारले.

मला प्रश्न विचारणारा माणूस बुटका आणि तपकिरी त्वचा असणारा होता. मी त्याला त्याचा हुद्दा काय आणि त्याचा जन्म कुठे झाला, असं विचारलं. त्यानं आपला जन्म अमेरिकेत झाला असल्याचं आणि आपण संयुक्त राष्ट्र संघटनेच्या गुप्तचर विभागात अधिकारी असल्याचं सांगितलं.

मी त्या बाईला म्हणालो की, ते जे सगळे प्रश्न विचारत आहेत ते मला चमत्कारिक वाटत आहेत. मी तिथं आश्रय मिळावा म्हणून आलो असताना मला चौकशीत विचारतात तसे प्रश्न का विचारले जात आहेत? ती बाई म्हणाली की मी वाट बघावी. शिवाय मला आणखीही बऱ्याच प्रश्नांची उत्तरं द्यावी लागणार आहेत, असंही तिनं बजावलं. त्या वेळी मला तिच्या त्या बोलण्याचा अर्थ समजला नाही. मी अमेरिकन जनावरांच्या हातात सापडल्यानंतरच मला त्या बाईच्या बोलण्याचा खरा अर्थ समजला.

हे सगळं सुरू असताना मी काही अवधीसाठी क्वेट्टाला गेलो. मी तिथं जाताना मला यूएनओसीएचएकडून निरोप आला की मी तत्काळ इस्लामाबादला परतायला हवं, नाहीतर मला आश्रय दिला जाणार नाही.

मी घरी परतलो. माझी बायकोदेखील मला मी ताबडतोब निघून जावं, असं सांगत होती. पाकिस्तान सरकार मला पकडेल याची भीती तिला वाटत होती. माझे अनेक मित्र मला निसटून जायचा सल्ला देत होते. पण मला असं एकदम नाहीसं होणं कसं काय शक्य होतं? मला तसं करणं म्हणजे उत्तर अफगाणिस्तानात पकडलेल्या तालिबान कैद्यांचा विश्वासघात करण्यासारखं वाटत होतं. शिवाय माझ्या मनात अमेरिकन बॉम्ब वर्षावात ठार झालेल्या २५,००० अफगाण नागरिकांचा आणि तुरुंगात फेकलेल्या कित्येक हजार जणांचा विचार आला. माझंही त्यांच्याप्रमाणे झालं तर काय फरक पडणार होता? मी त्यांना विसरू शकत नव्हतो. मी त्यांच्या बाबतीत कृतघ्न होऊ शकत नव्हतो.

पाकिस्तानमध्ये असलेल्या नॉर्दन अलायन्सच्या लोकांशी बोलून मी कैद्यांना मदत करण्यासाठी शक्य ते सर्व प्रयत्न करत होतो. मी त्यांच्याबद्दल माहिती काढण्यासाठी पैसा सोडत होतो. माझी ज्या काही कमांडरांशी ओळख होती त्या ओळखीचा फायदा घेऊन केवळ त्या कैद्यांना जिवंत ठेवावं यासाठी मी पैसे चारत होतो. कैद्यांना मदत करण्याच्या कामात मी रेडक्रॉस आणि इतर मानवतावादी

संस्थांशी संपर्क साधला होता. मी अफगाणिस्तानातल्या नॉर्दन अलायन्सच्या कमांडरशी फोनवर चर्चा केली. मी दोस्तम आणि इस्माईलखान यांच्याशी फोनवर अनेकदा बोलून, त्यांनी कैद्यांना सोडावं म्हणून प्रयत्न केले. अवघ्या काही दिवसांत मी जवळ-जवळ दोन लाख डॉलर खर्च केले होते. मी प्रयत्नांची पराकाष्ठा करत असलो तरी हाती फारसं लागत नव्हतं. कोणत्याही क्षणी मला अटक होण्याची शक्यता होती. पण तरीही मी तिथून निघून जाऊ शकत नव्हतो.

मी सतत पाकिस्तानच्या परराष्ट्र मंत्रालयाशी संपर्क साधून माझ्या अर्जाचं काय झालं, असं विचारत होतो. "आम्ही त्यावर काम करत आहोत. काळजी करू नका. कोणीही तुम्हाला त्रास देणार नाही," असं त्यांचं उत्तर असायचं. बहुधा ते सांगत असतानाच ते लोक माझ्या बाबतीत किती किंमत वसूल करावी याबद्दल अमेरिकेशी वाटाघाटी करत असावेत.

ईदनंतर आयएसआयनं माझ्यावरचा पहारा आणखी कडक केला. माझ्या घराभोवती सर्व बाजूंनी चौकी-पहारे बसवले. घरातून बाहेर पडणाऱ्या प्रत्येक गाडीची कसून तपासणी केली जायची. मी पळून जाऊ नये म्हणून ही दक्षता घेतली जात होती. फक्त एकच गोष्ट दिलासा देणारी होती. ती म्हणजे अद्याप मला भेटायला येणाऱ्या लोकांना अडवलं जात नव्हतं.

***

इस्लामाबादमध्ये अटक व्हायच्या अगोदर मला एक भयंकर स्वप्न पडलं होतं. मला आजही ते स्पष्ट आठवतं. स्वप्नात माझा मोठा भाऊ माझ्याकडे हातात सुरी घेऊन आलेला दिसला. त्याच्या चेहऱ्यावर संताप दिसत होता. सुरीवर मूठ आवळून तो मला म्हणाला, "मी तुझं मुंडकं उडवायला आलो आहे," मी त्याला समजावण्याचा प्रयत्न केला. "मी तुझं काहीच वाकडं केलेलं नाही. तरीही तू माझ्या बाबतीत असं का करतोस?" पण तो आता म्हणतो तसं करणार हे लक्षात आल्यानंतर मी स्वत:च्या मनाची तयारी केली. मी जमिनीवर पडलो होतो. माझा भाऊ माझ्याजवळ आला आणि खाटकाप्रमाणे त्यानं माझ्या मानेवर सुरी ठेवली. मग त्यानं क्रूरपणानं माझं मुंडकं धडावेगळं केलं.

हे स्वप्न मला पाकिस्तानी गुप्तचर यंत्रणेनं घराभोवती कडक पहारा बसवण्याच्या आधी पडलं होतं. नंतर काही दिवसांनी माझ्या भावानंच माझी हत्या करण्याच्या स्वप्नाचा अर्थ कळला.

तो नव्या वर्षाचा दुसरा दिवस होता. पाकिस्तानात २००२ या नव्या वर्षाचं स्वागत झालं होतं. मी माझ्या कुटुंबासमवेत घरीच होता. अजूनही दोस्तम आणि नॉर्दन अलायन्सनं तालिबान कैद्यांना सोडावं म्हणून माझे प्रयत्न चालू होते. माझं

सगळं लक्ष उत्तर अफगाणिस्तानातल्या घडामोडींकडे लागलं होतं. आमचे जखमी लोक आणि उरलेले योद्धे यांना सुखरूप घरी परत येण्यासाठी मी मार्ग शोधत होतो. माझ्या मनात सतत त्यांचेच विचार असत. दोस्तमच्या हाती लागलेल्यांचं काय होईल, मी त्यांना घरी सुखरूप कसा आणणार, आमचे लोक कुठे आणि कोणत्या परिस्थितीत आहेत याची माहिती कशी मिळणार, याच विवंचनेत मी असे.

त्या दिवशी अचानक माझा सुरक्षारक्षक आत आला. गेटपाशी काही पाकिस्तानी अधिकारी आलेले असून त्यांना माझी भेट हवी आहे, असं त्यानं सांगितलं. रात्रीचे आठ वाजले होते. खरं तर अशा प्रकारे भेट घेण्यासाठी ही वेळ अयोग्य होती. मी घरातल्या पाहुण्यांसाठी असणाऱ्या खोलीत गेलो. तिथं तिघं जण बसले होते. त्यांनी त्यांची नावं सांगितली. त्यांच्यामधल्या पश्तुन माणसाचं नाव गुलजार असं होतं. इतर दोघं जण उर्दू बोलत होते.

सुरुवातीचं औपचारिक बोलणं झाल्यानंतर आम्ही बसलो. मी त्यांना चहा दिला आणि त्यांनी इतक्या उशिरा घरी येण्याचं कारण सांगायची वाट बघत बसलो. तो पश्तुन माणूस खूपच रागात होता. त्याचा चेहरा संतापानं काळानिळा झाला होता. रागानं त्याचं नाक फेंदारलं होतं. तो अतिशय उद्धटपणानं माझ्याशी वागला.

''युवर एक्सलन्सी!... छे, तुम्ही आता एक्सलन्सी नाहीच आहात म्हणा! अमेरिका ही एक महासत्ता आहे, हे माहीत आहे ना? या महासत्तेला कोणीही हरवू शकत नाही. तिच्याशी वाटाघाटी करायचीही हिंमत कोणी करू नये. अमेरिकेला तुम्ही हवे आहात. आम्ही तुम्हाला त्यांच्या हवाली करण्यासाठी आलो आहोत.''

पाकिस्तान स्वत:ला अमेरिकेच्या रोषातून वाचवण्याचा प्रयत्न करत होता, हे माझ्या लक्षात आलं. ''अमेरिका ही एक महासत्ता आहेच, नव्हे तर ती जगातली एकमेव महासत्ता आहे, हे मला माहीत आहे. पण जग हे नियम आणि कायद्यांवर चालतं,'' असं उत्तर मी दिलं. ''तेव्हा हे कायदे – मग ते इस्लामी कायदे नसले तरी – अस्तित्वात असताना तुम्ही कोणत्या आधारावर मला अमेरिकेच्या हवाली करता आहात? अशा प्रकारचा अधिकार कोणाला देणारी एकही राज्यघटना मी ऐकलेली नाही. तुम्ही मला अमूक तारखेपर्यंत देश सोडून जा असं सांगू शकता, पण मला अटक करू शकत नाही.''

त्या नरकातून आलेल्या पश्तुन माणसानं रागानं माझं बोलणं तोडलं, ''इस्लामच नाही तर सध्याच्या परिस्थितीत कोणत्याच कायद्याचा अंमल महत्त्वाचा नाही. फक्त पाकिस्तानचं हित आणि आमचा फायदा याच गोष्टी महत्त्वाच्या आहेत.''

आमचं संभाषण आता फार कडवट वळणावर चाललं होतं. मी हे पाहून स्वत:ला आवरलं. त्यांना काय हवं ते करायला ते मोकळे आहेत, असं मी म्हणालो. ''माझं सगळं भवितव्य आता तुमच्या हातात आहे. इथं मला दुसरा कोणताही

आसरा नाही. केवळ सर्वशक्तिमान अल्लाच काय ते ठरवेल.''

त्या लोकांनी मला मध्यरात्री पेशावरला हलवलं जाईल, असं सांगितलं. त्यांच्या सुरक्षारक्षकांनी माझ्या घराभोवती जणू वेढाच घातला होता. आता मला किंवा माझ्या कुटुंबाला तिथून निसटणं अशक्य झालं होतं.

माझ्या घरी आलेल्या पाकिस्तानी अधिकाऱ्यांनी सांगितलं की पेशावरला नेल्यानंतर १० दिवस माझी चौकशी करण्यात येईल. अमेरिकन माझी चौकशी करतील आणि मग मला सोडून देण्यात येईल. मग मी घरी परतू शकेन, असं त्यांनी सांगितलं. त्या वेळी माझ्याजवळ १० महिन्यांचा व्हिसा होता. त्याचप्रमाणे मी अफगाणिस्तानच्या इस्लामी अमिरातीचा प्रतिनिधी असून 'अफगाणिस्तानातली कठीण परिस्थिती निवळेपर्यंत' माझा हा दर्जा कायमच राहील अशी ग्वाही देणारं पाकिस्तानच्या परराष्ट्र मंत्रालयाचं अधिकृत पत्र माझ्यापाशी होतं. एवढंच नाही तर 'हे पत्र धारण करणारी व्यक्ती प्रतिनिधी असल्यानं तिला कोणतीही इजा करू नये' असं स्पष्टपणानं लिहिलेलं संयुक्त राष्ट्र संघटनेचं पत्र माझ्याजवळ होतं.

माझ्याजवळ ही सगळी कागदपत्रं असल्यानं मला आंतरराष्ट्रीय कायद्यानुसार संरक्षण मिळणं अपेक्षित होतं. पण तरीदेखील मध्यरात्री माझ्या दारासमोर तीन गाड्या दाखल झाल्या. माझ्या घराकडे येणाऱ्या सर्व रस्त्यांची नाकेबंदी करण्यात आली होती. शिवाय कडक चौकी-पहारे बसवण्यात आले होते. पत्रकारांना तिथं येण्यास पूर्ण मज्जाव करण्यात आला. काय घडतंय हे कोणालाही सांगण्याची संधी मला मिळणार नाही, याची पूर्ण खबरदारी घेण्यात आली होती.

त्यांनी मला घरातून बाहेर पडण्याचा हुकूम दिला. मी घराभोवती असणाऱ्या बागेमधून रस्त्याकडे जात असताना माझी मुलं रडत होती. हे सगळं माझ्या बाबतीत खरोखरच घडत होतं म्हणूनच नाही तर पाकिस्तानसारख्या एखाद्या देशाच्या इस्लामचं रक्षण करण्यासाठी असणाऱ्या सैनिकांनी त्यांच्या मुस्लीम बांधवांविरुद्ध जाणं, या गोष्टीवर माझा कदापिही विश्वास बसला नसता. माझा तर काहीच गुन्हा नव्हता. पण ते काय करत होते याला कोणत्याही कायद्याचं किंवा कशाचंही समर्थन मिळू शकत नव्हतं. पण अमेरिकन दबावाखाली आणि आमच्याविरुद्ध जाण्यानं घबाड हाती लागण्याच्या लोभापायी पाकिस्तानी असं वागत होते.

त्या मध्यरात्री अंधारात मी रस्त्यामधून त्यांच्याबरोबर जात होतो तेव्हा मला जाणवलं की आता त्यांनी माझ्या बाबतीत काहीही केलं तरी त्यापासून मला वाचवायला कोणीही नाही.

त्यांनी मला त्यांच्या एका गाडीत बसवलं. अजूनही पाकिस्तान सरकार माझ्या बाबतीत असा विश्वासघात करेल हे मनाला पटत नव्हतं. त्यांनी मला गाडीत मागच्या सीटवर मधोमध दाबून बसवलं. माझ्या दोन्ही बाजूंना एक-एक जण

बसला. ते बहुधा आयएसआयचे अधिकारी होते. मला त्यांच्याजवळ काही शस्त्रं दिसली नाहीत. पण आमची गाडी दोन गाड्यांच्या मधोमध होती आणि दोन्ही गाड्यांमध्ये शस्त्रसज्ज सैनिक दाटीवाटीनं भरलेले होते.

आमचा हा तीन गाड्यांचा ताफा वेगानं पेशावरकडे निघाला. आमच्या गाडीच्या ड्रायव्हरनं कोणातरी उर्दू गायिकेची टेप लावली. ती संपूर्ण प्रवासभर सुरू होती. मोठ्या आवाजात लावलेल्या त्या संगीताचा उद्देश मला त्रास देणं एवढाच होता, हे स्पष्ट कळत होतं.

पेशावरकडे जाताना पहाटे मी त्यांना गाडी थांबवायला सांगितलं. मला पहाटेची प्रार्थना करायची होती. पण त्यांनी गाडी थांबवली नाही. जे काही करायचं ते पेशावरला गेल्यानंतर करायचं, असं ते म्हणाले. मी त्यांना पुन्हापुन्हा प्रार्थनेसाठी थांबायची विनंती करत होतो. पण त्यांनी माझ्या बोलण्याकडे साफ दुर्लक्ष केलं.

कैदी क्रमांक ३०६

आम्ही पेशावरला पोहोचलो तेव्हा मला एका कचेरीत नेण्यात आलं. ही कचेरी उत्तम सजवलेली होती. टेबलावर पकिस्तानचा झेंडा होता. भिंतीवर पाकिस्तानचे जनक मोहम्मद अली जिना यांचा फोटो होता. तिथं एक पश्तुन माणूस बसला होता, मला पाहाताच तो उठून उभा राहिला आणि त्यानं स्वत:ची ओळख करून दिली. त्याचा बांधा आणि उंची सर्वसाधारण होती. पण डोकं तुळतुळीत भादरलेलं असल्यानं तो माझ्या लक्षात राहिला आहे. त्यानं आपण तिथला प्रमुख असल्याचं सांगितलं. मला आयएसआयच्या विभागीय कार्यालयात आणण्यात आलं होतं. ही सैतानी कामाची जागा होती.

आयएसआयच्या माणसानं सांगितलं की, मी त्याचा पाहुणा असून तो मला माझा मित्र मानतो. आपल्याला आपल्या पाहुण्याबद्दल आपुलकी वाटते, असंही तो म्हणाला. त्याच्या म्हणण्याचा नेमका अर्थ मला कळला नाही. पण मला विकून भरपूर रक्कम मिळण्याची शक्यता असल्यानंच ते माझी काळजी घेत असावेत. ते बकऱ्याला विकतात त्याप्रमाणे मला विकून टाकणार होते. बकऱ्याला जेवढी जास्त किंमत मिळेल तेवढा मालक खूश! एकविसाव्या शतकात आता माणसांची खरेदी-विक्री व्हायच्या जागा जगात फारशा उरलेल्या नाहीत. पण पाकिस्तान मात्र अशा मानवी व्यापाराचं मुख्य केंद्र आहे.

मी त्या आयएसआय अधिकाऱ्यासमवेत जेवणानंतर प्रार्थना केली. मग त्यांनी मला कोठडीकडे नेलं. कोठडी म्हणून वापरली जाणारी खोली चांगली होती. त्यात एक टॉयलेट होतं आणि गॅस हीटरही होता. तिथं मला खायलाप्यायला ठेवलेलं होतं. इतकंच नाहीतर प्रार्थना करण्यासाठी पवित्र कुराणाची एक प्रत ठेवली होती. मला लिहिण्यासाठी एक वही आणि पेन दिलेलं होतं.

दारावरचा पहारेकरी मदत करणारा होता. रात्री मी जे काही मागितलं ते त्यानं दिलं.

पेशावरमध्ये असताना माझी चौकशी झाली नाही. फक्त दररोज एक जण माझ्याकडे यायचा आणि तोच-तोच प्रश्न रोज मला विचारायचा. त्याला पश्तु भाषा येत नव्हती आणि मला त्याचं उर्दू बोलणं नीट समजत नव्हतं. 'पुढे काय होईल?' असा त्याचा प्रश्न असायचा. मी त्याला एकच उत्तर देत असे, "सर्वशक्तिमान अल्लालाच माहीत. माझं काय व्हायचं ते त्याच्या मर्जीनुसार होईल."

मला पेशावरमध्ये अटकेत ठेवलेलं असताना जे काही अधिकारी भेटायला आले ते माझ्याशी नीट वागले. पण ते कोणी खरं तर माझ्याशी फारसं काही बोललेच नाहीत. ते माझ्याकडे फक्त बघायचे. पण त्यांचे चेहरे त्यांच्या मनातले भाव उघड करायचे. त्यांना माझ्याबद्दल करुणा वाटायची. काही जणांचे डोळे भरून यायचे.

एकदा माझ्या कोठडीत एक जण आला. त्याच्या चेहऱ्यावर त्याला वाटणारी शरम स्पष्ट दिसत होती. त्याच्या गालांवरून अश्रू ओघळत होते. तो काहीच बोलला नाही. मी पेशावरमध्ये कोठडीत पाहिलेला तो शेवटचा माणूस होता. मला त्याचं नाव कळलं नाही. हा माणूस निघून गेल्यानंतर काही तासांतच मला अमेरिकेच्या ताब्यात देण्यात आलं.

रात्रीचे ११ वाजले होते. मी झोपायला जायच्या तयारीत होतो. अचानक माझ्या कोठडीचं दार धाडकन उघडलं. डोक्याचा गोटा केलेला एक जण आत आला. तो व्यवस्थित बोलत होता. माझ्या बाबतीत आता काय होणार आहे याची मला काही कल्पना आहे का, असं त्यानं विचारलं. मला काहीच कल्पना नाही, असं उत्तर मी दिलं. मग त्यानं मला तिथून हालवलं जाणार असल्याचं, आणि तेदेखील ताबडतोब, असं सांगितलं. मला लगेच हालवलं जाणार असल्याने मी ताबडतोब टॉयलेट वापरावं आणि सरळ जायची तयारी करावी, असं त्यानं सुचवलं. मी प्रार्थनेपूर्वी करायची स्वच्छता (वजू) करून घ्यावी, असं तो म्हणाला. मी त्याला फार काही न विचारता तसं केलं.

पाच मिनिटं उलटली असतील नसतील; तोच आणखी एक जण आत आला. त्याच्याजवळ बेडी आणि एक काळं कापड होतं. त्यांनी माझे हात बेडीत अडकवले आणि डोक्यावरून काळं कापड बांधलं. माझ्या आयुष्यात पहिल्यांदाच मला अशी मानहानिकारक वागणूक मिळत होती. त्यांनी माझी झडती घेतली. माझ्याजवळ डिजिटल रेकॉर्डर, काही रोख रक्कम आणि पवित्र कुराणाची प्रत होती. त्यांनी या सगळ्या वस्तू काढून घेतल्या.

त्यांनी मला इमारतीबाहेर नेलं. त्यांनी मला धक्काबुक्की केली आणि गाडीत कोंबताना लाथा घातल्या. मला बाहेर नेताना किंवा गाडीत घालताना त्यांच्यातील एकानंही तोंडातून चकार शब्द काढला नव्हता. जवळ-जवळ एक तास उलटल्यानंतर गाडी थांबली. मला जवळच एखादं हेलिकॉप्टर उभं असल्याचं फिरणाऱ्या पंख्याच्या आवाजावरून लक्षात आलं. मला एखाद्या विमानतळावर आणलेलं असून तिथं मला अमेरिकनांच्या हाती सोपवलं जात आहे हे समजलं.

गाडी हेलिकॉप्टरच्या आणखी जवळ जात असताना कोणीतरी माझ्या हातातलं मौल्यवान घड्याळ ओरबाडून घेतलं. गाडी उभी राहिली. आता दोघांनी मला गच्च पकडून गाडीबाहेर खेचलं. मला हेलिकॉप्टरकडे खेचत नेलं जात असताना एक सुरक्षारक्षक माझ्या कानात 'खुदा हाफीज!' असं म्हणाला. त्याच्या बोलण्याचा स्वर इतका कुजकट होता की ते ऐकून मी जणू एखाद्या धमाल करायच्या सफरीवर निघालोय असंच कोणाला वाटलं असतं.

मी हेलिकॉप्टरजवळ जायच्या अगोदर माझ्यावर सर्व बाजूंनी हल्ला झाला. ओरडत आणि शिवीगाळ करत मला लाथाबुक्क्यांनी मार पडत होता. काही जणांनी सुरीच्या टोकांनी माझे कपडे फाडले होते. कोणीतरी माझ्या तोंडावरचं काळं फडकं उचकटून टाकलं. मला आता मी कुठं आहे ते दिसलं. माझ्याभोवती अमेरिकन आणि पाकिस्तानी सैनिकांचा गराडा पडलेला होता. त्यांच्या मागच्या बाजूला एक लष्करी गाडी उभी होती. तिच्या नंबरप्लेटवरून ती कोणातरी जनरल हुद्द्याच्या अधिकाऱ्याची असल्याचं लक्षात आलं.

अमेरिकन सैनिक मला मारहाण करत असताना आणि माझे कपडे फाडत असताना पाकिस्तानी सैनिक फक्त बघत उभे होते. कपडे फाडल्यामुळे मी अखेर पूर्ण नागवा झालो. पवित्र कुराणाचं रक्षण करण्याचं काम करण्याचा बहाणा करणारे पाकिस्तानी सैनिक निर्लज्जपणे हे सगळं बघत होते. इतकंच नाहीतर काही जण हसत होते. त्यांनी मला अमेरिकनांच्या हवाली करण्याचा कार्यक्रम अशा प्रकारे साजरा केला होता.

तो क्षण माझ्या मनात कायमचा लक्षात राहाणार आहे. माझ्या आत्म्यावर जणू एक जळजळीत डाग दिला असावा, असा तो क्षण माझ्या कायमचा लक्षात आहे. पाकिस्तान, त्या देवाला न मानणाऱ्या अमेरिकन लोकांपुढे हतबल झाला हे एकवेळ मानलं तरी निदान त्यांच्या सार्वभौम देशात ते कोणाला तरी हीन वागणूक देताना बघत उभे राहातील, यावर माझा विश्वासच बसत नव्हता.

मी नागवाच असताना एका क्रूर अमेरिकन सैनिकानं माझा हात धरला आणि मला फरफटत हेलिकॉप्टरकडे नेलं. त्यांनी तिथं माझे हातपाय बांधले. तोंडावर टेप

लावून ते बंद केलं. पुन्हा माझ्या डोक्यावरून काळं फडकं बांधलं आणि मग साखळीनं मला हेलिकॉप्टरच्या तळाला जखडून टाकलं.

मी त्या वेळी ओरडणंच का पण श्वासोच्छ्वासही नीट करू शकत नव्हतो. मी श्वास घेण्यासाठी जरा धडपड केली किंवा जरासा हललो, तर मला सैनिक जोरानं लाथा मारत होते. हेलिकॉप्टरमध्ये मला बसणारा तो मार एवढा जबरदस्त होता की मी बधिरच झालो. माझा आत्मा लवकरच देहाला सोडून जाणार याची मला खातरी वाटू लागली. मारहाणीमुळे मी आता लवकरच मरणार, असं मला वाटलं होतं. पण अल्लानं माझी ही विनंती मान्य केली नाही.

संपूर्ण प्रवासात सैनिक मला शिवीगाळ करत लाथाबुक्क्यांनी मारत होते. एकदाचं हेलिकॉप्टर उतरलं. पण माझं वेळेचं भान गेलेलं होतं. गाड्या आणि हेलिकॉप्टर मिळून मी किती काळ तसा काढला अल्लालाच ठाऊक! हेलिकॉप्टर उतरल्यावर मला जरा बरं वाटलं. आता तरी माझे हाल थांबतील, अशी आशा वाटली होती. पण एका सैनिकानं धसमुसळेपणानं मला हेलिकॉप्टरमधून बाहेर फेकलं. तिथं जमलेल्या सैनिकांनी मला पुन्हा लाथांनी तुडवायला सुरुवात केली. ते हिंस्र प्राण्यांप्रमाणे किंचाळत मला मारत होते. नंतर काही जण माझ्या अंगावर बसले जणू आपण एखाद्या बागेतल्या बाकावर बसलो आहोत अशा तऱ्हेनं ते निवांत गप्पा मारत बसले होते. मला आत्तापर्यंत एवढी मारहाण झाली होती की माझ्या जाणिवा नष्ट झाल्या होत्या. माझ्या मनात कसलीही आशा शिल्लक उरली नव्हती. मी मरणाची वाट पाहात होतो.

आजदेखील त्या पाकिस्तानी सैनिकांचे चेहरे माझ्या डोळ्यांसमोर येतात. मी त्यांचं काय वाकडं केलं होतं म्हणून त्यांनी मला अशी अमानुष वागणूक द्यावी? एखादा मुस्लीम आपल्या मुस्लीम बांधवाचा असा विश्वासघात कसा काय करू शकतो?

मी अंगाचं मुटकुळं करून जमिनीवर दोन तास तरी पडलो होतो. मग त्यांनी पुन्हा फरफटत मला आणखी एका हेलिकॉप्टरमध्ये नेलं. हे हेलिकॉप्टर पहिल्यापेक्षा जास्त आधुनिक वाटत होतं. त्याला मला एका खुर्चीला बांधून ठेवलं होतं. पण या प्रवासात मला कोणी हात लावला नाही. वीस मिनिटांनंतर हेलिकॉप्टर उतरलं. परत एकदा सैनिकांनी मला बाहेर खेचून नेलं.

माझ्या डोक्यावर अजूनही काळं कापड होतं. त्यामुळे मला मी कुठं आहे, हे कळायला काहीच मार्ग नव्हता. पण आवाजावरून आजूबाजूला बरीच माणसं असल्याचं लक्षात येत होतं. मला उभं करण्यात आलं आणि एका दुभाषानं मला पायऱ्या उतरून खाली जायला सांगितलं. पायऱ्या उतरून खाली गेल्यावर वरचे माणसांचे आवाज हळूहळू कमी होत गेले. तिथं गेल्यानंतर माझ्या तोंडावरचं फडकं

काढून टाकलं आणि हात-पाय सोडण्यात आले.

***

माझ्याभोवती चार अमेरिकन सैनिक उभे होते. माझ्या डाव्या बाजूला काही कोठड्या दिसल्या. कोठड्या कसल्या ते पिंजरेच होते. त्यातले लोक मला दिसत होते. सैनिकांनी मला एका छोट्या बाथरूमपाशी नेलं. पण मला अंघोळ करता आली नाही. हेलिकॉप्टरमधला अवघडलेला प्रवास आणि मारहाणीमुळे माझं सगळं अंग ठणकत होतं. माझ्या अंगात जरादेखील त्राण शिल्लक नव्हतं.

मला एक गणवेश दिला आणि एका पिंजऱ्यात घातलं. हा पिंजरा साधारण दोन-तीन मीटर लांबी-रुंदीचा होता. त्यात एका बाजूला एक नळ आणि एक टॉयलेट होतं. पिंजऱ्याला भिंती नव्हत्याच. तिथं फक्त लोखंडी सळ्या आणि जाळी लावलेली होती. मला आत ठेवल्यावर पहारेकऱ्यानं मला झोपायला सांगितलं आणि दरवाजा बंद करून तो निघून गेला.

पिंजऱ्यात पडल्यावर मी गेल्या काही दिवसांमधल्या घटनांचा विचार करू लागलो. हे सगळं मला एखाद्या भयंकर स्वप्नासारखं वाटत होतं. मी या पिंजऱ्यात एखाद्या जनावरासारखा कसा काय येऊन पडलो? मी झोपायचा प्रयत्न केला. पण शरीर एवढं ठणकत होतं की, मला झोप लागत नव्हती. पण माझ्या लक्षात आलं की, मुळात मी जागा आहे की झोपलेला याची सगळी जाणीवच नष्ट होऊन गेली होती.

दुसऱ्या दिवशी सकाळी मी पिंजऱ्याच्या बाहेर नजर टाकली. बाहेर एक पहारेकरी उभा होता. माझ्या पिंजऱ्यासारखेच तिथं बाजूला आणखी तीन पिंजरे होते. सगळ्या पिंजऱ्यांवर रबरी आवरण घातलेलं होतं. मला ते पाहून जाणवलं की, मी एखाद्या मोठ्या जहाजाच्या पोटात होतो. अमेरिकेच्या अशा अनेक युद्धनौका अफगाणिस्तानविरुद्ध वापरण्यासाठी पाकिस्तानच्या किनाऱ्यावर आल्या असल्याचं मला माहीत होतं. आमच्या देशावर क्षेपणास्त्रं डागणाऱ्या युद्धनौकांमधलीच ती एक असणार, हे माझ्या लक्षात आलं. मी हालचाल न करता पडून होतो, कारण मला हालचाल करायचं धाडस होत नव्हतं. माझी जीभ कोरडी पडून टाळ्याला चिकटत होती. मला माझ्या डाव्या बाजूचा पिंजरा दिसत होता. त्यात अनेक जण एकाच ठिकाणी डांबलेले दिसत होते. काही वेळानं आणखी एका कैद्याला आणण्यात आलं. एका सैनिकानं थोडं खायला आणून दिलं.

आम्हाला खायला दिलं जात असताना आम्ही एकमेकांकडे बघत होतो. पण

आम्हाला बोलायची परवानगी नव्हती. अन्न वाटलं जात असताना मला तिथं मुल्ला फझल,[१] नूरी,[२] बुऱ्हाण,[३] वसीकसाहेब[४] आणि रोहानी[५] हे दिसले. मला हे सगळे दिसले तरी आम्ही कोणीच काही बोलू शकलो नाही फक्त आमची नजरभेट होत होती इतकंच!

एक सैनिक माझ्या पिंजऱ्यात आला. त्यानं मला पिंजऱ्याच्या गजांना जखडून टाकलं. मग त्यानं माझ्या पिंजऱ्याची झडती घेतली. त्यानंतर माझी पहिल्यांदा चौकशी झाली. माझ्या बोटांचे ठसे घेण्यात आले. त्याचबरोबर सर्व बाजूंनी माझे फोटो घेण्यात आले. मला परत पिंजऱ्यात आणून टाकण्या अगोदर त्यांनी माझी सगळी माहिती लिहून ठेवली. मी परत आलो तेव्हा माझ्या गैरहजेरीत मला काही वस्तू देण्यात आल्याचं लक्षात आलं. एक ब्लँकेट, एक प्लॅस्टिकच्या कापडाचा तुकडा आणि अन्नाची एक थाळी होती. थाळीत एक उकडलेलं अंडं आणि थोडा भात होता. मी बऱ्याच वेळात काही खाल्लेलं नव्हतं. त्यामुळे मी अन्न संपवून रिकामी थाळी पहारेकऱ्याला लगेच परत केली.

मी विश्रांती घेण्यासाठी म्हणून जरा लवंडलो असताना सैनिक परत बेड्या घेऊन आला. मला पुन्हा बेडी घालून चौकशीसाठी नेण्यात आलं. या वेळी मला शेख ओसामा बिन लादेन आणि मुल्ला मोहम्मद उमर यांच्याबद्दल अनेक प्रश्न विचारले. हे दोघं कुठं आहेत किंवा सध्या काय करत आहेत वगैरे त्यांनी विचारलं. तालिबानचे काही मुख्य कमांडरसुद्धा काय करत आहेत आणि त्यांच्या योजना काय आहेत याबद्दलची माहिती त्यांनी विचारली. हे लोक सध्या कुठं लपून बसले आहेत,

---

१. मुल्ला मोहम्मद फझल (जन्म १९६७/१९६८) हा मूळचा उरुझगान प्रांतातला असून तालिबानचा पाडाव झाला त्या वेळी संरक्षण खात्याचा उपमंत्री होता. ग्वान्टानामो इथल्या नोंदीनुसार २००१मध्ये त्याच्या हाताखाली ३,००० जण लढत होते. डिसेंबर, २००८पर्यंत त्याची ग्वान्टानामोतून सुटका झाली नव्हती.

२. मुल्ला नूरी हा बल्ख प्रांताचा राज्यपाल होता. तो अद्यापही अमेरिकेच्या ताब्यात आहे.

३. मुल्ला बुऱ्हाण हा मूळचा हेलमंद प्रांतातला आहे. त्याची ग्वान्टानामोमधून काही काळानंतर सुटका झाली.

४. मुल्ला अब्दुल हक वसीकसाहेब (जन्म १९७१) हा मुल्ला उमरचा निकटचा सहकारी होता. तो तालिबानच्या सुरक्षा यंत्रणांचा उपप्रमुख होता. त्याला २००१मध्ये पकण्यात आलं. तो अद्यापही ग्वान्टानामो तुरुंगात आहे.

५. मुल्ला गुलाम रोहानी (जन्म अंदाजे १९७६) हा मूळचा गझनी प्रांतातला असून तो तालिबानच्या काळात गुप्तचर खात्यात काम करत असे. त्याला २००७मध्ये ग्वान्टानामोमधून हलवून काबूलच्या पुल-ए-चारखी तुरुंगात ठेवण्यात आलं.

हे त्यांना हवं होतं. प्रश्न विचारत असताना ११ सप्टेंबरचा विषय फक्त एकदाच आला आणि तोदेखील अगदी वरवरचा. हा हल्ला व्हायच्या अगोदर मला त्याची कल्पना होती का, हे त्यांना जाणून घ्यायचं होतं. हे सगळं त्यांनी मला युद्धनौकेवरच्या त्या एका अंधाऱ्या आणि छोट्या खोलीत विचारलं.

मला ते जे काही विचारत होते, त्याबद्दल फारसं काही माहीत नव्हतं, याची अमेरिकन अधिकाऱ्यांना कल्पना होती. अमेरिकेवरच्या त्या हल्ल्याबद्दल मला कधीच काही कळलं नव्हतं. मला कोणी त्याबद्दल काहीच सांगितलेलं नव्हतं. माझी ही अशी चौकशी चालू असताना इतर हजारो जणांना अशाच त्रासाला तोंड द्यावं लागत होतं. कोणताही पुरावा नसताना आणि खटलाही न चालवता बेकायदेशीरपणे पकडलेल्या अनेकांवर अत्याचार केले जात होते. तर काही जणांना बेदरकारपणे ठार केलं जात होतं.

मी त्या वेळी युद्धनौकेवर असताना माझ्या मनात निराशा दाटून येत होती. मी परत माझ्या कुटुंबाला किंवा मित्रांना पुन्हा भेटू शकेन की नाही, याबद्दल मला शंका वाटत होती. त्यांनादेखील माझं काय झालं हे कधीच कळणार नव्हतं. कोणाही माणसाच्या बाबतीत, विशेषत: एखाद्या मुस्लीम माणसाच्या बाबतीत अशी वाईट परिस्थिती उद्भवता कामा नये. पण हे विचार मनात येत असतानाच मला सोव्हिएत फौजांनी केलेल्या आक्रमणाची आठवण आली. मला त्या वेळी सोव्हिएत सैनिकांनी अफगाण लोकांना किती क्रूरपणानं वागवलं ते आठवलं. सोव्हिएतरूपी राक्षसानं ६०,००० अफगाण लोकांना खाऊन टाकलं होतं.[६] हे लोक बेपत्ता झाले होते, त्यांचं काय झालं हे कळायला कोणीही जिवंत राहिला नव्हता. त्याक्षणी मला त्या लोकांना तेव्हा काय वाटत असेल ते जाणवलं. आपणही या हिंस्र प्राण्यांप्रमाणे वागणाऱ्या रानटी अमेरिकन माणसांच्या हातून निसटून जावं, असं वाटलं.

त्या युद्धनौकेवर पाच-सहा दिवस काढल्यानंतर एके दिवशी मला एक करड्या रंगाचा ओव्हरऑल[७] देण्यात आला. माझे हात-पाय बांधण्यात आले. डोक्यावर एक पांढरी पिशवी घालण्यात आली. मग मला आणि इतर कैद्यांना उचलून डेकवर आणण्यात आलं. तिथं आम्हाला गुडघ्यावर बसवलं.

हाता-पायांना बांधलेल्या प्लॅस्टिकच्या पट्ट्यांमुळे हाता-पायांमधला रक्तप्रवाह सुरळीत होत नव्हता. त्यामुळे होणाऱ्या असह्य वेदनेमुळे काही कैदी कण्हू लागले. त्यावर सैनिकांनी आम्हाला गप्प बसायला सांगितलं. कित्येक तास तशाच अवस्थेत

---

६. अफगाणिस्तानात साम्यवादी राजवट सुरू झाल्यानंतर पकडलेल्या किंवा बेपत्ता झालेल्या अफगाण नागरिकांचा हा संदर्भ आहे.

७. काम करताना घालायचे कपडे.

गेल्यानंतर आम्हाला हेलिकॉप्टरमध्ये चढवण्यात आलं. त्यानंतर तीन वेळा हेलिकॉप्टर बदलण्यात आलं. प्रत्येक वेळी सैनिक आम्हाला बाहेर फेकून देत असत.

हेलिकॉप्टरमध्ये आम्हाला आडवं टाकलेलं असे किंवा फार तर गुडघ्यावर बसवलं जाई. आम्हाला हेलिकॉप्टरच्या तळाला किंवा कशाला तरी जखडलेलं असायचं. आम्ही जरादेखील हालचाल करायचा किंवा कण्हण्याचा प्रयत्न केला तरी सैनिक लाथा मारायचे. काही वेळा तर आम्हाला अशा तऱ्हेनं जखडलेलं असायचं की ना धड आम्ही उभे होतो ना गुडघ्यावर बसलो होतो. ही अवस्था फारच भयानक होती. दर मिनिटागणीक वेदना वाढत चालल्या होत्या.

आमच्या अखेरच्या मुक्कामाला जायच्या अगोदर आम्हाला हेलिकॉप्टरमधून बाहेर फेकल्यानंतर एक सैनिक म्हणाला, ''हा बघा. हा बडा आहे त्यांच्यातला!'' त्यानं असं म्हणल्यावर सगळे जण माझ्यावर तुटून पडले. काही जणांनी रायफलींनी मारलं तर काही जण अक्षरशः माझ्या अंगावर नाचले. त्यांच्या या हल्ल्यानंतर माझे कपडे फाटले. लवकरच तिथल्या बर्फात मी पूर्ण नागवा होऊन पडलो. थंडीमुळे माझ्या हातापायांतील संवेदनाच गेली होती. माझी अवस्था पाहून सैनिक खिदळत, गाणी म्हणत आणि टिंगलटवाळी करत होते.

'अमेरिका हा देश शांतता आणि न्याय या दोन्हीचं माहेरघर आहे. जगात सगळीकडे शांतता असावी आणि न्यायाचं राज्य असावं म्हणून अमेरिकेचा प्रयत्न असतो,' असं वारंवार आपण ऐकतो. पण त्या वेळी मात्र मी बर्फात नागडा-उघडा पडलो असताना सैनिक मी जरा जरी हललो तरी लाथांनी तुडवत होते. बर्फात तसा पडल्यामुळे माझं शरीर थरथरू लागलं. त्यावर सैनिकांनी चिडून मला आणखी लाथा घातल्या. जरा वेळानं माझी शुद्ध हरपली.

***

मी शुद्धीवर आलो तेव्हा लक्षात आलं की, मी एका मोठ्या खोलीत होतो. माझ्यासमोर हातात सोटे घेतलेले दोन सैनिक उभे होते. माझं सगळं शरीर वेदनांनी ठणकत होतं. मी डोकं हलवून बघण्याचा प्रयत्न केला तर मला खोलीच्या कोपऱ्यात उभे असलेले दोन पहारेकरी दिसले. त्यांच्या हातातली पिस्तुलं माझ्या डोक्यावर रोखलेली होती. ''ओसामा कुठं आहे? मुल्ला उमर कुठं आहे? न्यू यॉर्क आणि वॉशिंग्टनच्या हल्ल्यात तुझी भूमिका काय होती?'' असं ते ओरडून पुन्हा-पुन्हा विचारत होते.

तिथं तशा अवस्थेत मी उत्तर देऊच शकत नव्हतो. माझं तोंड सुजलं होतं आणि जीभ कोरडी पडली होती. तेव्हा सगळं अंग ठणकत असताना, नागडा-उघडा जमिनीवर पडलो असताना मला मरण यावं असं वाटत होतं. अल्लानं मला माझ्या

या कृत्याबद्दल क्षमा करावी!

मला उत्तर देता येत नाही हे लक्षात आल्यावर ते सर्व जण निघून गेले. मग जरा वेळानं आणखी काही सैनिक तिथं आले. त्यांनी मला ओढत एका दुसऱ्या खोलीत नेलं. या खोलीला खिडक्या वगैरे काही नव्हतं. तिथं गेल्यावर त्यांनी मला घालायला काही कपडे दिले खरे, पण तिथं एवढी थंड होती की पुन्हा माझी शुद्ध हरपली.

मला शुद्ध आली तेव्हा मी त्याच खोलीत असल्याचं माझ्या लक्षात आलं. एक स्त्री-सैनिक पहाऱ्यावर होती. मला शुद्धीवर आलेला पाहून ती आत आली. माझ्याशी नीट वागलेली ती पहिली सैनिक होती. तिनं माझी विचारपूस केली आणि मला काही हवं का ते विचारलं. मला अजूनही बोलता येत नव्हतं.

मी क्युबात आहे असं सुरुवातीला मला वाटलं कारण माझा दिवस आणि वेळ यांचा काहीच संबंध राहिला नव्हता. पण तिथल्या भिंतींवर लिहिलेली काही नावं दिसली. ती तालिबान कैद्यांची होती. ती पाहून मला मी अद्याप अफगाणिस्तानातच असल्याचं जाणवलं. मला जराही हालचाल करताना वेदना होत होत्या. माझा खांदा मोडला असावा, असं वाटत होतं. मी मनोमन अल्लाची करुणा भाकत होतो. अल्लानं माझी आणि माझ्या बांधवांची या हालअपेष्टांमधून सुटका करावी म्हणून मी त्याला विनवत होतो.

संध्याकाळ झाली तेव्हा मी त्या स्त्री-सैनिकाला बोलावलं आणि मला मदत करायची विनंती केली. मला प्रार्थना करता येईल का असं मी विचारलं. तिनं होकारार्थी उत्तर दिलं. माझे हात बांधलेले असल्यानं मला *तयम्मुम*[८] देखील नीट करता येत नव्हतं. मी कशीबशी माझी प्रार्थना संपवत असतानाच दोन सैनिक आत आले. त्यांनी मला प्रार्थना पुरी करू दिली. मला आता कसं वाटतंय, असं त्यांनी विचारलं. त्यांना माझा सुजलेला चेहरा, थरथर कापणारं शरीर आणि त्याच्यावरच्या मारहाणीच्या खुणा हे सगळं दिसत असणार. पण मी तक्रार करायची नाही, असं ठरवलं होतं. मी फक्त अल्लाहमुदुल्लिलाह[९] एवढंच म्हणालो. त्यांनी मला शेख ओसामा आणि मुल्ला उमर यांच्याबद्दल अनेक प्रश्न विचारले. पण माझ्याजवळ सांगण्यासारखं काहीच नव्हतं. मी काही सांगत नाही हे पाहून त्यांच्या चेहऱ्यावर संताप दिसू लागला. त्यांनी मला धमकावून माझ्याकडून माहिती काढण्यासाठी

---

८. कोणत्याही कारणामुळे पाणी वापरून वजू करणे शक्य नसल्यास वजू करण्याचा विधी.

९. अल्लाची स्तुती असो अशा अर्थाचा सर्वसामान्य संभाषणात नेहमी वापरला जाणारा वाक्प्रचार.

दबाव आणला. पण माझं उत्तर तेच होतं. माझ्याकडून काही वेगळं उत्तर मिळत नाही हे पाहून ते लोक जरा वेळानं निघून गेले.

मी सहा दिवस अन्नाला स्पर्श केला नव्हता. कारण मला दिलं जाणारं लष्करी रेशनमधलं जेवण हलाल आहे की नाही याची मला कल्पना नव्हती. मला त्या खोलीत जवळ-जवळ एक महिना ठेवलं होतं. मी दरम्यान फक्त रोज एक कप चहा आणि ब्रेडचा तुकडा एवढंच खात होतो. सैनिक मला झोपू देत नव्हते. मला हात-पाय बांधून जमिनीवर टाकलं जायचं. जवळ-जवळ २० दिवस दररोज मला सतत प्रश्न विचारले जात असत.

२४ जानेवारी, २००२ रोजी माझ्या कोठडीत सहा कैद्यांना आणलं. ते सगळे अरब होते. तिथं काही तास ठेवल्यावर त्यांना बाहेर नेलं. त्यांना दुसऱ्या दिवशी पुन्हा कोठडीत आणण्यात आलं. मी त्यांना त्यांच्या बाबतीत काय घडलं ते विचारलं. त्यांनी सांगितलं की, रेडक्रॉस[१०] या संघटनेचे काही प्रतिनिधी आले होते. ते कैद्यांची नोंद करून त्यांना त्यांच्या कुटुंबीयांना पत्र पाठवायची असतील तर तशी व्यवस्था करायला आले होते. या संघटनेच्या प्रतिनिधींपासून आपल्याला लपवून ठेवलं, असं त्यांचं म्हणणं होतं. पण त्याचं कारण त्यांना माहीत नव्हतं. आम्ही जरा वेळ बोलत बसलो. जरा वेळानं अन्न आलं. त्या दिवशी प्रथमच मला पोटभर जेवायला मिळालं.

पुढच्या काही दिवसांमध्ये आम्हाला वारंवार एका ठिकाणाहून दुसरीकडे हलवलं जात होतं. प्रत्येक वेळी डोक्यावर कापड बांधलं जायचं आणि आम्हाला तासन्तास अवघडलेल्या अवस्थेत बसून किंवा गुडघ्यावर वाकून राहावं लागायचं. ९ फेब्रुवारीला आम्हाला बेग्राममधून हलवून कंदाहारला नेण्यात आलं. पुन्हा एकदा आम्हाला बांधून मारहाण करण्यात आली. आम्हाला धुळीमधून फरफटत नेताना सतत लाथा घातल्या जात होत्या. प्रचंड थंडीत आम्हाला कित्येक तास बाहेर बसवून ठेवलं होतं. अनेक जण या मारहाणीमुळे ओरडत होते.

आम्हाला विमानानं पुन्हा हलवल्यानंतर हेच घडलं. मला तिथं काठ्यांनी मारहाण झाली. कित्येक सैनिकांनी मला तुडवलं आणि मला बर्फासारख्या जमिनीवर टाकून माझ्या अंगावर चार-पाच जण बसले. त्यांनी सुऱ्या वापरून माझ्या कपड्यांच्या चिंध्या केल्या. त्यांचा एकूण अविर्भाव पाहून माझी आता सामूहिक हत्या होणार असं वाटू लागलं होतं. पण जरा वेळानं त्यांनी मला कडक थंडीत उभं राहायला लावलं. मला आता वेदनाही न जाणवण्याएवढा मी बधिर झालो होतो.

---

१०. रेडक्रॉस या संघटनेची स्थापना १८६३मध्ये झाली. ही संघटना संघर्षग्रस्त भागात मदतीचं, विशेषत: वैद्यकीय मदतीचं कार्य करते. या संघटनेनं केलेल्या कार्याबद्दल अफगाण लोकांना आदर वाटतो.

काही वेळानं त्यांनी चौकशीसाठी मला एका मोठ्या तंबूत नेलं. तिथं सैनिकांमध्ये काही स्त्रियाही होत्या. त्या सर्वांनी माझी यथेच्छ टवाळी केली. एका स्त्री-सैनिकानं मी नागडा असताना माझा फोटोही काढला.

माझी वैद्यकीय तपासणी झाल्यानंतर मला फरफटत त्या तंबूबाहेर काढण्यात आलं. अर्थातच जाताना माझे डोळे बांधण्यात आले होते. जाताना वाटेत सैनिकांना विश्रांती घ्यावी असं वाटलं म्हणून ते माझ्या अंगावर बसले. त्यानंतर मला एका मोठ्या तंबूत नेलं. हा कैद्यांसाठी होता. त्याच्याभोवती काटेरी तारांचं कुंपण होतं.

तिथं गेल्यावर इतर कैद्यांप्रमाणे मला कपडे, पायमोज्यांची एक जोडी, एक टोपी आणि एक ब्लँकेट मिळालं. मी अंगावर कपडे घातले आणि थंडीपासून बचाव व्हावा म्हणून अंगाभोवती ब्लँकेट गुंडाळलं. तिथं काही वेळानं एकेक करून इतर कैद्यांना आणण्यात आलं.

चौकशीचं काम दिवस-रात्र चालू होतं. सैनिक तंबूत येऊन ज्या कैद्याची चौकशी करायची आहे त्याच्या नावाचा पुकारा करत असत. त्या कैद्याला बेडी घालताना इतर सर्व कैद्यांना तंबूच्या मागच्या बाजूला जायचा हुकूम दिला जायचा. बेड्या घातल्यावर कैद्याला ते घेऊन जायचे. डोळे बांधलेले असल्यानं कैद्याला काही दिसत नसे. मग सैनिक जाता-जाता मुद्दाम त्यांचं डोकं भिंतीवर आदळत असत. त्यांना खडबडीत जमिनीवरून फरफटत नेलं जाई.

रेडक्रॉसच्या प्रतिनिधींचा एक गट आमच्या इथं आला. त्यांना आमची नावं नोंदवून सर्व कैद्यांना ओळखपत्रं द्यायची इच्छा होती. पण आम्हाला त्यांच्याबद्दल शंका वाटली. हे लोक सीआयएचे हस्तक असावेत अशी आमची समजूत होती. पण प्रत्यक्षात रेडक्रॉसचे लोक कैद्यांचा त्यांच्या कुटुंबांशी संपर्क व्हावा म्हणून प्रयत्न करत होते. ते कैद्यांची पत्रं घरच्यांना व घरून आलेली पत्रं कैद्यांना मिळण्याची व्यवस्था करत होते. त्यांनी कैद्यांना अंघोळीसाठी पाणी उपलब्ध करून दिलं. प्रत्येकाला एकेक बादली पाणी दिलं आणि सर्वांच्यासमोर उघड्यानं अंघोळ करायला भाग पाडलं. असं असलं तरी रेडक्रॉसच्या प्रयत्नांमुळे निदान महिन्यातून एकदा आम्ही अंघोळ करू शकलो.

आम्हाला वजू करण्यासाठी पाणी मिळत नसे. आमच्यासाठी पिण्याचं पाणी कुवेतमधून आणलं जायचं. काही वेळा कैदी बाटलीतल्या या पाण्याचा उपयोग हात-पाय आणि चेहरा स्वच्छ करण्यासाठी वापरत. पण असं करताना कोणी सापडला की त्याला शिक्षा व्हायची.

कंदाहारमध्ये मला १० फेब्रुवारीपासून १ जुलै, २००२पर्यंत ठेवलं होतं. आम्हाला वारंवार चौकशीसाठी नेलं जायचं. अमेरिकन लोक त्यांची पद्धत सतत बदलत असत. कधी ते आम्हाला धमकावत तर कधी अचानक चांगली वागणूक

देऊन आमच्याशी सौदा करून काही काढून घेता येतं का ते बघत असत. मला प्रश्न विचारताना ते सुरुवात माझं पूर्वायुष्य, माझी तालिबानमधली भूमिका वगैरे गोष्टींपासून करत. पण चर्चा नेहमी शेख ओबामा आणि मुल्ला उमर यांच्या बाबतीत व्हायची. बऱ्याचदा चौकशीला सुरुवात चांगली व्हायची. त्यांची वागणूक नीट असायची. पण शेवट मला धक्काबुक्की किंवा फरफटत बाहेर नेण्यात व्हायचा, कारण माझ्याजवळ शेख ओबामा किंवा मुल्ला उमर यांच्या सद्यस्थितीबद्दल सांगण्याजोगं काहीच नसे.

प्रत्येक तंबूत २० कैदी असायचे. कंदाहारमधली ही कैद्यांची छावणी बेग्रामधल्या तुरुंगापेक्षा जास्त चांगली होती. इथं आम्हाला तीन जणांना एकत्र बसून बोलायची मुभा होती. तसंच एकूणात या छावणीत इतर बऱ्याच सोई होत्या. त्या वेळी छावणीत सुमारे ६०० कैदी असावेत असा माझा अंदाज आहे.

छावणीत रात्री-बेरात्री कधीही झडतीसत्र सुरू व्हायचं. सैनिक एकदम तंबूत शिरायचे आणि आम्हाला पालथं झोपायला भाग पाडलं जायचं. मग ते तंबूचा इंचनृइंच तपासून बघत. शिवाय त्यांच्याबरोबर आणलेले कुत्रे आमच्या शरीरांचा वास घेत आणि आमच्या ज्या काही थोड्या वस्तू होत्या त्यांची तपासणी करत. छावणीत चांगलं अन्न कधीच मिळत नसे. आम्हाला लष्कराचं रेशनच दिलं जायचं. त्यात काही तर दुसऱ्या महायुद्धाच्या काळातलं असायचं. बहुतेक रेशनची वापराची मुदत केव्हाच संपून गेलेली असायची. त्यामधलं मांस खाण्याजोगं आहे की नाही हे कोणालाच कळत नव्हतं. पण खाल्लं नाही तर उपासमार व्हायची भीती होती म्हणून नाइलाजानं आम्ही ते खायचो. जून महिन्यात परिस्थिती जरा सुधारली. आम्हाला दिलेल्या रेशनवर 'हलाल' असं लिहिलेलं होतं. या रेशनची चवही बरी होती आणि त्यांची मुदत संपलेली नव्हती. कधीकधी आम्हाला अफगाणी रोटी आणि गोडाचे पदार्थ दिले जायचे. ती आम्हाला चैन वाटायची.

छावणीच्या आजूबाजूला दिवसरात्र विमानं आणि हेलिकॉप्टर्सची ये-जा चालायची. त्यांच्या गोंगाटाने आम्हाला नीट झोप लागत नसे. शिवाय रात्री पहारेकरी गस्त घालताना आरडाओरडा करत आणि मुद्दाम आमची झोपमोड करत असत. दररोज तीन वेळा कैद्यांची गणती केली जायची. प्रत्येकाला एक नंबर दिलेला होता. माझा नंबर ३०६ होता. माझी सुटका होईपर्यंत मला ३०६ असंच संबोधलं जात होतं.

***

मला बेग्रामला नेलं होतं तेव्हा दररोज दिवस उजाडला की हा दिवस तरी आपल्या आयुष्याचा शेवटचा दिवस ठरावा, असं मला वाटे. माझं जखमांनी भरलेलं शरीर, हाता-पायांमधल्या बेड्या आणि अमेरिकन सैनिक देत असलेली अमानुष वागणूक हे पाहून माझी यामधून कधीच सुटका होणार नाही याची खातरी वाटायची.

मला बेग्रममध्ये पहिल्यांदा रेडक्रॉसपासून दडवलेले सहा कैदी[११] भेटले तेव्हा बाहेर काहीतरी घडत असल्याची जाणीव झाली. मला तिथं रेडक्रॉसचा कोणताही माणूस दिसला नाही. याचं कारण म्हणजे मलादेखील त्यांच्यापासून दडवून ठेवलं होतं. अर्थात हे मला नंतर कळलं. पण मला बेग्रामहून कंदाहारला हलवल्यानंतर दुसऱ्या दिवशी रेडक्रासचे लोक दिसले.

रेडक्रॉसच्या लोकांजवळ पश्तु दुभाषा नव्हता. त्यांच्याबरोबर त्यांनी इस्लामाबादहून उर्दू बोलणारा एक माणूस आणला होता. हा माणूस पाकिस्तानी नव्हता, पण उर्दू उत्तम प्रकारे बोलू शकत होता. त्यांनी त्यांच्याबरोबर आणलेल्या लोकांमध्ये काही अरब भाषा बोलणारे होते. पश्तुसाठी त्यांच्याकडे ज्युलिअन, पॅट्रिक आणि पेशावर भागात काही काळ राहिलेला एक जर्मन माणूस असे तीन जण होते. पण त्यांना पश्तु भाषा धड बोलता येत नव्हती.

या ठिकाणी मला पहिल्यांदा माझ्या कुटुंबाला मी जिवंत आहे हे कळवण्याची संधी मिळाली. मला एक कागद आणि पेन्सिल देण्यात आली. मी लिहित असताना एक सैनिक माझ्यासमोर पहाऱ्याला बसला होता. मी माझ्या कुटुंबाला पत्र लिहिलं. पण मी कंदाहारमध्ये असताना मला कोणीही त्यांच्याबद्दल काहीही माहिती दिली नाही. मला अटक केल्यावर त्यांचं काय झालं हे मला कळू शकलं नाही.

आमच्या छावणीत रेडक्रॉसचे अनेक प्रतिनिधी होते. ते काटेरी कुंपणापलीकडून आमच्याशी बोलत. आमच्या तब्येतीबद्दल ते चौकशी करत. त्याचप्रमाणे काही अडचणी आहेत का हेदेखील विचारत. आम्ही त्यांच्याशी जे काही बोलतो ते त्यांच्यापाशीच राहातं आणि ते ही माहिती अमेरिकन अधिकाऱ्यांना सांगत नाहीत, असं त्यांचं म्हणणं असे. पण आम्हाला शंका वाटायची. हे लोक खोटं बोलतात, असं वाटून आम्ही त्यांच्याशी अविश्वासानं वागायचो. आमच्या मनातल्या खऱ्या भावना आम्ही त्यांना कधीच सांगत नव्हतो. शिवाय आम्ही परिस्थितीबद्दल तक्रार करूनही काही उपयोग नव्हताच. त्यांच्या डोळ्यांदेखत अमेरिकन सैनिक आम्हाला मारहाण करत जमिनीवरून फरफटत न्यायचे. काही वेळा सैनिक आमच्या अंगावर बसायचे. रेडक्रॉसचे लोक हे सगळं बघायचे, पण आम्हाला मदत करणं त्यांच्या हातात नव्हतं.

---

११. या कथनात मुल्ला झैफ याला बेग्राम किंवा ग्वान्टानामोमध्ये भेटलेल्या अनेकांची नावं सांगतो. अर्थात ती त्याला जशी आठवतात तशी आहेत. ही त्या लोकांची खरी नावं आहेत. ही नावं वेगळी आहेत हे लक्षात घ्यायला हवं कारण अनेकांनी अमेरिकन अधिकाऱ्यांना खोटी नावं दिली होती. जिथं शक्य आहे तिथं संपादकांनी कैद्यांची खरी नावं आणि मुल्ला झैफनं दिलेली माहिती ताडून बघण्याचा प्रयत्न केला आहे. मुल्ला झैफनं सांगितलेले हे सहा कैदी मुख्यत: अरब होते.

अरब कैद्यांनी आम्हाला या रेडक्रॉसच्या लोकांपासून सावध राहायला सांगितलं. त्यांच्या मते रेडक्रॉसच्या प्रतिनिधींमध्ये अनेक जण अमेरिकन हेर होते. आम्हाला मदत करण्याचा बहाणा करून ते आमच्याकडून माहिती काढून घेण्याचा प्रयत्न करत असत. अर्थात आमच्याकडे अमेरिकनांना उपयुक्त असणारी फारशी माहिती नव्हतीच. तिथला मुख्य मुद्दा हा तक्रारींबद्दलचा होता. शिवाय पकडले जाताना आमच्यापैकी अनेक बांधवांनी खोटी नावं आणि पत्ते दिले होते. आता त्यांना नवीन नावं देणं शक्य नव्हतं. साहजिकच त्यांनी लिहिलेली पत्रं चुकीच्या ठिकाणी जात होती. हे लोक आता रेडक्रॉसलाही खरं काय ते सांगू शकत नव्हते. त्यांची माहिती अमेरिकन अधिकाऱ्यांपर्यंत जाईल, याची त्यांना भीती वाटत होती. मी ग्वान्टानामोत असताना मलादेखील रेडक्रॉसच्या माणसांबद्दल हीच शंका भेडसावत होती.

आम्ही कंदाहारमध्ये असताना रेडक्रॉस आम्हाला किती मदत करत होती हे कळत नव्हतं. पण त्यांनी केलेली तीन कामं मात्र माझ्या लक्षात आली होती. पहिलं महत्त्वाचं काम म्हणजे हे लोक आम्हाला त्या पत्रांमुळे आमच्या कुटुंबाशी संपर्काचा मार्ग उपलब्ध करून देत होते. दुसरी महत्त्वाची गोष्ट म्हणजे त्यांनी आम्हाला २० कैद्यांमागे पवित्र कुराणाच्या चार प्रती दिल्या. तिसरी गोष्ट म्हणजे या संघटनेच्या लोकांनी आम्हाला चार महिन्यांनी अंघोळीची संधी दिली. जरी आम्हाला एकत्र आणि शरम वाटण्याजोग्या पद्धतीनं उघड्यावर अंघोळ करावी लागली तरी ही गोष्ट आमच्या दृष्टीनं फार मोठी होती. त्यांनी आम्हाला स्वच्छ कपडेही दिले.

रेडक्रॉस संघटनेच्या म्हणण्यानुसार या सर्व गोष्टी त्यांच्याच प्रयत्नांमुळे शक्य झाल्या.

छावणीतील पहारेकरी दिवसाला दोन-दोन वेळा बदलत असत. हे खालच्या पातळीवर काम करणारे सैनिक बऱ्याचदा आमच्याशी वाईट वागत. ते मुस्लिमांविरुद्ध उघड-उघड तिटकारा दाखवत. ते आले की प्रत्येक वेळी आम्हाला नजर खाली ठेवून रांगेत उभं राहावं लागायचं. जर एखाद्या कैद्याचा नंबर पुकारला तर त्या कैद्यानं 'वेलकम' असं म्हणायचं असे. यात जराजरी कसूर झाली तर आम्हाला शिक्षेला सामोरं जावं लागे.

दररोज कैद्यांना बाहेर उन्हात रांगेत उभं केलं जायचं. तिथं असणारे सगळेच सैनिक सारखे नसायचे. पण काही जण आम्हाला दोन-दोन तास उगीचच उभं करायचे. कितीही कडक ऊन असलं आणि कैद्याची परिस्थिती कितीही वाईट असली तरी कोणालाही सावली उभं राहायची किंवा खाली बसायची परवानगी नसे. अल्लानं त्या दुष्ट सैनिकांना शिक्षा करावी!

पहारेकरी दररोज तंबूंची आणि काटेरी कुंपणाची कसून तपासणी करत असत. एकदा एका पहारेकऱ्याला तंबूच्या बाहेर एक काचेचा तुकडा दिसला. हा पहारेकरी मुळातच फार वाईट वृत्तीचा होता. त्यानं तो मला दिला आणि हा इथं कसा आला,

असं विचारलं. मी तो त्याच्याकडे परत टाकला आणि मला काही माहीत नाही, असं उत्तर दिलं. आम्ही आत येताना आमच्याबरोबर काहीही आणलं नव्हतं. तेव्हा हा तुकडा मुळातच इथं असेल, असंही मी सांगितलं. त्यावर तो किंचाळून मला तोच प्रश्न पुन्हापुन्हा विचारू लागला. ''गप्प बस! नाहीतर तुझी ××× मारेन!'' असं तो ओरडत होता. त्यानं मला डोक्यामागे हात बांधलेल्या अवस्थेत गुडघ्यावर बसवलं. मी तशा अवस्थेत कित्येक तास होतो. तो अधूनमधून मला लाथेनं खाली पाडायचा.

या अशा तऱ्हेच्या शिक्षांबद्दल कोणाकडे तक्रार करायची सोय नव्हती. तसं केलं तर शिक्षा आणखी वाढण्याचा धोका होता.

या गुलामांच्याकडून मला मिळालेली ही रानटी वागणूक मी कधीच विसरू शकणार नाही.

***

कंदाहारच्या छावणीत अनेक भाग होते. कैद्यांसाठी उभारलेल्या तंबूंच्या पलीकडे विमानं ठेवण्याची एक जुनी इमारत होती. विमान दुरुस्तीसाठी असणारी ही जागा आता कैद्यांसाठी वापरली जात होती. या जागी सर्वांत भयंकर शिक्षा दिली जाते, असं सर्व कैदी बोलत असत. मी अनेकदा कित्येक कैद्यांना साखळदंडांनी बांधलेल्या स्थितीत तिथं नेलेलं बघितलं आहे.

मी कंदाहारमध्ये छावणीत असताना अनेक कहाण्या ऐकल्या आहेत. काहीतर माझ्यासमोर घडलेल्या घटना आहेत. एकदा मी होतो, त्या तंबूत एका नव्या कैद्याला आणण्यात आलं. तो एक फार वृद्ध माणूस होता. सैनिकांनी त्याला फरफटत तंबूत आणलं आणि जमिनीवर फेकून दिलं. सैनिकांनी त्याला उभं राहाण्याचा हुकूम दिला. पण त्याला उभं राहाता येत नव्हतं. मुळात त्याला सैनिक काय म्हणत आहेत, तेच कळत नव्हतं. काही कैद्यांनी त्याला ओरडून उभं राहायला सांगितलं. पण तो एवढा गोंधळून गेला होता की, त्याला काहीच कळेना.

दुसऱ्या दिवशी सकाळी त्याला चौकशीसाठी न्यायला सैनिक आले. नेण्याआधी त्याचे हातपाय बांधण्यासाठी त्याला जमिनीवर पडायचा हुकूम दिला गेला. पण त्याला तो कळला नाही. आम्ही मदत करणं शक्य नव्हतं, कारण आम्हाला तंबूच्या दुसऱ्या बाजूला मागे जायला सांगितलं होतं. तो जमिनीवर पडत नाही, हे पाहून सैनिकांचा संयम संपला. त्यांनी त्याला लाथा घालून पाडलं. एक जण त्याच्या अंगावर बसला आणि इतरांनी त्याचे हात-पाय बांधले. हे सगळं चालू असताना त्या माणसाला वाटलं की, आता आपल्याला ठार मारणार. म्हणून तो ''अश्रद्ध लोकांनो! मला ठार करायच्या आधी एकदा प्रार्थना करू द्या!'' असं ओरडत होता.

चौकशी संपल्यावर त्याला परत तंबूत आणलं गेलं. मी त्याच्याशी बोललो.

तो उरुझगान प्रांतातला असून तो चारचिनो जिल्ह्यात राहात असे. आपलं वय १०५ आहे, असं त्यानं सांगितलं. पुढे ग्वान्टानामो तुरुंगातून सुटका होणारा तो पहिला कैदी ठरला.

छावणीत आम्ही एकत्र प्रार्थना करायचो. एकदा सकाळी मी प्रार्थनेचं नेतृत्व करत होतो आणि आम्ही प्रार्थनेला नुकतीच सुरुवात केली होती. अचानक सैनिकांची एक तुकडी तंबूत आली. त्यांनी एका अरब बांधवाच्या नंबरचा पुकारा केला. ते त्याला चौकशीसाठी घेऊन जायला आले होते. पण त्या बांधवानं जागा सोडली नाही. अल्लाची आज्ञा पाळून तो प्रार्थना करतच राहिला. सैनिकांनी पुन्हा एकदा त्याचा नंबर पुकारला. तरीही तो जागचा हलला नाही हे बघून सैनिक धावले. त्यांनी त्याला खाली पाडलं आणि माझं डोकं जमिनीवर दाबून धरलं. इतरांनी ज्या अरब बांधवाला नेण्यासाठी आले होते त्या मिस्टर अदील[१२] याला धरलं आणि फरफटत बाहेर नेलं. या सैनिकांच्या मनात इस्लामबद्दल जरादेखील आदर नव्हता.

कैद्यांना छावणीत अतिशय वाईट वागणूक मिळत होती. एका पाकिस्तानी बांधवाची दाढ खूपच दुखत होती. छावणीमधल्या डॉक्टरनं त्याला जुजबी औषध देऊन वाटेला लावलं होतं. वेदना खूप होत असल्यानं त्याला नीट खाता येत नव्हतं. जेवणासाठी जो ३० मिनिटांचा अवधी दिला जायचा त्यात बिचाऱ्याला जेवण संपवता येत नसे. त्याची प्लेट नेण्यासाठी पहारेकरी आला तेव्हा त्यानं जेवणासाठी आणखी थोडा वेळ मिळण्याची विनंती केली. त्या पहारेकऱ्यानं त्याला फरफटत दरवाज्यापाशी नेलं आणि तोंडावर जोरानं फटका मारला. आम्ही हे सगळं असाहाय्यपणे बघत होतो.

त्या पाकिस्तानी बांधवाला मिळालेली ही अमानुष वागणूक बघून आम्ही अन्नत्याग करायचं ठरवलं. बघता-बघता ही बाब सगळीकडे पसरली. सगळ्या छावणीनं जेवण घेणं बंद केलं. आमचा हा उपोषणाचा मार्ग पाहून छावणीचे अधिकारी कारण जाणून घेण्यासाठी आले. आम्ही त्यांना सैनिकांच्या अमानुष वागणुकीबद्दल सांगितलं. त्यावर त्यांनी पुन्हा असे प्रकार घडणार नाहीत, याची ग्वाही दिली. त्यांच्या बोलण्यावर विश्वास ठेवून आम्ही उपोषण मागे घेतलं. आम्हाला सतत प्रचंड मारहाणीला तोंड द्यावं लागत होतं. त्याला विरोध म्हणून झालेलं हे पहिलं उपोषण होतं.

---

१२. अदील मबरुक बिन हमीद (जन्म १९७०) हा ट्युनिशियाची राजधानी ट्युनिस येथील आहे. कंबॅटन्ट स्टेटस रीव्ह्यू ट्रायब्युनलपुढे आलेल्या पुराव्यावरून दिसतं की तो इटलीत राहत होता. २००१मध्ये सुरुवातीला तो अफगाणिस्तानमध्ये आला. २००९मधील नोंदीनुसार तो अद्याप ग्वान्टानामोतच होता.

दुसऱ्या दिवशी सकाळी सैनिक तपासणीसाठी तंबूत आले. त्या वेळी मोहम्मद नवाब[१३] हा आजारी असल्यानं उठू शकला नव्हता. सैनिकांनी त्याला लाथाबुक्क्यांनी अमानुष मारहाण केली. आजारी असल्यानं अंथरूणात पडून असलेल्या मोहम्मद नवाबला त्यांनी खेचून बाहेर काढलं आणि फरफटत बाहेर आमच्या सर्वांच्यासमोर आणून फेकलं.

असं असलं तरीही सगळे अमेरिकन सैनिक अशा तऱ्हेनं वागत नव्हते. काही जण चांगले होते. ते इतरांच्या हिडीस कृत्यांमध्ये सामील होत नसत.

अमेरिकन सैनिकांची काही कृत्ये फारच भयंकर होती. एकदा दुपारी मी विश्रांती घेत असताना मला मोठ्या आवाजानं जाग आली. सगळ्या छावणीत माणसं मोठ्या आवाजात आक्रंदत होती. मी त्याचं कारण विचारलं तेव्हा मला कळलं की, एका सैनिकानं पवित्र कुराणाच्या प्रतीवर लघवी केली होती आणि मग ती प्रत त्यानं कचऱ्यात फेकून दिली होती. हा प्रसंग घडल्यानंतर आम्हाला रेडक्रॉसनं दिलेल्या प्रती आम्ही त्यांना परत केल्या. आम्ही त्यांचं रक्षण करू शकत नव्हतो आणि आम्हाला त्रास देण्यासाठी सैनिक मुद्दाम त्यांची अवहेलना करत होते. रेडक्रॉसच्या लोकांनी पुन्हा असे प्रसंग घडणार नाहीत, अशी खातरी दिली. तरीदेखील पवित्र कुराणाची ही अशी परवड मी कंदाहारमध्ये असताना चालूच होती. काही विशिष्ट सैनिक मुद्दाम वारंवार पवित्र कुराणाबद्दल असा अनादर दाखवत असत.

चौकशी सत्रं नियमितपणे चालूच होती. एकदा रात्री मला चौकशीसाठी बोलावण्यात आलं. मला कंदाहारला आणल्यानंतर काही महिने उलटले होते. तिथं गेल्यावर त्यांनी मला घरी जायचं आहे का, असं विचारलं. मला पकडून काहीच उपयोग झाला नव्हता आणि एक वकील या पलीकडे माझा तालिबानच्या इतर कोणत्याही गोष्टींशी संबंध नाही, असं त्यांनी मला सांगितलं. त्यांना माझ्याविरुद्ध कसलाही पुरावा मिळाला नव्हता. म्हणून मला सोडून द्यायची त्यांची तयारी होती. मला फोन, काही पैसे आणि मला हव्या असणाऱ्या इतर वस्तू ते देणार होते. मग त्यांनी सुटकेसाठीची त्यांची अट सांगितली. मी सुटकेच्या बदल्यात शेख ओसामा आणि मुल्ला उमर यांना पकडून देण्यात मदत करायची होती. या असल्या अटीच्या पालनापेक्षा मला कैदेत खितपत पडणं चालणार होतं. मी माझ्या मुस्लीम बांधवांच्या जीवनाचा सौदा अशा प्रकारे कधीच करणार नाही.

मी त्यांचं बोलणं मध्येच तोडलं आणि मला पकडून ठेवण्याचं कारण विचारलं. मला अल्-कायदा आणि तालिबानच्या आर्थिक व्यवहारांची माहिती आहे, तसंच मला अमेरिकेवरच्या हल्ल्याच्या कटाची पूर्वकल्पना होती, असा त्यांना संशय होता.

---

१३. मोहम्मद नवाब हा मूळचा सौदी अरेबियातल्या मक्केचा रहिवासी होता.

पण आता तर माझ्याविरुद्ध कसलाही पुरावा मिळत नाही, असं तुम्हीच म्हणता तर मग मला सोडून द्यायला हवं, हे मी त्यांना म्हणालो. मला पाकिस्तान सरकारनं काहीही कारण नसताना पकडलं होतं. तेव्हा आता माझी बिनशर्त सुटका व्हायला हवी, असं मी त्यांना बजावलं.

तीन दिवस त्यांचे प्रयत्न चालूच होते. ते मला निरनिराळ्या प्रकारे पैसा पुरवण्याची आणि इतर गोष्टी देण्याची भाषा करत होते. पण मी त्यांचे सगळे प्रस्ताव धुडकावले. त्यानंतर पुन्हा एकदा त्यांचं वागणं बदललं. त्यांनी मला अनेक प्रकारे धमक्या दिल्या. मला ठार करण्यात येईल, अशीही धमकी दिली.

यानंतर पुढच्या दिवशी सकाळी तंबूत सैनिक घुसले. त्यांच्याजवळ बेड्या होत्या. त्यांनी आम्हाला एका बाजूला लोटलं आणि काही कैद्यांना बेड्या घातल्या. मग त्यांना बांधून ते घेऊन गेले. आम्ही हे सगळं बघत विचारात पडलो होतो की हा काय प्रकार असावा. काही जणांना वाटलं की या कैद्यांची सुटका होणार आहे, तर काही जणांना वाटलं की या कैद्यांना दुसरीकडे हलवलं जाणार आहे. पण काही तासांनी त्यांना परत आणण्यात आलं. या सर्वांच्या डोक्यावरचे केस, दाढ्या, इतकंच काय पण भुवयांचे सगळे केस काढून टाकण्यात आले होते.

ही सर्वांत भयंकर अशी शिक्षा होती. इस्लाममध्ये दाढी साफ करण्याला बंदी आहे. हनाफी[१४] धर्मपरंपरेनुसार दाढी काढून टाकणं हे पाप मानलं जातं. या कैद्यांना परत आणल्यानंतर पुढच्या गटात मी होतो. मला न्हाव्यापाशी नेल्यानंतर मी त्याला माझे केस काढू नकोस, अशी विनंती केली. त्यावर त्यानं माझ्या डोक्यावर एक जोरात दणका मारला. दणका इतका जोरात होता की, कळवळून मी बराच वेळ डोळे बंद करून घेतले होते. नंतर मला डॉक्टरकडे नेण्यात आलं. माझ्या चेहऱ्याला काय झालं, असं त्यानं विचारलं. मी त्याच्याकडे न्हाव्याबद्दल तक्रार केली. त्यावर या डॉक्टरनं मला आणखी एक जोराची थप्पड मारली. मी अमेरिकन आक्रमकांविरुद्ध तक्रार केल्याची ही शिक्षा होती.

एकदा चौकशी सुरू असताना त्यांनी मला माझी मिस्टर मुतवकील यांच्याशी ओळख आहे का, असं विचारलं. त्यांनी मला बरेच प्रश्न विचारल्यानंतर मला त्यांना भेटायचं आहे का, असं विचारलं. मी विचारात पडलो. त्यांना अटक झाल्याबद्दल मला शंका होती. मी मुतवकील कुठं आहेत आणि त्यांना मी कसा भेटणार, असं विचारलं. पण काही मिनिटांतच मुतवकील आत आले. त्यांनी बरोबर पाकिस्तानी

---

१४. इस्लाममधला हा एक प्रमुख मतप्रवाह असून त्याचं अफगाणिस्तानात प्राबल्य आहे. जगातही या पंथाचे सर्वांत जास्त अनुयायी आहेत. या धर्ममताचा उगम अबू हनीफ (मृत्यू ७३७) या इस्लामी विद्वानाशी जोडला जातो.

बिस्किटांचा एक पुडा आणला होता. पण माझे हात बांधलेले असल्यानं मला खाता आलं नाही. मला हा पुडा नंतर बरोबर नेता आला नाही.

आम्ही १०-१५ मिनिटं बोलत होतो. मला त्यात कळलं की, माझी लवकरच क्युबाला रवानगी केली जाणार आहे. पण मिस्टर मुतवकील त्याबद्दल आणखी काही सांगू शकले नाहीत. अल्लाच माझं काय होणार हे ठरवायला समर्थ आहे, याची त्यांना जाणीव असावी.

दुसऱ्या दिवशी सकाळी मला पुन्हा चौकशीसाठी नेण्यात आलं. मला १ जुलैला क्युबाला रवाना करण्यात येईल, असं त्यांनी सांगितलं. क्युबाला पाठवल्या जाणाऱ्या सर्वांना उरलेलं सगळं आयुष्य तिथंच काढायचं आहे आणि मेले तरी त्यांचे मृतदेह अफगाणिस्तानला परत येणार नाहीत, असं त्यांनी बजावलं. प्रश्नकर्त्यानं मला सांगितलं की, मी घरी जायचं आहे की क्युबाला हे ठरवण्याची अखेरची संधी माझ्या हातात आहे. त्यांनी पुन्हा एकदा मला सुटकेसाठीची अट सांगितली. सुटकेच्या बदल्यात मी अमेरिकन गुप्तचर संघटनेसाठी काम करून अल्-कायदा आणि तालिबानच्या नेत्यांना पकडून देण्यासाठी मदत करायची होती. मी आयुष्यभर त्यांचा गुलाम म्हणून राहायचं होतं. अल्लानं आम्हाला हे असलं पाप करण्यापासून वाचवावं!

मला त्यांनी विचार करण्यासाठी एक दिवसाचा अवधी दिला असला तरी मी ताबडतोब उत्तर दिलं, ''इथं माझे जे इतर बांधव अटकेत आहेत त्यांच्यापेक्षा मी मोठा किंवा महत्त्वाचा नाही. अल्लानं माझ्याबाबतीत जे काही ठरवलं असेल ते मला स्वीकारार्ह आहे. मी कोणताही गुन्हा केलेला नाही आणि नंतरही करणार नाही. तेव्हा मी गुन्ह्याची कबुली देण्याचा प्रश्नच नाही. आता माझं काय करायचं ते तुम्हीच ठरवा.''

ग्वान्टानामो बे

१ जुलै, २००२ या दिवशी पुन्हा माझे केस भादरण्यात आले. मग तंबूसमोर काही साखळदंड टाकण्यात आले. आमचे हात-पाय बांधून आम्हाला साखळदंडांमध्ये बांधण्यात आलं. सात-आठ जणांना एका साखळीत बांधलं होतं. आमच्या डोक्यांवर काळ्या पिशव्या घालण्यात आल्या.

आम्हाला छावणीतून बाहेर काढून एका जागी थांबवण्यात आलं. तिथं डोक्यावरच्या काळ्या पिशव्या काढून टाकल्या. त्याच्याऐवजी आम्हाला काळे गॉगल्स आणि कानात घालायला बोळे देण्यात आले. तोंडावर मास्क बांधण्यात आला. आम्हाला लाल रंगाचे कपडे आणि लाल बूट देण्यात आले. विमानात चढण्यापूर्वी आमचे फोटो घेतले गेले.

विमानात चढल्यावर आम्हा सर्वांना खाली लावलेल्या साखळीत बांधलं गेलं. आमचे हात पाठीमागे बांधून ते साखळीनं लोखंडी खुर्चीला जखडण्यात आले. एक इंचही हालचाल करता येत नव्हती. जखडून टाकल्यानं एवढी वेदना होत होती की विमान सुरू झाल्यानंतर अनेक जण किंचाळू लागले. पण संपूर्ण विमान प्रवासात आम्हा सर्वांना आहे तसं राहावं लागलं. कोणाला टॉयलेटलाही जाऊ दिलं नाही.

आम्हाला या अवस्थेत जखडल्यानंतर चार तासांनी विमान उडालं आणि विमान उतरल्यावरही तीन तास आम्ही त्याच अवस्थेत होतो. साखळ्यांमुळे हाता-पायांमधला रक्तप्रवाह नीट होत नव्हता. दहा-बारा तास तशा अवस्थेत काढल्यानंतर माझ्या संवेदनाच नाहीशा झाल्या होत्या. आमचे हात इतके सुजले होते की बेड्या मांसात रुतल्या होत्या. त्यामुळे अमेरिकन सैनिकांना त्या काढणं अशक्य झालं होतं.

मध्ये एकदा उतरून विमान अखेर क्युबाला पोहोचलं. विमानामधून उतरल्यानंतर आम्हाला रांगांमध्ये उभं केलं. आम्हाला अरेबिक आणि इंग्लिशमध्ये ओरडून सूचना

दिल्या जात होत्या, ''जागचं हलू नका. आहात तिथंच उभे राहा!'' पण जवळजवळ ३० तास बांधलेल्या अवस्थेत राहिल्यामुळे काही जण हात-पाय ताणून वेदना कमी करण्याचा प्रयत्न करू लागले. ते पाहून सैनिकांनी आम्हाला मारहाण केली आणि लाथा घातल्या. मलाही तीन वेळा लाथा बसल्या.

आम्हाला मुख्य तळावर हलवल्यानंतर माझी वैद्यकीय तपासणी झाली. मग मला चौकशीसाठी नेण्यात आलं. तिथं मला एका खुर्चीवर जखडल्यानंतर माझी चौकशी करणारा अधिकारी आत आला. त्याच्याबरोबर तीन पर्शियन दुभाषे होते. त्यानं आपलं नाव टॉम आहे, असं सांगितलं. माझ्या चौकशीसाठी त्याची नेमणूक झाली होती. त्या अत्यंत हालअपेष्टांच्या दीर्घ प्रवासामुळे मी थकून गेलो होतो. मी त्याला सांगितलं की, मला जिथं कुठं पाठवायचं आहे तिथं त्यानं पाठवावं. हवं तर उद्या बोलू, असं मी म्हणालो. पण टॉम मात्र ताबडतोब बोलण्यावर ठाम होता.

माझं तोंड आतून कोरडं पडलं होतं. मला नीट जागंही राहाता येत नव्हतं, इतका मी थकून गेलो होतो. कंदाहारमध्ये असताना आम्ही बोलायचो तेव्हा काहीही करून क्युबाला जाणं टाळलं पाहिजे, असं सगळे जण म्हणायचे. पण आता इथं क्युबात एकदा आल्यावर मला आणखी भीती उरली नव्हती. मला आता दिल्या जाणाऱ्या शिक्षांबद्दलही फारशी पर्वा वाटत नव्हती. आता इथं ग्वान्टानामोत आणल्यानंतर जगण्यापेक्षा मरण बरं, असंच आम्हा सगळ्यांना वाटत होतं.

टॉमनं कितीही प्रयत्न केले तरी मी त्याच्या प्रश्नांना उत्तरं देण्याच्या स्थितीत नव्हतो. अखेर कंटाळून तो निघून गेला. मग मला जहाजावर माल चढवण्यासाठी वापरतात तशा एका पिंजऱ्यात ठेवलं. मग माझे हातपाय सोडण्यात आले. पिंजऱ्यात खायला ठेवण्यात आलं होतं. पण त्यापेक्षाही जास्त आनंद मला पाणी बघून झाला. कित्येक महिन्यानंतर मला वजू करण्यासाठी पुरेसं पाणी मिळत होतं. मी हात-पाय स्वच्छ केले, प्रार्थना केली आणि मगच झोपलो. मला इतकी गाढ झोप लागली की माझी रात्रीची प्रार्थना चुकली. मला एकदम दुसऱ्या दिवशी सकाळीच जाग आली होती.

***

माझा पिंजरा ग्वान्टानामो तुरुंगाच्या ज्या भागात होता त्याला 'गोल्ड ब्लॉक' असं म्हणत असत. इथं बेग्राम किंवा कंदाहारच्या तुलनेत जरा बरी वागणूक मिळत होती. पिंजऱ्यात असताना एकाकी वाटलं असलं तरी इथं आम्हाला एकमेकांशी बोलता येत होतं. अफगाणिस्तानात तुरुंगात काही महिने काढल्यानंतर इथं जरा मोकळं वाटू लागलं होतं.

प्रत्येक पिंजरा सात-आठ फूट लांब-रुंद होता. त्यात एक नळ आणि टॉयलेट

होतं. झोपण्यासाठी लोखंडी पत्रा खालच्या बाजूला लावलेला होता. पिंजऱ्याला भिंती नव्हत्याच. फक्त जाड गजांची जाळी होती. पिंजरे एकमेकांना चिकटून ठेवलेले होते. इतरांसमोर टॉयलेट वापरणं हे फार चमत्कारिक वाटत होतं. पण इलाज नव्हता.

आम्हाला कुठं आणलं आहे याबद्दल आमच्यात अनेक मतप्रवाह होते. आम्हाला क्युबात नाहीतर पर्शियन आखातामधल्या एखाद्या बेटावर ठेवलं आहे, असं अनेकांना वाटत होतं. काही जणांचं मत असं होतं की, ग्वान्टानामो छावणीकडे रवाना करण्याआधी तात्पुरत्या स्वरूपात आम्हाला इथं ठेवलं होतं. नेमकी मक्का कुठे आहे याची कोणालाच खातरी नसल्यानं आम्ही आपापल्या समजुतीनुसार त्या दिशेला तोंड करून प्रार्थना करत होतो.

या छावणीत असताना आम्हाला रेडक्रॉसचे प्रतिनिधी भेटायला आले. आम्हाला वाईट वागणूक मिळू नये म्हणून प्रयत्न करायला ते विमानतळावर आले होते, असं त्यांनी सांगितलं.

''पण बसमध्ये त्यांनी आम्हाला ढोल बडवावा तसं बडवलं,'' मी त्या प्रतिनिधीला म्हणालो.

''आम्ही विमानतळावर होतो. बसमध्ये नाही,'' तो प्रतिनिधी म्हणाला.

ग्वान्टानामोत आणल्यानंतर पहिल्या काही दिवसातच आम्हाला रेडक्रॉसच्या प्रतिनिधींच्या भेटीची सवय झाली. ते प्रत्येक कैद्याची स्वतंत्र भेट घेत आणि बऱ्याच प्रमाणात आमच्याशी मोकळेपणानं बोलत. पण तरीही आम्हाला त्या लोकांमध्ये अमेरिकन हेर असतील या शंकेमुळे बोलताना काळजी घेणं भाग होतं. म्हणूनच आम्ही जपून बोलायचो.

एखाद्या कैद्याला रेडक्रॉसच्या प्रतिनिधीशी भेटायला नेताना त्याचे हात वेगळ्या दोरीनं बांधले जात. तिथं गेल्यावर आमचा एक हात मोकळा केला जायचा. बहुतेक वेळा तिथं टेबलावर चहा, बिस्किटं आणि ज्युस ठेवलेला असायचा. ते आमच्याशी बोलायचे. जर आम्हाला कोणाला घरी किंवा मित्रांना पत्र पाठवायचं असेल तर ते मदत करायचे.

काही काळ गेल्यानंतर ही पद्धत बदलली. दोरीच्या जागी आता लोखंडी साखळी आली. पण रेडक्रॉसचे प्रतिनिधी अद्यापही आम्हाला भेटत होते. काही वेळा ते आम्हाला आमच्या कोठडीत येऊन भेटत असत. ते आमच्यापर्यंत घरच्यांची पत्रं आणून पोहोचवत असत.

ग्वान्टानामोत बराच काळ पश्तुन दुभाषा नव्हता. काही युरोपीय माणसांना थोडंफार पश्तु बोलता येत होतं. पण बऱ्याच वेळा त्यांचं बोलणं आम्हाला, आणि आमचं बोलणं त्यांना समजत नसे. एकदा एक जर्मन दुभाषा माझ्यापाशी आला.

मला तो ओळखत असावा अशा प्रकारे तो माझ्याकडे पाहात होता.

"काय झालं? माझ्याकडे असं बघण्याचं कारण काय?"

"मला तुझा चेहरा ओळखीचा वाटतो. मी तुला अगोदर कुठेतरी बघितलं आहे."

"अर्थात. मला पाहिलं असणं शक्य आहे. मी कंदाहार छावणीत असताना तुला पाहिलं आहे."

"नाही. मी टीव्हीवर बघितलं असं वाटतंय," तो म्हणाला.

"मला तुझा चेहरा परिचित वाटतोय."

त्यानं मग माझं नाव विचारलं. मी त्याला माझं नाव सांगून मी तालिबानचा पाकिस्तानातला वकील होतो, हे सांगितलं. त्याला हे ऐकून फार आश्चर्य वाटलं.

"ओह! कसा आहेस?" असं म्हणून काहीही संबंध नसताना तो अचानक म्हणाला, "मुल्ला दादुल्ला माहीत आहे ना? तो इथं कुठल्या ब्लॉकमध्ये आहे याची कल्पना आहे का?"

मला त्याचं बोलणं ऐकून धक्का बसला. मला पकडलं त्या दिवसापासून मला मुल्ला दादुल्लाबद्दल काहीच कळलेलं नव्हतं. त्याचं बोलणं ऐकून मुल्ला दादुल्लालादेखील पकडून क्युबामध्ये आणलंय की काय असं वाटलं. पण मी सावधगिरी बाळगत म्हणालो, "मुल्ला दादुल्ला? त्याला कधी अटक झाली? त्याला अटक झाली हे मला माहीत नाही."

"ओह! म्हणजे तो इथं नाही?"

"मला कल्पना नाही."

रेडक्रॉसजवळ ग्वान्टानामोमधल्या प्रत्येक कैद्याची माहिती होती. तिथं कोण आहे नि कोण नाही हे इत्थंभूत माहीत होतं. तरीही अशा प्रकारे आश्चर्य दाखवल्याप्रमाणे त्यानं मुल्ला दादुल्लाबद्दल विचारणं मला शंकास्पद वाटलं.

त्या वेळी ग्वान्टानामो छावणीत दोन जण असे होते की त्यांना एकच पाय होता. त्यांच्यामधल्या एकाचं नाव अब्दुल रौफ[१] आणि दुसऱ्याचं नाव सुलेमान[२] होतं. अमेरिकनांना या दोघांमधला एक जण मुल्ला दादुल्ला असावा, असा संशय

---

१. अब्दुल रौफ अलिझा (जन्म १९८१) हा मूळचा हेलमंद प्रांतातला आहे. सोव्हिएत फौजांविरुद्धच्या जिहादमध्ये त्यानं एक पाय गमावला होता. त्याला २००७मध्ये अफगाणिस्तानात पाठवलं. तिथं तो पुल-इ-चारखी तुरुंगात आहे.

२. सुलेमान उर्फ मोहम्मद आलीम हा मूळचा वजीरीस्थानचा होता. त्याची सुटका झाल्यानंतर त्यानं 'अब्दुल्ला मसूद' असं नाव धारण केलं होतं. त्याला पाकिस्तानी सैनिकांनी झोआबमध्ये २००८मध्ये ठार केलं.

होता. म्हणूनच ते आमच्याकडून काही कळतं का याची चाचपणी करत असणार. सगळेच रेडक्रॉस प्रतिनिधी हेर नव्हते. पण त्यांच्यात अमेरिकेनं हेर घुसवले असणार याची आम्हाला शंका होती. अर्थात असं असलं तरी आमची पत्रं घरच्यांना पाठवणं आणि त्यांची आम्हाला मिळण्याची व्यवस्था करणं हे फार मोठं काम ते करत होते.

रेडक्रॉसचे प्रतिनिधी आमच्यासाठी काही पुस्तकंही आणायचे. पण अमेरिकन ती काढून घ्यायचे. आम्ही आम्हाला मिळणाऱ्या वाईट वागणुकीबद्दल रेडक्रॉसच्या प्रतिनिधींजवळ तक्रार केली तर त्याचा उलट परिणाम व्हायचा. आम्ही एकदा आम्हाला पुरेसं अन्न मिळत नाही, अशी तक्रार केली. रेडक्रॉसच्या लोकांनी ती अमेरिकनांच्या कानावर घातली. त्यावर त्यांनी चिडून पुढच्या आठवड्यात अन्न आणखी कमी केलं.

मला एकदा छातीत वेदना होत होती आणि कान दुखत होता. मी रेडक्रॉसच्या प्रतिनिधीला सांगितलं. त्यानं मला होणाऱ्या त्रासाबद्दल अमेरिकन डॉक्टरांना सांगितलं. पण त्यांनी मला तपासलं नाही आणि काही औषधंही दिलं नाही. मला खरोखरच फार त्रास होता होता. पण मी वारंवार सांगूनही त्यांनी माझ्याकडे लक्ष दिलं नाही.

एकदा बद्रुझमान बद्र[३] याला भेटायला रेडक्रॉसचा प्रतिनिधी त्याच्या कोठडीत आला होता. बद्र त्याच्याशी इंग्लिश भाषेत बोलत होता. तो तिथल्या परिस्थितीबद्दल तक्रार सांगत होता. पण त्याचं बोलणं बाहेर उभ्या असणाऱ्या सैनिकांनी ऐकले. त्याचं बोलणं अद्याप संपलेलं नसतानाच त्या कोठड्यांच्या ब्लॉकचा मुख्य अधिकारी आत शिरला. त्यानं बद्रला त्याचे सगळे कपडे आणि जवळच्या साऱ्या चीजवस्तू देण्याचा हुकूम सोडला.

"पण मी काहीच केलेलं नाही. मला शिक्षा का देता?"

"जास्त बोलू नकोस. मला सांगितलेल्या वस्तू दे!"

बद्रला रेडक्रॉस प्रतिनिधीच्यासमोर त्या सगळ्या वस्तू द्याव्या लागल्या. तो प्रतिनिधी फक्त बघत उभा होता. त्याला काही करणं शक्यच नव्हतं. काही वेळानं तो प्रतिनिधी निघून गेल्यावर तो सार्जंट परत आला. "ए! मूर्खा, तू कोणाजवळ तक्रार करत होतास? त्याच्याजवळ? तो तुझ्यासाठी काही करू शकत नाही. कळलं?" असं म्हणून त्यानं बद्रला त्याच्या सगळ्या वस्तू परत केल्या. या प्रसंगानंतर आम्ही रेडक्रॉस प्रतिनिधींजवळ काही तक्रार सांगायचं जवळ-जवळ बंद

---

३. जलालाबादमध्ये जन्मलेल्या बद्रकडे इंग्लिश साहित्याची पदवी आहे. अमेरिका आणि तालिबान यांच्यावर टीका केल्यानं त्याला अफगाणिस्तानात तुरुंगाची हवा खावी लागली होती. ग्वान्टानामोतून सुटल्यावर त्यानं व त्याच्या भावानं २००६मध्ये ग्वान्टानामोवर कडक टीका करणारं पुस्तक लिहिलं.

केलं. पण त्यांच्या भेटीगाठी मात्र चालू होत्या. एक तर रोजच्या कंटाळवाण्या जीवनातून जरा बदल झाला तर बरं वाटायचं. आणखी एक म्हणजे आम्हाला सर्वांना तिथं मिळणारी बिस्किटं, ज्युस वगैरे आवडत होतं.

मी ग्वान्टानामोत असताना अखेरच्या दोन वर्षांत त्यांना दोन पश्तुन दुभाषे मिळाले. एकाचं नाव हबीब कबीर, तर दुसऱ्याचं अरमान असं होतं. दोघंही अफगाण असले तरी ते युरोपात राहात होते. एक जण जर्मनीत तर एक जण फ्रान्समध्ये राहायचा. हे दोघंही चांगले होते. त्यांना आमच्याबद्दल खूप सहानुभूती वाटायची.

हबीब आमच्यामधल्या निरक्षर कैद्यांना मदत करायचा. त्यांच्यासाठी तो दिवस-दिवस पत्र लिहायचा. अनेक कैद्यांना आपले कुटुंबीय कुठे आहेत हेच माहीत नव्हतं. पण हबीब स्वत: प्रयत्न करून त्यांना शोधून काढायचा आणि त्यांच्यापर्यंत आमचे संदेश पोहोचवायचा. त्याच्याप्रमाणेच अरमानही आम्हाला खूप मदत करायचा. अफगाण असल्यानं त्याला आमच्या समस्या समजत होत्या. आमचा त्याच्यावर विश्वास होता.

मी ग्वान्टानामोत असताना रेडक्रॉस ही संघटना आमच्यासाठी किती मोठं काम करत होती याची मला खरोखरच कल्पना नव्हती. तिथून सुटल्यानंतर मी खऱ्या अर्थानं त्यांच्या कार्याशी परिचित झालो. रेडक्रॉसचे लोक मनापासून काम करत होते. स्वातंत्र्याचा उद्घोष करणारे अमेरिकन आम्हाला छळत असताना व मानवतावाद पायदळी तुडवत असताना रेडक्रॉसचे प्रतिनिधी आम्हाला किती मोठी मदत करत होते हे मला खूप नंतर कळलं..

मी रेडक्रॉस संघटनेचे आभार मानू इच्छितो आणि त्यांना भविष्यकाळासाठी शुभेच्छा देतो.

***

ग्वान्टानामो छावणीत अनेक प्रकारचे सैनिक होते. त्यांच्या बॅजमध्ये निरनिराळी चिन्हं असायची. तिथं मुख्यत: झाड, फुली आणि चंद्र असे तीन चिन्हं असलेले बॅज होते. झाडाच्या चिन्हाचा बॅज लावणारे सैनिक आम्हाला सर्वांत चांगलं वागवत. ते आमच्यात भेदभाव करत नसत. ते आम्हाला पुरेसं अन्न देत आणि काही वेळा फळंदेखील आणत. ते रात्री-बेरात्री येऊन आमची झोपमोड करत नसत. जर एखादा कैदी आजारी असेल तर शक्य तितक्या लवकर ते डॉक्टरांना तसं कळवत. त्यांच्या या चांगल्या वागण्यामुळे आम्हीदेखील त्यांना जास्तीत जास्त सहकार्य करायचो. काही वेळा अत्यंत खचलेल्या मन:स्थितीत असणारा आमच्यातला एखादा जण या सैनिकांबद्दल तक्रार करायला लागला तर आम्ही त्याला तसं करण्यापासून परावृत्त

करायचो. कारण हे लोक चांगले होते आणि पवित्र कुराणात लिहिल्याप्रमाणे आम्ही त्यांच्याशी आदरपूर्वक वागत होतो.

बॅजवर फुलीचं चिन्ह असणारे सैनिक अतिशय कडक शिस्तीचे होते. छावणीतला प्रत्येक नियम पाळायलाच हवा याबद्दल त्यांचा कटाक्ष असे. काही वेळा ते आमच्यात भेदभाव करत आणि खायला कमी देत. तसंच मारहाणही करत. पण त्यांच्यातही काही जण चांगल्या स्वभावाचे होते.

या दोन प्रकारच्या सैनिकांच्या तुलनेत बॅजवर चंद्रासारखं चिन्ह असलेले सैनिक अतिशय उद्धट आणि आम्हाला त्रास देणारे होते. त्यांनी आम्हाला कधीच नीट खायला-प्यायला दिलं नाही. आम्हाला ते नीट कपडेही मिळू देत नसत. ते मुद्दाम रात्री-बेरात्री येऊन आमची झोपमोड करत असत. या लोकांना रागवायला काहीही कारण पुरत असे. आम्हाला शिक्षा करायला ते तत्पर असत.

या तीन प्रकारच्या चिन्हांखेरीज इतर तीन चिन्हांचे बॅज लावणारे सैनिकही छावणीत कामावर असत. बॅजवर 'स्पॅनिश' असं लिहिलेले सैनिक हे मी ग्वान्टानामोत बघितलेल्या सैनिकांमध्ये सर्वांत चांगले होते. त्यांना आमच्याबद्दल कणव वाटायची. ते वागताना आमच्याशी प्रेमानं बोलत. आम्ही बऱ्याचदा गप्पा मारायचो. हे लोक आम्हाला जमेल तेवढ्या प्रमाणात अन्नपदार्थ, शॅम्पू व साबण इत्यादी वस्तू देत असत. ते इस्लामचा आदर करत. आम्ही प्रार्थना करत असताना ते आम्हाला कधीच त्रास देत नसत. त्यांनी कधीच पवित्र कुराणाचा अनादर केला नाही. काही वेळा ते आम्हाला तुरुंगाबाहेर असणाऱ्या जगात काय चाललंय हे सांगत. पण हे लोक लवकर दिसेनासे झाले. त्यांची जागा इतरांनी घेतली.

बॅजवर किल्लीचं चिन्ह असणारे सैनिक म्हणजे निव्वळ रानटी प्राणी होते. माझी सुटका झाली तेव्हादेखील ते तिथं होते. हे लोक अतिशय मगरूर होते. त्यांना इस्लामबद्दल जराही आदर नव्हता. आम्हाला जास्तीत जास्त त्रास व्हावा म्हणून ते सर्व ते प्रयत्न करत असत. आम्हाला झोप मिळू नये म्हणून ते मध्यरात्री अचानक घुसून झडतीची सत्रं सुरू करत. ते आम्हाला मारहाण करत आणि कैद्यांबद्दल वरच्या अधिकाऱ्यांना मुद्दाम खोट्यानाट्या गोष्टी सांगत

या सगळ्यांमधले सर्वांत वाईट सैनिक हे बॅजवर ९४ हा आकडा असणारे होते. ते आमचा त्यांना वाटेल तसा छळ करत आणि पवित्र कुराणाची अवहेलना करत. काहीही कारण नसताना ते आम्हाला शिक्षा करत आणि मारहाणही करत. त्यांच्या वागण्याचा परिणाम म्हणून त्यांच्यात आणि आमच्यात प्रचंड तेढ निर्माण झाली. आम्ही त्यांच्याशी मुद्दाम वाईट वागू लागलो. त्यांचे हुकूम पाळायचे नाहीत, असं होऊ लागलं. काही कैदी त्यांच्या अंगावर पाणी फेकत आणि त्यांच्या प्रश्नांची उत्तरं देत नसत. त्यांची वागणूक आता इतकी असह्य झाली की आम्ही या '९४'

बॅजच्या सैनिकांना काढून टाकावं अशी मागणी केली. आमच्या मागणीनंतर अधिकाऱ्यांनी त्यांना विखरून वेगवेगळ्या ठिकाणी नेमलं.

दर सहा महिन्यांनी सैनिकांची बदली व्हायची. बऱ्याच वेळा चांगले लोक बदली होऊन जायचे आणि त्यांच्या जागी वाईट लोक यायचे. बदली होणारे, जाणारे काही जण आमच्याशी बोलत. ग्वान्टानामोत जे काय चाललंय त्याबद्दल त्यांना वाईट वाटायचं. आपण बाहेर गेल्यावर प्रसिद्धी माध्यमांना सांगू, असं ते म्हणत.

ग्वान्टानामो तुरुंगात काम करणाऱ्या सैनिकांमध्ये निरनिराळ्या वंशाचे सैनिक होते आणि त्यांच्या वागण्यात बराच फरक होता. तिथं लाल, गोरे, काळे आणि अमेरिकन इंडियन असे चार वंशाचे सैनिक होते. गोरे किंवा लॅटिनो म्हटले जाणारे सैनिक चांगले वागत. त्यांना आमच्याबद्दल सहानुभूती वाटायची. त्यांच्यातील बहुतेक सर्व जण आम्हाला चांगलं वागवत.

काळे किंवा आफ्रिकन अमेरिकन सैनिक कायमच थकलेले वाटत. ते बहुतेक वेळा खायचे किंवा डुलक्या काढायचे. त्यांच्यात शिक्षणाचं प्रमाण कमी असावं आणि बरेच जण गरीब कुटुंबातले असावेत. यांच्यामधले फारच थोडे आम्हाला वाईट वागवत. पण आमच्याशी वाईट वागणारे मात्र नेहमी फारच वाईट वागायचे. काही वेळा आपला अपमान करतात म्हणून हे आफ्रिकन अमेरिकन सैनिक गोऱ्या व लाल सैनिकांना तू क्रूर व स्वार्थी आहेत असं म्हणत. या सैनिकांवर गोऱ्या व लाल सैनिकांचा विश्वास नव्हता. अनेकदा ते काळे सैनिक आम्हाला काही देताना आजूबाजूला कोणी बघत तर नाही ना याची काळजी घेत.

लाल रंगाचे अमेरिकन हा गट सगळ्यात भयंकर प्रकारचा आहे. या लोकांच्या हातात सरकारमधल्या बहुतेक मोक्याच्या जागा आहेत. हे लोक खोटारडेपणा आणि कपट यात अव्वल आहेत. तिथं छावणीत वरिष्ठ पदांवर असणारे लोक हे याच प्रकारचे होते. या लोकांना चांगलं शिक्षण मिळतं आणि ते चांगल्या आर्थिक परिस्थितीत राहातात. आफ्रिकन अमेरिकन किंवा इतरांच्या तुलनेत हे वरच्या वर्गातून आलेले असतात.

ग्वान्टानामोत चौथा वांशिक गट हा अमेरिकन इंडियन यांचा होता. पण त्यांचं प्रमाण खूप कमी होतं. हे लोक अमेरिकेचे मूळ निवासी असून गोरे लोक तिथं यायच्या अगोदर कितीतरी आधीपासून राहात होते. आता त्यांच्यामधले बहुतेक जण अतिशय दुर्गम भागात राहातात. त्यांच्यात निरक्षरतेचं प्रमाण मोठं आहे. तसंच अनेक जण दारू आणि अमली पदार्थांच्या व्यसनात गुरफटलेले दिसतात. गोऱ्या लोकांनी त्यांना हाकलून दिलं आणि त्यांचा नाश केला. त्यांच्या जमिनी त्यांच्यापासून हिरावून घेतल्या आणि त्यांना देशोधडीला लावलं. आजही त्यांना सरकारमध्ये काहीही स्थान नाही. ग्वान्टानामोतले हे सैनिक बऱ्याचदा इतर

अमेरिकनांचा आक्रमक असाच उल्लेख करत. अमेरिकन सरकार जे काही करतंय ते त्यांना मान्य नव्हतं.

***

मी ग्वान्टानामोत गेलो त्या वेळी सुरुवातीला तिथं आठ ब्लॉक होते. काही कैद्यांना इतरांपासून वेगळं ठेवण्यासाठी निराळा वॉर्ड होता. प्रत्येक ब्लॉकमध्ये ४८ कोठड्या, चार साधी टॉयलेट्स आणि चालण्यासाठी दोन पॅसेज होते. तर कैद्यांना अलग ठेवण्याच्या वॉर्डमध्ये २४ कोठड्यांची व्यवस्था होती.

आम्हाला अतिशय जाड अशा लाल कापडाचे कपडे दिले होते. अनेक कैद्यांच्या अंगावर त्यामुळे पुरळ येत असत. प्रत्येक कैद्याला दोन ब्लँकेट, पाण्याच्या दोन बाटल्या, दोन टॉवेल, एक छोटं प्लॅस्टिकचं जाजम, टूथपेस्ट आणि टूथब्रश एवढं सामान दिलं जाई. याशिवाय तोंडावर बांधायला एक मास्क आणि पवित्र कुराणाची एक प्रत मिळायची. शिक्षा करायची असेल तर प्लॅस्टिकचं जाजम वगळता कैद्याकडून या इतर सर्व वस्तू काढून घेतल्या जायच्या.

ग्वान्टानामोत नंतर दुसरी छावणी उभारण्यात आली. तिथल्या प्रमुख अधिकाऱ्यांच्या जागी दुसरा अधिकारी आला. हा जनरल तिथं आल्यानंतर परिस्थिती आणखीनच खालावली. त्यानं आमची निरनिराळ्या गटांमध्ये वर्गवारी केली आणि शिक्षा अधिकच कडक केल्या. आता कोठड्यांची संख्या ३०० झाली. आमच्या जवळच्या पवित्र कुराणाच्या प्रती काढून घेण्यात आल्या. पुन्हा एकदा आमचे केस भादरण्यात आले. कैद्यांना चौकशीच्या दरम्यान मारहाणीचं प्रमाण खूप वाढलं.

या नव्या जनरलचं नाव मिलर[४] असं होतं. पुढं त्याची इराकला बदली झाली. तिथं त्यानं अबू घरीब तुरुंग उभारला. इथं ग्वान्टानामोत त्यानं कॅम्प एको[५] या नावानं ओळखली जाणारी अतिशय भयानक अशी छावणी उभारली. या छावणीत कैद्यांना ठेवण्याच्या वेगवेगळ्या कोठड्या होत्या. त्यातल्या एका कोठडीत एक पिंजरा होता. पिंजऱ्याच्या पुढच्या भागात टॉयलेट होतं. या कोठडीचं दार आणि पिंजऱ्याची झडप हे सगळं रिमोट कंट्रोलनं नियंत्रित केलं जायचं. व्हिडीओ कॅमेरे वापरून कैद्यावर

---

४. जनरल मिलर (जन्म १९४९) हा ग्वान्टानामो तुरुंगाचा प्रमुख कमांडर म्हणून २००२पासून काम पाहात होता. अबू घरीब तुरुंगात कैद्यांना 'सरळ करण्याच्या' प्रयत्नांसंबंधी जो गैरव्यवहार उघडकीस आला त्यात मिलर दोषी असल्याचं अनेकांचं म्हणणं होतं. चौतीस वर्षांच्या सेवेनंतर तो २००६मध्ये निवृत्त झाला.

५. ग्वान्टानामो तुरुंगातल्या सात स्वतंत्र छावण्यांमधली ही एक होती. इथं कैद्यांना एकांतवासात ठेवलं जाई. तथाकथित 'महत्त्वाच्या' कैद्यांसाठी इथं खास व्यवस्था होती.

२४ तास लक्ष ठेवलं जायचं. या कोठडीची रचना अशी होती की बाहेर दिवस आहे की रात्र याचा पत्ता लागत नसे. या ठिकाणी ठेवलेल्या माझ्या अनेक बांधवांना मानसिक आजार झाले. इथं किती किंचाळलं तरी ऐकायला जवळ कोणीच नसायचं. पहारेकऱ्यांचं लक्ष वेधून घेण्यासाठी कैदी कॅमेऱ्यांसमोर येऊन हातवारे करत असत. तिथं वही, पुस्तक, पेन किंवा इतर काहीही नव्हतं. कैदी आणि फक्त चार भिंती.

अशा जागी राहिल्यानं अनेक जण मानसिक रोगांची शिकार झाले. ग्वान्टानामोत अहमद[६] नावाचा एक जण होता. तो ब्रिटनला स्थलांतरित झाला होता. तो पाकिस्तानात धार्मिक शिक्षण घेण्यासाठी आला असताना त्याला पकडलं होतं. कंदाहारमध्ये तुरुंगात तो माझ्या शेजारी होता. ज्यांना सदैव साखळदंडात बांधलेलं असायचं त्यांच्यात त्याचा समावेश होता. कैदेत असताना झालेल्या हालअपेष्टांमुळे त्याचं मानसिक संतुलन बिघडलं. त्याच्यावर उपचार करण्याऐवजी त्याला वारंवार शिक्षा दिली जायची. मी त्याला अनेकदा बेशुद्ध होऊन पडलेला पाहिलं आहे.

ग्वान्टानामोत नेल्यानंतर तर त्याची परिस्थिती आणखीच खराब झाली. काही काळ तो माझ्या शेजारच्या पिंजऱ्यात होता. तो रात्र-रात्र सतत पवित्र कुराणाचं मोठ्या आवाजात पठण करत असे. तो सतत हादीसमध्ये वर्णन केलेले सत्पुरुष मेहदी हे या वर्षी नक्की येणार अशी घोषणा करायचा. एकदा त्यानं खाण्याच्या प्लेटनं पहारेकऱ्यावर हल्ला केला. त्याला मग कॅम्प एकोमध्ये हलवण्यात आलं. तिथं त्यानं तीन वर्षं काढली.

अहमद हा चांगला शिकलेला होता. पण तुरुंगातल्या वागणुकीनं त्याच्या मनाचा तोल ढळला होता. त्याची मानसिक स्थिती चांगली नाही आणि तो विमनस्कतेच्या गंभीर पातळीवर गेलेला मनोरुग्ण आहे, याची सैनिकांना पूर्ण कल्पना होती. तरीही त्याला मारहाण व्हायची.

---

६. अहमद अल् रशीदी हा मोरोक्कोचा नागरिक आहे. त्याला २००२मध्ये पाकिस्तानात पकडण्यात आलं. २००७मध्ये त्याला ग्वान्टानामोमधून मोरोक्कोला पाठवण्यात आलं. यानं २००१मध्ये अफगाणिस्तानात येण्याआधी १७ वर्षं लंडनच्या अनेक रेस्टॉरंटमध्ये शेफ म्हणून काम केलं होतं. आपण कोणीतरी मोठे आहोत असं दाखवण्याच्या वृत्तीमुळे तुरुंगाच्या अधिकाऱ्यांनी त्याला 'जनरल' असं टोपणनाव दिलं होतं. रशीदीला 'फ्रिक्वेंट फ्लायर प्रोग्रॅम'ची वागणूक दिली जायची. यात कैद्याला सतत एका जागेवरून दुसरीकडे हलवलं जायचं. रात्री-बेरात्री कधीही सहा-सहा तास चौकशी करून त्याला कधीच झोपू दिलं जात नसे. त्याच्यावर ज्या काळात प्रशिक्षण घेतल्याचा आरोप होता त्या वेळी तो लंडनमध्ये असल्याचं सिद्ध झालं आहे.

ग्वान्टानामोत मानसिक आजार झालेले अनेक जण होते. त्यात डॉ. आयमन[७] आणि अब्दुल रहमान[८] यांचा समावेश होता. खरं तर मनाचे आजार झालेल्यांना किंवा वेड लागलेल्या लोकांना सर्वशक्तिमान अल्ला क्षमाशील नजरेनं बघतो. पण अमेरिकन सैनिक मात्र तसं करत नव्हते.

मला डेल्टा ब्लॉकच्या १५ क्रमांकाच्या पिंजऱ्यात आणि गोल्ड ब्लॉकच्या ३८ क्रमांकाच्या पिंजऱ्यात ठेवण्यात आलं. हे ब्लॉक कॅम्प डेल्टा या छावणीत होते. असे सहा कॅम्प अधिक कॅम्प एको मिळून ग्वान्टानामो तुरुंग होता. कॅम्प डेल्टाची उभारणी एप्रिल, २००२मध्ये झाली होती. २००३च्या सुरुवातीपर्यंत मी तिथं होतो. नंतर मला क्यूब ब्लॉकमधल्या ३७ क्रमांकाच्या पिंजऱ्यात हलवण्यात आलं. तिथून मला समुद्र आणि त्यातली जहाजं दिसायची. पण मला इथं फार काळ ठेवलं नव्हतं. माझी रवानगी वेगळ्या पिंजऱ्यांमध्ये झाली. तिथंच मी बराच काळ काढला.

सुरुवातीला आम्हाला आठवड्यातून एकदा अंघोळ करता येत होती. आम्हाला मैदानात हात बांधलेल्या अवस्थेत १५ मिनिटं चालता येत असे. नंतर ही परवानगी वाढली. आम्ही आठवड्यातून दोनदा प्रत्येक वेळी ३० मिनिटं चालू शकत होतो. आमचे कपडे दर आठवड्याला बदलले जात. सुरुवातीला काही काळ आम्हाला दाढी नीट करायची किंवा नखं कापायची मुभा नव्हती. पण मग नंतर आम्हाला आठवड्यातून एकदा तसं करू दिलं जाऊ लागलं.

सुरुवातीला आम्हाला लष्करातलं रेशन दिलं जायचं. पण नंतर नाष्टा आणि रात्रीचं जेवण ताजं शिजवलेलं मिळू लागलं. पुढच्या वर्षी दुपारचं जेवणही ताजं तयार केलेलं मिळू लागलं. त्याला जरादेखील चव नसायची. ते मुद्दामच तसं तयार केलेलं असायचं. सैनिकच आम्हाला जेवण देत. त्यामुळे ते किती मिळणार हे त्यांच्या मर्जीवर अवलंबून असे. बऱ्याचदा अन्न इतकं कमी असे की आम्ही सदैव भुकेलेले असायचो. ताजी फळं मात्र दररोज दिली जात आणि ते आम्हाला खूप आवडायचं.

आम्हाला दिवसात पाच वेळा प्रार्थना करायची परवानगी होती. रात्रीच्या प्रार्थनेसाठी तर तशी घोषणाही केली जायची. सैनिक अजानची टेप लावत आणि

---

७. आयमन सैद अब्दुला बतर्फी (जन्म अंदाजे १९६७) हा येमेनी नागरिक तोराबोराच्या लढाईत आपण डॉक्टर म्हणून काम करत असल्याचं सांगतो. ग्वान्टानामोमधून २००८मध्ये सुटका झालेल्या समी अल्-हाजी या पत्रकारानं तिथं अमेरिकन अधिकारी काहीतरी औषधं देऊन कैद्यांना मुद्दाम वेडं करतात, असा आरोप केला होता.

८. तारिब अब्दुल रहमान हा मूळचा हेलमंद प्रांतातला असून त्याला परत अफगाणिस्तानमध्ये पाठवण्यात आलं आहे.

काही वेळा अजानची नक्कलही करत. असं असलं तरी आम्ही वेळेसाठी सूर्यावरच अवलंबून राहाणं पसंत करायचो. तरीदेखील काही वेळा नीट वेळ समजायची नाही. मग कैदी आपापल्या कोठ्यांमध्ये त्यांना जेव्हा योग्य वाटेल तेव्हा प्रार्थना करायचे.

तिसरा कॅम्प उभारल्यानंतर मात्र आमची परिस्थिती बिघडली. आम्हाला दिल्या जाणाऱ्या अन्नाचं प्रमाण कमी झालं आणि गुणवत्ताही खालावली. क्यू ब्लॉक या नव्यानं तयार झालेल्या ठिकाणी राहाणं फारच अवघड होतं. तिथं फक्त जाळी लावलेल्या उघड्या पिंजऱ्यात कोणताही ऋतू असला तरी कैद्यांना फक्त अंतर्वस्त्रांवर राहावं लागे. प्रार्थनेसाठी म्हणून अंग झाकायलाही आमच्याजवळ काही नसे. सैनिक सतत मारहाण करत. टॉयलेट संपूर्णपणे उघड्यावर होती. पिंजऱ्यांचा आकार असा होता की त्यामुळे आम्हाला त्यात नीट आडवंही होता येत नसे.

हिवाळ्यात थंडीपासून बचाव व्हाचा म्हणून कैदी जागच्या जागी उड्या मारून अंगात ऊब आणण्याचा प्रयत्न करत असत. टॉयलेट तुंबलं की सर्वांत भयंकर परिस्थिती उद्‌भवत असे. घाणीचा वास सतत हवेत भरलेला असायचा. टॉयलेट वापरताना आम्हाला टॉयलेट पेपर किंवा पाणी दिलं जात नसे. तिथं आम्हाला फक्त हातांचा वापर करावा लागे. हात धुवायची काहीच सोय नव्हती. आम्हाला नंतर खाताना तशाच हातानं खावं लागे. आम्ही तिथं कशा परिस्थितीत राहात होतो ते पाहा. मानवाधिकारांसाठी लढायची भाषा करणाऱ्यांनी आम्हाला हे असं जगणं भाग पाडलं होतं.

कैद्यांना क्यूब ब्लॉकमध्ये एक ते पाच महिने ठेवलं जाई. जे तरीदेखील नीट वागणार नाहीत त्यांना तिथं जास्त काळ ठेवलं जात असे. मनोरुग्णांसाठी इथं वेगळी व्यवस्था होती. विमनस्कतेच्या विकारानं ग्रस्त झालेले कैदी तिथं आत्महत्येचा प्रयत्न करायचे. मी तिथं असताना जवळपास रोजच आत्महत्येच्या घटना घडायच्या. प्रयत्न करूनही जे वाचत त्यांना शांत करण्यासाठी बार्बीच्युरेटची इंजेक्शनं दिली जायची. काही जणांना मग या इंजेक्शनची सवय लागायची.

कैद्यांमध्येही हिंसकपणाच्या घटना घडायच्या. काही जणांना इतर कैदी अमेरिकनांचे हेर आहेत असं वाटाचयं. त्यामधून शिवीगाळ आणि हाणामाऱ्या व्हायच्या. अशा कैद्यांवर इतर जण थुंकत असत. खरोखरच काही अफगाण हेरगिरी करायचे. त्यांच्यामधल्या काहींनी इस्लामचा त्याग केला होता. हे लोक अल्लाचं नाव आणि पवित्र कुराणाबद्दल अपशब्द उचारत. काही इराकी आणि येमेनी लोकही असे होते. हे सगळं कॅम्प डेल्टामध्ये घडत होतं. काही जण तर इस्लामचा त्याग करून गळ्यात क्रॉसही लटकवत असत. त्यांची संख्या बरीच वाढत होती. आम्ही इस्लामचा त्याग करून अश्रद्ध बनावं यासाठी अमेरिकन मुद्दाम प्रयत्न करत होते, असं अनेक जण बोलायचे.

नंतर आणखी दोन कॅम्प उभारण्यात आले. त्यामधला एक ठीक होता. पण दुसरा शिक्षा देण्यासाठी मुद्दाम नव्यानं तयार करण्यात आला होता. हा 'कॅंप पाच'[९] इतर कॅम्पपासून खूप दूर होता. पण लवकर त्याबद्दलची माहिती कानोकानी आली. आमची चौकशी करण्यासाठी येणारे अधिकारीही ही जागा फारच भयंकर असल्याचं सांगू लागले.

इथली परिस्थिती खरोखरच वाईट होती. अमेरिकन सैनिक आम्हाला मुद्दाम फसवत आणि खोटंनाटं काहीही सांगत. कॅम्प पाचमध्ये जाऊन आलेला कैदी जणू हाडांचा सापळाच व्हायचा. अबू हरीस[१०] या कॅम्पमधून परतला तेव्हा त्याच्यात एवढा फरक पडला होता की मी त्याला ओळखू शकलो नाही. कॅम्प पाचला अनेकदा 'थडगं क्रमांक पाच' म्हणलं जातं कारण ते जिवंतपणीच पुरण्याचं थडगं आहे.

कॅम्प चार मात्र वेगळा होता. ज्या कैद्याची सुटका व्हायची आहे त्यांना त्यात ठेवलं जाई. इथं कैद्यांना चांगली वागणूक दिली जाई. त्यांना चांगलं खायलाप्यायला मिळत असे. इथं सगळे एकत्र राहात असत. त्यांना त्यामुळे एकत्र प्रार्थना करता येत होती. त्यांना हवी तितक्या वेळा अंघोळ करता यायची. आठवड्यातून एकदा सिनेमा दाखवला जायचा. इथं आम्हाला नेहमीच्या जेवणाखेरीज खजूर, मध, केक व अशाच इतर वस्तू मिळत असत. ब्रेडचा एखादा तुकडा मिळावा म्हणून कॅम्पमधले कैदी जीव टाकत असताना इथं मात्र ही अशी चंगळ होती. अनेक पत्रकार, अमेरिकन सिनेटर आणि इतर पाहुणे कॅम्प चारला भेट देत असत. ते फोटो काढत किंवा फिल्म घेत. पण आम्हाला त्यांच्याशी बोलायची परवानगी नव्हती.

सुरुवातीला या कॅम्पमध्ये आलेल्या कैद्याची आता आपली लवकरच सुटका होणार अशी समजूत व्हायची. याचं कारण म्हणजे अमेरिकनच आम्हाला सांगत की सुटका व्हायच्या अगोदर आम्हाला इथं फार तर एक महिना राहावं लागेल. पण ते खरं नाही, हे आम्हाला कळत होतं. माझ्या बाबतीतही तसंच घडलं. मला जून, २००४मध्ये हलवण्यात आल्यानंतर माझी एक वर्ष तीन महिन्यांनी सुटका होईपर्यंत मी कॅम्प चारमध्ये होतो.

---

९. कॅम्प पाच हा इतरांपेक्षा वेगळा आहे. तिथं दुमजली इमारतींमध्ये कडक सुरक्षा व्यवस्थेत कैदी ठेवले जातात. ही मोठी इमारत भक्कम काँक्रीटची बनवलेली आहे. या कॅम्पच्या उभारणीसाठी ३.१० कोटी डॉलर्स खर्च आला आहे. एका वेळी ९०० कैद्यांची व्यवस्था करण्यासाठी हा कॅम्प २००४मध्ये तयार झाला. इथं खास व धोकादायक कैद्यांना ठेवलं जातं.

१०. अबू हरीस हा कुवेती असून त्याचा जन्म १९७२ किंवा १९७३मध्ये झालेला असल्याची माहिती मिळते.

जिवंत माणसांची थडगी

माझ्या ग्वान्टानामो तुरुंगातल्या चार वर्षांच्या कैदेच्या काळात मी तिथं अनेक अविस्मरणीय घटना घडलेल्या पाहिल्या किंवा ऐकल्या आहेत. कसलाही कायदा पाळला जात नसलेल्या या ठिकाणी कैदी अत्यंत हालअपेष्टांमध्ये दिवस काढत होते.

२००३ सालच्या सुरुवातीला रमझानचा, मुस्लिमांचा उपवासांचा महिना सुरू व्हायच्या वेळी आम्हाला असं सांगण्यात आलं की आम्हाला मध, खजूर आणि खास प्रकारचा ब्रेड देण्यात येईल. या गोष्टी खरं तर फार मामुली आहेत, पण ते ऐकून आम्हाला बरं वाटलं. पण रमझान सुरू झाल्यावर दुसऱ्याच दिवशी एक सैनिक आमच्याशी वाईट वागला. तिथं त्या वेळी एकूण ४८ कैदी होते. आमच्यामधल्या तिघांनी त्यावर प्रतिक्रिया दिली. एका कैद्यानं त्या सैनिकाच्या अंगावर पाणी फेकलं. त्या कैद्याची अर्थातच दुसऱ्या ठिकाणी शिक्षेसाठी रवानगी झाली.

हा प्रसंग घडल्यानंतर दुसऱ्या दिवशी सकाळी आम्हा सर्वांना शिक्षा दिली जाणार असल्याची घोषणा झाली. शिक्षा म्हणून ३४ दिवस ताजं अन्न मिळणार नव्हतं आणि पाणी दिलं जाणार नव्हतं. आम्ही मग वरिष्ठ अधिकाऱ्याची भेट घेतली. रमझानचा महिना सुरू आहे आणि फक्त एकाच कैद्याच्या कृतीमुळे सगळ्यांना शिक्षा कशासाठी, असं आम्ही विचारलं. पण त्याचं उत्तर नकारार्थी होतं. "लष्कराची हीच पद्धत असते," तो म्हणाला, "एकानं जरी आगळीक केली तरी त्याची शिक्षा सर्व गटाला भोगावीच लागते."

एकदा एका स्त्री-सैनिकानं कोठडीची झडती घेताना पवित्र कुराणाचा अपमान केला. तिनं ते मुद्दाम जमिनीवर फेकलं. या प्रसंगामुळे कैद्यांनी संप पुकारला. कैद्यांनी आपण अंघोळ करणार नाही किंवा कपडे बदलणार नाही, असं ठरवलं. इतकंच नाही तर आपण बाहेर पडणार नाही आणि सैनिकांना कोणतंही सहकार्य

करणार नाही, असं सगळ्यांनी ठरवलं. हा संप बघता-बघता सगळीकडे पसरला. त्या स्त्री-सैनिकाला शिक्षा करावी ही कैद्यांची मागणी ऐकूनही न घेता तुरुंगाच्या प्रशासनानं बळाचा वापर सुरू केला. कैद्यांना बेशुद्ध करण्यासाठी कोठड्यांमध्ये वायू सोडण्यात आला. कैदी पडल्यानंतर सैनिकांनी त्यांना उचलून कोठडीबाहेर काढलं. कैद्यांच्या सगळ्या वस्तू काढून घेण्यात आल्या आणि त्यांचे केस भादरण्यात आले.

असाच एक प्रसंग इंडियाना ब्लॉक या नावानं ओळखल्या जाणाऱ्या भागात घडला. तिथले कैदी पिंजऱ्यावर दणके मारत 'अल्लाहु अकबर' असं जोरजोरात ओरडू लागले. कोणालाच तिथं काय झालं हे कळेना. पण मग कळलं की, सैनिकांनी एका मशाल[१] नावाच्या अरब बांधवाला इतकी मारहाण केली होती की त्यात तो मरण पावला. सर्व कैदी त्याच्याबद्दल माहिती देण्याची मागणी करू लागले. सुरुवातीला प्रशासनानं सुरक्षारक्षकांची संख्या वाढवून दबाव आणण्याचा प्रयत्न केला. पण कैदी आपली मागणी सोडेनात हे पाहून मग त्यांनी मशाल जिवंत आहे, पण गंभीर जखमी झालेला आहे, असं जाहीर केलं. दोन महिन्यांनी आम्हाला कळलं की तो बसताही येणार नाही इतका लुळापांगळा झाला होता. त्याला बोलताही येत नव्हतं. तो ग्वान्टोनामोच्या हॉस्पिटलमध्ये अडीच वर्षं पडून होता. त्याच्या प्रकृतीत जरादेखील सुधारणा झाली नाही. मग तशाच अवस्थेत त्याला सौदी अरेबियाच्या हवाली करण्यत आलं.

अन्नाची कमतरता ही ग्वान्टानामोमधली कायमची समस्या होती. कैद्यांसाठी पुरेशा अन्नाची व्यवस्था करायला तुरुंग प्रशासनाला खूप काळ लागला. ग्वान्टानामोत सरळ-सरळ व्यवसाय चालायचा. कोणाला किती सवलती मिळणार किंवा काय सुखसोई मिळणार हे सर्वस्वी चौकशीत काय घडतं त्याच्यावर अवलंबून असायचं. जर कैदी चौकशीत या लोकांचं समाधान होईल अशी उत्तरं देत असेल तर त्याला हवं ते मिळायचं. उलट जे कैदी सहकार्य करणार नाहीत त्यांना शिक्षा मिळायची.

मुल्ला फझल यानं चौकशीच्या वेळी उत्तरं दिली नाहीत म्हणून त्याला ४१ दिवसांची शिक्षा झाली. रात्री त्याला खोलीत साखळीनं बांधून ठेवलं जायचं. रात्री त्याला झोपून दिलं जात नव्हतं. दिवसा तो झोपू नये म्हणून सैनिक त्याला सतत चालत राहायला भाग पाडत.

कैदी हे अत्यंत हतबल असतात. पण ग्वान्टानामोमधले कैदी तर माणसंच

---

१. मशाल औद सय्यद अल-हारबी (जन्म अंदाजे १९८०) हा जन्मानं सौदी अरेबियाचा नागरिक आहे. त्याला २००१मध्ये मजार-ए-शरीफ येथे पकडण्यात आलं. ग्वान्टानामोमधून त्याला जुलै, २००५मध्ये सौदी अरेबियात पाठवण्यात आलं.

समजली जात नाहीत. दररोज त्यांच्यापासून त्याचं माणूसपण हिरावलं जातं.

***

माझ्या आजूबाजूच्या पिंजऱ्यांमधल्या अनेकांनी त्यांचे अनुभव सांगितले. येमेनचा मुख्तार[२] आणि ताजिकीस्तानचा युसूफ[३] हे दोघं कुंदुझमधल्या कला-ए-जंगी[४] तुरुंगात होते. त्यांना पकडलं तेव्हा उझ्बेक लष्करी तुकड्यांनी अनेक तालिबान लढवय्यांना घेरलं होतं. तालिबाननी वाटाघाटी करून शरणागती पत्करली. आता आपल्याला त्रास होणार नाही अशी त्यांची समजूत होती. पण उझ्बेक सैनिकांनी वचन पाळलं नाही. अनेकांचा छळ झाला आणि कित्येकांना ठार मारण्यात आलं. त्यांना मग मालवाहतुकीच्या मोठ्या कंटेनरमध्ये कोंबण्यात आलं. त्यांना काहीही खायलाप्यायला दिलं नाही. त्यांची परिस्थिती इतकी वाईट झाली होती की आपण मेलो तर बरं असं त्यांना वाटू लागलं.

युसूफ ताजिकीनं सांगितलं की, एका सैनिकानं त्याचे कपडे चाचपून त्याच्याजवळ जे काही होतं ते काढून घेतलं. एका सैनिकाला युसूफचा सोन्यासारख्या धातूचा चकाकणारा दात दिसला. युसूफनं तो सोन्याचा नाही, असं वारंवार सांगितलं. पण त्या सैनिकानं काहीतरी वस्तू घेऊन तो उपटण्याचा प्रयत्न केला. तो बाहेर निघेना हे बघून त्या सैनिकानं धातूच्या एका तुकड्यानं ठोकून तो काढायचा प्रयत्न केला. पण दात जबड्यात वेडावाकडा अडकून बसला होता. अखेर हा दात फारसा मौल्यवान नाही हे इतर सैनिकांनी सांगितलं म्हणून युसूफची सुटका झाली.

मुख्तार त्या वेळी खूपच लहान होता. मी त्याला कला-ए-जंगी तुरुंगाबद्दल विचारलं तर तो रडू लागला. तो म्हणाला की, आता आपण मेलो तरी चालेल असं ठरवून त्यांनी दोस्तमच्या सैनिकांवर हल्ला करण्याची एक योजना बनवली. हात मोकळे होते तेव्हा संधी साधून काही शस्त्रं पळवली आणि लढायला सुरुवात केली.

---

२. मुख्तार याह्या नजी अल-वराफी (जन्म अंदाजे १९७६) हा येमेनचा नागरिक आहे. तालिबानसाठी 'विशेष वैद्यकीय सेवा' पुरवण्याच्या आरोपाखाली त्याला २००१मध्ये अटक झाली. तो अद्याप ग्वान्टोनामोत आहे.

३. युसूफ नबीयेव उर्फ युसूफ ताजिकी (जन्म १९६४) हा ताजिकीस्तानमधल्या इस्फाराचा आहे. कंबॅटन्ट स्टेटस रिव्ह्यू ट्रायब्युनल सुरू व्हायच्या अगोदर २००४मध्ये त्याला सोडून देण्यात आलं.

४. कला-ए-जंगी या किल्ल्यात अल्-कायदा आणि तालिबानच्या कैद्यांना ठेवण्यात आलं होतं. २५ नोव्हेंबर ते १ डिसेंबर, २००१ दरम्यान कैद्यांनी उठाव केला. तो मोडून काढण्यासाठी अमेरिकेच्या नेतृत्वाखालील सैन्यानं हवाई हल्ले केले. या हल्ल्यांनंतर मुळातल्या ३०० कैद्यांपैकी ८६ जिवंत राहिले.

सहा दिवस त्यांनी प्रतिकार केला पण अखेर त्यांचा पराभव झाला.

अफगाणिस्तानचा असलेल्या मोहम्मद युसूफ यानं सांगितलं की, त्यांना दोस्तमच्या लोकांनी पकडलं तेव्हा त्याला वाटलं की आपल्याला नंतर सोडून दिलं जाईल आणि मग घरी जाता येईल. पण त्याला व इतरांना मारहाण करण्यात आली. जखमींना गोळ्या घालून संपवून टाकण्यात आलं. काही जणांना पावसाच्या पाण्यानं तयार झालेल्या तळ्यांमध्ये बुडवून ठार मारण्यात आलं. उरलेल्या सगळ्यांना मालवाहतुकीसाठी वापरतात तशा कंटेनरमध्ये घालण्यात आलं. त्यात ३०० जण कोंबल्यानंतर कंटेनर सीलबंद करण्यात आला.

कंटेनरमधून त्यांना चार दिवस इकडून तिकडे हलवण्यात आलं. अधूनमधून कंटेनर उघडला जायचा. काही जणांना मारहाण करून पुन्हा कंटेनरमध्ये कोंबलं जायचं. एकदा कंटेनर सीलबंद केल्यानंतर तीन दिवस तो उघडला गेला नाही. बहुधा दोस्तमच्या लोकांनी त्यांना तसंच मारण्यासाठी टाकून दिलं असावं. पण तीन दिवसांनंतर पुन्हा एकदा कंटेनर उघडण्यात आला. बहुतेक जण मरण पावले होते. युसूफ मेलेल्यांच्या शरीरांमधून बाहेर पडून कसाबसा कंटेनरच्या बाहेर येऊ शकला. बाहेर पडला तेव्हा त्याला रेडक्रॉसचा प्रतिनिधी दिसला होता. पण लगेचच त्याचे डोळे बांधून त्याला जौबवान प्रांतातल्या तुरुंगात नेण्यात आलं. हा भाग दोस्तमचा बालेकिल्ला मानला जातो.

त्या वेळी साधारण ८,००० तालिबानना दोस्तमच्या सैनिकांनी पकडलं होतं. तुरुंगवासात त्यातले अवघे ३,००० जिवंत राहिले. मी वकील असताना इस्लामाबादमध्ये याच लोकांच्या सुटकेसाठी प्रयत्न करत होतो. सुटकेच्या प्रयत्नांचा भाग म्हणून मी दोस्तमशीही अनेकदा वाटाघाटी केल्या होत्या.

पाकिस्तानात अटक झालेल्या अनेक बांधवांनी मला ग्वान्टानामोत असताना सांगितलेल्या गोष्टी सर्वसाधारणपणे सारख्याच होत्या. तिथं आयएसआय किंवा पोलिसांनी पकडल्यानंतर ज्यांना लाच देणं शक्य नव्हतं अशांना चौकशीच्या नावाखाली मारहाण करून, त्यांचा छळ करण्यात आला. चौकशीच्या दरम्यान त्यांना अफगाणिस्तानबद्दल अनेक प्रश्न विचारले जात. पण त्यांना त्याबद्दल जवळपास काहीच माहीत नसायचं. अखेर या सगळ्यांना अमेरिकेला विकून टाकण्यात आलं. या लोकांमधले काही जण तर कधीच अफगाणिस्तानला गेले नव्हतं. त्यांचा अल्-कायदा किंवा तालिबानशीही कसलाच संबंध नव्हता. अमेरिकेला विकून टाकलेल्या या लोकांमध्ये पत्रकार, शिक्षक, व्यापारी आणि जोडे बनवणारे असे अनेक जण होते. हे सगळे ग्वान्टानामोत आजही खितपत पडलेले आहेत.

ग्वाटानामोत पाकिस्तानचा उल्लेख 'मजबुरीस्तान' असा केला जाई. मजबुरीस्तान

म्हणजे अमेरिकेची कोणतीही मागणी पुरी करायला लाचार झालेला देश!

***

एकदा मला चौकशीसाठी नेण्यात आलं ती खोली मी अगोदर कधी बघितलेली नव्हती. तिथं मध्यभागी एक पांढरी खुर्ची ठेवलेली होती. ती माझ्यासाठी होती. बाजूला एक टेबल होतं आणि त्यावर कसलंतरी यंत्र ठेवलेलं होतं.

पहारेकऱ्यांनी माझे हात सोडले. चौकशी करताना असं कधीच करत नसत. एक अमेरिकन आला. बरोबर एक पर्शियन भाषेचा दुभाषा होता. त्यांनी मला टेबलवर ठेवलेलं यंत्र लाय डिटेक्टर असल्याचं सांगितलं. मी प्रश्नांची उत्तरं देत असताना हे यंत्र चालू राहील. मी प्रश्नाचं उत्तर देताना खोटं बोलल्यास त्यांना कळेल, असं त्यांनी मला सांगितलं. त्यावर त्यांनी हे यंत्र अगोदरच आणलं असतं तर कित्येक तास मी चौकशी दरम्यान जे हाल सोसले ते तरी वाचले असते, असं मी त्यांना म्हणालो.

"तुझी सगळी माहिती कोणाला आहे?" चौकशी करणाऱ्यानं मला विचारलेला प्रश्न हा असा होता.

"अल्ला! मला निर्माण करणारी शक्ती."

"याखेरीज आणखी कुणाला माहिती आहे?"

"मी! मला स्वत:लाच माझ्याबद्दल सगळी माहिती आहे."

"आणखी कोण?"

"अल्लाखेरीज कोणी नाही."

माझं हे उत्तर ऐकून चौकशी करणाऱ्या अमेरिकन अधिकाऱ्यानं माझ्याकडे रोखून बघितलं. "तुझ्या मनात काय दडलंय ते सगळं मी या लाय डिटेक्टर यंत्रानं शोधून काढेन. मग मला तुझ्याबद्दल सगळं काही कळेल."

त्यानं आपल्याला अल्लाच्या जागी समजू नये असं मी म्हणालो. "बापालाही आपल्या मुलाच्या मनात काय आहे, ते सगळं कधीच कळत नाही."

त्या लोकांनी मग माझ्या अंगाला ठिकठिकाणी वायरी जोडल्या. प्रश्न विचारल्यानंतर तापमान, रक्तदाब, हृदयाची गती, हाताला येणारा घाम आणि उत्तेजनेच्या इतर खुणा पाहून व्यक्ती खोटं बोलत आहे का ते ठरवलं जातं. मला त्यांनी अगदी साधेसुधे प्रश्न विचारले. खरं तर असं यंत्र लावल्याचा परिणाम म्हणून अनेक कैदी घाबरतात. तेव्हा प्रत्यक्षात माणूस मनानं खंबीर आहे की नाही, हेच महत्त्वाचं ठरतं. खंबीर मनाचा माणूस उत्तरांना वेळ न लावता पटापटा उत्तरं देऊ शकतो. उत्तरं देण्यास किती वेळ लागतो, याचा विचार करूनही चौकशी करणारे अधिकारी व्यक्तीच्या खरेपणाबद्दल संशय घेऊ लागतात. जगातल्या अनेक देशांमधली

न्यायालयं या यंत्राचे निष्कर्ष पुरावा म्हणून ग्राह्य धरत नाहीत. हे यंत्र खरं पाहाता कैद्यांना घाबरवण्याचं आणखी एक साधन आहे.

आणखी एकदा चौकशीच्या वेळी अफगाणिस्तानला केंद्रस्थानी ठेवून बनवलेला जगाचा एक नकाशा ठेवलेला होता. या वेळी लाय डिटेक्टर यंत्र नव्हतं. नकाशावर अनेक बाण रेखाटलेले होते. ते दाखवून चौकशी करणारा अधिकारी म्हणाला की, ते सोन्याच्या चोरट्या व्यापाराचे मार्ग दाखवतात. हा नकाशा दाखवून त्यांनी माझ्यावर मी या सोन्याच्या चोरट्या व्यापारात सामील असल्याचा आरोप केला. हे ऐकून मला धक्काच बसला. मग हे लोक किती मूर्ख आहेत, असं मी मनाशी म्हणालो. हे लोक खरोखरच अशा निरर्थक गोष्टींवर वेळ वाया घालवत होते.

मी त्यांचा नकाशा नीट बघितला. त्यानुसार सोन्याच्या चोरट्या व्यापारी मार्गांचा उगम अफगाणिस्तानात दाखवला होता. ते बघून मी त्यांना विचारलं, ''तुमच्या या नकाशानुसार सोन्याच्या खाणींमधून सोनं काढण्याच्या जागा या अफगाणिस्तानात आहेत. तिथून हे सोनं सगळ्या जगात पाठवलं जातं असं दिसतंय. हे खरं आहे का?''

''होय! हा नकाशा हेच दाखवतोय.''

''तुम्ही जर अफगाणिस्तानात सोन्याचं उत्पादन होतं, हे सिद्ध केलंत तर मी तुमचे माझ्यावरचे सगळे आरोप मान्य करायला तयार आहे.''

माझ्या या बोलण्याकडे दुर्लक्ष करून त्यांनी माझ्या हातात एक प्रश्नावली ठेवली. त्यातला पहिला प्रश्न असा होता की, मी पेशावरला दर आठवड्याला जात होतो का? मी या प्रश्नाचं नकारार्थी उत्तर दिलं. तर पुढचा प्रश्न असा होता की, मी दर आठवड्याला पेशावरला कशासाठी जात होतो? बऱ्याचदा चौकशीत विचारले जाणारे प्रश्न पूर्णपणानं निरर्थक आणि मूर्खपणाचे असत.

सुरुवातीला प्रश्नांचा रोख अफगाणिस्तानातल्या सध्याच्या स्थितीबद्दल असे. पण नंतर मात्र यात पूर्ण फरक पडला. आता विचारले जाणारे प्रश्न सर्वसामान्य स्वरूपाचे किंवा देशाच्या सर्वसाधारण आर्थिक परिस्थितीबद्दल झाले होते. अफगाणिस्तानातले नैसर्गिक साधनसंपत्तीचे स्रोत किंवा त्यांची जागा कुठे आहे, हे विचारलं जाऊ लागलं. विशेषत: मला नैसर्गिक वायू, खनिज तेल, क्रोम, मर्क्युरी, सोनं, पितळ, लोखंड आणि अनेक मौल्यवान दगड यांबद्दल अनेक प्रश्न विचारले जायचे. मला त्यांनी युरेनिअमबद्दलही कितीतरी वेळा माहिती विचारली. पण मुळात अफगाणिस्तानात युरेनिअम आहे, हेच मी कधी ऐकलं नव्हतं. मी मला त्याबद्दल काहीच माहीत नाही, हे सांगत होतो. मी माहिती देत नाही याची शिक्षा म्हणून मला एकांतवासासाठीच्या पिंजऱ्यात डांबण्यात आलं.

इस्लाम, मदरसे, धार्मिक संस्था, प्रसिद्ध इस्लामी विद्वान, धर्मासंबंधीच्या

परिषदा, शैक्षणिक संस्था, उद्योगपती, राजकीय पक्ष, सामाजिक संघटना, जमाती आणि संस्कृती यांबद्दल असंख्य प्रश्न असत.

एकदा चौकशीच्या दरम्यान एका अधिकाऱ्यानं माझा येमेनमधल्या एका जहाजावरील हल्ल्यात[५] हात असल्याचा आरोप केला. या हल्ल्यात १७ अमेरिकन ठार झाले होते. त्यांनी मी हल्ल्याच्या वेळी येमेनमध्ये हजर असल्याचं सांगितलं. मला हे ऐकून आश्चर्य वाटलं. मी येमेनमध्ये कसा गेलो, असं मी त्यांना विचारलं. त्यांनी मला सांगितलं की, मी अगोदर इराणला गेलो आणि मग तिथून कतारमार्गे येमेनला पोहोचलो. मग मी त्यांना मला त्या हल्ल्याची पूर्वकल्पना होती का, असा प्रश्न विचारला. त्यावर त्यांनी मला काहीच माहिती नव्हतं, असं सांगितलं. मी त्यांना प्रश्न विचारला की, ज्याबद्दल मला अगोदर काहीच कल्पना नव्हती, अशा ठिकाणी मी दारूगोळा घेऊन कसा काय जाऊन पोहोचलो?

मी त्यांना म्हणालो, "आणखी एक गोष्ट म्हणजे मी आजवर कधीही इराण, कतार किंवा येमेनला गेलेलो नाही. मी या देशात कधीही गेल्याचा एक जरी पुरावा दाखवलात, तर मी तुमचे सगळे आरोप तत्काळ मान्य करेन."

चौकशी ही अशी निराशाजनक चालायची. प्रश्न तेच ते असत. बऱ्याचदा चौकशीच्या दरम्यान मनाला येईल तसे आरोप केले जात, ज्यात सत्याचा जराही अंश नाही. आणि कोणताही पुरावा नसताना वारंवार आरोप केले जायचे. ते आमचं मानसिक खच्चीकरण करायचा प्रयत्न करायचे. शिक्षेनंतर काही वेळा सहकार्य करण्यासाठी आमिषं दाखवली जायची. मग परत शिक्षा दिली जायची.

एकदा अशीच चौकशी चार तास सुरू होती. चौकशी करणारे बरेचसे निघून गेले. पण काही जण तिथंच होते. त्यांच्यातील एक जण माझ्याजवळ आली. तिनं तिचं नाव एंजल असं सांगितलं. मग आपण कोण आहोत हे माहीत आहे का, असा प्रश्न विचारला. त्यावर ती अमेरिकन असल्याचं मला माहीत आहे, असं उत्तर मी दिलं. माझं उत्तर तिला आवडलं नाही. माझी शिक्षा, माझी सुटका आणि माझं सगळं आयुष्य यावर तिची हुकूमत आहे, असं ती म्हणाली.

तिला मला सगळे प्रश्न पुन्हा पहिल्यापासून विचारायचे होते. आधीच्या चौकशीत माझ्याबद्दल जी काही माहिती मिळाली, त्यावर तिचा विश्वास नव्हता. मला ती पुन्हा सगळं विचारणार होती आणि मी तिच्याशी नीट वागायला हवं, असं

---

५. यु.एस.एस. कोल या जहाजावर १२ ऑक्टोबर, २००० रोजी आत्मघाती हल्ला झाला होता. येमेनमधल्या आदेन या बंदरात हे जहाज उभं असताना एका स्पीडबोटनं त्याच्यावर हल्ला केला. या हल्ल्यात १७ अमेरिकन सैनिक आणि २ हल्लेखोर ठार झाले होते.

तिनं मला बजावलं. मी तिला प्रश्न विचारला की, यानंतर पुन्हा माझी चौकशी करायला जो कोणी येईल, तो काय करेल? तो ही माहिती मान्य करेल की, पुन्हा सगळं पहिल्यापासून विचारले?

माझ्या या प्रश्नावर तिनं मला गप्प बसवलं. "विचारल्याखेरीज स्वत: काही बोलायचं नाही. तुझी ही गुरमी मी उतरवेन."

यानंतर माझा संयम सुटला. मी तिला मनात येईल ते वाईट-साईट बोललो. प्रश्नोत्तरं तिथंच संपली. ती निघून गेली आणि मला परत कधीच दिसली नाही.

ग्वान्टानामोत कसलेही नियम नव्हते. तिथं येणारे चौकशी अधिकारी मनात येईल तसं वागत. अर्थात तिथले छोटेमोठे अधिकारी आणि सैनिक मनमानी करतच असत. त्यांना कसलेच नियम नव्हते. ते आम्हाला हवी तशी मारहाण करत, शिक्षा देत किंवा पाहिजे तसे वागत.

मला अफगाणिस्तान आणि ग्वान्टानामोत पकडून ठेवल्यानंतर मी किती जणांच्या चौकशीला किती वेळा सामोरा गेलो हे आठवण्यापलीकडचं आहे. बहुतेक जणांनी मला त्रास दिला आणि मला निरनिराळ्या प्रकारे शिक्षा दिल्या. त्यांनी माझा हा जो छळ केला त्याबद्दल अल्लानं त्यांना आयुष्यात किंवा मेल्यानंतरही शिक्षा करावी!

***

ग्वान्टानामोबद्दलची माहिती जगात पसरू लागल्यानंतर अमेरिकेवर दबाव येऊ लागला. त्यातूनच त्यांनी एनिमी कंबॅटन्ट रिव्ह्यू ट्रायब्युनल बोर्ड[६] हा प्रकार सुरू करून जगाला फसवायला सुरुवात केली. अर्थात यामधून ते कैद्यांचीही फसवणूक करतच होते. अनेक कैद्यांना याबद्दल ऐकल्यानंतर सुटकेची आशा वाटली होती. पण मुळातच हे बोर्ड पूर्णपणे बेकायदा होतं. या बोर्डाचा उद्देश मुळातच कैद्यांमधले कोण 'शत्रू' आहेत, हे ठरवणं हा होता.

कैद्यांचा न्यायनिवाडा करण्यासाठी बनवलेल्या लवादावर काम करणारे लोक म्हणजे आमची चौकशी करणारे अधिकारीच होते. त्यात एक जण आरोप करणारा,

---

६. एनिमी कंबॅटन्ट स्टेटस रिव्ह्यू ट्रायब्युनल बोर्ड यांनी जुलै, २००४मध्ये कामाला सुरुवात केली. ग्वान्टानामोत पकडून ठेवलेल्या कोणत्या कैद्यावर 'शत्रू' असल्याचा शिक्का मारण्यासाठी एकदाच हे कामकाज चालवले जाई. एकूण ५७४ कैद्यांच्या बाबतीत या लवादांचं काम चाललं. फक्त काही लवादांचं कामकाज पत्रकारांना खुलं होतं. कैद्यांनी स्वत: लवादापुढे हजर राहण्याची गरज नसे. त्यामुळे अनेक जणांनी आपलं म्हणणं लवादांना लेखी स्वरूपात सादर केलं होतं.

एक जण बचाव करणारा आणि एक जण हा न्यायाधीशाची भूमिका बजावत असे. हे सगळे अर्थातच सीआयए, एफबीआय किंवा तत्सम गुप्तचर यंत्रणांसाठी काम करत असत. आमच्या चौकशीसाठी नेमलेल्या या अधिकाऱ्यांमधल्या एकानंही कधी कायद्याचं शिक्षण घेतलेलं नव्हतं. त्यामुळे कायदा कशाशी खातात, हे त्यांना कळत नव्हतं. हे सगळे जणू एक खेळ खेळावा तसं वागत.

मला एकदा त्या माणसाकडे नेण्यात आलं. हा माणूसही चौकशी करणाऱ्यांमधलाच होता. तो माझं प्रतिनिधित्व करणार आहे, असं त्यानं सांगितलं. मी तोवर पाहिलेल्या चौकशी अधिकाऱ्यांपेक्षा तो जास्त उद्धट होता. माझा बचाव करण्यासाठी उपयोगी व्हाव्यात म्हणून मी त्याला माझ्याबद्दल सर्वकाही सांगायला हवं, असं त्यानं मला बजावलं. मला त्याच्याबद्दल आणि एकूण या लवादाबद्दल संशय होता. मी मग त्याला काही प्रश्न विचारले. त्यानं कुठल्याही विद्यापीठात कायद्याचं शिक्षण घेतलं आहे का, या माझ्या प्रश्नावर त्याचं उत्तर नकारार्थी होतं. मी मग त्याला लवादाबद्दल विचारलं. लवादावर काम करणाऱ्यांनी कायद्याचं शिक्षण घेतलं आहे का, या माझ्या प्रश्नाला त्यानं नकारार्थी उत्तर दिलं. मग मी त्याला लवाद कोणत्या कायद्याचा वापर करणार आहे, असा प्रश्न केला. त्यावर कोणत्याच नाही, कारण कैद्यांना कसलाच कायदा लागू नाही, असं तो म्हणाला. मग मी त्याला अखेरचा प्रश्न केला. त्यांनी आम्हाला नोटिस दिली होती. त्यात त्यांनी आमचा उल्लेख 'एनिमी कंबॅटन्ट' म्हणजे 'शत्रू म्हणून लढलेले' असा केला होता. हा उल्लेख करण्याआधी कोणत्या कायद्यानुसार आम्हाला शत्रू म्हणून घोषित करण्यात आलं, हे मी विचारलं. अर्थातच त्यावरही त्याचं उत्तर, 'त्याला माहीत नाही!' असंच होतं.

मग मी बोलू लागलो, ''तुम्ही लोक कोणत्या कायद्यानुसार माझ्यावर आरोप करता किंवा माझा बचाव करण्याची भाषा करता किंवा न्यायाधीश कोणत्या कायद्यानुसार निवाडा करणार हे माहीत नाही, बरोबरच आहे! कारण इथं कुठलाही कायदा अस्तित्वातच नाही. आजच नाही, पण आम्हाला पकडलं तेव्हाही नव्हता. तीन वर्षांपूर्वी तुम्ही आमच्यावर 'शत्रू' हा शिक्का मारला. तेव्हा तुम्ही आम्हाला बोलायची संधी दिली होती का? नाही. मग आजच ही माझा बचाव करण्याची भाषा कशासाठी? तू माझा प्रतिनिधी म्हणून माझा बचाव करणार आहेस, असं म्हणतोस. पण मी त्याला मान्यता द्यावी? नाही. तू माझा शत्रूच आहेस. मी मुळातच तुमच्या त्या लवादाला मानायला तयार नाही. तू माझा प्रतिनिधी आहेस हे मला अमान्य आहे. आता तुला हवं ते तू कर. मला हवं तर शिक्षा दे, पण मला पुन्हा असं भेटायची गरज नाही!''

हा लवाद असा आला नि गेलादेखील! त्यातून काही निष्पन्न झालं नाही. मग

ॲडमिनिस्ट्रेटिव्ह रिव्ह्यू बोर्ड[७] या नावानं आणखी एक तशीच नवीन गोष्ट आणण्यात आली. मी या लवादासाठी नकार दिला. मी त्यांच्यासमोर हजर राहिलो नाही. त्यांनीही माझ्याबद्दल काही कागदपत्रं दिली नाहीत. आम्हा सर्वांना म्हणजे तालिबान किंवा अल्-कायद्याच्या लोकांना 'शत्रू' असंच संबोधलं जात होतं. आम्हाला दोषी ठरवण्यासाठीचे कोणतेही पुरावे आम्हाला कधी दाखवण्यात आले नाहीत. इतकंच नाहीतर आमच्यावर आरोप काय आहेत, हेसुद्धा सांगितलं जात नव्हतं. बऱ्याचदा ग्वान्टोनामोतल्या काही कैद्यांचा अल्-कायदा किंवा तालिबानशी कसलाही संबंध नसे. काही जणांना त्यांनी अल्-कायदा किंवा तालिबानच्या लोकांना आश्रय दिला या कारणावरून पकडलेलं होतं. कित्येकांना तर त्यांची केवळ एखाद्या मोठ्या तालिबान किंवा मुजाहिद्दीन कमांडरशी ओळख आहे म्हणून त्यांची ग्वान्टानामोला रवानगी झाली होती. बऱ्याच जणांना चुकीच्या माहितीच्या आधारावर पकडलं होतं. काही जण तर केवळ 'मुजाहिद्दीनचे कपडे' घातले म्हणून सापडले होते. एका माणसाला तो त्याच्या गुराढोरांकडे दुर्बिणीतून बघत असताना अटक झाली होती. आणखी एका माणसाकडे तो २५ वर्षांपूर्वी निर्वासित असतानाचं एक ओळखपत्र वगळता आणखी ओळखीचा पुरावा नव्हता. त्याला या ओळखपत्रामुळे पकडलं होतं. अमेरिकन लोक ज्या पुराव्याबद्दल बोलतात तो पुरावा, हा असा होता!

२००५ सालच्या उन्हाळ्यात ग्वान्टानामोत राहाताना आलेल्या निराशेचा आणि तिथं भोगाव्या लागणाऱ्या हालअपेष्टांचा कडेलोट झाला. त्यातून तिथं मोठ्या प्रमाणात उपोषण करून संप झाला. लोकांनी खाणंपिणं बंद केलं. आमच्यामधल्या अरब बंधूंनी संप मरेपर्यंत चालवण्याचा निर्धार व्यक्त केला. कैद्यांच्या माणूसपणाचा आदर करावा आणि त्यांना नि:पक्ष लवादांपुढे उभं करावं, या मागण्यांसाठी हे उपोषण होतं. हा संप २६ दिवस चालला. जवळ-जवळ दोन-तृतीयांश कैदी त्यात सामील झाले होते. ग्वान्टानामोचा प्रमुख कमांडर कर्नल बमगार्नर[८] यानं 'जिनिव्हा करारातील' काही तरतुदी इथल्या कैद्यांना लागू करण्याची घोषणा केली आणि कैद्यांनी संप संपवताना असं सांगितलं. सौदी अरेबियाचे नागरिक असणारे शेख

---

७. ॲडमिनिस्ट्रेटिव्ह रिव्ह्यू बोर्ड हे अमेरिकन लष्कराच्या अखत्यारीतील लवादाचे नाव आहे. ग्वान्टानामोत पकडून ठेवलेल्या संशयितांबद्दल दर वर्षी आढावा घेतला जातो. या लवादाच्या कामकाजाबद्दल मानवाधिकार संघटनांनी आक्षेप घेतले आहेत, कारण कैद्यांना कायदेशीर मदत मिळत नाही. तसेच मुळात हे संशयित नसून दोषीच आहेत, असं गृहीत धरून कामकाज चालतं. या लवादांपुढच्या सुनावण्या १४ डिसेंबर, २००४ ते २३ डिसेंबर, २००५ या दरम्यान झाल्या.

८. मुल्ला झैफच्या कैदेतील काळाचा बरासचा काळ कर्नल मायकेल बमगार्नर (जन्म १९५९) ग्वान्टानामोत प्रमुख होता.

शकीर[९] हेदेखील संप करतच होते. त्यांच्याबद्दल सर्व कैद्यांना आदर वाटत असे. त्यांच्यामार्फत प्रत्येक कैद्याशी वैयक्तिक बोलून तुरुंग प्रशासनाने संप मिटवण्याचे प्रयत्न केले.

अखेर संप मिटला. परिस्थितीवर चर्चा करून मार्ग काढण्यासाठी कैद्यांमधून सहा जणांची एक समिती बनली. ही समिती कैद्यांचं म्हणणं तुरुंग अधिकाऱ्यांसमोर मांडणार होती. या समितीत शेख शकीर, शेख अब्दुल रहमान,[१०] शेख घसान,[११] शेख साबीर,[१२] शेख अबू अली[१३] आणि मी होतो. आम्ही झटपट तुरुंग प्रशासनाशी चर्चा केली. चर्चा लांबल्यास इतर कैद्यांना संशय येण्याचा संभव होता. आम्ही तोडगा काढण्यासाठी सर्व प्रयत्न केले आणि प्रशासनाच्या कोणत्याही सापळ्यात न अडकण्याची दक्षता घेतली. प्रशासन व आमची समिती यांच्यात तीन वेळा चर्चा झाली. चर्चेची पहिली फेरी ७ ऑगस्ट, २००५ रोजी झाली. कर्नल बमगार्नर, प्रशासनातील एक वरिष्ठ अधिकारी आणि आणखी एक जण उपस्थित होते.

---

९. शकीर अब्दुर रहीम मोहम्मद अमी (जन्म १९६८) याला २००१मध्ये अफगाणिस्तानात अटक झाली. आपण अल्-हरामीन या धर्मदाय संस्थेचं काम करत असल्याचा त्याचा दावा होता. ग्वान्टानामोत त्यानं २००५, २००६ व २००८मधील अन्नत्याग संपात भाग घेतला होता. नंतर त्यानं संप बंद करण्यासाठी पुढाकारही घेतला होता. सप्टेंबर, २००६मध्ये त्याला ३६० दिवस एकांतवासाची शिक्षा झाली होती. तो अजूनही ग्वान्टानामोत आहे.

१०. शेख अब्दुल रहमान उर्फ अब्द-अल्-फतेह अल्-गझ्झर (जन्म १९६५) हा इजिप्तचा नागरिक असून त्याला २००१मध्ये पाकिस्तानात पकडण्यात आलं. अमेरिकन हवाई हल्ल्यात त्याच्या पायाला इजा झाल्यानं २००५मध्ये त्याचा पाय कापून टाकण्यात आला होता.

११. घसान अब्दुल्ला अल् शारबी (जन्म १९७४) हा सौदी अरेबियाचा नागरिक असून त्याचं शिक्षण अमेरिकेत झालं. तो इलेक्ट्रिकल इंजिनियर असून त्याला २००२मध्ये पाकिस्तानात अटक झाली. ओसामा बिन लादेनच्या जवळ असणाऱ्या अबू झुलायदाचा तो उजवा हात मानला जातो. (२०१२) अजूनही त्याची सुटका झालेली नाही.

१२. साबीर महफूज लहमर (जन्म १९६९, अल्जिरिया) हा बोस्नियन नागरिक असून सारायेवो येथील अमेरिकन वकिलातीवरील बॉम्बहल्ल्यात त्याचा सहभाग असल्याचा आरोप सिद्ध न झाल्यानं सात वर्षांनी अमेरिकन न्यायालयानं सोडून दिलं. तथापि त्याला बोस्नियाला २००९मध्ये पाठवण्यात आलं.

१३. शेख अबू अली उर्फ अल्ला मोहम्मद सलीम हा इजिप्तचा नागरिक असून तो (२०१२) अद्याप ग्वान्टानामोत आहे.

बमगार्नरनं चर्चेची सुरुवात केली. आमच्या समितीबद्दल आपण योग्य तो आदर बाळगतो, असं सांगून आपला उद्देश तुरुंगात नीट व्यवस्था असावी हा आहे, असं तो म्हणाला. इतर कैदी आमचं म्हणणं मानत असल्याचं त्यानं समितीकडून सहकार्याची अपेक्षा व्यक्त केली. आपण संरक्षणमंत्री डोनाल्ड रम्सफेल्ड यांच्याशी संपर्क साधला असून जिनिव्हा करारातील काही तरतुदी लागू करण्याबाबत विचार चालू आहे, असं तो पुढे म्हणाला.

आम्ही सांगितलं की, कैद्यांना धमकावणं आणि त्यांचा छळ करणं तत्काळ थांबलं पाहिजे. गेली चार वर्षं आमच्यावर अधिकृतरीत्या कोणताही आरोप न करता आम्हाला बेकायदा डांबून ठेवलं आहे आणि जगाला मात्र आपण भयंकर दहशतवाद्यांना तुरुंगात ठेवलं असल्याचं भासवलं आहे, हे आमचं म्हणणं आम्ही ठामणानं मांडलं. आमचं म्हणणं त्यांनी ऐकून घेतलं आणि आता यापुढे कैद्यांना माणूस म्हणून वागवू, असं सांगितलं. पण या लोकांचे शब्द फसवे असतात. त्यांची आश्वासनं कधीच पाळली जात नाहीत. ही चर्चा झाल्यानंतर उलट आम्हा सर्व प्रतिनिधींना इतर कैद्यांपासून वेगळं करून जबरदस्त शिक्षा भोगावी लागते आहे, ते कोणाला समजू दिलं नाही.

ग्वान्टानामोत अनेकदा अन्नत्याग करून संप झाले. प्रत्येक वेळी आश्वासनं देऊन संप मिटवला जायचा आणि अमेरिकनांनी आपला शब्द कधीच पाळला नाही. माझी सुटका होण्याच्या अगोदर २००५मधला संप मोठा होता. अन्न नाकारणाऱ्या कैद्यांची संख्या दररोज वाढत चालली होती. काही जण एवढे अशक्त झाले होते की, ते त्यांच्या पिंजऱ्यातच बेशुद्ध पडत होते. बऱ्याच जणांना उचलून हॉस्पिटलमध्ये नेलं आणि जबरदस्तीनं त्यांचा खायला घालण्याचे किंवा सलाइन लावण्याचे प्रयत्न झाले. मरण्याच्या अगदी दारात असूनही अनेकांनी त्याला प्रतिकार केला. त्यांना आता जगण्यापेक्षा मरण जास्त प्रिय वाटू लागलं होतं. पण हॉस्पिटलमधल्या मुख्य डॉक्टरनं कैद्यांना जबरदस्तीनं खायला घालायला नकार दिला. त्याला बाजूला ठेवून पाच डॉक्टर बोलावण्यात आले. माझी सुटका झाली तेव्हाही हा पेचप्रसंग संपलेला नव्हता.

तुरुंगातून सुटका

११ मे, २००४ रोजी रमझानचे उपवास सुरू झाल्यानंतर १६व्या दिवशी मला हलवण्यात आलं. माझी पुन्हा एकदा चौकशी होणार असं मला वाटलं होतं. पण मला जिथं नेलं होतं, ती खोली उत्तम सजवलेली होती. खोलीत एक टेबल आणि टीव्ही होता. मला खोलीत नेल्यावर माझे हात-पाय सोडण्यात आले. मी ग्वान्टानामोत आल्यापासून पहिल्यांदा माझ्या कोठडीच्या बाहेर मी हात-पाय न बांधलेल्या अवस्थेत होतो.

जरा वेळानं खोलीत एक अफगाण माणूस आला. त्याच्याबरोबर तीन अमेरिकन माणसं होती. त्यातल्या दोघांना मी ओळखत होतो. चौकशी करणाऱ्या या दोघांनी मला नीट वागवलं होतं. तिसऱ्या माणसानं आपण अफगाणिस्तानात नव्यानं उघडलेल्या अमेरिकन दूतावासात एक अधिकारी असल्याचं सांगितलं.

त्या अफगाण माणसानं आपण अफगाणिस्तान सरकारचे प्रतिनिधी आहोत, असं सांगितलं. तो माझ्याशी प्रेमानं वागत होता. पण तो जे काही सांगत होता त्याबद्दल मला संशय वाटू लागला. आम्ही जरा वेळ बोललो. त्यानं माझ्याबद्दल आणि एकूण कैद्यांच्या परिस्थितीबद्दल सहानुभूती व्यक्त केली. पूर्वी एकदा अफगाण सरकारचे प्रतिनिधी आहोत असं भासवून आलेल्या माणसांपेक्षा तो वेगळा वागत होता.

तो मला दोन वेळा भेटला. दुसऱ्या भेटीच्या वेळी त्यानं मला जेवायला बोलावलं होतं. अन्नपदार्थ रुचकर होते आणि काही ताजी फळंही होती. मला त्यानं आदरानं वागवल्याचं जाणवलं. माझी सुटका होण्यासाठी सर्व ते प्रयत्न करण्याचं आश्वासन त्यानं दिलं. पण तरीही सुटका व्हायला आणखी एक वर्ष लागलं.

त्या अफगाण प्रतिनिधीची भेट घेतल्यानंतर आठवड्यातून एक-दोन वेळा माझी चौकशी करणारे मला येऊन भेटत होते. मला प्रथमच माणूस म्हणून वागवलं जात होतं. मला काही हवं असेल तर ते मला आणून द्यायला तयार होते. मला

खायला काही हवं का, असं ते विचारत. माझी ग्वान्टानामोतली परिस्थिती जरा बरी झाली. पण इतर अनेक तसेच सडत पडले होते. त्यांची परिस्थिती आणखीनच वाईट होत गेली. मला जे काही थोडंफार मिळत होतं ते मी इतरांबरोबर वाटून घेत असे.

अफगाण सरकारच्या प्रतिनिधीनं आपण एका महिन्यात परत येऊ, असं सांगितलं होतं. पण एक महिना जाऊन दुसराही उलटला. मला आता संशय येऊ लागला. शिवाय मी निराशही होऊ लागलो. माझी चौकशी करणारे मला वाट बघण्याचा सल्ला देत होते. त्यांच्या मते तो प्रतिनिधी आला की माझी सुटका होणार होती. मला तो अफगाणिस्तानला घेऊन जाणार आहे, असं ते सांगत. पण माझा त्यांच्यावर विश्वास बसेना. कारण अमेरिकन बऱ्याचदा खोटं बोलतात, याचा मला अनुभव होता. इतर काही कैदी मला हसू लागले होते. हादेखील एक नवीन अमेरिकन खेळ आहे, असं ते म्हणू लागले.

मला पुन्हा एकदा हलवण्यात आलं. ही खोली उत्तम होती. त्यात एक फ्रिज, टीव्ही होता आणि बाथरूम स्वतंत्र होती. खोलीला ए.सी. बसवलेला होता. खोलीत चहा-कॉफी बनवायची सामग्री, शॅम्पू, साबण इत्यादी वस्तू होत्या. मी कित्येक वर्षांनी स्वत: ताजा चहा बनवला. मला जणू स्वप्न पूर्ण झाल्यासारखं वाटलं. पिंजऱ्यात असताना मी चहा पिण्याचं स्वप्न बघत असे.

माझी चौकशी करणाऱ्यांमधला एकजण आला आणि त्यानं माझी सुटका झाल्याची बातमी दिली. त्यानं माझं अभिनंदन केलं. या ठिकाणचा प्रमुख असणाऱ्या जनरलनंही माझं अभिनंदन केलं आहे, असा निरोप त्यानं दिला. उद्या अफगाण प्रतिनिधी येऊन मला आणखी माहिती सांगेल, असं तो म्हणाला. मला सुटण्याचा आनंद होत असला तरी मागे राहाणाऱ्या माझ्या मित्रांचा विचार माझ्या मनातून जात नव्हता.

दुसऱ्या दिवशी खरोखरच तो अफगाण प्रतिनिधी आला. त्यानं माझ्या कुटुंबाचीख्यालीखुशाली सांगितली आणि मला अफगाणिस्तानातल्या सद्य परिस्थितीची कल्पना दिली. मी त्याला तुरुंग, कैद्यांची अवस्था आणि त्यांचा होणारा छळ याबद्दल त्याला सांगितलं. मी त्याला त्यानं याबाबत अमेरिकन अधिकाऱ्यांशी बोलावं असं सुचवलं.

मला पुन्हा एकदा जुन्या पिंजऱ्यात हलवण्यात आलं. मी अफगाण प्रतिनिधींच्या पथकाची वाट बघत होतो. पण अचानक काही अमेरिकन माझ्या पिंजऱ्यापाशी आले. त्यांच्या हातात व्हिडीओ कॅमेरे होते. त्यांनी बरोबर एक पश्तु दुभाषा आणला होता. त्यांनी माझ्या हातात एक कागद ठेवला. माझी सुटका व्हायला हवी असेल, तर मी त्यावरचं सगळं मान्य करून सही करायची होती. त्या कागदावर असं होतं :

१. गुन्हेगाराला त्यानं केलेला गुन्हा मान्य असून त्याला माफ करून सोडून देण्याबद्दल तो अमेरिकेच्या सरकारचा आभारी आहे.

२. कैदी अल-कायदा व तालिबानचा सदस्य होता. तो यापुढे त्यांच्याशी असलेला संपर्क तोडून टाकेल.
३. आपण कोणत्याही दहशतवादी कृत्यात सामील होणार नाही, असं वचन कैदी देत आहे.
४. कैदी कधीही अमेरिकन सरकारविरुद्ध किंवा संयुक्त फौजांविरुद्ध कृत्यात सहभाग घेणार नाही.
५. जर कैद्यानं या अटींचं पालन केलं नाहीतर त्याला पुन्हा पकडून जन्मभर तुरुंगात ठेवण्यात येईल.

– कैद्याची सही.

मी हे सगळं वाचून चाट पडलो. दुभाषा मला हे सगळं वाचून दाखवत असताना अमेरिकन सैनिक आणि काही वरिष्ठ अधिकारी याचं चित्रण करत होते. त्यांनी हा कागद सहीसाठी माझ्याकडे दिला. मी तो रागानं त्यांच्याकडे परत भिरकावला.

''मी निरपराध आहे. मी गुन्हेगार नाही. मी कधीही कसलाही गुन्हा केलेला नाही आणि मी तो मान्य करणार नाही. शिवाय मला सोडलं म्हणून मी कधीही अमेरिकेचे आभार मानणार नाही. मला गुन्हेगार असं संबोधलं गेलं. पण कोणत्या न्यायालयासमोर किंवा लवादासमोर माझा गुन्हा सिद्ध झाला आहे?''

''दुसरी गोष्ट. मी तालिब होतो, तालिब आहे आणि तालिबच राहीन. पण मी कधीही अल-कायदाचा सदस्य नव्हतो!''

''तिसरा मुद्दा. माझ्यावर दहशतवादी कृत्यांचा आरोप लादण्यात आला आहे. पण मी तसं कधीच केलेलं नाही. मी जर मुळात काही केलेलंच नाहीतर मी त्याची कबुली देण्याचा प्रश्नच उद्‌भवत नाही.''

''चौथी गोष्ट. अफगाणिस्तान हा माझा देश आहे. मी माझ्या देशात काय करायचं, हे मला कोणीही सांगू नये. माझ्या घरात मी काय करावं हे सांगायचा अधिकार इतरांना कोणी दिला?''

''पाचवा मुद्दा. मी अजून इथं कैदेत आहे. निरपराध असतानाही मला डांबून ठेवलेलंच आहे. तेव्हा मला पुन्हा पकडलं तरी मला पर्वा नाही. पण मी असल्या कोणत्याही कागदावर सही करणार नाही.''

त्यांनी माझ्यावर सही करण्यासाठी दबाव आणला. सही केली नाहीतर माझी सुटका होणार नाही, असं बजावलं. पण मी सही करायला नकार दिला. मी गुन्हेगार असल्याची कबुली कधीच देणार नाही, कारण मी कधीच गुन्हा केलेला नाही.

ते लोक निघून गेले आणि पुन्हा-पुन्हा येऊन मला सही कर, असं सांगत होते. अखेर त्यांनी मलाच काहीतरी लिहून द्यायला सांगितलं. मला काहीतरी सांगायचं होतंच. म्हणून मी पेन घेतलं आणि लिहिलं :

> मी गुन्हेगार नसून निरपराधी आहे. पाकिस्तान आणि अमेरिकेच्या सरकारने माझा घात केला आहे. माझ्यावर कोणताही आरोप न ठेवता मला गेली चार वर्षं डांबून ठेवण्यात आलं. मी हे नाइलाजानं लिहीत आहे की, मी कधीही अमेरिकेविरुद्धच्या कोणत्याही कृत्यात किंवा लष्करी कृतीत सहभागी होणार नाही.

मी मग या कागदावर सही करून कागद त्यांच्या हातात दिला. तो घेऊन ते निघून गेले. ते हे निवेदन मान्य करतील का नाही, याची मला काहीच कल्पना नव्हती. पण जरा वेळानं प्रतिनिधींचा गट परत आला. त्यांनी माझं अभिनंदन केलं. मला जर मान्य असेल, तर मला ते लवकरच अफगाणिस्तानला घेऊन जाणार होते. मला हा प्रश्न फारच चमत्कारिक वाटला. मला जर अफगाणिस्तानात परत जायचं नसेल तर त्याबद्दल ते काय करणार होते? मी इथंच उरलेलं आयुष्य तुरुंगात घालवायचं होतं की काय? जर मला अफगाणिस्तानला जायचं नसेल तर त्या बाबतीत ते काहीच करू शकत नव्हते. अशा परिस्थितीत अमेरिकन लोकच काय ते ठरवतील, असं ते म्हणाले.

खरोखरच त्यांना काहीही ठरवण्याचा अधिकारच नव्हता. मी अफगाणिस्तानला परत गेलो नाहीतर इथंच तुरुंगात राहाण्यापेक्षा वेगळा पर्यायच नव्हता! अर्थात माझं माझ्या देशावर प्रेम आहे. मी दुसरा विचारही करू शकत नाही. पण त्यांनी असा प्रश्न का विचारावा, हे मला जाणून घ्यायचं होतं. नंतर जरा वेळानं हे लोक निघून गेले.

मला माझ्या मित्रांचा निरोप घेण्यासाठी कॅम्प पाचमध्ये हलवलं. माझ्या सर्व बांधवांना त्यांच्या शवपेटीसारख्या पिंजऱ्यांमधून बाहेर काढून एका मोठ्या पिंजऱ्यात एकत्र करण्यात आलं. मी त्यांच्याशी दीड तास बोलत बसलो. मग मी तिथून निघालो. माझी एकट्याचीच सुटका होत आहे म्हणून मला शरम वाटत होती. माझे बांधव तिथंच खितपत पडले होते. पण तरीही माझी सुटका होते आहे, याबद्दल त्यांना आनंद झाला होता. मला इथं फक्त अफगाण बांधवांशीच बोलू दिलं. मग मला इतरांना भेटण्यासाठी कॅम्प एक आणि कॅम्प चारकडे नेण्यात आलं. तिथं मी सर्वांचा निरोप घेतला.

मी मग माझ्या पूर्वीच्या खोलीत परत गेलो. मी तिथं जेवण करून आराम केला. रात्रीचे ११ वाजले असल्यानं मी प्रार्थना केली आणि झोपलो. रात्री एक वाजता अमेरिकन सैनिक आले. चार वर्षांपूर्वी इथे क्युबामध्ये आणताना जसं मला बांधण्यात आलं होतं, तसंच बांधून मला विमानतळाकडे नेलं. तिथं जनरल दर्जाच्या एका अधिकाऱ्यानं माझे हात-पाय सोडण्याचा हुकूम दिला.

विमानतळावरचे सर्व दिवे बंद करण्यात आले होते. मला घेऊन जाण्यासाठी एक विमान तयारीत होतं. अमेरिकन सैनिकांनी मला तिथं नेलं. मला अधिकृतपणे

ताब्यात घेण्यासाठी काही अफगाण अधिकारी तिथं हजर होते. त्यांनी माझं अभिनंदन करून मला आत जायला सांगितलं. मी कित्येक वर्षांनंतर बरोबर कोणीही अमेरिकन सैनिक मला बांधून नेत नाहीत, अशा स्थितीत एकटा विमानात चढलो.

हे छोटं विमान अफगाण प्रतिनिधींनी भाड्यानं घेतलं होतं. तो जनरल आत आला आणि त्यानं माझा निरोप घेतला. आत चार अमेरिकन होते. ते सुरक्षारक्षक दिसत होते. पहाटे तीन वाजता विमानानं उड्डाण केलं. अफगाण प्रतिनिधींनी माझ्यासाठी पारंपरिक अफगाण कपडे आणि पागोटं आणलं होतं. मी ते परिधान केलं. विमानात मी मोकळेपणानं हिंडू-फिरू शकत होतो. मी व्यवस्थित खाल्लं आणि निवांत झोपलो.

विमान १० तासांनी इंग्लंडमध्ये उतरलं. तिथं इंधन भरल्यानंतर सात तासांच्या उड्डाणानंतर विमान काबूलच्या विमानतळावर उतरलं.

***

मी चार वर्षं बाहेर होतो, त्या दरम्यान काबूल बदललं होतं. विशेषत: विमानतळाच्या परिसरात खूपच फरक पडला होता. अमेरिकनांनी तिथं रस्ते बांधले होते. जागोजागी कुंपणं होती. तो सगळा भाग जणू एखाद्या छोट्या शहरासारखा दिसत होता. मी विमानातून बाहेर पडल्यावर अल्लाचे आभार मानले.

मला ११ सप्टेंबर, २००५ रोजी ग्वान्टानामोतून[१] सोडलं आणि मी दुसऱ्या दिवशी काबूलला उतरलो. तिथं उतरल्यावर मला अमेरिकन अधिकाऱ्यांनी राष्ट्रीय सुरक्षा संचालनालयाकडे नेलं. तिथून मग मी मुल्ला मुतवकील यांच्या घरी गेलो. तिथं माझे कुटुंबीय होते. त्यांची भेट घेऊन मी मग औपचारिक बाबींची पूर्तता करण्यासाठी सिघबतुल्ला मुजाद्दिदी यांच्या कचेरीत गेलो.

यानंतर दोन दिवसांनी मला एका घरात नेण्यात आलं. सरकारनं खुशहाल मिना या भागात हे घर माझ्यासाठी भाड्यानं घेतलं होतं. मी तिथं गेल्यावर एक त्रासदायक घटना घडली. मी ग्वान्टानामोतून बाहेर पडत असताना पुन्हा कधीही अमेरिकन अधिकारी माझी चौकशी करणार नाहीत, असं वचन अफगाण प्रतिनिधींनी दिलं होतं. मी अफगाणिस्तानच्या भूमीवर असताना त्यांनी माझी चौकशी करायची नाही किंवा माझ्या घरी यायचं नाही, ही माझी मागणी होती. अफगाण प्रतिनिधींनी ती मान्य केली होती. एक वर्षासाठी ते माझा खर्च करणार, असं ठरलं होतं.

पहिले चार महिने ठरल्याप्रमाणे सर्वकाही सुरळीत चालू होतं. माझा कधीही

---

१. ग्वान्टानामोतून परतणाऱ्या सर्वांची अधिकृत जबाबदारी 'पीस अँड रिकन्सिलिएशन कमिशन' या शांतता प्रक्रियेचा भाग म्हणून स्थापन झालेल्या संस्थेकडे आहे. या संस्थेच्या अहवालानुसार ६३ जणांना परत अफगाणिस्तानात पाठवण्यात आलं आहे.

अमेरिकनांशी संबंध आला नाही. पण पाचव्या महिन्यात मला अफगाण नॅशनल सिक्युरिटी कौन्सिलकडून फोन आला. त्यांनी आपण भेटण्यासाठी येऊ का, असं विचारलं. हे लोक अफगाण असतील, या समजुतीनं मी त्यांना 'अवश्य या!' असं म्हणालो. दुपारी दोन वाजता माझ्या घरासमोर अंगात चिलखती जाकिटं घातलेले सशस्त्र अमेरिकन सैनिक उभे असल्याचं दिसलं. मी ते पाहून अस्वस्थ झालो. तरीही मी मनावर ताबा ठेवला आणि कोणत्याही संकटात न पडण्याची काळजी घेतली. मला बरं नाही, असं सांगून मी त्यांच्या प्रश्नाला उत्तरं देण्याचं टाळलं. काहीतरी उत्तरं देत बसण्यापेक्षा मौन राखणंच योग्य होतं. ते लोक त्या दिवशी निघून गेले. पण दोन दिवसांनी पुन्हा मला फोन आला.

हा फोन मागच्या वेळी केलेल्या माणसाचाच होता. मी त्याला भेटायला कोण येणार आहे, असं विचारलं. मागच्या वेळेला आलेले लोकच येणार आहेत, असं तो म्हणाला. मग मी त्याला मला तिथं ग्वान्टोनामोत काय वचन दिलं होतं, त्याबद्दल सांगितलं. "मी काय ते ठरवायला मोकळा असेन, तर मी त्यांना माझ्या घरी येऊ नका असं सांगेन. पण जर मी स्वतंत्र नसेन, तर त्यांनी बेड्या व साखळ्या घेऊन यावं आणि मला चौकशीसाठी कुठंही न्यावं."

यानंतर काही वेळानं मला एका माणसाचा फोन आला. त्यानं माझ्या सुटकेसाठी मला मदत केली होती. औपचारिक अभिवादन झाल्यानंतर तो म्हणाला, "त्यांना काही प्रश्न विचारायचे आहेत. तेवढं होऊन जाऊ दे. काहीही करून हे एवढं कर म्हणजे मग त्यांची ब्याद टळेल."

मी या माणसाला नकार देऊच शकत नव्हतो. त्याचा शब्द मी मोडणं शक्य नव्हतं, कारण त्यानं माझ्यावर खरोखरच फार मोठे उपकार केले होते. मी अखेर त्यांनी यायला हरकत नाही, असं नाइलाजाने म्हणालो. मला हे सगळं लवकरात लवकर संपवायचं होतं.

ठरल्याप्रमाणे दुपारी दोन वाजता ते लोक माझ्या घरी आले. त्यांच्याजवळ प्रश्न लिहिलेली लांबलचक भेंडोळी होती. त्यांच्या प्रश्नांची उत्तरं न देता मीच उलट त्यांना प्रश्न विचारले. "तुम्ही इथं आलात. ठीक आहे. तुम्हाला अफगाणिस्तानमध्ये अनेक अडचणी आहेत. त्या रोजच्याच आहेत, तेव्हा दररोजच तुम्हाला नवनवीन प्रश्न पडणार. मग अशा वेळी तुम्ही उत्तरं मिळवायला माझ्याकडे येणार का? मी आज एकदा तुमच्या प्रश्नांना उत्तरं दिली की, तुम्ही नेहमीच येत राहाल. म्हणून मी आज तुमच्या एकाही प्रश्नाला उत्तर देणार नाही."

"तू घाबरू नकोस!" ते म्हणाले, "तुझी सुरक्षा व्यवस्था चोख आहे. तुला किंवा तुझ्या कुटुंबाला कसलाही धोका नाही. आम्हाला तू जी माहिती देशील, ती गुप्त राहील. शिवाय आम्ही तुला आणखी मदत करू."

"पण मला काही सोई-सवलती देणं आणि सुरक्षेची काळजी घेणं, हे ठीक असलं तरीही मी तुम्हाला सहकार्य करणार नाही. मी हे असे सौदे करत नाही. माझी तशी इच्छाही नाही. तेव्हा कृपा करून निघून जा. मी चार वर्षं ग्वान्टानामोत असताना माझी असंख्य वेळा चौकशी झाली आहे. ते पुरेसं नाही का?"

तरीही त्यांनी गोड बोलून आणि काहीसं धमकावूनही पाहिलं. प्रामाणिकपणे सांगायचं तर त्यांनी माझ्या कुटुंबाची आठवण करून दिली की मला त्रास व्हायचा. ग्वान्टानामोपेक्षा या चौकशीला तोंड देणं मला कठीण जात होतं. ते माझ्या श्रद्धांवर आघात करू पाहात होते. पण अल्लाच्या कृपेनं मी त्यांच्या सापळ्यात सापडलो नाही. अल्लानं मला खंबीर राहाण्याची शक्ती दिली. अखेर मी त्यांना दोन गोष्टी स्पष्टपणानं बजावल्या, "हे माझं अखेरचं सांगणं आहे. मी कधीही तुम्हाला सहकार्य करणार नाही. तुम्ही माझ्या घरी पुन्हा येऊ नका. तुम्ही म्हणता त्याप्रमाणे माझा देश स्वतंत्र असेल आणि मी मुक्त असेन, तर माझ्या घरावर माझा अधिकार आहे. तेव्हा मला तुम्हाला परत बघायची इच्छा नाही."

राग येऊन त्यांनी विचारलं, "तू आमचा तिरस्कार का करतोस?"

"तुम्ही मला का आवडत नाही याचं उत्तर हवं असेल, तर तुम्ही आपण काय करतोय हे जरा बघा. तुम्ही माझ्याशी आणि माझ्या मुस्लीम बांधवांशी कसे वागता ते पाहा. तुम्हाला हे बघता आमच्याकडून काय अपेक्षा आहेत?"

त्यांचे चेहरे रागानं वेडेवाकडे झाले होते. माझ्याकडे डोळे वटारून बघत ते म्हणाले, "तुला परत ग्वान्टानामोला जायचं आहे का?"

"ते तुम्ही ठरवायचं आहे. मी काहीही केलेलं नसताना तुम्ही मला चार वर्षं ग्वान्टानामोत डांबलंत. तुम्हाला पुन्हा तसं करायचं असेल, तर तुम्हाला कोण अडवणार? जर मी स्वतंत्र असेल तर मी तुम्हाला इथून निघून जा असंच सांगेन. पण जर इथं ताकदीचा प्रश्न असेल तर तुम्ही काहीही करायला मोकळे आहात कारण सत्ता तुमच्याकडे आहे. पण मला तुमचं तोंड बघायचं नाही, हे नक्की. आता इथून निघून जायचं की मला तुरुंगात फेकायचं हे तुम्ही ठरवायचं आहे."

ते निघून गेले.

ते पुन्हा परत मला त्रास द्यायला आले नाहीत म्हणून मी अल्लाचे कोटी-कोटी वेळा आभार मानतो. पण त्यानंतर माझी परिस्थिती फार कठीण होत गेली. त्यांनी एका वर्षासाठी घराचं भाडं भरलं होतं. पण त्यांनी मला खर्चासाठी लागणारी रक्कम देणं बंद केलं. पण माझ्या मित्रांनी मला मदत केली.

सरकारनं माझ्या घराभोवती सुरक्षा रक्षक उभे केले. आजही २४ तास सर्वकाळ ते माझ्यावर नजर ठेवतात. अशा परिस्थितीत माझ्या जगण्यावर बऱ्याच मर्यादा आल्या आहेत. आता पुढे काय होणार ते फक्त अल्लाच सांगू शकतो.

जिंकता न येणारे युद्ध

माझी आणि माझ्या देशाची कर्मकहाणी इथं संपलेली नाही. ११ जून, २००६ रोजी मला कळलं की तीन कैदी मनी अल्-उतैबी, यासर तलाल अल्-झहरानी आणि अली अब्दुल्ला अहमद – ग्वान्टानामोत शहीद झाले. अशा बातम्या ऐकून मन विदीर्ण होतं. मी ग्वान्टानामोतून सुटल्यानंतर दररोजच मागे राहिलेल्या माझ्या बांधवांसाठी प्रार्थना करतो. मला ज्यांना सोडून यावं लागलं, त्यांना अल्लानं मार्गदर्शन करावं म्हणून मी प्रार्थना करतो. अल्लानं त्यांना आणि त्यांच्या कुटुंबीयांना सगळं सहन करण्याची शक्ती द्यावी.

माझे मुस्लीम बांधव एखाद्या अमेरिकन तुरुंगात मरण पावण्याची ही काही पहिलीच वेळ नाही. पण ग्वान्टानामोत हे पहिल्यांदाच घडलं. त्याच्या मृत्युमागची पार्श्वभूमी कळायला काहीच मार्ग नाही. जी काही माहीत आहे, ती अमेरिकन अधिकाऱ्यांनीच दिलेली आहे. अमेरिकन सैनिक आणि सरकार यांच्या म्हणण्यानुसार त्या तिघांनी आत्महत्या केली. पण अमेरिकन तोंडातून बाहेर पडणाऱ्या एकाही शब्दावर मी काडीइतकाही विश्वास ठेवत नाही. चार वर्षांच्या काळात मला त्यांचा खोटेपणा चांगला कळलेला आहे. त्यांच्या कोणत्याही बोलण्यावर विश्वास ठेवता कामा नये. अगदी त्यांनी वेळ जरी सांगितली तरी ती खोटी असू शकते!

ग्वान्टानामोतल्या मुस्लीम बांधवांबद्दल ते जे सांगतात हे खरं मानलं, तरी एक प्रश्न उरतोच आणि तो त्यांना विचारायलाच हवा. कॅम्पमधली परिस्थिती आणि अमेरिकन सैनिक कैद्यांना देत असणारी अमानुष वागणूक त्यामुळेच हे घडलं नाही का? सततच्या धमक्या, वर्षानुवर्षे होणार दळ आणि आशेचा कसलाही किरण दिसत नसताना कैद्यांचं आणखी काय होणार? ग्वान्टानामोत डांबून ठेवलेल्या प्रत्येकाला काही ना काही मानसिक असंतुलनाचा त्रास झाला आहे. ग्वान्टानामोची

परिस्थिती मुद्दामच अशी बनवण्यात आली आहे की, हळूहळू कैदी खचत जावा आणि मग अखेर त्याचा तोल ढळावा.

ग्वान्टानामोत कोणताही कायदा किंवा नियम नाहीत. कैद्यांना दिली जाणारी वागणूक आणि त्यांना केल्या जाणाऱ्या शिक्षा हे सगळं बेकायदेशीर आहे. तिथं कित्येक दिवस राहिलेल्या कैद्याला आपलं उद्या काय होणार हे माहीत नसतं. कित्येक कैद्यांना एकांतवासात ठेवलं जातं. त्यांना बाहेर काय चाललं आहे, हे वर्षानुवर्षं कळत नाही. पवित्र कुराणाचा मुद्दाम अपमान करून कैद्यांना डिवचलं जातं. कैद्यांचं मन मोडून टाकण्यासाठी त्यांना झोपू न देण्याच्या हत्याराचा उपयोग केला जातो. कैद्यांना सर्वांसमोर नागडं करून त्यांच्यातल्या माणूसपणावर आघात केला जातो. प्रश्न विचारणारे, चौकशी अधिकारी कैद्यांच्या कोणा जवळच्या नातेवाइकाला अटक केली आहे किंवा ठार मारलं आहे, असं खोटंनाटं सांगून त्याचं मानसिक खच्चीकरण करतात. तिथं ग्वान्टानामोत सगळंच खोटेपणावर आधारलेलं आहे. तिथं कोणावरही विश्वास ठेवता येत नाही. कैदी तिथं हतबल होऊन फक्त सहन करत राहातात. पण कोणताही माणूस अशा भीषण परिस्थितीत फार काळ टिकाव धरू शकत नाही.

अशा भयंकर परिस्थितीत कैद्यांनी आपणहून जीवन संपवलं असं मान्य केलं तरी त्याचा दोष अमेरिकेवर लावला पाहिजे. अमेरिकन सरकार त्यांच्या मृत्यूला जबाबदार आहे. त्याचप्रमाणे ग्वान्टानामोत काय चाललं आहे, माहीत असूनही सरकारला विरोध न करणारे अमेरिकन लोकही याला जबाबदार आहेत.

***

आम्हा सर्व अफगाण लोकांच्या दृष्टीनं अफगाणिस्तान हे आमचं घर आहे. आमची मूल्यं जपत आणि आमच्यावर कोणीही अन्याय न करता आम्ही आमच्या देशात जगू इच्छितो. तो आमचा अधिकार आहे. हा अधिकार कोणीही हिरावून घेऊ शकत नाही. आमच्या देशाची संस्कृती, राष्ट्रीय सुरक्षा, अर्थकारण, राष्ट्रीय एकता, धार्मिक परिस्थिती, सांस्कृतिक मूल्ये, आदिवासी लोकांचे प्रश्न हे सगळं कसं सांभाळायचं हे ठरवण्याचा अधिकार आमचा, अफगाण लोकांचा आहे. अफगाणिस्तानचा विकास व प्रगती करण्याची जबाबदारी आमचीच आहे. यासाठी अल्लानं अफगाणिस्तानला स्वतंत्र करण्यासाठी मदत करावी!

सर्वांत महत्त्वाचा मुद्दा म्हणजे अफगाणिस्तानचं राष्ट्रीय स्वत्व जपणं हा आहे. अफगाण परंपरांचं जतन करून इस्लामी चौकटीत आम्हाला आमचं राष्ट्रीयत्व जपायचं आहे. या मूल्यांसाठीच अफगाण लोकांनी रक्त सांडलं आहे. अत्यंत शौर्यानं लढून अफगाण लोकांनी प्रत्येक आक्रमकाला आणि महासत्तांना पराभूत केलं

आहे. अफगाणिस्तान कधीच कोणाचा गुलाम नव्हता आणि असणारही नाही.

इतिहासाकडे नजर टाकली तर दिसेल की, एकजुटीनं मुकाबला करून आम्ही प्रत्येक परकीय आक्रमकाला धूळ चारली आहे. आमच्या देशातल्या प्रश्नांना सामोरं जाण्याचं धैर्य अफगाण तरुणांनी वारंवार दाखवलं आहे. पण मुख्य समस्या विश्वासाची आहे. विश्वास ही अदृश्य पण मोठी शक्ती आहे. आज अफगाणिस्तान दुबळा वाटतो, याचं कारण अविश्वास हे आहे. अफगाण लोकांनी एकत्र येऊन एकमेकांना मदत करायची गरज आहे. सर्व अफगाण लोकांना इस्लामबद्दल आदर आहे, यात काहीही शंका नाही. आज आमच्या देशात राजकीय पोकळी झाली आहे. ती भरून काढण्याची गरज आहे. या बाबतीत इस्लाम मार्गदर्शक ठरू शकतो.

आज अफगाणिस्तानसमोर ज्या समस्या आहेत, त्या सोडवण्याचा एकमेव मार्ग इस्लामी मूल्यांचा आदर करणं हा आहे. बिचारे गरीब अफगाण विविध प्रकारे मरत आहेत. त्यांच्यावर प्राणघातक हल्ले होतात, त्यांना पळवून डांबून ठेवलं जातं, परदेशी लोक त्यांच्या घरावर हल्ले करतात, ते बायका-मुलांना इजा करतात आणि म्हणून अनेक अफगाण लोकांना देश सोडून जाण्यावाचून गत्यंतर नाही. या सर्व गोष्टींकडे लक्ष देण्याची गरज आहे.

आज परिस्थिती अशी आहे की, समस्या सुटण्याची शक्यता फार कमी आहे. सर्वांनाच काहीतरी करावं असं वाटतं. काही जण जोरदार प्रयत्न करत आहेत. पण त्यांच्यातील बरेच जण केवळ स्वत:चा फायदा बघत आहेत.

अफगाणिस्तानला परतल्यानंतर निमंत्रण पाठवलं म्हणून मी हमीद करझाईची तीन-चार वेळा भेट घेतली आहे. आमच्या शाब्दिक चकमकी झाल्या. पण आम्ही मिळून काही तोडगा काढायचे प्रयत्न केले. पण गुंता फारच अवघड झाला आहे. तो कोण सोडवणार हा खरा आणि कठीण प्रश्न आहे. पण एक गोष्ट मात्र नक्की की सगळ्याचा परिणाम अफगाण लोकांना भोगावा लागत आहे. समस्या सोडवण्यासाठी पुढाकार घेणाऱ्यांना कधी हे कळतं, कधी मात्र ते कळत नाही.

करझाई न थकता शांतता आणि स्थिर अफगाणिस्तानबद्दल भरभरून बोलत असतो. पण या गोष्टी त्याच्या आवाक्याच्या फार-फार बाहेर आहेत. पोकळ आश्वासनं आणि फसवा प्रचार यामुळे त्याच्याबद्दल लोकांना आदर वाटेनासा झाला आहे. आपण आपल्या हातानं प्रतिमा खराब करून घेतली आहे. हे त्याला कळतं की नाही, हे मला माहीत नाही. त्याच्याभोवती गराडा घालून बसलेले लोक त्याला सत्यापासून दूर ठेवतात. त्याला जी माहिती मिळते, ती बरीचशी अपुरी आणि चुकीची असते. या माहितीवर अवलंबून राहून तो जे काही करतो ते फसतं. या अवघड परिस्थितीत मदत करायला त्याला फारसे मित्र नाहीत. मुळात तो परदेशी लोकांच्या मदतीनं सत्तेवर आला आहे. त्याच कारणानं तो दुबळा झाला आहे.

अफगाण संस्कृतीचा विचार करून त्यानुसार निर्णय घेण्यात मदत करू शकणारे सल्लागार जवळपास त्याच्याकडे नाहीतच. दररोज उठल्यावर आपण काय दिशेनं काम करावं, हेच त्याला कळत नाही. मुळात त्याला मित्र कोण आणि शत्रू कोण हे कळत नाही. कारण तो तळातून हळूहळू काम करून सत्तेवर आलेला नाही. तसं झालं असतं, तर त्याला थोडेफार प्रामाणिक व खरेखुरे मित्र मिळाले असते. पण जेव्हा एखादा माणूस सत्तेवर असतो तेव्हा त्याच्याभोवती बरेच जण मित्र म्हणून जमतात, पण त्यातले खरे किती आणि खोटे किती, हा मुख्य प्रश्न असतो.

मी हमीद करझाईशी दीर्घकाळ चर्चा केली आहे. त्यातून मी त्याच्या स्वभावाचा थोडा अभ्यास केला आहे. मी त्याची आणि मुल्ला उमर यांची तुलना करू लागलो, तेव्हा बरेच फरक दिसून आले. पहिला फरक म्हणजे जो कोणी भेटायला येईल त्याला त्याच्या मनातलं सगळं सांगण्याएवढा अवधी मुल्लासाहेब देत असत. ते शांतपणानं ऐकून घेत आणि कधीच रागावून प्रतिक्रिया देत नसत. ते बोलू लागले की कोणालाही ते विचारपूर्वक बोलत असल्याचं सहज जाणवत असे. करझाईचं नेमकं उलट आहे. तो स्वत:च इतका बोलतो की, भेटायला येणाऱ्या माणसाला बोलायला वेळच उरत नाही. दुसरा फरक म्हणजे मुल्ला उमर यांची कृती. त्यांनी जर एखादी गोष्ट करतो असं सांगितली की, ती ते करायचेच. करझाईला आपण कोणीतरी मोठे आहोत हे दाखवणं आवडतं. आपल्याला खूप काही कळतं असा आभास तो निर्माण करतो. पण मुल्लासाहेबांशी बोलताना असं कधीच वाटत नव्हतं.

करझाई समस्या सोडवण्यासाठी प्रयत्न करतो. त्याच्याकडे पाहून तो क्रूर नाही हे कळतं. कोणालाही तुरुंगात टाकावं किंवा ठार करावं, असा त्याचा स्वभाव नाही. पण त्यानं ज्यांना अफगाणिस्तानात पाहुणचारासाठी बोलावलं आहे, त्यांच्या क्रौर्याला तोच जबाबदार आहे. त्यानं खरं तर या लोकांच्या क्रौर्याची निंदा करायला हवी. पण राजकारण म्हणून तो तसं करत नाही. त्याला शांतता हवी आहे, हे खरं. पण त्याला सत्ता प्रिय आहे आणि त्याला सत्तेवर राहायचं आहे. त्यामुळे त्याला सत्तेवर आणण्यासाठी मदत करणाऱ्या लोकांचं त्याला महत्त्व वाटणार हे उघड आहे. दोन विरुद्ध टोकांमध्ये संतुलन राखणं फार कठीण काम आहे आणि ती क्षमता त्यांच्यात नाही. आपल्यामधल्या कमतरतेची जाणीव त्याला आहे की नाही, हे मला सांगता येणार नाही. आज तो सत्तेत आहे आणि तो महत्त्वाची भूमिका बजावू शकतो, पण अफगाणिस्तानच्या समस्या त्याच्या बुद्धीला पेलणाऱ्या नाहीत. तो केवळ कोण्या बड्यांच्या हातचं प्यादं आहे.

हमीद करझाईचा काळ संपणार हे तर नक्कीच आहे. अमेरिकन आक्रमणाच्या सुरुवातीला ते काय म्हणायचे ते मला चांगलं आठवतं. ते अत्यंत मुर्दाडपणानं म्हणत की आम्ही अफगाणिस्तानात दीर्घकाळ राहाणार आहोत. कोणी त्यांच्याविरुद्ध

बोलायला उभं राहाण्याचं धाडस करू शकेल, असं त्यांना वाटत नव्हतं. “आम्ही तालिबान आणि अल्-कायदा यांचा नीमोड करू. आम्ही इथं स्वातंत्र्य आणि लोकशाही आणणार आहोत!” असे त्यांचे शब्द होते.

मी फक्त हसायचो आणि म्हणायचो, “हे तुमचं मत आहे. पण मी त्याच्याशी सहमत नाही.”

“मग पुढे काय होणार, असं वाटतं?” ते म्हणत.

मी मग हाताची सगळी बोटं वेगळी करून त्यांच्यापुढे हात धरत असे, “आज तुम्ही इथं आहात, पण काही वर्षांत हे असं होईल,” असं म्हणून मी हाताची मूठ आवळून दाखवत असे. “तुम्ही पूर्ण मूर्ख नसाल तर आजच हे समजून घ्याल. नाहीतर १० वर्षांच्या काळात परिस्थिती तुमच्या इतकी हाताबाहेर जाईल की त्यातून केवळ अपयशच नाहीतर मोठंच संकट तुमच्यावर ओढावेल.”

***

अफगाणिस्तानातली सध्याची राजकीय स्थिती आणि आंतरराष्ट्रीय राजकीय खेळी या एकमेकांत गुंतलेल्या आहेत. जगातली अनेक राष्ट्रं इथं एका अप्रमाणिक साखळीत अडकून पडली आहे. सध्या परिस्थिती इतकी गुंतागुंतीची आहे की खरं काय, खोटं काय हे कळणं अशक्य आहे. अफगाणिस्तानात आलेली ही राष्ट्रं निघून का जात नाहीत? कदाचित ही राष्ट्रं दीर्घकाळ राहातील. कदाचित जातीलही. पण एक गोष्ट स्पष्टपणे सांगतो. आम्हाला अफगाण लोकांना आक्रमणाचा प्रतिकार करायचा अधिकार आहे. आमचं स्वत्व जपण्याचा आम्हाला अधिकार आहे. त्याचप्रमाणे ज्यांनी आमचं रक्त सांडलं, त्यांच्यावर सूड उगवण्याचा अधिकार आम्हाला आहे.

अफगाणिस्तान आणि अमेरिका एकमेकांचे शत्रू बनलेले आहेत. कोणतेही शब्द वापरले तरी हे सत्य लपवता येणार नाही. युरोपनं अमेरिकेची बाजू घेऊन फार मोठी चूक केली आहे. हे जग हाताच्या बोटावर मोजणारे लोक चालवू शकत नाहीत. आणि असं मानणं मूर्खपणाचं ठरेल. इतिहासात पाहिलं तर असं करण्यानं किती भीषण रक्तपात झाला आहे, हे आपल्याला सहज दिसेल. याचं मुख्य कारण म्हणजे जगातले काही देश संतुलनाकडे दुर्लक्ष करून कोणाची ना कोणाची बाजू घेत राहातात. जेव्हा दोन देशांमध्ये वाद उद्भवतात तेव्हा मध्यस्थी करण्यासाठी तटस्थ राष्ट्रांची गरज असते. अशी राष्ट्रं विश्वास ठेवण्याजोगी असावी लागतात. पण आज चित्र काय आहे? सगळं जग एकाच बाजूला आहे. हे असंच चालू राहिलं तर महाभयंकर संकटं येतील. याची झलक आपण इराक आणि अफगाणिस्तानात बघितलीच आहे. इतर काही राष्ट्रांमध्येही समस्या वाढू लागल्या आहेत. अशा दुर्दशेमुळे कोणाचा फायदा होतो ते कळत नाही. दुर्दशेचं हे संकट आणखी किती

पसरणार आहे?

अमेरिकेला रक्त सांडण्यात का रस आहे? दहशतवाद आणि मूलतत्त्ववाद याविरुद्ध लढायचं निमित्त करून संपत्ती आणि मानवी जीवनाची हानी करायचा खेळ त्यांनी का चालू ठेवला आहे? हावरट अमेरिकेच्या तडाख्यात मानवाधिकारांचा आणखी किती ऱ्हास होईल? की हा राक्षस अखेर स्वत:लाच खाईल?

कोणी तुमच्यावर तलवारीनं हल्ला केला, तर त्याला कोणी सलाम करून उत्तर देत नाही. रक्ताचे डाग पाण्यानं धुवून जात नाहीत. सलाम केला तर जबाब सलामानं मिळतो, पण तलवारीला उत्तर हे तलवारीनंच मिळतं.

अमेरिका हा मानवाधिकारांची जपणूक करणारा शांतताप्रिय देश आहे हा अमेरिकेचा लौकिक केव्हाच धुळीला मिळालेला आहे. हे लोक क्रूर, स्वार्थी आणि बेदरकार आहेत, असं जगात सगळ्यांनाच वाटतं. एखाद्या देशातल्या क्रूर लोकांनाच अमेरिकन लोक नेहमी मदत करतात. आपण असं करताना कोणाविरुद्ध उभे आहोत याची ते कधीच फिकीर करत नाहीत.

इतिहासाची पुनरावृत्ती करण्यात काहीच अर्थ नाही. मागच्या काळात झालेल्या चुकांचे गंभीर परिणाम आज अफगाणिस्तान भोगतोय. सध्या जगात खूप मोठे बदल होत आहेत. या बदलांचा परिणाम शांततामय जग निर्माण होण्यात होईल की रक्तरंजित हे सांगता येत नाही. पण मला शांतता निर्माण होणं कठीण वाटतं. शांतता यावी म्हणून आपण सगळेच प्रार्थना करतो. पण जर पुढील काळात हिंसाचार होणार असेल तर त्यात पुन्हा एकदा आम्ही अफगाण लोकच बळी पडणार. आमच्या देशात आणि आमच्या शेजारील देशांमध्ये त्यातून केवळ दु:खच निर्माण होणार.

पण जगाचं काय होणार याचा विचार करायच्या अगोदर आम्ही किडा-मुंग्यांप्रमाणे पायाखाली चिरडले जाणार नाही, याची दक्षता घ्यायला हवी. या अतिशय कठीण परिस्थितीत आम्ही आमच्यामधल्या अंतर्गत मतभेदांची चर्चा करणं सर्वथा अयोग्य आहे. तालिबान, गुलबुद्दीन हिकमतयार किंवा इतर कोणीही हे नीट समजून घ्यायला हवं. आज करझाई सरकारमध्ये सामील झालेल्या नॉर्दन अलायन्सच्या लोकांनीही माझ्या म्हणण्याचा गांभीर्याने विचार करायला हवा. काही सडक्या मेंदूचे लोक स्वत:च्या स्वार्थासाठी फूट पाडायचा प्रयत्न करतात. पण जर एकी नसेल तर कोणताही वंश अफगाणिस्तानात नांदू शकणार नाही, हे सर्व लोकांनी समजून घेणं गरजेचं आहे. स्वार्थीपणा करून राष्ट्रीय अभिमान कसा जपला जाणार?

याखेरीज अफगाणिस्तानातल्या परदेशी फौजांचा मुद्दा आहे. या फौजांनी सत्य स्वीकारायला हवं. बळाचा वापर करून अफगाणिस्तान कधीच जिंकता येणार नाही, हे त्यांना कळायला हवं. हा आमचा समाज आदर, सहिष्णुता यावर आधारलेला

आहे. इथं क्लस्टर बॉम्ब, बॉम्बफेकी विमानं, क्रूझ क्षेपणास्त्रं, अपमानास्पद वागणूक आणि लोकांना तुरुंगात फेकणं यांमधून फक्त शत्रुत्व जन्माला येतं. हा शांतता आणण्याचा मार्ग असूच शकत नाही. या सगळ्यामधून फक्त तिरस्कार आणि अविश्वासाच्या भिंती जाड होत जातात.

माझी चौकशी करत असताना अमेरिकन अधिकारी मला सांगत की फक्त हजारभर तालिबान उरले आहेत. त्यांचा खातमा केला की, प्रतिकार संपणार. ग्वान्टानामोतून सुटल्यापासून मी सतत विविध अहवालांचा अभ्यास करतो आहे. अमेरिका आणि तिच्या मित्र देशांनी २००६मध्ये प्रसिद्ध केलेल्या अहवालानुसार २००१पासून १२,७०० तालिबान शहीद झाले आहेत. पण तरीही प्रतिकाराचा जोर वाढतच चाललेला दिसतो आहे. लोकांना तुरुंगात टाकून किंवा ठार मारून शत्रूला नष्ट करता येत नाही, हेच त्यातून स्पष्ट दिसत आहे.

अमेरिकेच्या नादाला लागून या दलदलीत रुतलेल्या काही राष्ट्रांनी पाय काढायचे प्रयत्न सुरू केले आहेत. पण ते कसं करायचं हे त्यांना कळत नाही. इतर काही देश आपला पराभव टाळण्यासाठी पर्याय शोधत आहेत. त्यांनाही पुढे काय करता येईल हे कळेनासं झालं आहे.

हा सगळा नुसता शब्दांचा खेळ आहे. प्रत्येक राष्ट्राचं स्वतःचं हित त्या-त्या राष्ट्रांना महत्त्वाचं असणार आणि आपले उद्देश ते इतरांपासून लपवून ठेवतात. तरीदेखील त्यांच्या बोलण्यात आणि कृतीत जरादेखील प्रामाणिकपणा नसतो. केवळ भीतीपोटी हे लोक सैतानी करार करून एकत्र आले आहेत. त्यांना भविष्याची भीती वाटते. एफबीआय आणि सीआयए यांनी बागुलबुवा उभा केला आहे. काही राष्ट्रं इतर पर्यायांचा विचार करू लागली आहेत, ही चांगली गोष्ट आहे. पण त्यांनी अगोदरच दोन्ही बाजू जाणून न घेता एक ठरावीक बाजू घेतली आहे हे त्यांनी विसरता कामा नये. हजारो अफगाण नागरिकांचा जीव घेणाऱ्यांच्या बाजूनं ही राष्ट्रं उभी आहेत. हजारो स्त्रियांना विधवा करण्यासाठी आणि हजारो मुलांना अनाथ करण्यासाठी जबाबदार असणाऱ्यांचा पक्ष त्यांनी घेतला आहे.

अफगाणिस्तानवर आक्रमण होऊन आठ हिवाळे उलटून गेले आहेत. आजही अपमान आणि क्रूरपणाची वागणूक चालूच आहे. हत्या, दफनं आणि रक्त सांडणं दिवसेन्‌दिवस वाढत चाललं आहे. अशा वेळी हे लोक कोणत्या पर्यायांवर काम करत आहेत? त्यांचे मेंदू सडून गेले आहेत की काय? आणि कोणत्या निर्बुद्ध व स्वार्थी अफगाण लोकांच्या म्हणण्यावर ते विश्वास ठेवतात?

जे काही पर्याय शोधायचे आहेत, ते शोधायचं काम आम्हा अफगाण लोकांना करू द्यावं. आमचं भवितव्य आम्हाला ठरवू दिलं पाहिजे. आमचे निर्णय आम्हाला घेता आले पाहिजेत. ज्या काही तडतोडी करायच्या आहेत आणि एक व्यवस्था

बनवायची आहे, ती आम्ही बनवू. हे सगळं एका पोकळ राष्ट्राध्यक्षाच्यामार्फत साध्य करता येईल, हा भ्रामक विचार या राष्ट्रांनी सोडून द्यायला हवा. त्यांच्या तालावर नाचणाऱ्या राष्ट्राध्यक्षाकडून काहीही साध्य होणार नाही. इथं मनाला येईल तसे, कसल्याही कायद्याचा विचार न करता, मंत्री नेमले जातात. आजची न्यायव्यवस्था आपणच काल केलेले निर्णय विसरते किंवा स्वत:च कायदे मोडते. आपल्या स्वार्थासाठी अफगाण लोकांचा वापर हे लोक फार काळ करू शकणार नाहीत.

हे परदेशी लोकच आमचे संसद सदस्य कोण असावेत हे ठरवतात आणि कोणाला राज्यपाल नेमायचं हे त्यांनाच विचारावं लागतं. त्यांच्या दृष्टीनं एखाद्या अफगाण माणसाला मारणं हे पक्षी मारण्यासारखं आहे. त्यांनी एखाद्या अफगाण माणसाला इजा केली किंवा ठार केलं तरी त्यांना कोणी न्यायालयात खेचू शकत नाही. हे लोक कोणालाही उत्तर द्यायला बांधील नाहीत.

कपटी इंग्लंड आणि उद्दाम अमेरिका हे देश मुस्लीम व इतर धर्मांच्या लोकांमधली फूट वाढवण्यासाठी प्रयत्न करतील. ते सतत अविश्वास आणि संशयाचं वातावरण निर्माण करतील. त्यांची ही सैतानी कारस्थानं फार काळ सुरू आहेत. पण ही राष्ट्रं म्हणजे कागदी वाघ आहेत. अफगाण लोकांनी त्यांना घाबरणं बंद केलं पाहिजे. अफगाण नागरिकांनी स्वतंत्र व्हायला हवं. परदेशी लोकांना इथं राहाण्यासाठी काहीही सबब मिळणार नाही, इतकं निर्भय आणि स्वतंत्र झालं पाहिजे. हे शक्य आहे की नाही? अफगाण लोकांनीच याचा विचार करायला हवा.

परिस्थिती इतकी गंभीर आहे की पुढे काय होईल, हे निश्चित सांगणं अवघड आहे. पण अफगाणिस्तान टिकणार आहे. अमेरिकेचा जन्म व्हायच्या अगोदर हा देश होता आणि अमेरिका नष्ट झाली तरीही हा देश राहाणार आहे. आज असं दिसतंय की, आमच्या शेजारील देशांनी आणि काही इतर देशांनी मिळून विणलेल्या जाळ्यात अफगाणिस्तान अडकला आहे. पण एक दिवस असा येईल की, अफगाण नागरिकांना पुन्हा बोलायचं धैर्य येईल. ते सगळे एकत्र येतील आणि अफगाणिस्तान स्वत: ठरवलेल्या मार्गानं प्रगती करू लागेल.

◆

आजचा अफगाणिस्तान

अफगाणिस्तानातली आजची राजकीय परिस्थिती कोणतं वळण घेईल हे सांगता येत नाही. परिस्थिती दिवसेन्‌दिवस जास्तच कठीण व गुंतागुंतीची बनते आहे. अविश्वास, संशय आणि सत्तेमधला असमतोल हे घटक याला जबाबदार आहेत.

पुन्हा एकदा जगातल्या बड्या राष्ट्रांच्या झुंजीचा अफगाणिस्तान हा आखाडा बनला आहे. अफगाणिस्तानात राजकीय आणि लष्करी पोकळी असल्यानं त्याचा वापर ही राष्ट्रं निरनिराळ्या कुटिल नीतींचे प्रयोग करण्यासाठी एखाद्या प्रयोगशाळेसारखा करत आहेत. जॉर्ज बुश जाऊन त्या जागी बराक ओबामा येणं, यामुळे काही अफगाण लोकांना आशा वाटू लागली असली, तरी स्थानिक पातळीवरची परिस्थिती फार वेगानं गुंतागुंतीची बनत चालली आहे. केवळ सुडाच्या भावनेनं अमेरिकेनं अफगाणिस्तानवर २००१मध्ये आक्रमण केलं तेव्हाची परिस्थिती आज राहिलेली नाही. इतकंच काय पण जनसंहारक अस्त्रांचं निमित्त करून प्रत्यक्षात तेल हडप करण्यासाठी २००३मध्ये इराकवर आक्रमण करणाऱ्या अमेरिकेच्या जागतिक स्थानात फरक पडला आहे. सगळ्या जगात कायद्याची पर्वा न करणारा, मानवाधिकारांचा भंग करणारा आणि लोकांमध्ये विद्वेष पसरवणारा देश अशी अमेरिकेची दुष्कीर्ती पसरली आहे. आपल्या सरकारच्या काळ्या कृत्यांमुळे आज अनेक अमेरिकन नागरिकांना आपले पासपोर्ट दाखवायला शरम वाटते.

अर्थकारणाचा विचार केला, तर आज अमेरिकाच आर्थिक संकटात आहे. तिथं धडाधड कंपन्या बुडताना दिसतात. बेरोजगारी आणि किमती वाढत चालल्या आहेत. आता अमेरिका, रशिया किंवा पूर्वी सोव्हिएत महासंघात असणाऱ्या मध्य आशियातल्या देशांमार्फत पुरवठा सुरळीत ठेवण्याचा प्रयत्न करत आहे. याचं कारण पाकिस्तानबरोबरचे अमेरिकेचे संबंध बिघडत चालले आहेत. परवेझ मुशर्रफच्या

काळात पाकिस्तान हा अमेरिकेचा सच्चा साक्षीदार होता. त्यानं मुस्लिमांना चिरडलं. त्यानं आपल्या भूमीचा वापर दुसऱ्या मुस्लीम देशाच्या विनाशासाठी केला. पाकिस्तानातल्या इस्लामी पक्षांना दडपलं आणि लोक व सरकार यांच्यात विलक्षण तेढ निर्माण झाली.

आता अमेरिकन गाईकडून मिळणारा पैसा आटत चालला आहे. मुस्लिमांशी द्वेषानं वागण्यामुळे आता अरब जगदेखील अमेरिकेपासून दूर जाऊ लागलं आहे. शिवाय इतरही कारणं आहेतच. पण मुख्य कारण म्हणजे अमेरिकेचा पॅलेस्टाईनला असणारा विरोध आणि इस्त्रायलची पाठराखण हे आहे. अरब नेते या गोष्टीकडे दुर्लक्ष करू शकत नाहीत.

अमेरिका, जॉर्जिया, युक्रेन आणि झेक रिपब्लिकमध्ये आपले मोठे लष्करी तळ उभारत आहे, ही बाब साधीसुधी नाही हे खरं. पण त्याचवेळी रशियाची वाढती ताकद, चीनने नाट्यमयपणे केलेली प्रगती आणि इराणचा अण्वस्त्रं मिळवण्याचा अट्टाहास यामुळे अमेरिकेला नवनवीन आव्हानांना तोंड द्यावं लागणार आहे.

अमेरिकेपुढील संकटं वाढत चालली असूनही राष्ट्राध्यक्ष बराक ओबामा यांच्या परराष्ट्र धोरणांमागे अजूनही जुनीच गृहीतकं आहेत. अद्यापही अमेरिकेला आपणच जगाचे पुढारी आहोत, असं वाटतं. हा एक कधीही बरा न होणारा रोग आहे. अमेरिका आता नवीन धोरणांचा अवलंब करून अफगाणिस्तानात सत्ताबदल घडवून आणणार आहे. कदाचित हमीद करझाईला हटवून त्या जागी आणखी कोणाला तरी आणलं जाईल आणि अजूनही आपणच अफगाणिस्तानवर ताबा ठेवून आहोत, हेच त्यातून दाखवलं जाईल. एका बाहुल्याच्या जागी दुसरं बाहुलं येईल इतकंच. या नवीन अफगाण धोरणाकडे बघता ओबामा बुशपेक्षा खतरनाक ठरण्याची शक्यता आहे. कदाचित ओबामांना अफगाणिस्तानात शांतता हवी असेल. पण त्यांचे हात बांधलेले आहेत. अमेरिकेच्या गुप्तचर यंत्रणांचा मोठा प्रभाव परराष्ट्र धोरणांवर असल्यानं असं घडत असावं.

अमेरिका अजून दीर्घकाळ अफगाणिस्तानात राहील अशीच चिन्हं आहेत. त्यांना आपलं अपयश झाकून जगातली आपली प्रतिमा सुधारायची आहे. अरब जगातून प्रखर विरोध होत आहे, म्हणून अमेरिका इराकमधून बाहेर पडायच्या विचारात आहे. कारण आर्थिक दृष्टीनं अरब राष्ट्रं अमेरिकेला महत्त्वाची वाटतात. म्हणूनच त्यांना अरब देशांना दुखावून चालणार नाही. पण अफगाणिस्तानचं तसं नाही. ते तिथं ज्या वांशिक गटाशी लढत आहेत, त्या गटाला जगात इतरत्र कुठेही स्थान नाही आणि कोणाचा पाठिंबाही नाही. त्यामुळे निरपराध नागरिक बळी पडत असले, तरी अमेरिकेला त्याची पर्वा नाही.

सामान्य अफगाण नागरिक आणि परदेशी आक्रमक यांच्यातील दरी दिवसेंदिवस वाढतच चालली आहे. समस्या अतिशय कठीण होत चालल्या आहेत. दडपल्या

जाणाऱ्या अफगाण लोकांमध्ये भरपूर संयम आहे. दुर्दैवानं जग त्यांच्या हालअपेष्टांकडे आणि त्यांचं रक्त सांडलं जाण्याकडे बघायला तयार नाही. अफगाणिस्तान हा जगातला सर्वांत दडपला जाणारा देश आहे. पण अफगाण त्यांचा बदला शांतपणानं घेतात. असं करताना आपले प्राण गमवावे लागले, तरी त्यांना त्याची फिकीर नसते. अमेरिका अफगाणिस्तानात काही चांगलं करत आहे, यावर कोणाही अफगाण माणसाचा, किमान कोणा पश्तुन माणसाचा कधीच विश्वास बसणार नाही. त्यांचा मुख्य उद्देश अफगाणिस्तानला दुबळं करून टाकणं हाच आहे. अगदी सुरुवातीला अमेरिकेच्या इशाऱ्यावर नाचणाऱ्या अफगाण लोकांचाही आता अमेरिकेच्या बाबतीत भ्रमनिरास झाला आहे.

अफगाणिस्तानातली कायदा व सुव्यवस्थेची परिस्थिती फारच झपाट्यानं खालावत चालली आहे. परदेशी आक्रमक आणि अफगाण सरकार यांचा ताबा हळूहळू सुटत चालला आहे. खेडेगावांमध्ये जगणं दिवसेंदिवस कठीण होत चाललं आहे. विशेषत: व्यापारी फारच भयभीत झालेले आहेत. बरेच जण आपली संपत्ती देशाबाहेर पाठवण्याच्या प्रयत्नात आहेत.

सुरक्षाव्यवस्था आणि अर्थकारण यांचा थेट संबंध असतो. सुरक्षाव्यवस्था खालावत चालली की अर्थव्यवस्था आणि राजकीय प्रणाली मोडकळीस येतात. ओबामा आता अफगाणिस्तानातल्या सैन्यात वाढ करावी, या मताचे आहेत. आणखी ३०,००० सैनिक पाठवायचा विचार चालू आहे. इतर मित्र देशांनीही तसं करावं, असा प्रयत्न चालू आहे. त्यांना वाटतं की, सैनिकांची संख्या वाढवून कायदा व सुव्यवस्था सुधारता येईल. पण जास्त सैनिक म्हणजे जास्त रक्तपात हे त्यांना समजत नाही. इतकंच नाहीतर अफगाणिस्तानात जास्त सैन्य येण्यानं या सगळ्या भागातच तणाव आणखी वाढणार आहे. पण माझ्या मते त्या भयंकर बुशच्या काळातली धोरणं बदलून आता संघर्ष संपवायला हवा. अमेरिकेनं युद्धाऐवजी शांतता स्थापन करण्याची मोहीम सुरू करायला हवी. धोरणात मोठे बदल केले, तर अफगाणिस्तान आणि अमेरिका दोघांचाही फायदा होईल.

दक्षिणेतले कंदाहार, हेलमंद, झाबूल, उरुझगान, फराह आणि निमरुझ हे भाग एकमेकांना जोडलेले आहेत. एका प्रांतातल्या परिस्थितीचा दुसऱ्या प्रांतावर परिणाम होणं अटळ आहे. पण काही लोकांना पश्तुन आणि दक्षिण अफगाणिस्तान यांना चिरडायचं आहे. ते तसं प्रत्यक्षपणे किंवा परदेशी लोकांमार्फत अप्रत्यक्षपणे करतात. पण त्यांना हे कळत नाही की, आपण आपल्या पायावर केवळ पैशांच्या मोहापायी कुऱ्हाड मारून घेत आहोत.

२००७मध्ये संपूर्ण दक्षिण अफगाणिस्तानातली राजकीय व आर्थिक परिस्थिती कमालीची गुंतागुंतीची बनली होती. कितीतरी अफगाण नागरिक आणि परदेशी यात बळी पडले. विशेषत: ग्रामीण भागात परदेशी सैनिक आणि स्थानिक लोक यांच्यातल्या

तिरस्काराची जागा आता उघड शत्रुत्वाने घेतली आहे. तुम्ही रस्त्यावर जाऊन कोणाही अफगाण माणसाला अमेरिकेबद्दलचं त्याचं मत विचारलं, तर ९५ टक्के लोक अमेरिकनांना शत्रूच मानताना दिसतील. फक्त अमेरिकनांच्या बरोबर काम करणारे तेवढे वेगळं उत्तर देतील. पण सामान्य लोक अशा अफगाण लोकांचा अमेरिकन लोकांपेक्षा जास्त तिरस्कार करतात. ब्रिटिशांबद्दल विचाराल तर हे लोक आपल्या पूर्वजांच्या हत्येचा बदला घेण्यासाठी अफगाणिस्तानात आल्याचं सर्व जण सांगतील.

अफगाणिस्तानातल्या परदेशी सैनिकांच्या संख्येत वाढ व्हायला सुरुवात झालेली दिसते. पण ही योजना ओबामांची नाही. त्यांची राष्ट्राध्यक्षपदी निवड व्हायच्या अगोदरच तसा निर्णय झाला होता. अफगाणिस्तानातला सैन्यात वाढ करून तिथल्या परिस्थितीवर नियंत्रण ठेवता येईल, असं ओबामांचे वरिष्ठ सल्लागार त्यांना सांगतात. पण अमेरिकन लोकांनी अफगाणिस्तानच्या इतिहासाकडे नजर टाकायला हवी. आमच्यावर यापूर्वी अनेकदा आक्रमणं झाली आहे. आक्रमकांनी इथं किती मोठं सैन्य आणलं होतं? प्रचंड फौजा आणूनही ते का अयशस्वी झाले? याची कारणं त्यांनी शोधायला हवी.

अमेरिकन लोक स्वातंत्र्य किंवा लोकशाहीचे पाठीराखे आहेत, हा गैरसमज आहे. त्यांनीच जगात जागोजागी तिरस्काराची बीजं रोवली आहेत. त्यांनी 'दहशतवादाविरुद्ध युद्ध' या नावाखाली जे काही सुरू केलं, त्यामधल्या 'दहशतवादी' या शब्दाचा उगमच त्यांच्यामुळे झाला आहे. जोपर्यंत अमेरिका आपल्या चुका सुधारत नाही, तोपर्यंत त्यांच्याविरुद्धचा जिहाद सुरूच राहाणार.

युद्धाचा बेत ११ सप्टेंबर, २००१नंतर लगेच अंमलात आला. पण त्या अगोदरच अमेरिकेचं पित्त खवळलेलं होतं. ते लोक फक्त निमित्त शोधत होते. हल्ल्याच्या घटनेची त्यांनी नीट चौकशी करायला हवी होती. पण तसं न करता अफगाणिस्तानवर हल्ला चढवणं, ही अमेरिकेची सर्वांत मोठी चूक होती. बॉन[१] परिषदेत अमेरिकेच्या विचारांनुसार अफगाण जनतेवर राज्य करायला काही अफगाण लोकांना लादणं ही दुसरी चूक. एकेकाळी ज्या युद्धखोर नेत्यांनी अफगाणिस्तानात रक्तपात घडवला त्यांनाच पाठिंबा देऊन सत्तेवर आणल्यानं अफगाण लोकांचं फार मोठं नुकसान झालं आहे. अमेरिकेच्या या चुकांची किंमत अफगाणिस्तानला चुकवावी लागणार आहे.

अमेरिकेनं अफगाणिस्तानवर जे काही नियम लादले आहेत त्यांच्यामुळे अफगाण संस्कृतीत ढवळाढवळ होते. मागच्या काळातल्या परदेशी आक्रमकांनी आणि काही अफगाण सत्ताधाऱ्यांनी हीच चूक वारंवार केली होती. धार्मिक मूल्यांबद्दल अनादर,

---

१. २००७ साली अफगाणिस्तानमधल्या परिस्थितीवर चर्चा करण्यासाठी ही परिषद आयोजित करण्यात आली होती.

मदरश्यांबद्दलचा पूर्वग्रहदूषित दृष्टिकोन, प्रमुख मुस्लीम नेत्यांच्या डोक्यावर इनाम लावणं, निवडणूक प्रक्रियेत हस्तक्षेप करणं आणि निरुपयोगी लोया जिर्गा (अफगाणिस्तानातील लोकप्रतिनिधींचं सभागृह) या सगळ्यामुळे सामान्य नागरिक, विशेषत: ग्रामीण जनता सरकारपासून फार तुटली आहे. अमेरिका आणि इतर देश अफगाण लोकांना आदरानं आणि विश्वासानं वागवत नाहीत. विश्वासाशिवाय शांतता निर्माण होणार नाही. पण अजूनही इतिहासामधून बोध न घेणारे लोक अफगाणिस्तानात लष्करी उपायांनी प्रश्न सुटतील असं मानतात.

मी अशा लोकांना इशारा देऊ इच्छितो. तुम्ही त्यासाठी तयारच नाही! होय, आमच्या देशात गरिबी आणि उपासमार आहे. आमचा देश उद्ध्वस्त झाला आहे, हेदेखील खरं आहे. पण अफगाणिस्तानात आमची मूल्यं आम्ही विक्रीला काढलेली नाहीत!

अमेरिका अफगाणिस्तानातला प्रश्न जमातींना सशस्त्र करून सोडवण्याचा प्रयत्न करत आहे. ते अशक्य आहे. उलट अशी सशस्त्रं दलं कोणालाही जुमानणार नाहीत. अमेरिका एका झोपलेल्या राक्षसाला जागं करत आहे. अशा बेफाम सशस्त्र दलांचा काय परिणाम होतो, तो आपण पूर्वी बघितला आहे आणि त्याचे गंभीर परिणाम आजही आम्ही भोगतो आहोत.

काही अमेरिकन आणि पाश्चात्य धार्जिणे अफगाण म्हणतात की, अमेरिकेनं आपली लष्करी ताकद अगोदर वाढवायला हवी आणि मगच शांतता प्रक्रिया सुरू करावी. बहुधा याच विचारातून अफगाणिस्तानात आणखी सैनिक पाठवण्याचा निर्णय झाला असावा. कदाचित अशी उपाययोजना इराकमध्ये यशस्वी झाली असेल. पण अफगाणिस्तान वेगळा आहे. अफगाण कधीच हिंमत हारत नाहीत. जर ते कमजोर स्थितीत असले, तर त्यांचे सगळे विचार हक्कांसाठी लढण्यावर आणि सूड घेण्यावर केंद्रित होतात. अमेरिकेनं ताकद वाढवली की त्यातून आणखी मोठ्या प्रमाणात प्रतिकार वाढणार.

अमेरिकेनं अफगाणिस्तानवर हल्ला केला आणि आमच्या देशाच्या सार्वभौमत्वावर घाला घातला. हजारो लोकांवर अत्याचार केले, त्यांना तुरुंगात डांबलं, छळ केला आणि हजारो अफगाण नागरिकांना ठार केलं. अजूनही असाच हिंसाचार चालू ठेवण्याऐवजी अमेरिकेनं माफी मागायला हवी. अफगाणिस्तानला एक स्वतंत्र सार्वभौम राष्ट्र म्हणून वागवायला हवं. तरच खरीखुरी शांतता निर्माण होईल. शांतता निर्माण होणं सर्वांच्याच दृष्टीनं महत्त्वाचं आहे.

अजूनही अमेरिकेला या भागात काय साध्य करायचं आहे ते कळत नाही. त्यांना नेमकं काय हवं आहे? 'दहशतवादविरोधी युद्ध' या नावाखाली ते आणखी किती काळ लोकांवर अत्याचार करणार आहेत? अफगाणिस्तानातून अमेरिकन फौजा काढून घेण्याच्या वेळापत्रकावर गांभीर्यानं विचार व्हायला हवा. जर अमेरिकेनं आडमुठेपणा चालू ठेवला तर ते इथं त्यांची ताकद वाढवताना काही अफगाण

लोकांना विकत घेतील. नंतर ताकदीचा उपयोग करून या अफगाण लोकांनाही दडपून टाकतील.

अफगाण लोकांनी एकत्र यायला हवं. त्यांनी स्वत: किंवा आपल्या मुलाबाळांना अमेरिकेचे गुलाम होऊ देता कामा नये. नाहीतर गुलामगिरीतून ते इतरांना मारता-मारता एक दिवस स्वत:ही मारले जातील. अफगाण लोकांना हे कळायला हवं की, अफगाण नागरिक मेल्याचं जगात कोणालाही दु:ख होणार नाही. उलट काही जणांना आनंदच वाटेल.

***

अमेरिकन तुरुंगातल्या भयानक परिस्थितीवर आणि तिथं कैद्यांवर केल्या जाणाऱ्या अत्याचारांबद्दल त्यांच्यावर जगभरातून बरीच टीका झाली आहे. पण अमेरिकेपेक्षाही भयंकर वागवणाऱ्या इतरांकडे जगाचं फारसं लक्ष गेलेलं नाही. आमचा शेजारी पाकिस्तानचंच उदाहरण घ्या. तो अफगाण लोकांशी कसा वागतो?

पाकिस्तान हा देश आशियाई राजकारणात महत्त्वाची भूमिका बजावतो. पण हाच देश कपटीपणासाठी कुप्रसिद्ध आहे. पाकिस्तान एवढा बदमाष आहे की ते लोक बैलाचंही दूध काढू शकतात, असं म्हटलं जातं! पाकिस्तानचे दोन चेहरे आहेत आणि तोंडात दोन जीभा आहेत. त्यामुळे ते सगळ्यांची भाषा वापरू शकतात, सगळ्यांना फसवतात आणि सगळ्यांचा आपल्या मतलबासाठी वापर करून घेतात. आपण इस्लामी अण्वस्त्रधारी राष्ट्र आहोत, असं म्हणून ते अरब राष्ट्रांना फसवतात. ते दहशतवादाच्या विरोधात उभं असल्याचं भासवून अमेरिका आणि पाश्चात्य राष्ट्रांना हवं तसं लुटतात! पाकिस्तानी राज्यकर्ते काश्मीरमध्ये जिहाद चालवण्याच्या नावाखाली आपल्याच जनतेला आणि जगातल्या मुस्लिमांना फसवतात. पाकिस्तान हा सर्वांचाच विश्वासघात करणारा देश आहे.

त्यांचा जो काही जिहाद आहे, तो अश्रद्ध लोकांबरोबरच शेजारी देशांमधल्या मुस्लिमांचा आणि मुस्लीम राष्ट्रांचा घात करेल. त्यांनी आपले विमानतळ अमेरिकेला खुले केले. याच विमानतळांचा वापर करून अमेरिकेनं मुस्लिमांची हत्या केली आणि एक इस्लामी देश उद्ध्वस्त केला. पाकिस्ताननं डॉलरच्या बदल्यात प्राण्यांना विकावं तसं राजनैतिक अधिकारी, पत्रकार आणि मुजाहिद्दीनांना विकून टाकलं. जरी पाकिस्तान काहीही म्हणत असला तरी वेळ आली की, तो आपली अण्वस्त्रं मुस्लीम देशाच्या बाजूनं खरोखरच वापरेल की नाही, याबद्दल मला शंका वाटते.

जगभरात सगळीकडेच अफगाण लोकांना पकडून तुरुंगात डांबतात. इराण किंवा ग्वान्टानामोसारख्या अमेरिकन तुरुंगात त्यांना किती अमानवी वागणूक मिळते हे सर्वांना माहीत आहे. पण पाकिस्तानात काय घडतं, हे फारसं माहीत नाही.

पाकिस्तानी मनाला येतील ते आरोप लावतात आणि लाच खायचा प्रयत्न करतात. राजकीय कैद्यांपेक्षा खऱ्या गुन्हेगारांना जास्त चांगली वागणूक मिळते. निदान त्यांना लाच देऊन सुटता तरी येतं किंवा त्यांच्यावर खटले भरले जातात. गुन्हेगार पैसे खायला घालून आपल्या नातेवाइकांना भेटू शकतात. पण राजकीय कैद्यांना कोणतेही आरोप न ठेवता डांबून त्यांचा अनन्वित छळ केला जातो. त्यांच्याकडून बळजबरीनं कबुलीजबाब घेतले जातात. त्यांना वकील मिळू दिला जात नाही. पाकिस्तानी कैदेत असलेल्या अनेकांनी याचा अनुभव घेतला आहे. पाकिस्तानी तुरुंगातून ज्यांना अफगाणिस्तान किंवा अमेरिकेच्या हवाली केलं जातं तेव्हा त्यांना जणू आपली सुटका झाल्यासारखा आनंद वाटतो. मी अनेकांना पाकिस्तानी आणि अमेरिकन तुरुंगात काय फरक आहे, असा प्रश्न विचारला. सर्वांचं उत्तर सारखंच होतं. पाकिस्तानपेक्षा अफगाण आणि अमेरिकन तुरुंग फार चांगले आहेत.

***

अफगाणिस्तानवर हल्ला करणाऱ्या अमेरिकेचा निर्णय एवढा चुकीचा होता की त्यातून आज अमेरिका आणि अफगाणिस्तान दोन्ही देशांमध्ये फार चमत्कारिक तिढा निर्माण झाला आहे. वाटाघाटी आणि तडजोडींचा मार्ग खुला होता, पण त्याच्याकडे दुर्लक्ष झालं. कारण आपण हे युद्ध सहज जिंकू अशी अमेरिकेची समजूत होती. अमेरिकेच्या हातातल्या अफगाण बाहुल्यांनी त्यांना सांगितलं की, लोक तालिबानविरुद्ध नाराज असल्यानं ते अमेरिकेचं स्वागत करतील.

बॉन परिषदेत अमेरिकेनं आपल्या मर्जीनुसार वागून आपलं म्हणणं अफगाणिस्तानवर, अफगाण लोकांच्या एका छोट्या गटाला लादलं. ही घटना फार मोठी असल्याचा गाजावाजा करण्यात आला. पण अमेरिकेनं आक्रमण करण्यापेक्षाही जास्त घातक परिणाम या परिषदेमुळे झाले. अफगाणिस्तानचं स्वातंत्र्य संपलं. आपल्या स्वार्थासाठी अमेरिकेनं नॉर्दन अलायन्सच्या हातात सत्ता सोपवली. हे करताना तालिबानला संपवण्याच्या नावाखाली पश्तुन लोकांना दडपलं. पण या बॉन परिषदेत अफगाणिस्तानचे खरे प्रतिनिधी हजर नव्हते किंवा जे कोणी होते त्यांनाही निर्णय प्रक्रियेत सामावून घेतलं नव्हतं. मुळातच बॉन परिषदेनं घेतलेले सगळे निर्णय बेकायदेशीर आहेत.

बॉन परिषदेमुळे बराच काळ ज्यांच्या तलवारी गंजल्या होत्या अशा बाजूला पडलेल्या एके काळच्या क्रूर लोकांना सत्तेत वाटा मिळाल्या. त्यांचं स्वागत झालं. यात साम्यवादी राजवटीतले गुन्हेगार आणि मुजाहिद्दीन नावाला काळिमा फासणारे स्वार्थी लुटारू आहेत. अफगाणिस्तानात पूर्वी झालेल्या विध्वंसाला हे लोक प्रामुख्यानं जबाबदार होते. त्यांना लोकांच्या जिवाशी खेळायला आणि त्यांना लुटायला सत्ता हवीच होती. या लोकांचे गुन्हे तर सोव्हिएत काळातल्या गुन्ह्यांपेक्षा भीषण आहेत.

या लोकांनी पद्धतशीरपणे अमेरिकेला आपल्या जाळ्यात अडकवलं. हे लोक खऱ्याखुऱ्या मुजाहिद्दीनांचे आणि तालिबानचे शत्रू आहेत.

अफगाण संस्कृतीवर होणारे अमेरिकन हल्ले ही दैनंदिन बाब झाली आहे. त्यासाठी त्यांना कोणतंही निमित्त पुरतं. त्यांच्यासाठी काम करणारे हस्तक अमेरिकनांना अमूक माणूस शत्रू आहे, असं सांगतात. मग त्या माणसाचं घर हेरलं जातं. रात्रीच्या वेळी हेलिकॉप्टर्स घेऊन त्या घरापाशी अमेरिकन सैनिक उतरतात. घरात घुसताना दरवाजा खटखटून आत जायच्याऐवजी ते दरवाजाच उडवून लावतात. त्यांनी ज्या माणसाला लक्ष्य केलं आहे, त्याला त्याच्या बायका-मुलांसमोर विवस्त्र केलं जातं. सैनिक पेट्या उघडण्याऐवजी त्या फोडतात. स्त्रियांचीही झडती घेतली जाते. मग घरातल्या माणसांसमोर त्यांनी ज्याला शत्रू ठरवलं आहे, त्याच्या देहाची गोळ्यांनी किंवा सुऱ्यांनी चाळण केली जाते. या एकाच वरील गोष्टीमध्ये किती कायद्यांचा भंग झाला आहे ते पाहू या. पहिली गोष्ट म्हणजे परवानगीशिवाय घरात घुसणं. दुसरा गुन्हा म्हणजे स्त्रियांचा विनयभंग आणि पुरुषांना अवमानकारक वागवणं. ही गुन्ह्यांची यादी एवढी मोठी होईल की, त्यानं एक वही भरून जाईल.

अमेरिकेनं अनेकांच्या डोक्यावर मोठमोठी इनामं लावली आहेत. या घोषणांमुळे या लोकांना स्वरक्षणासाठी लढणं भाग पडतं. यामुळे शांतता कशी येणार? शिवाय यात इतर काही घोटाळे आहेतच. उदाहरणार्थ, एकीकडे अफगाण सरकार आपण हिकमतयारशी शांततेसाठी वाटाघाटी करतो आहोत, असं जाहीर करतं. पण त्याचवेळी अमेरिकेनं त्याला पकडून देणाऱ्याला देण्यात येणारं लक्षावधी डॉलरचं बक्षीस अजून तसंच आहे. असं का?

अमेरिकने इतिहासाकडे लक्ष न देता आता सुधारणा येणं अशक्य आहे, अशा कितीतरी चुका केल्या आहेत. त्यांची मित्रांची निवड पूर्णपणे चुकली. त्यांनी ज्या युद्धखोर नेत्यांना बरोबर घेतलं त्यांनी एवढं नुकसान केलं आहे की, नवा अफगाणिस्तान उभाच राहू शकत नाही. ब्रिटिशांना अफगाणिस्तानात, विशेषत: दक्षिण भागात सामील करून घेणं ही आणखी मोठी गफलत होती. ब्रिटिशांनी अफगाणिस्तानात तीन लढाया केल्या. त्यांना सर्वांत मोठा प्रतिकार पश्तुन टोळ्यांनी केला होता. ब्रिटिशांमुळेच आमच्या देशाचं विभाजन झालं. हा सगळा इतिहास असल्यानं आजच्या ब्रिटिश सैन्याला शत्रू मानलं जातं. येथील स्थानिक जनता ९० वर्षांपूर्वीचा भीषण काळ अजून विसरलेली नाही आणि ब्रिटिशही विसरले नसावेत, असं अनेकांना वाटतं.

अफगाण सरकारच्या रचनेत मुळातच फार गंभीर त्रुटी आहेत. अफगाण लोक आणि त्यांचं जीवन न समजल्याचा हा परिणाम आहे. राष्ट्राध्यक्ष हमीद करझाई स्वत: पश्तुन असला तरी सरकारमध्ये त्यांचा सहभाग फार कमी आहे. पश्तुन लोकांना मिळणारं कमी प्रतिनिधित्व ही मोठी समस्या आहे. शिवाय अफगाण लोकांवर

लादलेली राजकीय प्रणाली त्यांना न झेपण्याएवढी प्रगत आहे. सरकारी यंत्रणेत जो एक समन्वय आणि परस्परांवर अंतर्गत नियंत्रण पाहिजे त्याचा अभाव आहे. सरकारचे काही भाग तर राष्ट्राध्यक्षाच्या नव्हे, तर सरळ परदेशी लोकांच्या नियंत्रणाखाली आहेत. सरकार, लष्कर आणि सरकारी विभाग यांच्यात एकजिनसीपणा नाही. सरकार, मंत्री आणि सरकारी अधिकारी यांच्यावर सामान्य माणसांचा विश्वास नाही.

योग्य माहिती मिळणं, ही गोष्ट फार महत्त्वाची असते. परदेशी फौजांना मिळणारी माहिती अपुरी आणि बऱ्याच प्रमाणात खोटी असते. ते त्यांच्या खबऱ्यांवर जरुरीपेक्षा जास्त विसंबून राहातात. अफगाण खबरे परदेशी लोकांना त्यांच्या स्वार्थासाठी मुद्दाम खोटी माहिती पुरवतात. परदेशी फौजांना ते कळत नाही. अशा माहितीवर विसंबून ते कारवाई करतात. अमेरिकन काही वेळा आपली चूक झाल्याचं मान्य करतात. पण ज्या खबऱ्याच्या माहितीमुळे ही चूक झाली, त्याला कधी शिक्षा झाल्याचं ऐकू येत नाही.

अमेरिका आणि त्यांच्या साथीदार राष्ट्रांचा मोठा भरवसा बळाचा वापर करणं यावर असतो. तथाकथित शांतता बोलण्याच्या वेळीही उघड दमदाटी केली जाते. गेली १० वर्षं हजारो सैनिक, प्रचंड प्रमाणात लढाऊ विमानं, दारूगोळा, शस्त्रास्त्रं आणि सर्व काही असून अमेरिकेच्याच म्हणण्यानुसार अवघे १०,००० बंडखोर अजूनही नियंत्रणात येत नाहीत, ही मोठीच आश्चर्याची गोष्ट आहे. या सगळ्यातून जवळ-जवळ दोन-तृतीयांश देश अस्थिर असताना अजूनही परदेशी फौजांना पाशवी बळाचा वापर करून अफगाणिस्तानात शांतता आणता येईल असं वाटतं. म्हणून मग ते आपली ताकद आणखी वाढवतात. पण अफगाणिस्तानातला सध्याचा पेचप्रसंग राजकीय स्वरूपाचा आहे. तो बंदुकीच्या बळावर सोडवता येणार नाही.

राष्ट्राध्यक्ष ओबामा यांचं अमेरिकन प्रशासन पूर्वीच्या प्रशासनांप्रमाणेच चुका करत चाललं आहे. विशेष दूताची नेमणूक करण्याच्या निर्णयानं अफगाण सरकारचं स्थान कमकुवत होणार आहे. तसंच पूर्वी गुप्त कारवाया करण्यासाठी कुप्रसिद्ध असणाऱ्या जनरल मॅकक्रिस्टल याला नेमणं, ही मोठीच चूक आहे. अमेरिका आता नेमकी सोव्हिएत महासंघाच्या मार्गाचा अवलंब करत चालली आहे. राष्ट्राध्यक्ष ओबामांना वेगळा मार्ग निवडण्याची संधी असूनही ती त्यांनी दवडली. स्वत:च्या सामर्थ्याच्या गोड गुंगीतून अमेरिकेला वेळीच जाग आली नाहीतर पराभव अटळ आहे.

अफगाण लोक आणि त्यांची संस्कृती याचं आकलन या परदेशी लोकांना कधी होणार, अजून किती काळ ते आमच्यावर त्यांचे निर्णय लादणार आहेत, अफगाण लोकांनी आता आणखी किती सहन करायचं या प्रश्नांची उत्तरं देवालाच माहीत.

मी पुन्हा एकदा माझ्या मायदेशासाठी, अफगाणिस्तानसाठी, प्रार्थना करतो.

◆

कालक्रम

वर्ष	अफगाणिस्तानातील ऐतिहासिक घटना	मुल्ला झैफच्या आयुष्यातील घटना
१९६८	—	मुल्ला झैफचा जन्म, सात महिन्यांचा असताना आईचा मृत्यू
१९६९	—	मुशानला राहायला जाणे (मैवंद जिल्हा)
१९७०	—	मुशानमध्ये वास्तव्य
१९७१	उत्तर व मध्य अफगाणिस्तानात दुष्काळ	झैफच्या लहान बहिणीचा मृत्यू
१९७२	उत्तर व मध्य अफगाणिस्तानात दुष्काळ	रंग्रेझानला राहायला जाणे (मैवंद जिल्हा)
१९७३	दाऊद खानचा सत्तापालटाचा कट	रंग्रेझानमध्ये वास्तव्य
१९७४	—	रंग्रेझानमध्ये वास्तव्य
१९७५	—	झैफच्या वडिलांचा मृत्यू, चारशाखा येथे राहायला जाणे
१९७६	—	चारशाखा येथे वास्तव्य
१९७७	—	संझरी येथे राहायला जाणे

१९७८	राज्यक्रांती होऊन साम्यवादी राजवट.	पाकिस्तानात पलायन अनेक भागांत उठाव व चकमकी
१९७९	डिसेंबरमध्ये सोव्हिएत फौजांचं आक्रमण	पंजपायी छावणीत वास्तव्य
१९८०	देशभरात असंतोष व उठाव. अमेरिकेचा मॉस्को ऑलिम्पिकवर बहिष्कार	पंजपायी छावणीत वास्तव्य
१९८१	पाच मुजाहिद्दीन गटांची आघाडी. कंदाहार शहरात भीषण रणसंग्राम	पंजपायी छावणीत वास्तव्य
१९८२	पंजशीर भागात सोव्हिएत फौजांची जोरदार आघाडी	पंजपायी छावणीत वास्तव्य
१९८३	सोव्हिएत फौजांची नवी रणनीती जीनिव्हात 'शांतता बोलणी' सुरू, कंदाहार भागात सोव्हिएत फौजेत वाढ	झैफचे लढण्यासाठी अफगाणिस्तानात जाणे, प्रथम पश्मोल व नंतर निलगाममध्ये लढाईत सहभाग
१९८४	अमेरिकन गुप्त स्वरूपात मुजाहिद्दीन गटांना पाच कोटी डॉलरची मदत, सोव्हिएत फौजांचा पश्मोल भागात नव्यानं हल्ला	झैफचे शिक्षणासाठी क्वेट्टाला जाणे
१९८५	सोव्हिएत फौजांचा इराण व पाकिस्तान यांना लागून असणाऱ्या सीमा बंद करण्याचा प्रयत्न	पाकिस्तानात आयएसआयकडून शस्त्रास्त्रांचं प्रशिक्षण, पुन्हा लढाईसाठी अफगाणिस्तानात जाणे
१९८६	अमेरिकेकडून मुजाहिद्दीनांना स्ट्रिंगर क्षेपणास्त्रांची मदत,	लढाईत जखमी, उपचारांसाठी पाकिस्तानात, बरा झाल्यानंतर

	कंदाहार भागात प्रखर संघर्ष	पुन्हा लढाईसाठी कंदाहारमध्ये
१९८७	जीनिव्हात चर्चेची १०वी फेरी	कंदाहार भागात लढाईत सहभाग
१९८८	जीनिव्हा करारावर स्वाक्षऱ्या, अल्-कायदाची पेशावरमध्ये स्थापना	खुशाबच्या लढाईत सहभाग, कंदाहार भागात रशियन आक्रमणाचा यशस्वी प्रतिकार
१९८९	सोव्हिएत फौजांची माघार	लढाई संपल्यानंतर घरी परतणे
१९९०	नजीबुल्ला सरकारविरुद्ध कट	झैफला मुलगा होतो
१९९१	कंदाहारामध्ये जबरदस्त भूकंप	यादवी युद्धामुळे पुन्हा पाकिस्तानात पलायन
१९९२	नजीबुल्ला सरकारचा पाडाव, कंदाहार व अफगाणिस्तानात यादवी	कंदाहार भागात मशिदीत इमाम
१९९३	कंदाहार शहरात मुजाहिद्दीन कमांडरमध्ये परस्परांत लढाई	हाजी खुश्कियार कला येथे वास्तव्य
१९९४	तालिबानचा कंदाहारवर ताबा	कंदाहार भागात तालिबान चळवळीच्या सुरुवातीमध्ये सहभाग, मौलवी पसनाईसाहेब यांच्यासह न्यायालयात कामाला सुरुवात
१९९५	तालिबानचा हेरातवर ताबा	इस्माईलखानविरुद्ध लढाईत सहभाग, जखमी झाल्यानंतर पुन्हा न्यायालयातील कामकाज, हेरातमधील बँकांचे प्रमुखपद
१९९६	तालिबानचा काबूलवर ताबा	हेरातमध्ये बँकांवर देखरेख, ते

		काम सोडून एक महिन्यासाठी घरी परत, मुल्ला उमरकडून पाचारण
१९९७	सुदानहून ओसामा बिन लादेनचे अफगाणिस्तानात आगमन	संरक्षण मंत्रालयात काबूलमध्ये प्रशासकीय संचालकपद
१९९८	तालिबानचा मजार-ए-शरीफवर ताबा व पुन्हा गमावणे, अमेरिकेचा अफगाणिस्तानवर क्षेपणास्त्र हल्ला	प्रभारी संरक्षणमंत्री, खाण व उद्योग मंत्रालयात बदली
१९९९	हेरातमध्ये तालिबान विरोधात उठाव. पाकिस्तानात लष्करी उठावात परवेझ मुशर्रफ सत्तेवर	खाण व उद्योग मंत्रालयात काम
२०००	मुल्ला उमरकडून अफू लागवडीवर बंदीची घोषणा	वाहतूक उद्योगाशी संबंधित आयोगावर नेमणूक, पाकिस्तानात वकील म्हणून नेमणूक
२००१	सप्टेंबरमध्ये अमेरिकेवरील हल्ला, तालिबान राजवटीचा अंत	झैफला अटक
२००२	झहीरशाह या माजी राजाचे पुनरागमन, काबूलमध्ये लोया जिर्गा	पाकिस्तानकडून अमेरिकेकडे हस्तांतरण, ग्वान्टानामोत रवानगी
२००३	नाटो फौजांनी ताबा घेतला	ग्वान्टानामोत तुरुंगात
२००४	लोया जिर्गाकडून हमीद करझाईंची राष्ट्राध्यक्ष म्हणून निवड	ग्वान्टानामोत तुरुंगात

२००५	अफगाणिस्तानात संसदेच्या व स्थानिक प्रशासनाचा निवडणुका	ग्वान्टानामोत तुरुंगात
२००६	काबूलमध्ये अमेरिकाविरोधी निदर्शने, नाटो फौजांचा दक्षिण अफगाणिस्तानात ताबा	'पिक्चर ऑफ ग्वान्टानामो' पुस्तक प्रकाशित

२००७	झहीरशाहचा मृत्यू, मुल्ला दादुल्ला ठार, पाकिस्तान सीमेजवळ चकमकी	काबूलमध्ये वास्तव्य
२००८	तालिबानची कंदाहारमधून हजारो कैद्यांची सुटका, भारतीय दूतावासावर हल्ला	कंदाहारला प्रयाण, प्रसारमाध्यमांशी संपर्क साधल्याबद्दल नजरकैद, हज यात्रेसाठी सौदी अरेबियाला प्रयाण
२००९	अमेरिकन फौजांमध्ये वाढ	युद्ध संपलं पाहिजे असं वारंवार निवेदन, काबूलमध्ये वास्तव्य

◆

अधिक वाचनासाठी संदर्भ

इस्लाम

Armstrong, Karen (1995) *Muhammad : A Biography of the Prophet.* (London: Gollancz).

Bonney, Richard (2004) *Jihad : From Qur'an to bin Laden.* (London: Palgrave Macmillan).

Haroon, Sana (2007) *Frontier of Faith : Islam in the Indo-Afghan Borderland.* (London: Hurst & Co Publishers Ltd).

Hodgson, Marshall G. S. (1977) *The Venture of Islam* (3 vols). (Chicago: University of Chicago Press).

Lings, Martin (1987) *Muhammad : His Life Based on the Earliest Sources.* (Vermont : Inner Traditions Press).

Nasr, Vali (2006) *The Shia Revival : How Conflicts within Islam Will Shape the Future.* (New York : W.W. Norton & Company).

Rodinson, Maxime (2002) *Muhammad.* (London: I.B. Tauris).

राजकीय इस्लाम व मूलतत्त्ववाद

Gerges, Fawaz A. (2005) *The Far Enemy : Why Jihad Went Global.* (Cambridge : Cambridge University Press).

Kepel, Gilles (2003) *Jihad : The Trail of Political Islam.* (London : I.B. Tauris).

Mandaville, Peter (2007) *Global Political Islam.* (London : Routledge).

Nasiri, Omar (2006) *Inside the Jihad : My Life with Al Qaeda.* (London: Hurst & Co Publishers Ltd.).

Olesen, Asta (1995) *Islam and Politics in Afghanistan.* (London : Routledge).

Roy, Olivier (1990) *Islam and Resistance in Afghanistan.* (Cambridge : Cambridge University Press).

Roy, Olivier (1994) *The Failure of Political Islam* (London : I.B. Tauris).

अफगाणिस्तानचा इतिहास

Coll, Steve (2004) *Ghost Wars : the Secret History of the CIA, Afghanistan, and bin Laden, from the Soviet Invasion to September 10, 2001.* (London : Penguin Books).

Dorronsoro, Gilles (2005) *Revolution Unending. Afghanistan : 1979 to the Present.* (London : Hurst & Co Publishers Ltd).

Dupree, Louis (1980) *Afghanistan.* (Princeton : Princeton University Press).

Edwards, David (1996) *Heroes of the Age : Moral Fault Lines on the Afghan Frontier.* (Berkeley : University of California Press).

Ewans, Martin (2002) *Afghanistan : a New History.* (London: Routledge).

Noelle, Christine (1997) *State and Tribe in Nineteenth-Century Afghanistan.* (London : Curzon).

पश्तुन व टोळ्या

Barth, Fredrik (1965) *Political Leadership Among Swat Pathans* (London: Athlone Press).

Caroe, Olaf (1958) *The Pathans*. (Oxford: Oxford University Press).

Johnson, Thomas H. and Mason, Chris (2007) *Understanding the Taliban and Insurgency in Afghanistan, Orbis, Vol. 51, No. 1.*

Qudoos, Syed Abdul (1987) *The Pathans.* (Lahore: Freozsons).

दक्षिण अफगाणिस्तान

Chayes, Sarah (2006) *The Punishment of Virtue : Inside Afghanistan After the Taliban.* (New York: Penguin Press).

Smith, Graeme (2011) *Blood and Dust* (working title) (Toronto : Knopf).

Alexievich, Svetlana (1992) *Zinky Boys : Soviet Voices from the Afghan War* (New York : W.W. Norton and Company).

सोव्हिएत आक्रमण

Borovik, Artyom (1990) *The Hidden War : A Russian Journalist's Account of the Soviet War in Afghanistan* (New York : Grove Press).

Dyk, Jere van (1983) *In Afghanistan : An American Odyssey.* (Lincoln: istan in Authors Choice Press).

Edwards, David (2002) *Before Taliban : Genealogies of the Afghan Jihad* (Berkeley : University of CalIfornIa Press).

Feifer, Gregory (2009) *The Great Gamble : The Soviet War in Afghanistan* (New York : Harper).

Grau, Lester W. and Gress, Michael A. (2002) *The Soviet-Afghan War : How A Superpower Fought And Lost.* (Kansa s: University Press of Kansas).

Guibert, Emmanuel (2009) *The Photographer* (New York : First Second Books).

Kaplan, Robert D. (1990) *Soldiers of God : With Islamic Warriors in Afghanistan and Pakistan* (New York : Vintage).

Maley, William (2002) *The Afghanistan Wars* (London : Palgrave and Macmillan).

Yousaf, Muhammad and Adken, Mark (1992) *The Bear Trap : Afghanistan's Untold Story* (London: Leo Cooper).

तालिबान

Giustozzi, Antonio (2007) Koran, *Kalashnikov and Laptop :*

The Neo-Taliban Insurgency in Afghanistan 2002-2007 (London : Hurst & Co Publishers Ltd).

Giustozzi, Antonio (ed.) (2009) *Decoding the New Taliban : Insights from the Afghan Field* (London : Hurst & Co Publishers Ltd).

Griffin, Michael (2003) *Reaping the Whirlwind : Afghanistan, AlQa'ida and the Holy War* (London: Pluto Press).

Maley, William (ed.) (1998) *Fundamentalism Reborn? Afghanistan and Taliban* (London: Zed Books).

Marsden, Peter (2002) : *The Taliban : War and Religion in Afghanistan* (London : Zed Books).

Rubin, Elizabeth (2006) *In the Land of Taliban, The New York Times, 22 October, 2006.*

Smith, Graeme (2008) *Talking to the Taliban.*
www.theglobeandmail.com/talkingtothetaliban

Zaeef. Mullah Abdul Salam (forthcoming) *Taliban : A History.* (London: Hurst and Company).

९/११ नंतरचा अफगाणिस्तान

Anderson, Jon L. (2003) *The Lion's Grave : Dispatches from Afghanistan* (New York : Grove Press).

Fisk, Robert (2005) *The Great War for Civilization : The Conquest of the Middle East* (London: Fourth Estate).

Johnson, Chris and Leslie, Jolyon (2004) *Afghanistan : The Mirage of Peace* (London : Zed Books).

Rashid, Ahmed (2008) *Descent into Chaos : How the War Against Islamic Extremism is Being Lost in Pakistan, Afghanistan and Central Asia* (London: Allen Lane).

कादंबऱ्या, फिल्म्स व इतर

Afghan, 1989. [Documentary film] directed by Jeff Harmon USA : Duce Films.

Chaffetz, David (1981) A Journey through Afghanistan (Chicago : University of Chicago Press).

Elliot, Jason (2000) An Unexpected Light : Travels in Afghanistan (London: Picador).

Jihad, 1986. [Documentary film] directed by Jeff Harmon. USA : Duce Films.

Osama, 2003. [Film] Directed by Siddiq Barmak. Afghanistan : Barmak Films.

Shah, Saira (2004) The Storyteller's Daughter : Return to a ost Homeland (London : Penguin Books).

◆